ரமேஷ் பிரேதன்
சிறுகதைகள்

ரமேஷ் பிரேதன் சிறுகதைகள் / சிறுகதைகள் / ரமேஷ் பிரேதன் © / முதல் பதிப்பு : டிசம்பர் 2022 / Ramēṣ pirētaṉ ciṟukataikaḷ / Short stories / Ramesh Predan © / First Edition : December 2022 / Pages : 280 / Price : ₹ 340/- / ISBN : 978-93-92876-72-1

வெளியீடு :

மூலிகை பதிப்பகம்
27, அங்காளம்மன் நகர்
அங்காளம்மன் கோயில் வீதி
முத்தியால் பேட்டை
புதுச்சேரி 605 003
+91 86086 10563

விற்பனை உரிமை : Be4books, Velachery

நிழற்படம் : அ.குரூஸ்தனம் / ஆனந்தவிகடன்

Desinged by : Y Creations

வாக்குமூலம்

நானும் பிரேமும் எழுதி, சேர்ந்து வெளியிட்ட ஐந்து கதைத் தொகுதிகளில் இடம்பெற்ற முப்பத்தியைந்து கதைகளில் பிரேமின் ஓரிரு வார்த்தைகளோ, வாக்கியங்களோ, பத்திகளோ கலக்காமல் சுயம்புவாக நான் தனித்து எழுதிய இருபத்துமூன்று கதைகளின் தொகுப்பே இந்நூல். இக்கதைகள் கீழ்க்காணும் தொகுப்புகளிலிருந்து எடுக்கப்பட்டுள்ளன:

1. முன்பு ஒரு காலத்தில் நூற்றியெட்டுக் கிளிகள் இருந்தன
2. கனவில் பெய்த மழையைப் பற்றிய இசைக் குறிப்புகள்
3. பரதேசி
4. மகாமுனி
5. குருவிக்காரச் சீமாட்டி

இவற்றில் முதல் மூன்று தொகுப்புகளைச் சேர்த்து வெளியிட்டதே 'மகாமுனி' என்னும் தொகுப்பு; இதில் இருபத்தியிரண்டு கதைகள் இடம்பெற்றிருந்தன. ஐந்தாவதாகவும் இறுதியானதாகவும் வெளிவந்த 'குருவிக்காரச் சீமாட்டி' என்ற தொகுப்பில் பதிமூன்று கதைகள் இடம்பெற்றிருந்தன. ஆகமொத்தம் முப்பத்தியைந்து கதைகளில் பிரேம் பங்கெடுக்காத இருபத்துமூன்று கதைகளை 'ரமேஷ் பிரேதன் சிறுகதைகள்' என்ற தலைப்பில் வெளியிடுகிறேன்.

தொண்ணூறுகளின் தொடக்கத்தில் நான் எழுதிய முதல் சிறுகதை 'நூறு நாய்கள் குரைக்கட்டும்' இக்கதை எழுத்தாளர். வாசுதேவனை ஆசிரியராகக் கொண்டு வெளிவந்த 'சிதைவு' என்னும் இதழில் வெளிவந்தது. இதில் சில வாக்கியங்களைப் பிரேம் எழுதிச் சேர்த்ததால் இக்கதை இத்தொகுப்பில் இடம்பெறவில்லை.

நான் எழுதிய மூன்றாவது கதை (இரண்டாவது கதை; 'எனது மொழியில் உனக்கொரு காதல் கதை' – நவீன விருட்சம்) . 'முன்பு ஒரு காலத்தில் நூற்றியெட்டுக் கிளிகள் இருந்தன'. இக்கதையில் கிளிகளைப் பற்றிய சிறிய கதை நிகழ்வைப் பிரேம் சொன்னார். அதிலிருந்து முன்பின் வளர்த்தெடுத்து நான் உருவாக்கிய இந்நெடுங்கதை 'காலச்சுவடு' இதழில் வெளிவந்து பரவலான கவனத்தைப் பெற்றது. ஈழத்திலிருந்துப் புலம்பெயர்ந்தவர்களைப் பற்றிய கதை என்று பொருள்கொள்ளப்பட்டது. இக்கதையில் ஒரு சொல்கூட பிரேமால் எழுதப்படவில்லை; என்றாலும், இத்தொகுப்பில் இக்கதையைச் சேர்க்கவில்லை.

முதல் சிறுகதைத் தொகுப்பு, ‘முன்பு ஒரு காலத்தில் நூற்றியெட்டுக் கிளிகள் இருந்தன’ என்ற தலைப்பில் ‘அகரம்’ வெள்ளியிட்டது. அத்தொகுப்பில் இடம்பெற்ற பத்துக்கதைகளும் என்னுடையவை. பிரேமின் மீச்சிறு (தேவையில்லாத) பங்களிப்பு மேற்சுட்டப்பட்ட இரு கதைகளில் உள்ளதால் அவை இத்தொகுப்பில் சேர்க்கப்படவில்லை.

‘குருவிக்காரச் சீமாட்டி’ தொகுப்பிலுள்ள பதிமூன்று கதைகளில் பதினோரு கதைகள் நான் எழுதியவை. மற்ற இரண்டு கதைகளான ‘குருவிக்காரச் சீமாட்டி, பெருங்கிணறு. இவ்விரண்டு நெடுங்கதைகளையும் சேர்ந்து எழுதினோம். குறிப்பாக, பிரேம் எழுதிக்கொடுத்த குருவிக்காரச் சீமாட்டி கதையானது கட்டுரைத்தனமாக இருக்கிறது எனச் சொல்லி ‘அணங்கு’ இதழ் வெளியிட மறுத்தது. மீண்டும் அக்கதையை நான் முழுவதுமாக மாற்றி எழுதிக்கொடுக்க, வெளியீட்டிற்கு ஏற்றுக்கொள்ளப்பட்டது. ஒரே கதை பிரேமாலும் என்னாலும் மாற்றி மாற்றி எழுதப்பட்ட இரண்டு கையெழுத்துப் படிகள் ‘அணங்கு’ கோப்பில் இருக்கலாம்.

இருவரின் பெயரில் வெளிவந்த 35 கதைகளில் 23 கதைகள் நான் தனித்து எழுதியவை; அவை இத்தொகுப்பில் இடம்பெற்றுள்ளன. கடன், ஏழாவது உடை என்னும் இரண்டுக் கதைகளை பிரேம் தனித்து எழுதினார். மற்ற பத்துக் கதைகள் உருவான முறைகள் பற்றி பல சந்தர்பங்களில் விரிவாக என் முகநூலில் பதிவிட்டுள்ளேன். இந்தப் பத்துக் கதைகளும் ‘ரமேஷ் – பிரேம் நெடுங்கதைகள்’ என்ற தலைப்பில் இணையாசிரியர் பிரேமிடம் அனுமதி பெற்று வெளிவரும்.

பதினைந்து ஆண்டுகளாக எனது படைப்புகள் பிரேம் என்ற தனிநபரின் தற்கால அரசியல் பயத்தால் முடக்கப்பட்டுள்ளன. நானும் பிரேமும் சேர்ந்து எழுதிய 21 நூல்களை முன்வைத்து, பிரேம் நடுவண் அரசின் பல்கலைக்கழகத்தில் பேராசிரியராகப் பணியில் அமர்ந்தப் பிறகு இந்நூல்கள் எழுப்பும் அரசியல் மற்றும் பண்பாட்டு விமர்சனங்கள், அதிர்வுகள் இன்றைய வலதுசாரிய, இந்துத்துவ அடிப்படைவாதச் சூழலில் அவரை மருட்டுகின்றன. குட்டி பூர்ஷ்வா மனநிலையில் வாழ்ந்துகொண்டிருக்கும் பிரேம் இந்நூல்கள் மறுபதிப்பு காண்பதைத் தவிர்க்கிறார். குறிப்பாக, தன்னுடைய குறைந்தப் பங்களிப்பேயுள்ள படைப்பிலக்கியங்கள் வெளிவருவதில் ஆர்வம்கொள்ளவில்லை. இந்தத் தலைமுறையினருக்கு ரமேஷ் – பிரேம் என்ற பெயர்களோ அவர்களின் சமகாலப் பங்களிப்போ அறியவரவில்லை. எனவே, ‘மூலிகை’ என்ற பெயரில் நண்பர்களின் உதவியோடு தனியாக ஒரு வெளியீட்டு அமைப்பை நான் உருவாக்கவேண்டிய இக்கட்டானச் சூழ்நிலைக்குத் தள்ளப்பட்டுள்ளேன்.

சிறுகதை, நாவல், நாடகம், கட்டுரை, மொழிபெயர்ப்பு, நேர்காணல்கள் எனப் பல நூல்களை (யார் எழுதியது என்று தனித்து இனங்கான முடியாதவற்றை) நான் வாழும் காலத்திலேயே ஒவ்வொன்றாக வெளியிடவேண்டும். இதனால் ஏற்படப்போகும் சட்டச் சிக்கல்களை, உண்மையின் பக்கம் நிற்கும் அறவாணர்களான என் நண்பர்களின் உதவியுடன் எதிர்கொள்வேன்.

இனி வெளிவரும் நூல்களில் புனைவுகள் ரமேஷ் - பிரேம் என்ற பெயர்களிலும்,

அல் புனைவுகள் பிரேம் - ரமேஷ் என்ற பெயர்களிலும் வெளிவரும்.

மூலிகை, முன்பு ஒரு காலத்தில் உண்டானக் காயங்களை ஆற்றும் என்ற நம்பிக்கையோடு...

ரமேஷ் பிரேதன்,

புதுச்சேரி,

25 - 12 - 2022.

ரமேஷ் பிரேதன்

ரமேஷ் பிரேதன் 27 – 10 – 1964 இல் புதுச்சேரியில் பிறந்து வளர்ந்து வாழ்ந்து வருகிறார்.

உள்ளடக்கம்

1. பார்த்தின் மரணம் ஒரு விபத்தில்லை 9
2. பிரம்மனின் உடம்புக்கு வெளியே 29
3. மூன்று பெர்னார்கள் 53
4. பரமபத பாதைகள் 60
5. காலவட்டத்துக்குள் இரண்டு கண்கள் 76
6. வியாசகுலம் 92
7. ஆட்ட விதிகளுக்குள் அடைபட்ட கடவுளின் தடம் 101
8. நத்தைக் கதை 121
9. காலத்தினூடாக உன்னைத் தீண்டும் இன்மையை நோக்கி 128
10. மனவெளி நாடகம் 143
11. எனது மொழியில் உனக்கொரு காதல் கதை 156
12. பேசப்படாத பூக்களுக்கு இனி மௌனங்களும் இல்லை 172
13. பரமசிவம் 187
14. கோடைப் பகல் தூக்கம் 199
15. பயம் 208
16. தொடர் மழைக்காலம் 220
17. கூத்தாண்டவன் 226
18. துறவி 235
19. பொம்மை குழந்தை 243
20. பன்றி 252
21. அடைபட்டவர்கள் 260
22. பேய் பாம்பு போலீஸ் 266
23. இருவர் 274

பார்த்தின் மரணம் ஒரு விபத்தில்லை

அப்பா மாரடைப்பில் இறந்துவிட்டதாக அக்கா மர்ஸெயிலிருந்து தொலைபேசியில் அழுதாள். சற்று நேரத்திற்கெல்லாம் என் தம்பி என்னைத் தேடி வந்துவிட்டான். ஏதும் பேசாமல் என் முன் அமைதியாக அமர்ந்திருந்தவனின் கண்கள் கலங்கி நீர் வழிந்தோடியது. அவனுடைய கண்ணீரை முதன் முதலாக இப்பொழுதுதான் பார்க்கிறேன். ஐந்து ஆண்டுகளுக்கு முன்பு அம்மா இறந்தபோது அவன் அழுதிருக்கலாம். நான் அப்பொழுது ஊரில் இல்லாததால் தலைப்பிள்ளையான நான் கொள்ளியிடக்கூட முடியாமல் போனது. அம்மாவின் மறைவிற்குப் பிறகு அப்பா ஃப்ரான்ஸிற்குச் சென்று அக்காவிடம் தங்கிவிட்டார். ஆண்டுக்கு ஒருமுறை வந்து ஒரு மாதம் போல இங்குத் தங்கிவிட்டுச் சென்றுவிடுவார். ஊருக்கு வந்த மறுநாள் என்னைத் தேடி இங்கு வருவார். எனது இருப்பிடத்தைச் சுற்றியிருக்கும் பரம்பரை தென்னந் தோப்பைப் பார்வையிடுவார். தோட்டக்காரரின் குடும்பத்தாரோடு கொஞ்ச நேரம் பேசுவார். பிறகு, என்னுடைய ஓவியக்கூடத்திற்கு வந்து அந்த வருடம் நான் வரைந்து கைவசமிருக்கும் படங்களைப் பார்ப்பார். என் மகளைத் தன் மடியில் இருத்திக்கொண்டு தமிழே கலக்காத ஃப்ரெஞ்சிலேயே பேசிக்கொண்டிருப்பார். மதியம் என்னுடன் உணவருந்திவிட்டு மகளை அழைத்துக்கொண்டு சென்றுவிடுவார். ஒரு மாதம் போல அவருடன் இருந்துவிட்டு அவரை ஃப்ரான்ஸிற்கு வழி கூட்டியனுப்பியதும் என்னிடம் வந்துவிடுவாள்.

இந்த வருடம் அப்பா பிணமாக வருவதை நினைக்கும்போது என்னுள் திணியும் இந்த மன அழுத்தத்தை என் தம்பியால் உணர முடியாது. நான் குடும்பத்திலிருந்து என்னை

ஒதுக்கிக்கொண்டதில் ஆரம்பத்தில் என்மீது அவனுக்கு வருத்தம் இருந்தது. எனக்குக் கிடைத்த புகழின் வெளிச்சத்தில் அவனுக்கு என்மீதிருந்த மனக்குறை மறைந்து போனதை நாளடைவில் என் மகளுடன் அவனும் அவனது குடும்பமும் கொண்ட பாசத்தின் மூலமாக உணர்ந்து கொண்டேன். அவனுக்குத் தெரியாது, அக்காவுக்கும் தெரியாது, என் மகளுக்கோ பிற உறவினர்களுக்கோ தெரியாது, யாருக்கும் தெரியாது; என் அம்மாவைத் தவிர, நானும் என் அப்பாவும் ஒருவருக்கொருவர் பேசிக்கொண்டு இருபத்தைந்து ஆண்டுகள் ஆகின்றன என்ற நிஜம்.

என்னை ஒரு கலைஞனாக உருத் திரட்டியெடுத்தவர் அப்பாதான். வான்கோவை எல்லோரும் உணர்ச்சிபூர்வமாக தமக்கொரு அனுபவமாக்கிக்கொள்ளும்போது, அவர் மட்டுமே அவனை எனக்குள் அறிவு பூர்வமாக வளர்த்தெடுத்து, எனது உள்ளீடாகிவிட்ட சில கலைஞர்களில் ஒருவனாக அவனை நிறைத்தவர். வான்கோ, காப்கா, ஆர்த்தோ இம் மூவரையும் ஐரோப்பாவின் மனச்சாட்சி எனச் சொல்வார். இம்மூவரும் ஐரோப்பிய சரித்திர நினைவுகளில் எந்த ஒருவனுக்குள்ளும் உறுத்திக் கொண்டேயிருப்பார்கள் என்பார். எனது பதின் பருவத்தில் இவர்களை அறிமுகப்படுத்தி என்னிடம் அவர் சொன்ன இந்த வாக்கியங்களையே கொஞ்சம்போல மாற்றி, சமீப வருடத்தில் ஒரு பேட்டியில் குறிப்பிட்டிருந்தேன்: 'மேற்கின் வெள்ளை ஏகாதிபத்திய சமூகங்களை மூன்றாம் உலகக் கலைஞர்களாகிய நாம், வான்கோ, காப்கா, ஆர்த்தோ இவர்களின் முகதாட்சண்யத்திற்காக மன்னித்துவிடலாம்' என்று.

எனது பேட்டி வெளி வந்ததும் இடதுசாரிகளின் பெருந்தாக்குதலுக்கு நான் ஆளானேன். என் வீட்டிற்கு வந்த அப்பா, அம்மாவிடம் இதைக் குறிப்பிட்டு என்னைப் பரிகசிப்பதுபோல சிரி சிரியெனச் சிரித்துக் கொண்டிருந்தார். அவர் முகத்தைப் பார்த்துப் பார்த்து ஏதும் புரியாமல் பால் பற்களைக் காட்டி மகளும் சிரித்துக்கொண்டிருந்தாள். அப்பாவின் தொடுவுணர்வை என்றோ மறந்துபோன என் உடம்பின் விலாப் பகுதியில் அவர் கிச்சுகிச்சு மூட்டுவது

போல நான் உணர்ந்தேன். நீ வாடா என் செல்லம் என அம்மா என்னை வாரித் தனது மடியில் இருத்தியபோது என் மகளும் ஓடிவந்து என் முதுகில் ஏறிக்கொண்டாள். அன்று என் அம்மாவை நான் வரைந்தேன். அவளது நெற்றிக் குங்குமத்தின் மங்களமணம் அந்த ஓவியத்திலிருந்து இன்னும் கமழ்ந்து கொண்டிருப்பதை என் தம்பி வீட்டுப் பூஜை அறையுள் அம்மாவைப் பார்க்க என்றேனும் நான் நுழையும்போது ஸ்தூலமாக உணருவேன். அந்த வருடம்தான் அவள் இறந்து போனாள்.

சிறிது நேரம் அமைதியாக அமர்ந்துகொண்டிருந்த தம்பி ஏதோ சிந்தனையிலிருந்து யாரோ அழைத்தது போல விடுக்கென எழுந்து நின்றான். ஒரு வாரத்திற்குள் அப்பாவின் சடலத்தை அக்கா கொண்டு வந்து விடுவாள் என்றான். உறவினர்களுக்குத் தான் செய்தியைச் சொல்லி மற்ற ஏற்பாடுகளைக் கவனித்துக் கொள்வதாகவும், பத்திரிகைகள் மற்றும் அப்பாவின் சக சிறுபத்திரிகை எழுத்தாளர்களுக்கு என்னைத் தெரிவித்து விடும்படியும் சொல்லிப் புறப்பட்டான்.

தனது வாசிப்பை நிறுத்திவிட்டு பியானோவுடன் அமர்ந்தபடி எங்களைச் சோகத்தோடு கவனித்துக் கொண்டிருந்த மகளும் கட்டைகளின் பலகையை மூடிவிட்டு அவனோடு சென்றாள். அவளது சோகத்தில் தெரியும் அந்த நிதானத்தை வழித்து எனது தூரிகை வழியே தீட்டிவிட இயலுமா என்று யோசித்தபடி தோப்பின் இருட்டுக்குள் அவர்கள் மறைவதைப் பார்த்துக் கொண்டிருந்தேன். தூரத்து இருட்டில் புதைந்திருந்த காரின் பின்புற விளக்குகள் சிவப்பாய் முளைத்தன.

சென்றவருடம் இறுதிமாதம் அப்பா ஊருக்கு வந்தபோது தனது திரட்டப்பட்ட சிறுகதைகளின் ஐந்து தொகுதிகளை எனக்கெனக் கொண்டுவந்து மகளிடம் கொடுத்தார். பிரம்மாண்டமான ஐந்து தொகுதிகள். ஒவ்வொரு தொகுதியிலும் ஐம்பது கதைகள் வீதம் மொத்தம் இருநூற்றியைம்பது சிறுகதைகள். தனது இருபது வயதிலிருந்து எழுபது வயதுவரை வருடம் ஐந்து கதைகள் வீதம் ஐம்பது வருடத்தின் சாதனை. அவர் சிறுபத்திரிகைகளில் தவிர வேறெதிலும் எழுதியதில்லை. பெரும் பத்திரிகையை அவர் கடுமையாக மறுத்தார்.

சிறுகதையைத் தவிர பத்திரிகைக்கென ஒரு சிறு கடிதம் கூட அவர் எழுதியதில்லை. கல்லூரியிலும் பிறகு பல்கலைக்கழகத்திலும் ஃப்ரெஞ்சுத் துறைத் தலைவராக இருந்து பணி ஓய்வு பெற்றது வரை அவர் எந்த ஒரு கருத்தரங்கிற்கென்றும் எழுதி வாசித்ததில்லை. தனது இறுதி மூன்று வருடங்கள் அவர் எதுவும் எழுதவில்லை. தனது கதைகளை எல்லாம் தொகுத்து இந்த ஐந்து தொகுதிகளைக் கொண்டுவர மர்ஸெயிலேயே தங்கிவிட்டார். ஃப்ரெஞ்சு மொழியில் அவர் எழுதியிருந்தால், தனது படைப்பாற்றலுக்கு மிகப்பெரிய கவனிப்பைப் பெற்றிருப்பார். எல்லா வாய்ப்புகளிருந்தும் தனது தாய்மொழியில் தவிர வேறெதிலும் எழுத அவருக்கு நாட்டம் ஏற்படவில்லை. என் அக்காவுடன் சேர்ந்து சில கதைகளை மொழிபெயர்த்து இரண்டு தொகுதிகளாக ஃப்ரெஞ்சில் வெளியிட்டார். முதல் தொகுதிக்கு *Prix Etranger* கிடைத்தது. மிகப்பெரும் விருதை அவர் பெரிதாகப் பொருட்படுத்தவில்லை. இங்கும் இவ்விருது அவருக்குக் கிடைத்தது பற்றி யாரும் கண்டுகொள்ளவில்லை. இதுவரை யாருக்கும் அவர் பேட்டி கொடுத்ததில்லை. ஒருசில சுயமான எழுத்தாளர்களை அவர் தேடிப்போவார். அவர்கள் இவரைத் தேடி வருவார்கள். அவரது நட்பு வட்டம் மிகச் சிறியது. அவரது மௌனம் இரும்புபோல கனமானது. அவர் என்றுமே மிதக்க விரும்பியதில்லை. ஆழத்து அடிமண்ணில் புதைந்துகிடக்கவே விரும்பினார். அவருடைய ஐந்து தொகுதிகளையும் ஒரு சேர புரட்டும்போது அவரது கலை உழைப்பின் ஒழுக்கம் மிக நுட்பமாகக் கடைபிடிக்கப்பட்டிருப்பதை அறிந்துகொள்ள முடியும். அவருடைய எழுத்தும் வாழ்க்கையும் திட்டமிட்ட நிறைவு கொண்டவை. இந்தத் திட்டமிடல் ஒரு வயலின் இசைக் கச்சேரி போல ஆரம்பம் முதல் முடிவுவரை திறம்படத் தீர்மானிக்கப்பட்டதாகும்.

என் மகள், அப்பா கொடுத்த ஐந்து நூல்களையும் தன் மார்போடு அணைத்துக்கொண்டு ஓடிவந்து என் பக்கத்தில் அமர்ந்தாள். முதல் நூலின் முதல் பக்கத்தில், எனக்கும் என் மகளுக்கும் அந்நூல் திரட்டுகளைச் சமர்ப்பித்த வார்த்தைகள் பொடி எழுத்துக்களால் அச்சாக்கியிருந்தன. ‘என் மகனின்

கில்லெட்டினுக்கும் அவன் மகளின் பியானோவுக்கும் என்றிருந்த வாக்கியத்தை வாசித்த என் கண்கள் பனிக்க அவரை நோக்கினேன். அவர் எதையும் கண்டுகொள்ளாததைப் போல சுவரில் சாய்ந்திருந்த எனது தீட்டப்பட்ட படங்களை ஒவ்வொன்றாக எடுத்து வைத்துப் பார்த்துக்கொண்டிருந்தார். ஐந்து நூல்களின் முகப்புகளிலும் வெள்ளைப் பின்னணியில் அஞ்சல் தலையைவிடக் கொஞ்சம் பெரிதானவோர் அளவில் எனது வெவ்வேறு விதமான கில்லெட்டின் ஓவியங்கள் ஐந்து அச்சாகியிருந்தன. அதேபோல் பின்னட்டையில் எனது ஐந்து பியோனோக்களின் வெவ்வேறு மாதிரிகளை அச்சிட்டிருந்தார்.

அவருடைய பிந்தைய எழுத்துக்களெல்லாம் எனக்கும் அவருக்குமிடையே நிகழ்ந்த சவால்களாகவே இருந்தன. எங்களுக்கிடையில் இறுக்கமான மௌனம் இரும்பு நதியைப்போல மெல்ல நகர்ந்தது. எனினும் எங்களது இடைவெளியில் இருவருக்கும் நடுவில் வெறுமை நிலைப்படவில்லை. மாறாக, அந்த வெற்றிடத்தில் கலையின் ஆன்மசக்தி என்றைக்கும் வற்றாமல் சுழித்துக் கொண்டோடியது. எங்களுக்கிடையில் மௌனம் அறுந்து ஒரு மொழியாடல் நிகழும் அக்கணம் எப்படிப்பட்ட தகிப்பு நிறைந்ததாக இருக்கும் என்பது இருவருக்கும் தெரிந்தே இருந்தது. அந்தத் தகிப்பைத் தாங்கக்கூடிய திராணி இருவருக்கும் இல்லை என்பதும் நிஜம். நாங்கள் சேர்ந்திருக்கும் தருணங்களில் எங்களுக்கிடையிலான மௌனம் எமது கவனத்தையும் மீறி எக்கணத்திலாவது அறுந்து அதன் இழைகள் தெறித்துவிடுமோ என்ற பதைப்பு இருவருக்குமே உண்டு. எங்களுக்கிடையிலான இந்த வாசிப்பின் தகிப்பில் தந்திகள் அறுந்து பிரவகிக்கும் இசை தடைபடும் ஆபத்து நேராமலிருக்கும் பொருட்டே வீட்டைவிட்டு வெளியேறி இந்தத் தோப்பு வீட்டை எனக்கான ஓவியக்கூடமாகவும் எனக்கான வசிப்பிடமாகவும் மாற்றிக்கொண்டேன்.

மாதம் ஒருமுறை அப்பாவும் அம்மாவும் எனது இருப்பிடத்திற்கு வருவார்கள். அவசியமென்றால் இடையில் தொலைபேசியில் அம்மாவோ தம்பியோ தொடர்புகொள்வார்கள். எனக்கு மகள் வந்த பிறகு, எனக்கும் வீட்டுக்குமான

இடைவெளியை அவள் நிறைத்துக்கொண்ட பிறகு யாருக்கும் எந்தவித மனக்கிலேசமும் ஏற்படவில்லை. எனக்கும் அப்பாவுக்குமிடையில் இழுத்துக் கட்டப்பட்ட தந்திகள் அறுபடாமல் அம்மா கவனத்தோடு எங்களைக் கையாண்டாள். அவளது மீட்டலின் பக்குவத்தில்தான் அப்படிப்பட்டவொரு இசைக்கோலம் எம்மைச் சுற்றிச் சுழன்று எழச்சாத்தியமானது. நல்லவேளையாக அம்மா இறந்த போது நான் ஊரில் இல்லாமல் போனேன். நான் எதிர்கொள்ளவிருந்த அப்பாவின் சோகத்தில் தந்திகள் அறுந்து தெறித்திருக்கும். அப்படி எதுவும் நேரவில்லை.

எனது பதின்பருவத்தில் எனக்கும் அப்பாவுக்குமான உறவு, ஆசிரியருக்கும் மாணவனுக்குமான உறவு போலத்தான் இருந்தது. நாங்கள் எமக்குள் பகிர பேச்சற்று தவித்த அக்கணம் முதலாகவே ஒரு பெயரிட முடியாத விலகலும் அளவிட முடியாத புரிதலும் எமக்குள் நிகழ்ந்தன.

எங்களை அறுத்துக்கொண்டோடித் தனக்குப் புதுவழி அமைத்துக் கொண்ட இந்த அருவிக்கு வயது இருபத்தியைந்து ஆண்டுகளாகின்றன. எனது இருபதாவது வயதில்தான் அருவியின் முதல் நீரின் கோடு எம் இருவருக்கும் நடுவே கிழிக்கப்பட்டது.

அப்பாவின் சிறுகதைத் தொகுதி சென்னையில் அச்சாகிக்கொண்டிருந்தது. கல்லூரியில் தனக்கு வேலைகள் அதிகமிருந்ததனால், விடுமுறையிலிருந்த என்னை அச்சகத்திற்குச் சென்று பைண்டிங்குகள் நடந்து கொண்டிருக்கும் பிரதிககளை எடுத்துவரச் சொல்லித் தனது காரைக் கொடுத்தனுப்பினார்.

அச்சக உரிமையாளர் எனக்கு ஏற்கனவே அறிமுகமானவர். அவர், அப்பாவின் நண்பர் என்ற வகையில் எனது வீட்டில் வைத்து இரண்டொருமுறை பார்த்திருக்கிறேன். என்னைக் கண்டதும் வெற்றிலை வாய்நிறைய வரவேற்றார். அப்பா, நான் வருவதைத் தொலைபேசியில் சொன்னதாகவும் சொன்னார்.

பைண்டிங்குகள் நடந்துகொண்டிருந்தன. ஒரு பெண் புத்தக

ஓர வரம்புகளை வெட்டும் இயந்திரத்தில் அடுக்கி வைக்க, ஒரு பொடியன் சக்கரத்தைச் சுழற்ற, கத்தி வழுவழுவென்று இறங்கிக் காகிதத்தின் விளிம்புகள் பூவாய்ச் சிதறின. இன்று இரவு நான் தங்கி நாளை மதியம் எல்லா நூல்களையும் எடுத்துச் சென்றுவிடலாமென்று உரிமையாளர் சொன்னார். நானும் சரி என்றேன்.

சென்னை எனக்குப் பிடிக்காத ஒரு நகரம் என்பதாலும், ஏதும் போக்கிடமற்றதாலும், முழுமையுற்ற அப்பாவின் ஒரு நூலை எடுத்துக் கொண்டு அடிக்கடிக் கொஞ்சம் கொஞ்சம் வாசித்தபடி அச்சகத்தையே வளையவந்தேன். அச்சு இயந்திரங்கள்தலையில்மோதின. எழுத்துகோர்க்கப்பட்டிருக்கும் சட்டகப் பெட்டிகளோ பேரலுப்பைத் தந்தன. பார்ப்பதற்குச் சலிக்காததாக வெட்டுமியந்திரத்தின் கத்தி முனையிலிருந்து சிதறும் காகித விளிம்புகளின் பூரிக்கும் அழகுதானிருந்தது. உரிமையாளரின் முகத்தில் காண்டாமிருகக் கொம்புகள் துருத்திக் கொண்டிருப்பது போன்ற மீசையை எத்தனை நேரம்தான் பார்த்து அலுப்பது. ஆனால், அந்த மீசை எனது வருங்கால ஓவியங்களில் அற்புதமான குறியீடாக அமையப்பெறும் என்பதை அப்பொழுது நான் சிறிதும் யோசித்திருக்கவில்லை.

அச்சகத்தின் வாசல் படிக்கட்டில் உட்கார்ந்துகொண்டு ஆள் போக்கு வரவற்ற அந்தச் சந்துத் தெருவில் வெறித்துக்கொண்டிருந்தேன். கடைக்கால் எழுப்பப்பட்டிருக்கும் எதிர்மண்ணில் தச்சர்கள் வேலை செய்துகொண்டிருந்தது கொஞ்சம் ஆறுதலளிப்பதாக இருந்தது. நாலைந்து பேர் மேல் சட்டை இல்லாமல் கைலி மட்டும் கட்டிக்கொண்டு மரங்களை இழைப்பதும் துளையிடுவதுமாக இருந்தார்கள். அவர்களில், சலவை வேட்டியும் பனியனும் அணிந்திருந்த ஒருவர் மேஸ்திரியாக இருக்க வேண்டும். அவருடைய பனியனுக்குக்குள்ளிலிருந்து மெல்லிய வெள்ளை ஒயர் இடது காதுக்குச் சென்றது. அவர் பக்கவாட்டில் திரும்பும்போது காதுக்குழியில் வெள்ளையாக ஒரு சிமிழ் போன்ற இயந்திரம் பொருத்தப்பட்டிருப்பது தெரிந்தது. அவர் மரங்களை அளவெடுத்து ட வடிவ கருத்த உலோகத்தாலான மட்டப்

பலகையால் பென்ஸில் கொண்டு கோடு கிழிப்பதும் பிறகு அந்தக் கருப்பு சிவப்புப் பென்ஸிலை வலது காதில் சொருகிக் கொள்வதுமாக இருந்தார். 'பென்ஸில் ஹோல்டராக' விளங்கிய அவரது காதுக்குக் கை மிகத் தன்னிச்சையாகப் போய்வந்தபடி இருந்தது. அனேகமாக காதுக்கும் தலைக்குமிடையில் பென்சில் சொருவப்பட்ட தழும்பு இருக்கலாம் என நினைத்தேன். சாய்வான கூருளியால் செவ்வக வடிவத் துளைகளைப் போட்டுக் கொண்டிருந்தார்கள். சாய்வான பட்டை உளியை ஒரு கட்டையில் சொருகி இரண்டு பேர் எதிரெதிராக நின்று ஒரு கனத்த சட்டத்தை இழைத்து இழைத்து மெருகேற்றிக்கொண்டிருந்தனர். சீவல் சுருள்கள் அழகழகாக வெளிப்பட்டு பூப்பூவாக இரைந்தன. தேக்கு மரத்தின் மணம் சத்தாகக் கமழ்ந்தது. கட்டைகளின் இறுமாப்பில் அதன் காலமற்ற தன்மை தெரிந்தது. காற்றில் உருண்டு என் கால்வரை வந்து விட்ட ஒரு சுருளை எடுத்து முகர்ந்தேன். சுருளைப் பிரிக்கும்போது உடைந்து விடுமோ என அச்சமாக இருந்தது. மரத்தில் புரையோடிய வளையங்கள் இழைக்க இழைக்க ஒவ்வொரு சுருளிலும் தெரிந்தன. கட்டைகள் மோதும் சப்தம் செவிக்கு இதமாக இருந்தது.

அச்சகத்திற்கு வந்து என்னைப் போலவே அகப்பட்டுக் கொண்டவர்கள் தங்கி இளைப்பாறுவதற்கெனத் தனியாக ஓர் அறை ஒதுக்கப்பட்டிருந்தது. பாய், தலையணை, மின் விசிறி, போர்வை என எல்லாம் சுத்தமாகப் பளிச்சென்று இருந்தன. இந்த அச்சகமே பொதுவில் சுத்தமாகத்தானிருந்தது. ஆசிரமம் ஒன்றின் தியான அவையைப் போல இருந்தது. வெட்டுமியந்திரத்தின் அருகில் சிந்தும் உதிரிக் காகிதங்கள் கூட உடனுக்குடன் வாரி இயந்திரத்தின் பின்பக்கச் சுவரோரமிருந்த பெரிய மரப்பெட்டியில் போடப்பட்டன. சுவரில் எந்த இடத்திலும் துளி மைக்கறையைக்கூடக் கண்டுபிடிக்க முடியாது. உரிமையாளரின் வெற்றிலை வாயைத் தவிர மற்ற எல்லாமே சீவப்பட்ட மரச்சுருளைப் போலச் சுத்தமாக இருந்தன.

படுக்கையில் சாய்ந்தபடி அப்பாவின் புத்தகத்தை மீண்டும் புரட்டினேன். மனசு அதில் ஒட்டவில்லை. உரிமையாளர், மதியம் வெளியில் அழைத்துச் சென்று அருமையான சைவச்

சாப்பாடு வாங்கிக் கொடுத்தார். ஓய்வெடுக்க அருகிலிருக்கும் தனது வீட்டிற்கு அழைத்தார். நான் அச்சகமே வசதியாக இருக்கிறதென்று சொல்லி அவரது அழைப்பை மறுத்துவிட்டேன்.

தெருவில் போட்டுச் சட்டங்களைக் கோர்த்துக் கொண்டிருந்தார்கள். கனத்த வாசல் கால் போல இருந்தது. அச்சகத்தில் வேலை மும்முரமாக நடந்துகொண்டிருந்தது. உரிமையாளரின் மேசைக்கு எதிரில் அமர்ந்தபடி எனது நோட்புக்கில் வெட்டுமியந்திரத்தை அதன் கனப்பரிமாணங்களோடு வரைந்து கொண்டிருந்தேன். ஓரக் காகிதங்கள் சிதறுவதைக் கொண்டுதான் கத்தியின் கூர்மை புலனானது. காகித அடுக்கில் மேலிருந்து கீழிறங்கித் திரும்பவும் அந்தக் கூர் படலம் மேலேறியது. அக் கூர்மையின் பளபளப்பு தசைத்துண்டில் இறங்குவதுபோலக் காகிதக் கட்டில் வழுவழுவென்று இறங்கும் சிறு ஓசையின் நேர்த்தியைக் கேட்டுக்கொண்டேயிருக்கலாம் போலிருந்தது.

மீண்டும் ஓய்வறைக்குச் சென்று சிறிது நேரம் கண்ணயர்ந்தேன். திடுக்கிட்டெழும்போது மணி மாலை நான்கைத் தாண்டிவிட்டிருந்தது. பின்பக்கம் சென்று முகத்தைக் கழுவிக்கொண்டு வந்தேன். வெட்டும் இயந்திரத்தின் சக்கரத்தைச் சுற்றிக்கொண்டிருந்த பையன் தேனீர் வாங்கி வர வெளியே சென்றுவிட்டதால், அந்தப் பெண் புத்தகங்களைப் பத்துப் பத்தாக அடுக்கி வைத்துக்கொண்டிருந்தாள். அவளிடம், ‘நான் சுற்றவா’ என்றேன்.

‘பரவாயில்லை வந்துவிடுவான்’ என்றாள். மீண்டும், எனக்கும் சுற்றிப் பார்க்க ஆசையாக இருக்கிறது என்று சொல்லியபடி எழுந்து இயந்திரமருகில் சென்றேன். அவளும் சிரிப்பின் மூலம் ஆமோதித்தாள். அழகான சிரிப்பு. அவள் அடுக்கி அடுக்கி அளவு பார்த்து வைத்து இயந்திரத்தின் கீழ்ப்பலகையை நகர்த்தி புத்தகக் கட்டு சரியாமலிருக்க இரும்புச் சட்டத்தைக் கீழிறக்கி இறுக்கியவுடன் நான் சக்கரத்தை அதன் மரக் கைப்பிடி கொண்டு சுற்றினேன். கத்தி சரசரவெனக் கீழிறங்கி நொடியில் மேலேறிக்கொண்டது. அவள் ஓரக் கண்ணால் அடிக்கடிப் பார்த்தபடி இருந்தாள். நான்

பார்க்கும்போது என் பார்வையை நேர் கொண்டுவிடும் அவளது விரல்கள் சிக்கின. நெருக்கத்திலிருக்கும்போது எல்லாப் பெண்களும் அழகாகத்தான் இருக்கிறார்கள் என்று நினைத்த மாத்திரத்தில் சிரித்துக்கொண்டேன். அவள் கத்தியின் கூர்மையிலிருந்து தனது கண்களை மீட்டு ஒருமுறை முழுமையாக என்னை நிமிர்ந்து பார்த்தாள். அழகு என்பது ஒன்றின் கூர்மையில்தான் இருக்கிறதென்றும் துல்லியமே அந்த ஒன்றின் உயிரியக்கமாக உள்ளதென்றும் தோன்றியது. உரிமையாளர் பெருத்த சிரிப்போடு உள் நுழைந்தார்.

தேனீர் பருகிவிட்டு வெளியே வந்து படியில் அமர்ந்தேன். வாசக்காலை கடைக்கால் சுவரில் நிமிர்த்தி வைத்துச் சவுக்குக் கம்பங்களால் முட்டுக் கொடுத்துக் காலின் இரண்டு பக்கங்களிலும் கட்டைச்சுவர் எழுப்பினார்கள். வாசக்காலின் கனபரிமாணம் அம்சமாக இருந்தது. ஒரு குடும்பம் பிள்ளைக் குட்டிகளோடுவந்து வாசக்காலில் மஞ்சள் குங்குமமிட்டு மாலைபோட்டு சிறு படையல் செய்தது, அச்சகத்திற்குள்ளே இயந்திர சப்தம் நின்று வேலையாட்கள் முற்றத்தில் கைகால் கழுவும் சப்தம் கேட்டது. பிறகு ஒவ்வொருவராக வெளியே வர, படிகட்டிலிருந்து எழுந்து நின்றுகொண்டேன். புன்னகைப் பரிமாற்றத்தையே விடைபெறலாகக் கொண்டு ஒரு கணம் என்னைப் பார்த்துத் தலையசைத்துச் சென்றனர். நானும் புன்சிரிப்புடன் தலையசைத்தேன். ஆனால் அவளது பார்வைகள் என் முகத்தில் பதிந்து தடுமாறியதை ஸ்தூலமாக உணர்ந்தேன்.

உரிமையாளர் அச்சகத்தை இழுத்துப் பூட்டிச் சாவியை மேல் வீட்டில் படியேறிச் சென்று கொடுத்துவிட்டு வந்தார். நானும் அவரும் எங்கெங்கோ சுற்றினோம். சில எழுத்தாளர்களிடம் என் அப்பாவின் பெயரைக் குறிப்பிட்டு இன்னாரின் மகன் என்று அறிமுகப்படுத்தப்பட்டேன். என் கைகளைப் பற்றி அவர்கள் குலுக்கியதன் இறுக்கத்தில் அப்பாவின் மீது அவர்களுக்கிருந்த மரியாதையை உணர முடிந்தது. பிறகு அவர் வீட்டுக்குச் சென்று உணவருந்தினோம். அவரும் அவரது மனைவியும் என்னை அவர்களது வீட்டிலேயே தங்கச் சொல்லிக் கட்டாயப்படுத்தினர். நான் அச்சகத்திலேயே படுத்துக்கொள்வதாகச் சொன்னேன். ‘இவரொரு ஓவியர். தன்

அப்பாவைப் போலவே தனிமை விரும்பி போலும்' எனத் தன் மனைவியிடம் பெரியதொரு ஆஸ்யத்தைச் சொன்னது போலப் பெரிதாகச் சிரித்தார். அந்தச் சிரிப்பு எனக்குக் கொஞ்சம் மனச்சௌகர்யத்தைத் தந்தது.

திரும்பவும் என்னோடு அச்சகத்திற்கு வந்து மேல் வீட்டில் சாவி வாங்கி வந்தார். ஒரு பெண் பால்கனி வழியாக என்னை எட்டிப் பார்த்துவிட்டுச் சென்றாள். கதவைத் திறந்ததும் எப்பொழுதுமில்லாத மை வாடை குப்பென்று வீசியது. இந்த மைவாடைதான் புத்தகத்தின் வாடையாக மாறிவிடுகிறது என்று நினைத்தேன். அறையில் எனக்குப் படுக்கையைச் சரிசெய்துவிட்டு வெளிக்கதவு சாவியைத் தனது மேசை மீது வைத்துவிட்டு வெளிவந்தார். நானும் உடன்வந்து அவரை வழி அனுப்பிவிட்டுக் கதவடைத்து அறைக்குச் சென்று படுக்கையில் சரிந்தேன்.

பரிச்சயமில்லாத இந்த இடமும் அதற்குள் நிறைந்திருக்கும் இயந்திரங்களும் இயக்கம் நின்ற அவற்றின் ஓய்ச்சலுமாகத் திரண்ட பேரமைதி என்னை அழுத்தியது. முற்றத்துக் குழல் விளக்கை அணைக்க அறையிலிருந்து வெளிவந்தேன். என் பார்வை தன்னிச்சையாக வெட்டுமியந்திரத்தின் மீது பட்டது. அதன் அருகில் சென்று அசைவற்ற விலங்கைப் போல நின்றிருக்கும் அதன் உலோகப் பனித்தலைத் தொட்டுணர்ந்தேன். அந்தப் பெண் நின்ற இடம் சூடாக இருப்பது போலிருந்தது. அது அவளுடைய சூடா? அவளுடைய வியர்வை வாசனை கதகதப்பாக என் நாசியை வருட அவளது முகத்தை ஒரு கணம் மனக்கண் கொண்டு வந்து நோக்கினேன். அவளது இமைகளின் கூர்மை படபடத்து பனிச்சிம்புகளென என் முகத்தில் தைப்பதாக உணர்ந்தேன். விளக்கை அணைத்து விட்டு வந்து படுத்துக்கொண்டேன்.

கண்ணயர்ந்தபோது, மரக்கட்டைகளை இழுத்துப்போட்டு இழைக்கும் சப்தம் அறைக்குள் கார்வையுற்றது. மரச்சுருள்கள் என் மீது கொட்டிக் கொண்டிருப்பது போலிருந்தது. அதேசமயம் வெட்டுமியந்திரத்தின் கத்தி கீழிறங்கி மேலெழும் ஒலி மண்டைக்குள் மூளையை வெட்டுவது போல இருந்தது. வெளியே வந்தேன். என் முன் உதயத்தின் இளம் சூட்டில்

பனி விலகும் பரந்த புல்வெளி விரிய, தூரத்தில் அடர்ந்த மரங்களினூடாகக் குழந்தைகளும் பெண்களும் ஆண்களுமாக வெவ்வேறு திசைகளிலிருந்து அந்தப் புல்வெளியில் வந்து சேர்கிறார்கள்.

பெரிய பெரிய பலூன்களை நூலில் பறக்கவிட்டபடி பலூன் வியாபாரி ஒரு வண்டியைத் தள்ளிக்கொண்டு வருகிறார். குழந்தைகள் வெடிச்சிரிப்போடு அவரை நோக்கி ஓடுகின்றன.

திடீரென்று ஆங்காங்கே தள்ளுவண்டிகளில் தின்பண்டங்களின் கடைகள் முளைக்கின்றன. சிலர் வாத்தியக்கருவிகள் இசைத்தபடி நடந்து செல்கிறார்கள். பனிக்காக எல்லோரும் உரப்பான காதுராய் அணிந்திருக்கிறார்கள். அவர்களது ஆவி போன்ற வெள்ளை முகத்தின் இளஞ்சிவப்பு உதடுகளிலிருந்து மழலை மாறாத ஃப்ரெஞ்சு மொழி சிந்துகிறது.

அடர்ந்த மரங்களுக்குப் பின்னால் தூரத்தில் கோபுரமொன்றின் சிலுவை தெரிகிறது. பனி விலகியதால் கிழக்குத் திசையின் கோட்டை கூட இப்பொழுது தெரிகிறது. கும்பலின் குதூகல ஆரவாரத்தினூடாகக் குதிரைகள் கணைத்து ஒலியெழுப்ப படைவீரர்கள் அங்குமிங்கும் நெரிசலைக் கட்டுப்படுத்திக் கொண்டிருக்கிறார்கள். ஓரிடத்தில் வட்டமாகக் கும்பல் கூடி நிற்கிறது. அந்த வட்டத்துக்குள் முண்டியடித்துக் கொண்டு நுழைகிறேன். பெரிய பெரிய மரங்களை இழுத்துப்போட்டுத் தச்சர்கள் இழைத்துக் கொண்டிருக்கிறார்கள். சுருள் சுருளாக மர இழைகள் சிதறுகின்றன. சிலர் கட்டைகளில் கொடாப்புளியால் அடித்துப் பெரிய பெரிய செவ்வகத் துளைகளைச் செய்கிறார்கள். தனது இடது காதில் சிமிழ் வடிவ இயந்திரம் பொருத்தப்பட்டுள்ள பருமனான தச்சன் மரத்தின் அடிக்கணக்குகளைச் சரிபார்த்தபடிச் சலிப்படைகிறான். சுற்றி நிற்பவர்களை விலகிப்போகச் சொல்லிக் கத்துகிறான். கூடி நிற்பவர்களைக் கெட்ட வார்த்தைகளால் திட்டுகிறான். எல்லோரும் அந்தக் கெட்ட வார்த்தைகளை ரசித்தபடிக் குலவையிடுகிறார்கள். அந்தத் தடியன் கோபத்தோடு தனது கால்சராயிலிருந்து பாலுறுப்பை எடுத்து வெளியே ஒரு அடி நீளத்திற்குத் தொங்கவிட்டபடி இடுப்பை வளைத்துச் சேட்டை செய்கிறான். குலவை ஒலி மீண்டும் எழுகிறது.

சற்று தூரத்தில் இன்னொரு குழு மரப்பலகைகளைக் கொண்டு ஒரு மேடையை அமைத்துக் கொண்டிருக்கிறது. அவர்களை நோக்கித் தடியன் கத்துகிறான். ஏதோதோ அடி அளவுகளைச் சொல்கிறான். எங்கும் பரபரப்பு ஆரவாரக் கூச்சல். குதிரைகளின் கணைப்பு நாராசமாக ஒலிக்கிறது. சற்று நேரத்திற்கெல்லாம் எங்கிருந்துதான் இத்தனை கூட்டம் கூடியதென்று தெரியவில்லை. எல்லோரிடமும் எதிர்பார்ப்பு வளர்ந்து வளர்ந்து பொறுமையின்றிக் குதிரை வீரர்களிடம் சத்தம் போட்டுக் கத்துகிறார்கள்.

ஒரு கட்டை வண்டியை இரண்டு மூன்று பேராகச் சேர்ந்து இழுத்து வருகிறார்கள். கூட்டம் முண்டியடித்து அவர்களைச் சூழ்ந்துகொள்கிறது. வண்டியில் கூர்படுத்தப்பட்ட கனமான ஓர் உலோகப் படலம் வண்ணத்துப் பூச்சியின் ஒரு பக்க சிறகு போன்ற வடிவத்தில் இருக்கிறது. ஒரு சிறு குழந்தை படுக்குமளவிற்குப் பரந்த அப்படலத்தின் கனம்; பார்க்கும்போதே கனக்கிறது. அந்தப் படலத்தில் மேல்மட்டத்தில் இரண்டு பெருந்துளைகளில் நீண்ட தாம்புக் கயிறுகள் கோர்க்கப்பட்டுள்ளன. வண்டி இழுத்துச் செல்லப்பட்டு மேடை அருகில் நிறுத்தப்படுகிறது. இழைக்கப்பட்ட மரக் கம்பங்களைத் தூக்கி வந்து மேடைக் குழிகளில் புதைக்கிறார்கள். எதிரும் புதிருமான இரு கம்பங்களும் இடைச் சட்டத்தால் கோர்க்கப்பட்டு இணைக்கப்படுகின்றன. வாசக்கால் வடிவத்தில் மேடை மேல் ஓர் அமைப்பு உருவாக்கப் படுகிறது. அந்த உலோகப் படலத்தை தூக்கி இழுத்து மேல் சட்டத்தில் வாகாகப் பொருத்தித் தாம்புக் கயிறுகளை மேடையில் நிறுத்தப் பட்டிருக்கும் இன்னொரு கம்பத்தின் கொக்கியில் மாட்டுகிறார்கள். கொடி ஏற்றுவதுபோல அந்த உலோகப்படலம் மேலெழும்போது மக்கள் கூட்டத்தின் ஆரவாரம் காதையடைக்கிறது. அடிக்கட்டையின் நடுவில் பிறை போன்று கடையப்பட்டிருக்கும் அரைவட்டக் குழிவில் துருதுருத்த சிறுவன் ஒருவன் தனது பலூனை வைத்து விட்டு ஓடுகிறான். மீண்டும் குபீரென்ற சத்தம்.

கூட்டத்தினூடாகப் பாதையமைத்தபடி குதிரை வீரர்கள் ஒரு கட்டை வண்டியை இழுத்து வருகிறார்கள். எதிர்பார்ப்பு

முடிவுக்கு வந்ததும் பேராரவாரம் எழுகிறது. வண்டியின் நடுவில் ஒரு கம்பத்தில் பின்புறமாகக் கைகள் பிணைக்கப்பட்டு ஒரு சீமாட்டி நின்றுகொண்டிருக்கிறாள். அவளது கண்களில் சோகத்தின் கவித்துவம் வழிகிறது. யாரிவள்? மேரி அன்துவானேத் இவள் தானா? இல்லையே, இவள் கறுப்பாக இருக்கிறாளே! யாரிவள்? ஐயோ, இவளா! அச்சகத்தில் நூல்களை வெட்டிக்கொண்டிருந்த அவளா இது! இவளைச் சுற்றி யாரிவர்கள் குதிரைகளில்? இவள் எப்படி இங்கு வந்தாள்? மேடையை நோக்கி வண்டி போகிறது. கூட்டம் அவளைப் பார்க்க முண்டியடிக்கிறது. கூட்டத்தோடு பிதுங்கிப் பிதுங்கி நானும் அவளை நோக்கிக் கத்துகிறேன். அவள் பெயர் எனக்குத் தெரியவில்லை. வெறுமையாகக் கத்துகிறேன். பிறகு, ஏதோ ஞாபகத்தில் மேரி அன்துவானேத் என்று கத்துகிறேன். அவள் குரல் வரும் திசையைத் தேடி அங்குமிங்கும் பார்க்கிறாள் என்னைப் பார்த்துவிடுகிறாள். அவள் உதட்டில் சிறு பரிச்சயப் புன்னகை. அவளுடைய சோபிதம் எனக்குக் கன்னிமேரியை ஞாபகப்படுத்துவதாக இருக்கிறது.

அவள் வண்டியிலிருந்து இறக்கப்பட்டு மேடையில் நிறுத்தப்படுகிறாள். அவளது கைகள் பின்புறமாக இணைத்துக் கட்டப்பட கால்களையும் ஒரு குதிரை வீரன் கட்டுகிறான். மண்டியிட்டு அவளது கால்களைத் தொடும் பாக்கியம் தனக்குக் கிடைக்கும் என்று தன் வாழ்நாளில் என்றுமே அவன் நினைத்துப் பார்த்திருக்கமாட்டான். அவள் தன்னைச் சூழ்ந்திருக்கும் மக்களைச் சில கணங்கள் பார்க்கிறாள். ஏதோ ஒரு பிதுக்கத்திலிருந்து அவளை அழைத்தபடி கையசைக்கிறேன். அலைந்து கொண்டிருந்த அவளது பார்வை என்மீது நிலைகுத்துகிறது. அதே கணம் ஒரு நீண்ட பலகையில் அவள் குப்புறக் கிடத்தப்படுகிறாள். அவளது தலையை உள்ளே தள்ளி அடி மரக்கட்டையின் பிறைக் குழிவில் அவளது கழுத்தை வாகாகப் பொருத்துகிறார்கள். மேலிருந்து இன்னொரு சட்டம் இறக்கப்பட்டு அதனுடைய பிறைக்குழிவு அவளது மேல் கழுத்தில் மிகச் சரியாகப் பொருத்தப்படுகிறது.

ஒரு படை வீரன் புரட்சியின் பெயரால் என ஆரம்பித்து எதையோ கத்துகிறான். கும்பலின் ஆரவாரத்தில் எதுவுமே

காதில் விழவில்லை. அவன் பேச்சை முடிக்கிறான். திடீரென ஒரு பேரமைதி. ஆயிரம் வயலின்கள் உச்சஸ்தாயிக்குச் சென்று ஸ்தம்பித்து நிற்கும் ஒரு கண அமைதி. பேரமைதி. மக்களின் குதூகல ஆரவாரத்தின் கயிறுகள் முறுக்கப்பட்டு முறுக்கப்பட்டு இறுகித் தெறிக்கும் நிலையில் ஒரு பேரமைதி. எல்லோரது முகத்திலும் கயிறுகளின் புடைப்பு தெறிக்கிறது. அந்தப் பெருங்கணத்தின் அமைதிக்குள் தூரத்து மரங்களிலிருந்து தனித்தவொரு பறவை கூவும் ஓசை கேட்கிறது. உலோகப் படலம் மேலிருந்து சரசரவென இறங்குகிறது. புவியீர்ப்பு விசையின் வேகம். கழுத்துக்கும் தலைக்குமான இடைப்பட்ட ஒரு கோட்டில் துல்லியமாகக் கத்தியின் கூர்மம் பதிகிறது. பனங்காயைப்போல கீழே இருக்கும் பிரம்புக் கூடையில் தலை விழுகிறது.

கூடையை மிக லாவகமாகத் தூக்கி ஒய்யாரமாக நின்றபடி கூட்டத்தினருக்குக் குதிரை வீரன் காட்டுகிறான். அந்த ஒரு கணத்திற்குள் முடுக்கப்பட்டு நின்ற அமைதி, அடுத்த கணம் வெடித்துச் சிதற குபீரென்ற ஆரவாரக்கூச்சலில் நான் நிலைசரிகிறேன். கூட்டத்திலிருந்து கத்திக்கொண்டு பிதுங்கிப் பிதுங்கி மேடைமீது ஏறி விடுகிறேன். வெட்டப்பட்ட தலையற்ற உடலின் கையும் காலும் விரைத்திருக்க அவளது நீண்ட கை விரல்கள் நெளிந்து கொண்டிருக்கின்றன. நான் அவளது கால்களைக் கட்டிக்கொண்டு கதறுகிறேன். குதிரை வீரர்கள் என்னைச் சட்டையைப் பிடித்து உலுக்கிக் கீழே தள்ளுகிறார்கள். குழி தோண்டப்பட்டு மேடையோரம் குவிந்திருந்த ஈர மண்ணை வாரி அவர்களின் மீது வீசுகிறேன். கூட்டம் என்னைத் தாக்க வருகிறது. பலமான அடி தலையில் விழ, அம்மா என அலறியபடி விழிக்கிறேன்.

நான் அச்சகத்தின் ஓர் அறைக்குள் இருப்பதின் நினைவு திரண்டு வர, தலை விண்விண்னென்று தெறித்தது. எழுந்து விளக்கைப் போட்டேன். உடலில் முட்டிக்கொண்டிருந்த மின்சாரம் கால்களின் கட்டை விரல்களின் வழியாக வெளியேறிக்கொண்டிருந்தது. ஏதும் புரியவில்லை. உடலில் அதிர்வுகள் அடங்கியதும் அறையைவிட்டு வெளியே வந்தேன். இருட்டில் வெட்டுமியந்திரம் எதையோ தின்று விட்டு

அசைபோடும் மிருகமெனப் படுத்திருக்கும் நிழலுருவம் தெரிந்தது. சூடான மூச்சுக் காற்று மிருகநெடியோடு பரவியபடி இருந்தது. முற்றத்துக் குழல் விளக்கைப் போட்டேன். மினுக்கி மினுக்கி ஒளி பளீரென பரவ வெட்டுமியந்திரத்தின் மனையில் அடர்த்தியாகக் குருதி படர்ந்து தரை முழுவதும் வழிந்தபடி இருந்தது. பச்சை ரத்தத்தின் கதகதப்பு எனது பாதங்களில் பட்டது. தண்டுவடத்தில் ஆணியடிப்பது போலச் சிலிர்த்துக் கொண்டேன். இயந்திரத்தின் மேலெழுந்த கத்திக்குள்ளிருந்து குருதி இழையிழையாக வழிந்தபடி இருந்தது. யாரிது? அவளா? இது அவளுடைய குருதியா? உடம்பு எங்கே? தலை எங்கே இயந்திரத்தின் பின்பக்க மரப்பெட்டியின் காகிதக் குப்பைகளைச் சீய்த்தேன். அவள் தலை எங்கே தெரியவில்லை. காகிதக் குப்பைகளில்லை. இந்த மரத் தொட்டி நிறைய வண்ணத்துப்பூச்சிகளின் சிறகுகள் குவிந்திருக்கின்றன. வண்ணத்துப் பூச்சிகளின் பல வண்ணச் சிறகுகளின் சருகுகளுக்குள் முங்கி முங்கித் தேடுகிறேன். அவளது தலையையும் காணவில்லை. எனக்கு எதுவும் புரியவில்லை. அப்பாவின் சிறுகதை நூலின் முழுமையுற்ற பிரதிகள் சுவரோரமாக அடுக்கி வைக்கப்பட்டிருந்தன. தைக்கப்பட்டு அட்டை ஒட்டாத நூல்கள் ஆங்காங்கே குவியல் குவியலாக இருந்தன. ஏன் செய்தேனென்று தெரியவில்லை. எல்லா நூல்களையும் வெட்டுமியந்திரத்தின் கத்திக்கிடையில் திணித்துத் திணித்து வெட்டிப் போட்டேன். நூல்கள் பல கோணங்களில் வெட்டப்பட்டு ரத்தப் பிசுபிசுப்போடு எங்கும் சிதறின.

எல்லா நூல்களையும் தாறுமாறாக வெட்டித்தீர்த்த பிறகுதான் மனதின் ஓய்ச்சல் அடங்கியது. ஏன் செய்தேன் இப்படி என்று இன்று வரை தெரியவில்லை. அறைக்குச் சென்று என் தோள்பையை எடுத்துக் கொண்டு, கதவைப்பூட்டி, வாசலில் கோலமிட்டுக் கொண்டிருந்த மேல்வீட்டுப் பெண்ணிடம் சாவியைக் கொடுத்துவிட்டு காரை எடுத்துக் கொண்டு அந்த நகரத்தைவிட்டே சில நிமிடங்களில் வெளியேறி விட்டேன். அந்த மார்கழியின் அதிகாலைக் குளிர் மட்டுமே ஞாபகத்தில் தேங்கியது. ஊருக்குப் போகும் வழியில் மாமல்லபுரத்தில் பகல் முழுவதையும் கழித்துவிட்டு மாலைதான் வீடு சேர்ந்தேன். மணலில் இளம் வெயிலில் படுத்துக் கிடந்தேன்.

அச்சக உரிமையாளர் தொலைபேசியில் அப்பாவைத் தொடர்பு கொண்டிருப்பார். அப்பாவின் மனநிலை இப்பொழுது எப்படி இருக்கும் என்று யோசித்தேன். அவரை எப்படி எதிர்கொள்வது எனத் தெரியவில்லை. அவமானமாக இருந்தது. ஒரு வழியாக வீடு சேர்ந்தபோது வாசலிலேயே எனக்கு என்ன ஆனதோ என்ற பதைபதைப்போடு அமர்ந்திருந்த அப்பா என்னைக் கண்டதும் அழுத்தமாகப் புன்னகைத்தார். அவரது கண்கள் கலங்கியிருந்தன. வாசலிலேயே பிரம்பிருக்கையில் அமர்ந்துவிட்டேன். என் எதிரில் அமர்ந்தபடி என் கண்களையே சிறிது நேரம் பார்த்தபடி இருந்தார். ஏதும் பேச்சில்லை. யார் யாரிடம் முதலில் பேசுவது. எதைப்பற்றிப் பேசுவது என்ற திகைப்பிலேயே அமைதியாக அமர்ந்திருந்தோம். இது ஏதும் தனக்குத் தெரியவராத அம்மா மிக இயல்பாக இரண்டு பேருக்கும் காபி வைத்துவிட்டுச் சென்றாள்.

அப்பாவின் தீர்க்கமான பார்வை என்னை உள் வெளியாகத் திருப்பிப் போட்டு ஆராய்ந்து கொண்டிருந்தது. பிறகு, சைகையாலேயே காபியைப் பருகச் சொன்னார். அது, அந்தச் சைகைதான், என்னிடம் அவர் மொழியற்று உணர்த்திய இறுதித் தொடர்பாக இன்றுவரை இருந்துவிட்டது. நாங்கள் இருவரும் பேச்சற்றுத் திகைத்த கணம், தன்னுள் இருபத்தைந்தாண்டுகளின் கால அளவை திணித்துக்கொண்டு இன்றுவரை தொடர்ந்தது. சற்று முன் அப்பாவின் மரணச் செய்தி வரும்வரை.

அச்சகத்தில் நான் நிகழ்த்திய அந்தக் கோர நாடகம் எனது படைப்பு மனதில் ஒரு பெரும் மாற்றத்தை விளைவித்தது. அப்போதிலிருந்துதான் கில்லெட்டின் ஒரு குறியீடாக எனது தூரிகையில் சுழலத் தொடங்கியது. அச்சகத்தில் கழிந்த அந்த இரவு உண்மையிலேயே ஒரு குருதி பீரிட்ட இரவுதான் என்பது எனக்குத் தெரிய வந்தபோது தாளமுடியாத மனவலியில் ஃப்ரான்ஸிலிருக்கும் அக்காவிடம் ஓடிவிட்டேன். ஆம், அந்த இரவு, அச்சகத்தில் வேலை செய்த அந்தப் பெண்ணின் கணவன் வாய்த்தகராறில் அவளது கழுத்தை அரிவாள்மனையால் வெட்டி விட்டிருக்கிறான். இச்செய்தியை நான் கேள்விப்பட வந்ததும், அம்மா எவ்வளவோ தடுத்தும் ஃப்ரான்ஸிற்கு

ஓடிவிட்டேன். இரண்டு வருடங்கள் அக்காவுடன் மர்ஸெயிலிருந்தேன்.

அக்கா, ஃப்ரான்சுவா ரபெலே பற்றிய தனது முனைவர்பட்ட ஆய்வுக்காக ஸொர்போனில் இருந்தபோது ஓர் இளம் அறிவு ஜீவியிடம் காதல்கொண்டு, பிறகு அவனையே மணந்துகொண்டவள். அவன் மிகேய்ல் பக்தினின் ஸ்பெஷலிஸ்ட். என்னைப் போலவே அவனுக்கும் மல்லார்மே என்றால் உயிர் என்பது தெரியவர, உறவுமுறை என்பது தாண்டி எங்களது நட்பு இறுக்கம் கொண்டது. ஃப்ரான்ஸ் முழுவதும் சுற்றித் திரிந்தேன். உறவினர் வீடுகளில் விருந்தாளியாக இருந்தேன். அருங்காட்சிக் கூடங்களுக்குச் சென்று கில்லெட்டின்களைப் பார்வையிட்டேன. ஃப்ரெஞ்சுப் புரட்சியின் காலகட்டங்களில் ஃப்ரான்ஸ் ஐரோப்பாவின் கசாப்புக் கடையாக இருந்திருக்கும் எனத் தோன்றியது. அக்கா புருஷன் எனக்கொரு ஓவிய வாழ்க்கையை பாரிஸிலேயே அமைத்துத் தருவதாகச் சொன்னான். ஆனால், நான் கண்டவரை, ஃப்ரான்ஸின் எல்லா நகரங்களிலும் ஓவியர்கள் தமது முதுகிலும் மார்பிலும் பலகைகளைக் கட்டிக்கொண்டு சுற்றுலாப் பயணிகளைத் துரத்தித் துரத்தி வரைந்து கொடுத்து பிச்சையெடுக்கும் நிலைமையைக் கண்டபிறகு ஊருக்கே திரும்பிவிட்டேன். ஊர்வந்து சேர்ந்ததைச் சொல்லத் தொலைபேசியில் தொடர்புகொண்டபோது அக்கா சொன்னாள்: ரொலான் பார்த் விபத்தில் இறந்துவிட்டார்.

அப்பா எனக்காகவே இந்தத் தோப்பு வீட்டைப் புதுப்பித்துக் கொடுத்தார். என்னைத் திருமணம் செய்து கொள்ளச் சொல்லி அம்மா கொடுத்தத் தொல்லைகளைச் சொல்லி மாளாது. ஃப்ரான்ஸிலிருந்து என்னைப் பார்க்க வந்திருந்த முறைப் பெண்ணிடம் மிகக் கௌரவமாகப் பேசி அனுப்பி வைத்தேன். என்னுடைய ஞாபகமாக ஒரு கில்லெட்டினை எடுத்துச் சென்றாள். தம்பிக்குத் திருமணம் முடிந்த பிறகுதான் என்னிடம் அம்மாவின் நச்சரிப்பு ஓய்ந்தது.

எனது கடைசி கில்லெட்டின் ஓவியம் எனது வாழ்க்கையில் சுவாரஸ்யமான திருப்பத்தை ஏற்படுத்தியது. பரந்த புல்வெளி நெடுக வண்ணத்துப்பூச்சிகள் சிறகசைக்கின்றன. அங்கு

நடுநாயகமாக எழுந்திருக்கும் கில்லெட்டினில் பலகைகட்டி ஒரு சிறுமி ஊஞ்சலாடிக் கொண்டிருக்கின்றாள். அவளுடைய பிரகாசமான முகத்தில் கண்களுக்குப் பதிலாக இரண்டு வண்ணத்துப்பூச்சிகள் குறுக்காகப் பறக்கின்றன. அவற்றின் சிறகுகளை ஊடுருவிப் பார்க்கும் கூர்மையான இரண்டு கருவிழிகள். அந்த ஓவியத்தை வரைந்து முடித்த பிறகுதான் என் மனதில் பெரியதொரு ஏக்கம் குடிகொண்டது. அம்மாவின் மடியில் தலையைப் புதைத்துக்கொண்டு கண்கலங்கியபடி எனக்கொரு மகள் வேண்டும் என்று தழுதழுத்தேன். சில மாதங்களுக்குப் பிறகு அப்பாவும் அம்மாவும் ஆறுமாதக் குழந்தையை ஒரு துண்டில் சுற்றி வந்து எனது மடியில் வைத்தார்கள். நானே வளர்த்து ஆளாக்கிய இவளும் தனது பத்தாவது வயதைத் தாண்டிவிட்டாள்.

சத்யஜித்ரேவை இந்நூற்றாண்டின் இந்திய அற்புதம் என்பார் அப்பா. அம்மா பியானோ வாசிக்கும்போது அவளருகில் கண்மூடி அமர்ந்திருப்பதுதான் எனக்கு நேர்ந்த அற்புதக் கணங்களாகும். இசை பியானோவுக்குள் இருக்கிறதா என்றால், அது என் அம்மாவுக்குள்தான் இருக்கிறது என்பேன். அவள் என் மகளுக்குத் தன்னுள்ளிருந்த இசையையும் தனது பியானோவையும் கொடுத்தாள். என் மகள் வாசிக்கும் போது, தேவதைகள் வந்தடையும் இடம் பியானோக்கள்தானோ என்று யோசிக்கத் தோன்றுகிறது.

அப்பாவின் மரணம் என்னைக் கடுமையாக அழுத்துகிறது. இந்த இருபத்தைந்து வருடங்கள் அவருடன் பேசி உறவாடியிருந்தால் என் படைப்புலக மாற்றங்கள் என்னவாக இருந்திருக்கும் எனத் தெரியவில்லை. எனக்கென்ற ஒரு தனித்த ஆளுமையின் உருவாக்கத்திற்கு எங்களுக்கிடையில் குமைந்த மௌனம்தான் ஆதாரமாக இருந்திருக்கிறது. ஏதோ சிந்தனையில், என் மகளின் மேசை மீதிருந்த ஐந்தாவது தொகுதியை எடுத்துப் புரட்டுகிறேன். அதில் கடைசிக் கதையாகப் பதிவாகியிருக்கும் அப்பாவின் கடைசிக் கதையைப் படித்துப் பார்க்க ஆசை கொண்டு வாசிக்கிறேன். ‘பார்த்தின் மரணம் ஒரு விபத்தில்லை’ எனத் தலைப்பிட்டிருக்கிறார். வாசிக்க வாசிக்க எனது முதல் கதையைத்தான் அவர் தனது

இறுதிக் கதையாக எழுதியிருப்பது தெரிகிறது. தான் பருவம் எய்தும்வரை சிறுமியாக இருந்தவள் அதற்குப் பிறகு வேறொரு புது மனுஷியாகி விடுவதுபோல், தனது தந்தையைக் கில்லெட்டினில் போட்டபிறகு அவனது படைப்பு மனம் திசைமாறி அவன் வேறொன்றாக, தன்னிலிருந்து வேறொன்றாகத் திரிந்து ஒரு கலைஞனாகி நின்றான் என்பதாக அந்தக் கதை வாசிப்பினூடே சுழல்கிறது. அப்பா என்று என் மகள் அழைக்கும் குரல் கேட்கிறது; பிரதிக்குள்ளா, வெளியிலா? அந்தரத்தில் மேகங்களுக்கிடையில் பியானோ மிதந்து செல்கிறது, நிலாவை மோதுவது போல...

பிரம்மனின் உடம்புக்கு வெளியே

1

கல்வெட்டு ஆராய்ச்சியாளனான என் நண்பன் நீண்ட இடைவெளிக்குப் பிறகு கடிதம் எழுதியிருந்தான். சுவாரசியமான அவனது கடிதங்கள் பலமுறை படிக்கத் தூண்டுவதாக இருக்கும். ஒவ்வொரு முறை படிக்கும் போதும், பல நாட்களுக்கு முன் அதைப் படித்தபோது கிடைத்த செய்தியில் சில மாற்றங்களும் வேறுவிதக் குறிப்புகளும் இருப்பதாகத் தோன்றும். ஆகவே அவனுடைய கடிதத்திற்கு என்றைக்குமே நான் உடனே எதிர்வினை ஆற்றியதில்லை. காலங்கடக்கும். எங்கேனும் பல்கலைக்கழக ஆய்வரங்குகளில் அவனைச் சந்திக்க நேர்ந்தால், சென்ற கடிதத்திற்குப் பதில் இல்லையே என்பான்.

அவனுடைய இந்தச் சமீபத்திய கடிதம் என்னை அளவுக்கு மீறிக் கிண்டலடிப்பதாய் இருந்தது. கல்வெட்டுகளுக்கிடையில் என்னுடைய கதைகளில் ஒன்றைத் தான் கண்டுபிடித்திருப்பதாகப் பெருஞ்சிரிப்பின் கூச்சலோடு குறிப்பிட்டிருந்தான். உண்மையை மட்டுமே - அது நமக்கு உடன்பாடானதோ இல்லையோ - கல்வெட்டுகள் உரைப்பவை என்ற தன்னுடைய அசைக்க முடியாத நம்பிக்கை இந்தக் கதைமூலம் தகர்ந்து கொண்டிருப்பதாகவும், ஆராய்ந்து பார்த்தால் கல்வெட்டுகள் என்ற பெயரில் ஏகப்பட்ட பொய்ப்புனைவுகள் நம் நிலப்பகுதியில் புதைந்து கிடக்கும் போலிருக்கிறதே என்றும் எழுதிச் சென்றபடி இருந்தான்.

தான் கண்டெடுத்த இந்தக் கதையானது சரித்திர ஆய்வாளனான தனக்குப் பெருஞ்சவாலாக அமைந்திருப்பதாகவும், ஆனால் இந்தக் கல்வெட்டுச் செய்தியைத் தன்னுடைய பல்கலைக்கழக ஆய்வுக் குழுவிடம் ஒரு புனைவு என்று நிரூபிப்பது மிகச்

சுலபம் என்றும், சரித்திரத்தில் இல்லாதவைகளையும் சொல்லாதவைகளையும் கொண்டு மாற்று வரலாறு என்ற பெயரில் புனைவுகளை உருவாக்கிச் சரித்திரத்தின் பெருங்கதையாடலைக் குழப்பியடிக்கும் என்னுடைய பிரதிகள் சமகாலத்திய உதாரணங்களாக இருப்பது போல, யாரோ ஒருவன் இது போன்ற புனைவுகளையும் கட்டுக்கதைகளையும் கல்வெட்டில் எழுதிவிட்டதாலேயே அது ஆய்ந்து நிரூபிக்கப்பட வேண்டியதொரு சரித்திரச் சான்றாகாது என்றும் எழுதியிருந்தான். கதைகளை எழுதிச் செல்ல ஓலைகளும் எழுத்தாணியும் இருந்தபோது சில கிறுக்குகளுக்குப் பாறைகளும் உளிகளும் எதற்கு எனக் கேட்டிருந்தது அவனுடைய கடிதம்.

ஆனால், எழுநூறு கிலோமீட்டருக்கு அப்பால் கண்டெடுக்கப்பட்டிருக்கும் கல்வெட்டுச் செய்தியானது, நானிருக்கும் இந்நகரத்தில் கடலோரப் பகுதிகளில் பாடப்படும் நெடிய கதைப்பாடலில் ஒரு சம்பவமாக இடம்பெற்றிருக்கிறதே அது எப்படி என்பதும்; இந்தக் கதைப்பாடலின் குறிப்பிட்டதொரு சம்பவத்திற்கு நிரூபணமாக என் நண்பனின் ஆய்வுக்குழு கண்டெடுத்த கல்வெட்டுச் செய்தியானது விளங்குகிறதே என்ற ஆச்சர்யமும் என்னைத் தொற்றிக்கொள்ள, என் நண்பனையும் அவன் நம்பும் சரித்திர ஆய்வுகளையும் தலைகீழாய்க் கவிழ்த்துவிட...

2

சோழக்கடல் அலை அடங்கி, நீண்ட மணற்கரையில் உலர்த்தப்பட்ட சேலையொன்று எடுக்க மறந்துவிட்டது போலப் பின்பனி இறங்கும் நிலா அற்ற இரவில் சிறு சிறு நெளிவுகளோடு கிடந்தது.

மணற்பரப்பில் மேல்துணி அற்ற ஆண்கள் தமது அழுக்கு வேட்டிகளை இடுப்பிலிருந்து அவிழ்த்துத் தலையோடு உடம்பு முழுவதும் போர்த்தி முகம் மட்டும் வெளித்தெரிய மூட்டைகளைப் போல இருந்தார்கள். சேலை சுற்றிய மார்புகளுக்குள் கைக் குழந்தைகள் பால் காம்புகளைக் கவ்வியபடி உறங்கிவிட்டிருந்தன. கொண்டு வந்தவர்கள் மணலில் குத்திச் சொருகி இருக்கும் தீப்பந்தங்கள் காற்றின்

சிறு சிறு நெளிவுகளில் படபடத்தபடி இருந்தன. பெண்களின் நெற்றிக் குங்குமத்தில் அறையும் தீப்பந்தங்களின் ஒளியானது செம்மஞ்சளாய் முகங்களில் வழிந்தது. வளர்ந்த குழந்தைகள் சேலைகளால் தம்மைச் சுருட்டிக்கொண்டு முகத்தை மட்டும் வெளிக்காட்டியபடி உறங்கின. சிறுமிகளின் மூக்குகளில் குத்தப்பட்ட அணிகள் ஒளியில் மினுங்கின. மணல் வெளியின் பரந்த இருட்டில் மஞ்சளும் சிவப்பும் குழம்பிய ஒளித்திட்டுக்குள் போர்வை உடல்கள் பந்தங்களின் நிழலசைவுகளால் தீட்டப்பட்டுக்கொண்டிருந்தன.

அவன் எழுந்து இடுப்பில் வேட்டியை இறுக்கி முட்டிவரைத் தூக்கி மடித்துக் கட்டியபடி அலையை நோக்கி நடந்தான். மார்பில் புரண்ட துண்டு இளங்காற்றில் படபடத்தது. நீருக்குள் இறங்கி நீண்டதூரம் நடந்தான். நீருக்கு அடியில் சமதளமாகத் தரை பரவியிருந்தது. எவ்வளவு தூரம் போனாலும் கணுக்காலுக்கு மேல் நீர் மட்டம் உயராது போல என நினைத்துக்கொண்டான். இருண்ட கடலும் இருண்ட வானும். வானம் மிகவும் கீழிறங்கி வந்திருப்பது போலத் தெரிந்தது. கரிய முகத்தில் உருட்டி வெறிக்கும் விழிகளென நட்சத்திரங்கள் துர்த்தேவதையைப் போல மிரட்டின. கரையின் தூரத்து மணல் மேடுகளின் சரிவுகளில் தீப்பந்தங்கள் இறங்கி வந்துகொண்டிருந்தன. எதிர்த்திசையின் இருட்டில் வெவ்வேறு பாட்டைகளாகத் தீப்பந்தங்கள் வரிசை வரிசையாக நகர்ந்து கடலை நோக்கி வந்தன. இன்னும் அரை நாழிகைக்குள் எல்லோரும் வந்து சேர்ந்துவிடுவார்கள் என நினைத்தான். தானும் கரைக்குத் திரும்பினான். உற்சவத்தின்போது ராஜவீதியையும் ரதவீதியையும் நீர் கொட்டிக் காலாலும் துடைப்பத்தாலும் உந்தி உந்தித் தள்ளிக் கழுவி விடுவதுபோல அகன்ற நீரின் சமதளத்தை உந்தியபடி நடந்தான். இப்படியொரு அலையற்ற நீரற்ற கடலை இதற்கு முந்தைய எந்தவொரு இரவுக் கூட்டத்திற்குத் தான் வந்திருந்தபோதும் கண்டதேயில்லை என நினைத்தான்.

இரவு உச்சியைத் தாண்டிக்கொண்டிருந்தது. சற்று நேரத்திற்கெல்லாம் எங்கு பார்த்தாலும் ஆட்களும் தீப்பந்தங்களும் சலசலவென்ற பேச்சுக்களும் சில தீர்மானமான

குரல்களும் காற்றோட்டத்தில் அலைந்தன. ஒரு கிழவி உரத்த குரலெடுத்துக் கத்தினாள். கூட்டம் திடீரென அமைதியடைந்தது. நீரலைகளின் சிறு ஓசைகள் துல்லியமாகக் கேட்கத்தொடங்கின. தீப்பந்தங்களின் படபடப்பு:

‘நம்ப நாட்டுக்குப் போவ வேணும். அழைப்பு வந்திடுச்சி. மூக்கன் மக மூலமா நமக்கு அழைப்பு வந்திடுச்சி. நாம நம்ம நாட்டுக்குப் போவம். இது என் கட்டள. என் ஆயியோட கட்டள. என் ஆயியின் ஆயி பெருமூதாட்டி பிடேரியின் கட்டள. வர்றவங்க வாங்க. விருப்பப்படாதவங்க வேத்து நகரங்கள்ல மலமள்ளிக்கிட்டுக் கெடங்க. நூத்தம்பது இருநூறு வருசமாச்சி; இந்தக் கட்டள நமக்குக் கெடைக்க. இது யாரு சொல்லியும் வந்ததில்ல. மூக்கன் மக கனவு கண்டு அலறியிருக்கா. நம்ம குடியிலே யாருமே பார்த்திராத நம்ம கடவுள் அவ மூலமா நம்ம கூப்பிடுது. நாம விட்டு வந்த நாட்டுல இருக்கறதா கூவி அழைக்குது. நமக்கான கடவுள நம்ம பெருமூதாட்டி பிடேரி கூட பார்த்ததில்ல. அவ காலத்துக்கும் முன்ன எப்பயோ நமக்குக் கடவுள் இருந்ததாச் சொல்லுவாங்களாம். அது ஆணா பொண்ணான்னு கூட யாருக்கும் தெரியாது. இது மூனாவது அமாவாசக் கூட்டம். மூனுகூட்டமா யாரும் எந்த முடிவுக்கும் வரமாட்டேனுரீங்க. உண்டு இல்லன்னு இப்ப முடிவெடுத்தாகனும். யாரும் வராட்டி நானு போறேன். மூக்கன் மக எங்கூட வருவா. ஏதோவொரு அமாவாச ராத்திரிலே ஊரெல்லாம் கொளுத்தி நம்மக் கொன்னு அட்டூழியம் பண்ணி வெரட்டிவிட்டானுங்க முப்புற ராசாவோட குதிரைக்காரனுங்க. இப்ப நூத்தம்பது எறநூறு வருசமாச்சிடா பாவிகளா... அழைப்பு வந்திடுச்சி. என்னோட வர்றவங்க வாங்க. நம்ம நாட்டுல நமக்கொரு கடவுள் கிடைக்கும். நமக்கொரு கடவுள் கிடைச்சிட்டா நாமும் பெருங்குடியாயிடலாம். நாம யாரோட மலத்தையும் அள்ளிப் பொழைக்கத் தேவையில்ல. கூட்டம் முடியுது. இதுதான் எம் முடிவு. தெக்கநோக்கி இக்கடல்லேர்ந்து எழுநூறு கல்லுக்கு அப்பால நம்ம நாட்டுல எங்கோ பதுங்கிக் கெடந்து கூப்புடுது நம்ம கடவுள். எல்லோரும் வாங்க...’

கிழவி கிடுகிடென நடக்கத் தொடங்கினாள். பெண்கள்

குலவையிட்டபடி அவள் பின்னால் தீப்பந்தங்களை மண்ணிலிருந்து பிடுங்கி எடுத்தபடி ஓடினார்கள். ஆண்களின் கூட்டம் தயங்கித் தயங்கி அவர்களைத் தொடர்ந்தது. கூட்டத்தின் ஒரு பகுதி பெண்களும் ஆண்களுமாய் வெவ்வேறு திசை நோக்கிக் கலையத் தொடங்கியது. சற்று நேரத்திற்கெல்லாம் கரையின் மணல் பரப்பு யாருமற்ற இடமாகிப் போனது. இதற்கு ஒரு நாழிகைக்கு முன் ஒரு பெருங்கூட்டம் இங்குக் கூடிக் கலைந்ததற்கான யாதொரு தடயமுமற்றுப் போனதை அவன் கவனித்தான். தனித்து கைவிடப்பட்ட ஒரு தீப்பந்தம் படபடத்து வட்டமாக மஞ்சளொளியை மணலில் வழியவிட்டபடி இருந்தது. கிழவி போன திசையின் தீப்பந்தங்கள் புள்ளியாகி மறையும்வரை பார்த்தபடி இருந்தான். கூட்டம் கலைந்த வெட்டவெளியில் குளிர் உறைப்பதை இப்பொழுது உணர முடிந்தது. திடீரென அம்மா என்று பதறினான். கிழவியின் பின்னே முதலில் ஓடியவள் அவள்தான் என்றதன் காட்சி சுட, மணலில் சொருகியிருந்த தீப்பந்தத்தை உறுவித் தூக்கிப் பிடித்தபடி மீண்டும் கடலில் இறங்கினான். அம்மாவைப் பிரிந்த தவிப்பு முகத்தில் நெளிந்தபடி இருந்தது.

3

கிழவியின் நடைக்கு ஈடுகொடுக்க முடியாமல் மூக்கனின் மகள் அவளது கையைப் பிடித்து ஓடிக்கொண்டிருந்தாள். நீரற்ற ஆற்றுப் படுகையின் மணல் வெளியை அவர்கள் கடக்கும்போது சூரியன் உச்சிக்கு வந்துவிட்டிருந்தது. நடக்க நடக்கக் கிழவிக்கு வேகம் கூடிக்கொண்டேயிருந்தது. அவளைப் பின்தொடர்ந்த கூட்டம் திட்டமிடப்படாத இந்த யாத்திரையின் போக்கு என்னவாக இருக்கும் என்பதை யூகிக்க முடியாததாய் எதை எதையோ பேசிவந்தது.

கதைகளில் கேட்ட தமது ஊர். அதன் திசை. விரட்டியடிக்கப்பட்ட தமது மூதாதைகள் திசைக்கொருவராய்க் கலைந்தோடியது. வழிவழிக் கதைகளின் வரலாறுகள். வழக்காறுகள். ஈனர்களாய் வெவ்வேறு அரச எல்லைகளுக்குட்பட்ட சிறுசிறு நகரங்களில் ஈனத் தொழில் செய்து வாழ்வது. நாடு மீளும் இந்த நெடிய பயணத்தில் கலந்து கொள்ளாமல் முதன்முதலாகக் கிழவியின் பேச்சைமீறி

வேறு திசைகளில் கலைந்து பிறரைப் பற்றி, மூக்கன் மகளின் கனவைப்பற்றி, அவளை ஆட்கொண்ட கடவுளைப் பற்றி, கிழவி தனக்குப் பிறகு குடித்தலைமையாய் மூக்கன் மகளையே தேர்ந்தெடுப்பாள் என்ற நம்பிக்கை பற்றி, முப்புறராச குடிகளால் கைவிடப்பட்டதாகக் கூறப்படும், தாங்கள் அண்டிவாழ்ந்த பழைய ஊரின் இடுபாடுகள் பற்றி, அதை ஆட்கொண்ட தங்கள் மூதாதையின் சாபங்கள் பற்றி, அந்த இடிபாடுகளினூடாக எந்தத் திசையில் எந்த இடத்தில் தமக்கான கடவுள் பதுங்கியிருக்கிறது என்ற புதிரைப் பற்றி என அவர்களின் பேச்சு அவர்களையும் முந்திக்கொண்டு, சபிக்கப்பட்ட பாலைவெளியில் இடிந்து சிதைந்த கைவிடப்பட்ட முப்புறராசப் பெருங்குடியூரைச் சூழ்ந்து நெரிந்தது.

கிழவி சிறுமியோடு ஒரு மரத்தடியின் நிழலில் அமர, அவளைத் தொடர்ந்து வந்துகொண்டிருந்த கூட்டத்தினர் குழுக் குழுவாய் நிழலின் வட்டப் பரப்பில் குழுமினர். மரக்கிளையில் அண்டங்காக்கை குரலெடுத்துக் கரைந்தது. அந்தக் கரைதலின் தன்மையானது தம்மைச் சூழ்ந்த மாபெரும் பொட்டல் வெளியின் வெக்கையை உணர்த்தக் கூடியதாக இருந்தது. கிழவி மண்கலயத்தைச் சாய்த்து ஒரு மிடறு நீரைக் குடித்துவிட்டுத் தன் இடுங்கிய கண்களை எட்டித் தெரியும் கானலில் நீந்தவிட்டபடி 'உங்களுக்கு அந்தக் கதையை மீண்டுஞ் சொல்லப் போறேன்' எனக் குரலை உயர்த்தினாள்.

4

கருப்பன் பாறை உச்சியிலிருந்து பார்த்தால் தெரியும்; விரிந்த வயக்காடும் அதைத் தாண்டி பெரிய ஊரும் அதன் நடுவில் இருக்கிற கோயிலும். பல கல்லுத் தொலைவில் உயரமான கோபுரம் ஒன்று தெரியும். அது பெரிய கோயிலை ராசாதி சோழன் கட்டியதற்கும் முந்தி, பல நூறு வருஷத்துக்கும் முந்தி யாரோவொரு ராசா கட்டியதாகச் சொல்வார்கள். முப்புற ராசகுலம் அந்த ஊரை ஆண்டவர்கள். யானை மேலேயும் குதிரை மேலேயும் பல்லக்குகளிலும் பெரிய குடிகள் போவதாகச் சொல்லுவார்கள். பெரிய பெரிய தெருக்களிலே பெரிய வீடுகளும் கடைகளும் இருப்பதாகச் சொல்லுவார்கள்.

நம்முடைய மூதாதைகள் யாருமே அந்த நகரத்துக்குள் வெளிச்சத்தில் நுழைந்ததில்லையாம். அதைப் பற்றிய யூகங்களை மற்றவர்கள் சொல்லுவதைக் கொண்டு கதைப்பார்கள்.

நகரத்தார் கண்ணில் நம்மவர் பட்டுவிட்டால் நரகத்தின் குழிக்குள்ளே பார்த்தவரைத் தள்ளிவிடும் மோசக் குடியென்று முன்னாளில் சொல்லி வைத்தார். ராத்திரியில் சாமத்தில் கோயில் மேலிருந்து முதல் மணி ஒலிக்கையிலே ஊரெல்லாம் ஒடுங்கிவிடும்; கதவெல்லாம் மூடிவிடும்; படைவீரர் குதிரைகளும் படலுக்குள் ஒடுங்கிவிடும்; ரெண்டாம் மணியொலிச்சா நம் சனங்கள் வெளியிடத்தில் வெளைஞ்ச பொதிசுமந்தும், விறகுச் சுமை சுமந்தும், வீடுகட்ட கல்சுமந்தும், தானியமும் காய்கறிகளும் தலைமேலே தான் சுமந்தும் கோட்டையின் பின் வழியா குடியூரின் தெரு நுழைவார். குறி போட்ட இடங்களிலே குறித்த பொருள் குவித்த பின்னே, நகரத்தின் கழிவையெல்லாம் புறவழியாய்ச் சென்றெடுப்பார். மலம் சுமந்த தலையினராய் ஒரு கூட்டம் மாற்றுப்பாதை வழிசெல்லும். மூனாம் மணி ஒலிச்சா மூச்சடக்கி நம் சனங்கள் வேறு வழியாக வெளியே வரவேணும். தூரத்துப் பாறையோரம் கொஞ்சம் தானியமும் தின்பொருளும் நமக்காகக் காத்திருக்கும். சத்தம் கித்தம் போடாம நம்ம சாதி சனம் அதப் பங்கு போடவேணும்; அரை வயிறா வாழ வேணும். நாலாம் மணியொலிச்சா நகரம் கண்விழிக்கும், காவல் வீரர்களும் கை வாளை கூர் பார்ப்பார். குதிரைக் குளம்படிகள் பாதைகளில் ஒலியெழுப்பும். இப்படியாக நம் காலம் இருந்து வரும்போது சடைசடையா தலையில் சிக்கும் பேனுமா முடி வளர்த்து முகத்தில் சடைசடையா வயிறு வரைக்கும் நீண்ட தாடி வளர்த்து அழுக்கடைந்த ஒல்லித்தேகத்தில் கோவணம் மட்டும் கட்டிய ஒரு ஆளு கருப்பன் பாறைப்பக்கம் தென்படுவதாகவும் நம்மை யாரையாவது பார்த்தால் அந்த ஆளு ஓடிப் பாறைப் பிளவுகளுக்குள்ளே மறைந்து கொள்வதாகவும் பார்த்தவர்கள் சொல்வார்கள். அந்த ஆளு வடக்கிலிருந்து வந்த ஒரு பைத்தியம் என்றும் சொல்லுவார்கள். கொஞ்சம் கொஞ்சமாப் பழக ஆரம்பித்த சில பேர் அந்த ஆள ஒரு சித்தர் என்று சொன்னார்கள். நீண்ட காலத்திற்குப் பிறகு வேத்து மண்ணுல

இருக்கும் பொழுது நம்மோட பெருமூதாட்டி பிடேரிதான் ஒரு சாமியார் மூலமாகக் கண்டறிந்தாள்; கருப்பன் பாறையிலே வந்து தங்கிய சித்தனாகப்பட்டவன் நம்முடைய குடில்களைக் கடந்து சென்ற ஒரு சாமியாருக்குப் பெரியூருக்குப் போக வழிகாட்டி வர அவரோடு வயல்காடு கடந்து சென்று திரும்பி வராமல் போன செந்தூரியின் மகன்தான் அவன் என்று.

எனக்குத் தெரிந்து என்னோட அம்மாயி அந்தச் சித்தனோட பாட்டெல்லாம் பாடுவாள். பிறகு எல்லாம் மறந்து போய்விட்டது. அந்த ஆளும் இரவுகளிலே நகரத்துக்குள்ளாக போய் வருவதாகச் சொல்லுவார்கள். அந்த ஆளு கோட்டைச் சுவர்களிலும் கோவில் சுவர்களிலும் தெருக்களிலே பெரிய வீட்டுச் சுவர்களிலும் பூர்வ சாஸ்த்திரங்கள் மேலான பெரும்பழிகளை எழுதியதாகச் சொல்லுவார்கள். அவன் இரவுகளிலே நகரத்துக்குள்ளே சென்று சுவர்களில் வரிவரியாக பெருங்குடிகளை கோபப்படுத்துகிற மாதிரி எழுதிவிட்டுக் கருப்பன் பாறைக்குள் பதுங்கிக்கொண்டதாகச் சொல்லுவார்கள். பெரிய மலை போல இருந்த பாறைக்குள்ளாகவே எலி வலைபோல வழிவழியாகத் தோண்டிப் பதுங்கி இருப்பதாகச் சொல்லுவார்கள்.

நகரமே கோபத்தில் கொதித்துக்கொண்டிருந்தபோது நம்ம சனங்க மேலே ஐயப்பாடு உண்டாச்சி. ஆனாலும் எழுத்தும், வாசகமும் நம்ம இனத்தைவிட்டே மறைஞ்சிபோயி எத்தனை தலைமுறையோ முடிஞ்சி போன கதைய எல்லாரும் சொன்னார்கள். கண்டாலே கழுத்த வெட்டும் வீர வம்சத்தை இழிசனமா எதிர்த்து நிக்கும் என்றும் சிலர் சொன்னார்கள். நள்ளிரவில் நகரமே பொய்த்தூக்கம் தூங்கும் பழக்கத்தால் வந்த வினை என்றும் சொன்னார்கள். கண்ணும் சிமிட்டாத காவல் வீரர்களை வீதியெல்லாம் உலவவிடப் புதுப்பழக்கம் செய்தார்கள். நகரத்து எல்லைக்குள் இனி நம் சனங்கள் நள்ளிரவு ஏவல் செய்ய போக வேணாம். புதுசா களஞ்சியங்கள், பொருள் குவிக்கும் மண்டபங்கள் - புறநகரம் என்று ஒரு அமைப்பும் வைத்தார்கள். மல நாற்றம் ஊரை மூட்டமாய்க் கவிந்தபோது மணமூட்ட வகை வகையாய் வாசனாதி திரவியங்கள் வண்டிகளில் குவித்தார்கள். அதற்கப்பால் நம்

சனங்கள் அந்த நகரத்திற்குள் காலெடுத்து வைத்ததுமில்லை; தமது காலடிகளைத் தாமே கழுவிவிட்டு பின்னேரும் காரியமும் செய்ததில்லை. ஆனாலும் நகரத்துச் சுவர்களில் வகை வகையாய் வாக்கியங்கள், காலாதி காலமான கதைகளுக்கு எதிர்க் கதைகள், நின்றதாய்ச் சேதியில்லை. மர்மம் அறிந்த சித்தன், மலைப்பாறை வாழ்ந்த சித்தன், பார்க்க முடியாத சித்தன், பல ஜாலம் தெரிந்த சித்தன், நோக்க முடியாத சித்தன், நூதனமாய் மறையும் சித்தன் வாக்கியமாய் எழுதினானே இப்படியாய்.

அவன் எழுதிய வாசகங்களை விடிந்ததும் உடனுக்குடன் வெள்ளை பூசி அழிப்பதே படைவீரர்களின் வேலையாகிப் போனது. ராஜசபை கோபத்தில் கொந்தலித்துக் கொண்டேயிருந்தது. இரவு பகலாக குதிரைப் படை வீரர்களும் ஒற்றர் படை வீரர்களும் நகரத்தைச் சுற்றிச் சுற்றி வந்தார்கள். வேற்று நாட்டுக்காரர்களுடைய வேலையாக இருக்குமென்று பேசிக்கொண்டார்கள். இந்தச் சித்தனை ஊர்க்காரர்கள் யாருமே பார்த்ததில்லையாதலால் இப்படிப்பட்ட ஒருவன்தான் இதைச் செய்கிறானென்று யாருக்குமே தோனவில்லை.

இப்படியாக இருந்து கொண்டிருக்கும்போது, அந்தப் பாவி மகன் ஒரு நாள் இரவு விடியபிரபொழுதில் படைவீரர்களின் கண்ணில் பட்டுவிட்டான். அவன் தெருக்களில் புயல் மாதிரி ஓடுகிறான். அவனை விரட்டிய வீரர்களின் குதிரைகள் விடியலிலே வாசலில் கோலம் போட்டுக்கொண்டிருந்த பெண்டுகளை எல்லாம் மெதித்துத் துவைத்திருக்கின்றன. விடிய விடிய ஊரே ஏதோவொரு பீதியில கலங்கிக் கிடந்தது. வேற்று நாட்டுப் படைதான் ஊருக்குள்ளே புகுந்துவிட்டதோவென்று பெண்டுகள் பயந்து நடுங்க, ஆம்பளைகள் வேல்கம்போடு ஓடிவர - நன்றாக விடியும்போது நகரம் முழுக்க ஏதோதோ கதைகளும் பயங்களும்.

அதிகாலையில் மங்களமான கோயில் தெரு வேதமும் நாதமுமாக விடிகையில் அந்தப் பைத்தியக்காரச் சித்தன் கத்திக்கொண்டே கோயிலுக்குள்ளே நுழைந்து நேராக ஓடி கர்ப்பக்கிருகத்துக்குள்ளே நுழைந்துவிட்டானாம். ஆளுயர மூர்த்திக்குப் பூசை செய்துகொண்டிருந்த பிராமணர்கள் பயந்து

விழுந்தடித்து கர்ப்பக்கிருகத்தைவிட்டு பிரகாரங்களிலே ஓடினார்களாம். குதிரைப்படை கோயிலுக்குள்ளே வேலும் ஈட்டியும் வாளுமாகப் புகுந்துவிட்டது. அவன், ஆழமாழமாகப் போகின்ற கர்ப்பக்கிருகத்திற்குள்ளே அந்தக் கடவுளோட சிலைக்குப் பின்புறமாகப் பதுங்கிக்கொண்டானாம்.

கோபத்துடன் கர்ப்பக்கிருகத்திற்குள்ளே நுழைய எத்தனித்த வீரர்களைப் பிராமணர்கள் தடுத்து நிறுத்திவிட்டார்களாம். கர்ப்பக்கிருகத்திற்குள்ளே தங்களைத் தவிர வேற்று வர்ணத்தார் நுழைய உரிமை கிடையாது என்று சாத்திரம் சொல்கிறது. வெளியே போய்விடுங்களென்று சொல்லிவிட்டார்களாம்.

ராசா வந்தாரு. மந்திரிகள் வந்தார்கள். எல்லோரும் கர்ப்பக்கிருகத்துக்கு வெளியிலேயே நின்றுவிட்டார்கள். சில பிராமணர்கள் பயந்து பயந்து உள்ளே நுழைந்தார்கள். சித்தன், கடவுளுடைய கூரான ஈட்டியைப் பிடுங்கி எடுத்துத் தற்காப்பாக வைத்திருக்கிறான். பிராமணர்கள் அவனை வெளியேறச் சொல்கிறார்கள். அவனோ ஏதும் பேசாமல் அவர்களை முறைத்துப் பார்க்கிறான். அவனுடைய தோற்றமும் பார்வையும் பயத்தைத் தர, பிராமணர்கள் அவன் எங்கே தங்களைத் தாக்கிவிடுவானோ என்ற அச்சத்தில் வாசலை நோக்கித் தயங்கித் தயங்கி ஒதுங்குகிறார்கள். வாசலுக்கு வெளியேயிருந்து சித்தனை வசைமொழியால் ராசா திட்டுகிறார். ராசாவின் வாயில் ஈனச் சொற்களைக் கேட்டு வெளியே அவரோடு நின்ற கிழட்டு வைதீகர்கள் காதைப் பொத்திக்கொள்கிறார்கள். ராசா கோவத்தோடு அரண்மனைக்குப் போய்விடுகிறார். தன்னை உள்ளே அனுமதித்திருந்தால் அந்தக் கிறுக்கனின் தலையை ஒரே சீவாகச் சீவிவிட்டிருக்கலாம், ஆனால் பிராமணர்கள் தடுக்கிறார்களே என்ற கோபம் வேறு அவருக்கு.

கோயிலைச் சுற்றிலும் ஊர் மக்கள் திரண்டுவிட்டார்கள். நகரத் தெருக்களெங்கும் கதைகதையாகப் பீதியோடு எதை எதையோ பேசுகிறார்கள். ஒரு பைத்தியம் கடவுளைக் கட்டிப்பிடித்துக்கொண்டு கர்ப்பக்கிருகத்தில் இருப்பதாகவும் அவனை யாராகிலும் பிடிக்கவந்தால் தன்னையே கொன்று கொண்டு இந்தக் கர்ப்பக்கிருகத்தைத் தீட்டுப்படுத்திவிடுவேனென்றும் பிராமணர்களை

மிரட்டுவதாகவும் ஊர்முழுக்கச் செய்தி பரவியது. பகல் முச்சூடும் கோயிலைச் சுற்றிய கூட்டம் குறையவேயில்லை. அன்றைய தியதிக்கான பூசைகள் எதுவும் நடத்தப்படாமல் மூலவர் அலங்காரமில்லாமல் நிர்வாணமாக நிற்க, பிராமணர்கள் கூடிக்கூடி ஆலோசித்தார்களாம். முதல்கட்டமாகச் சத்திரியர்களைக் கோவிலுக்குள்ளிருந்து வெளியேற்றுவது என்று முடிவெடுக்கப்பட்டு அவர்களை வெளியேற்றினார்களாம். சில வயதான பிராமணர்கள் அந்தச் சித்தனிடம் பேசி மயக்கி அவனை வெளியேற்றி விடலாமென்று உள்ளே நுழைந்தனராம்.

அவனுடைய பேச்சு அவன் ஒரு பிராமணனோவென்று அவர்களைத் திகைக்க வைத்ததாம். அவன் வேத பாஷையில் பேசினானாம். சத்திரியர்கள் உள்ளே நுழைந்தால் கர்ப்பக்கிருகத்தை மையங்கொண்ட தங்களுடைய அதிகாரமானது கைவிட்டுப் போய்விடும் - புத்திசாலித்தனமாக நடந்து கொள்ளுங்களென்று பிராமணர்களை அவர்களுடைய வாதத்தைக் கொண்டே மிரட்டினானாம். படைவீரர்கள் தன்னை விரட்டும்போது தப்பிக்கப் பாதுகாப்பான இடம் இதைத் தவிர வேறில்லை என்று தெரிந்ததாலேயே கோயிலை நோக்கி ஓடி வந்து பதுங்கினேனென்றும் சொல்லிச் சிரித்தானாம். சத்திரியர்கள் வெளியேறிய பிறகு ஒரு தருணத்தில் இந்த இடத்தைவிட்டு தான் வெளியேறித் தப்பிவிடுவதாகவும், சத்திரியர்கள் எந்நாளும் சாத்திரங்களை மீற விடாமல் இருக்கச் செய்வதே தங்களுக்கும் பாதுகாப்பானதென்றும் கூறினானாம். தான் அவர்களை ஒன்றும் செய்யப் போவதில்லை என்றும் – அவர்களும் தன்னைச் சீண்டாமல் நடந்துகொண்டால் ஏதும் பிரச்சினை இல்லை என்றும் சொன்னானாம். அதன்படி பிராமணர்கள் மாலை பூசையை மூலவருக்குச் செய்விக்க, அவன் கர்ப்பக்கிருகத்தின் மூலையில் ஒரு அடைபட்ட மிருகம் போல சிறு உறுமலோடு இருந்தானாம்.

ராப்பகலா கோயிலைச் சுற்றி சத்திரியர்கள் பயங்கர ஆயுதங்களோடு காவல் நின்றார்களாம். அவனோ வெளியே வராமல் உள்ளே கிடந்தானாம். மூலவருக்கு குறையில்லாமல் பூசைகள் வேளை தோறும் நடந்தபடியிருந்தன. அந்தப் பைத்தியத்தைக் கட்டியிழுத்துவரத் தைரியமற்ற பிராமணர்களைச்

சத்திரியர்கள் திட்டிக்கொண்டே இருந்தார்களாம். ஊருக்குள்ளே அரசனின் கையாலாகாதத்தனத்தை மக்கள் குறைபட்டுக்கொண்டார்களாம். வணிகக்குடிகளோ கோவிலுக்குச் செல்வதையே நிறுத்திக்கொண்டார்களாம்.

மந்திரிசபையின் ரகசிய திட்டத்தின் பேரில் பிராமணக் குடியிலிருந்தே சில தைரியசாலிகளைக் கூட்டி, ஆயுதத்தோடு கர்ப்பக்கிருகத்திற்குள்ளே புக ராசா அனுப்பினாராம். இதைக் கேள்விப்பட்ட வேதாச்சாரிகள் சிலபேரு; பிராமணக் குலத்தான் ஆயுதத்தைத் தொட்டால் அவன் தன் தர்மத்திலிருந்து வழுவி சத்திரியனாகிவிடுகிறான் என்றும், ஆக எந்த வடிவத்திலும் சத்திரியர்களைக் கர்ப்பக்கிருகத்துக்குள் அனுமதிக்க முடியாது என்றும் கூறி அவர்களைத் தடுத்து நிறுத்திவிட்டார்களாம்.

அந்தச் சித்தன் தன்னையே கொன்றுகொண்டாலோ அல்லது சத்திரியர்களால் பலவந்தமாகக் கொல்லப்பட்டாலோ அதனால் மூலவர் பீடம் ரத்தம் பட்டாலோ ஊருக்கே கேடு, குடி நாசம் என வைதீகர்கள் சொல்ல, ராசா மருண்டு போனாராம். நாளாக நாளாகப் பசி தாளாமல் அவனே வெளியே வந்துவிடுவான் என நினைத்து அவர்களிருந்ததும் பொய்யானதாம். முப்பது நாட்களுக்குப் பிறகும் அவனிடம் எந்த மாற்றமும் இல்லை. பசியோடு எப்படி ஒருவன் இப்படி இருக்க முடியும் என்று யோசித்ததில், அந்த சித்தன், மூலவருக்கு அபிஷேகம் செய்யும் போது வார்க்கப்படும் பால், தயிர், நெய், தேன், தண்ணீர் இவைகளைப் பருகியே உயிர்த்திருப்பதாகவும், கடவுளுக்குச் சாற்றப்படும் சந்தனம், பூ போன்றவற்றையும் அவன் தின்று சீவித்திருப்பதாகவும் கண்டறியப்பட்டதால், மூலவருக்குப் பூசையை நிறுத்திக் கர்ப்பக்கிருகத்தின் வாயிலை அடைக்க ராசா உத்தரவிட்டாராம்.

கர்ப்பக்கிருகத்தின் கதவு அடைக்கப்பட்ட நாளில்தான்... ஐயோ என் மக்கா... நம் குடிகளை அந்த ராசாவுடைய படைகள் அழித்தன. சித்தனுக்கு நாம் தாம் அடைக்கலம் கொடுத்திருந்தோம் என்பது போன்ற ஒரு செய்தி ஒற்றர்கள் மூலம் ராசாவுக்குத் தெரிவிக்கப்பட்ட அந்த அமாவாசை இரவு நம் குடிசைகள் எரிக்கப்பட்டன. அய்யோ எத்தனைக் கொலைகள்! மழையில் நனைந்த கோழிகளென நாம் அண்ட

இடம் தேடி ஓடினோம். திசைக்கொருவராக ஓடினோம். அந்தக் கொலைகார இரவில் மட்டும் நம் குடியில் பாதிப்பேரை இழந்திருந்தோம். அந்த நாசகார முப்புற ராச குடியே நம்முடைய சாபத்தால் அழிந்தது. அந்த இடமே இன்றைக்கு ஈரமில்லாம கிடக்குது. நம்மோட சாபம் இன்னும் அங்கே சுத்திக்கொண்டுதான் இருக்கிறது.

ஒரு மண்டலம். ரெண்டு மண்டலம். மூணுமண்டலம். ஆமாம், மூணு மண்டலத்திற்குப் பிறகு கர்ப்பக்கிருகக் கதவைத் திறந்து அவனோட பிணத்தை வெளியிலே தூக்கி எறிவது பற்றி பேச்சு எழுந்தது. பிணத்தை யார் எடுப்பது? பிராமணர்கள் தங்களால் முடியாது என்று பதறினார்கள். மற்றவர்களையோ கர்ப்பக்கிருகத்திற்குள் நுழைய சாத்திரம் தடுத்தது. பிணந்தூக்கிகளான இழிசனர்கள் விரட்டியடிக்கப்பட்டதின் இழப்பை ஒரு சாரார் பேசிக்கொண்டனர். இறுதியாக ஒரு முடிவுக்கு வந்தார்கள். அந்த ஊரைக் கடந்து சென்றுகொண்டிருந்த வேறுமொழி பேசும் நாடோடிக் கூட்டத்திலிருந்து சிலர் கொண்டுவரப்பட்டு கோயிலுக்கு வெளியே நிறுத்தப்பட்டனர். பிராமணர்கள் கர்ப்பக்கிருகத்திற்குள் நுழைந்து பிணத்தைத் தொடாமலும் படாமலும் கயிற்றால் அதன் தலைவழியே கழுத்தில் சுறுக்கிட்டுவிட்டு கயிற்றின் மறு முனையைக் கோயிலுக்கு வெளியே நிற்கும் நாடோடிகள் இழுத்துக் கொண்டே செல்லப் பிணமானது அவர்களுடன் சென்றுவிடுமென முடிவெடுக்கப்பட்டது. பிறகு, பெரிய யாகம் செய்து கோயிலின் தீட்டை அகற்றலாம் என்ற யோசனை ஏற்கப்பட்டது.

அதன்படி பிராமணர்கள் கர்ப்பக்கிருகத்தின் கதவைத் திறந்து தீப்பந்தங்களுடன் உள் நுழைந்தனர். மங்கிய இருட்டில் சிலையோடு சிலையாக அதைத் தழுவியபடி அவன் இருந்தான். வெளிச்சம் அவன் முகத்தில் அறைய அவனது கண்கள் கூசி சிமிட்டியபோதுதான் அவன் இன்னும் சாகவில்லை என்பது தெரிய வந்தது. எதேச்சையாக கடவுளைப் பார்த்த ஒரு பிராமணன் அலறினான். யாதென அறியாத பயத்தில் திடுக்கிட்ட பிறரும் சிலையைப் பார்த்தனர். சிலைக்கு முலைகள் திரண்டு வளர்ந்திருந்தன. அதன் ஆண்குறி

உடைக்கப்பட்டு தொடையிடுக்கு வெறுமையாக இருந்தது. கடவுளின் ஆண் முகத்தின் முழுத் தோற்றமும் சிதைக்கப்பட்டு, கண் மூக்கு வாயென ஏதுமற்ற வெற்று முகத்தின் நெற்றியில் மட்டும் மூடிய படியான ஒரு பெரிய கண் செதுக்கப்பட்டிருந்தது. பிராமணர்கள் பதறினார்கள். ஆண் கடவுளின் விரிந்த மார்புப் பகுதியானது செதுக்கி எடுக்கப்பட்டு முலைகளாகத் திரட்டி செய்யப்பட்டிருப்பதைப் பார்க்கப் பார்க்க அதிர்ச்சியிலும் ஆவேசத்திலும் அரற்றினர். அவன் மிருகமென கண்களை உருட்டியபடி அவர்களைப் பார்த்து உறுமினான். வெளியே மருண்டு ஓடிவந்த பிராமணர்கள் உள்ளே மூலவரை அந்தப் பைத்தியம் பெண்ணாக்கி விட்டதாகக் கூறினார்கள். செய்தி கேட்ட ராசா உருவிய வாளோடு அவனுடைய தலை கொய்ய கர்ப்பக்கிருகத்தின் படியில் கால் வைத்த போது அவருடைய கால்கள் நடுங்கி நிலைசரிந்து படிகளில் விழுந்தார். நாசியிலும் காதுகளிலும் குருதிவழிய கண்கள் நிலைகுத்திய அவரைப் படை வீரர்கள் பல்லக்கில் கிடத்தித் தூக்கிக்கொண்டு ஓடினார்கள். இந்த கலேபரத்திற்கிடையில் கர்ப்பக்கிருகத்தின் கதவுகள் தானே சாத்திக்கொண்டன.

நாடோடிகளின் மூலமாக இத்தனைக் கதைகளையும் பெருமூதாட்டி பிடேரி அறிந்து வைத்திருந்தாள். ராசா இறந்த அன்று அரசிக்குப் பட்டத்து இளவரசன் பிறந்தானாம். அந்தக் கதையை இரவு சொல்கிறேன்.

5

வயதை யாராலும் அறுதியிட்டுச் சொல்லமுடியாத கிழவியின் நடை தளர்ந்து கால்கள் வீங்கி மிகவும் சிரமப்படலானாள். ஆண்களில் இரண்டுபேர் பாதை மாறிச்சென்று மரங்களடர்ந்த ஒரு மலைப்பகுதியிலிருந்து நீண்ட கோணலற்ற கிளையொன்றை வெட்டி எடுத்து வந்தனர். ஒரு சேலையால் தூளி கட்டி கிளையின் நடுப்பகுதியில் கிழவி மூட்டையைப்போல தொங்கிக்கொண்டுவர கிளையின் இரு முனைகளையும் தோலேற்றித் தூக்கிக்கொண்டு அவர்களின் பயணம் தொடர்ந்தது.

வழியில் இடையிடையே சோலை எதிர்ப்படும் போது நீரும் காட்டுக் கிழங்குகளும் கிடைத்தன. ஆனால், பயணத்தின்

நெடுவெளியான பாலையில் சிறுசிறு விலங்குகளை அடித்துச் சுட்டுத் தின்றபடியான பயணம் முடிவற்றுத் தொடர, திசை குழம்பித் தவித்தனர். கிழவி தூளிக்குள் வதங்கிய கீரைக் குவியலென பிரக்ஞையற்றுக் கிடந்தாள். அவளிடமிருந்து எந்தவித வழிகாட்டுதல்களும் அற்றுப்போன நிலையில் எல்லோரும் என்ன செய்வதென்று தெரியாமல் குழம்பினர். ஒரு வறண்ட ஓடையில் தேங்கிய நீர்க்குட்டையை ஆதாரமாகக் கொண்டு சில பொழுதுகளைக் கழிக்க முடிவு மேற்கொண்டு பயணம் நிறுத்தப்பட்டது.

கந்தலும் பசியும் வலியும் வெயிலும் அன்றைய இரவின் முழு நிலவின் முன் காணாமல் போனது. திசையெல்லாம் எழுந்த நிலா கீழ்வானத்தை ஒரு சுவர்போல அடைத்து நின்றது. குழந்தைகள் கூவியபடி நிலவைத் தொட ஓடினார்கள். அவர்களின் பிஞ்சு விரல்கள் பதித்த அழுக்குத் தடங்களோடு நிலா மேலெழ, குழந்தைகள் எட்டி எட்டிப் பிடிக்க முயன்றனர். அந்தரத்தில் தொங்கும் பசு மடியிலிருந்து பீய்ச்சி வழியும் பாலொளி, விதையின் மீது விழுந்த மழைத்துளியென எல்லோரையும் உள்ளும் புறமும் உயிர்ப்பித்தது. கொண்டுவந்த கிழங்குகளை அவிப்பதற்கு ஓடையில் ஆண்கள் நீர்முகர, பெண்கள் மூன்று கற்களை வைத்து அதன் மீது மண்தோண்டியை இறுத்திக் கீழே சுள்ளிகளைக் கொண்டு தீமூட்டினார்கள். ஆங்காங்கே குடும்பம் குடும்பமாக நிலவொளியில் அடுப்புகள் புகைந்தபடி இருந்தன. அவர்களுக்கு எப்படியோ எங்கிருந்தோ மதுவும் கிடைத்துவிட்டிருந்தது. சின்னச் சின்ன தோல் கருவிகளிலிருந்து துல்லியமான ஓசை அதிர்ந்து கொண்டிருந்தது. நிலா மேற்கில் சரிந்திருந்தபோது ஆங்காங்கே குளிரில் சுருண்டு கொண்டிருந்த குழந்தைகளை வாரி இடுப்பில் ஏற்றி வந்து அதனதன் படுக்கை விரிப்புகளில் கிடத்திவிட்டு, பெண்கள் தங்கள் ஆடைகளை நெகிழ்த்தியபடி உறக்கத்தில் சரிந்தனர். நடு இரவு தாண்டியும் தோலின் ஓசையும் பாட்டும் ஒலித்தபடி இருப்பதைத் தங்கள் கனவுகளின் வழியாக அவர்களால் உணரமுடிந்தது.

விடியலில் மூக்கன் மகளின் அலறல் எல்லோரையும் உசுப்பி எழுப்பியது. எல்லோரும் ஓடிவந்து அவளையும் அவளுக்குப் பக்கத்தில் படுத்துக்கிடந்த கிழவியையும் சூழ்ந்தனர். கிழவியின்

நாசித்துவாரத்திலிருந்து எறும்புகள் சாரைசாரையாக வந்துகொண்டிருந்தன. பெண்களின் விசும்பல் ஒலி சற்றைக்கெல்லாம் ஒப்பாரியாக மாறித் தங்கள் மார்புகளில் அடித்தபடி குழுமி நின்று பாடினர். ஆண்களில் சிலர் காய்ந்த விறகுகள் உடைத்து எடுத்து வரப்போனார்கள். சிலர் தோல் கருவிகளை இசைத்தபடி பகல் முழுவதும் வெயிலில் ஆடிக்கொண்டிருந்தார்கள்.

பெண்களில் சிலர் கிழவியின் சேலையை அவிழ்த்து மூக்கன் மகளுக்குக் கட்டிவிட மற்றவர் குழுமி நின்று குலவையிட்டனர். அந்தக் கிழவியின் பழஞ்சேலையோடு சிறுமி ஓடையில் மூழ்கி எழுந்துவந்து கிழவிக்குக் கொள்ளி நெருப்பைப் போட்டாள். தூரத்தில் ஒரு கருங்கல் பாறைத் திட்டில் கிழவியின் சிதை மூட்டப்பட்டது. விளிம்புகள் தேய்ந்த வேறொரு நிலா குழந்தைகளின் கவனத்தைக் கூடக் கவராமல் சோகமான முகத்தோடு இருள் கவிய வெளிப்பட்டது.

சிதையிலிருந்து அடர்த்தியாகப் புகை தென்மேற்குத் திசையை நோக்கிக் கலைந்து பரவியபடி இருந்தது. சிறுமி உரத்த குரலில் சொன்னாள்: ‘நம் தாய் இறந்தாலும் நமது பயணமும் தேடலும் தொடரும். நமக்குக் கிடைக்கும் கடவுளுக்கு இவளது பெயரைச் சூட்டி அழைப்போம். இதோ இவள் சிதையிலிருந்து வெளிப்படும் புகையானது எத்திசையில் பரவுகிறதோ அத்திசை நோக்கியே இனி நமது பயணம் தொடரும். எல்லோரும் புறப்படுங்கள்.’

எல்லோரும் தங்கள் உடமைகளைச் சுருட்டியபடி நடக்கத் தொடங்கினர். குழந்தைகள் ஆண்களின் தோள்களில் அமர்ந்தபடி எட்டிய தூரத்தில் எரிந்துகொண்டிருக்கும் சிதையைத் திரும்பித் திரும்பிப் பார்த்தபடி ஏதுமற்ற வெட்டவெளியின் இருட்டில் மூழ்கிக்கொண்டிருந்தனர்.

6

இந்தப் பெருநடை தன்னை எங்கு இழுத்துச் செல்லும் என்பது பற்றிய உள்ளுணர்வு முற்றும் அற்றவளாக சிறுமி நடக்க, அவளைத் தொடர்ந்த கூட்டம் அனைத்திற்கும் அப்பால் ஏதோவொன்றைத் தீண்டும் எதிர்ப்பார்த்தலில் பயணிக்கலானது.

ராப்பகல் கடந்த, தூரம் மறந்த போதம். தம் பழைய நிலம், தாம் பழகிய நிலம் அருகிக்கொண்டிருப்பதான, கதைவழிக்கேட்ட தட்ப வெப்பத்தை அவர்கள் உணரத் தொடங்கினர். தாங்கள் இதுவரை உணர்ந்திராத வெயில். வெள்ளியை உருக்கி உடம்பில் ஊற்றுவது போன்றதோர் தகிப்பு. வெளியே சூரியனாகிக் கண்களை நிறைக்கும் கொடுமை. அனல்காற்றின் ஓட்டத்தில் சில குழந்தைகள் நாசியில் குருதி கசியத் துவண்டன.

தூரத்தில் மொழுமொழுவென்று கரேலென நெடும் குன்று கானலிலிருந்து எழுந்தது. அந்தக் கருத்த குன்றை நெருங்க நெருங்க ஒரு ஊர் அப்பாறையை மையம்கொண்டு உருவாகி இருப்பதைத் தூரத்திலிருந்து அறிந்தனர். அனலிலிருந்து தப்பிக்க சிறுசிறு பாறைகளைக் குடைந்ததான வீடுகள் அடைபட்டு இருந்தன. வீதிகள், சுட்டெரிக்கும் வெயிலில் ஆளரவமற்றுக் கிடந்தன. குஞ்சுகளை அழைத்துச் செல்லும் தாய்ப்பறவை போல வீதிகளின் வழியே சிறுமி நடக்கலானாள்.

சந்து சந்தாக வளைந்து தெருக்கள் முடிவற்று மடிந்து சென்று இறுதியில் அவர்களை ஊரின் நுழைவாயிலுக்கே, கரும்பாறையைச் சுற்றிக் கொண்டு வந்துவிட்டது. ஊரின் வழியே ஊரைக் கடக்க முடியாமல் மீண்டும் மீண்டும் நுழைவாயிலுக்கே இழுத்துவந்துவிடுவதாக பாதைகள் இருக்க, சிறுமி கருப்புக்குன்றின் மீதேறி ஊரைப் பார்த்தாள். கருத்த குன்றானது ஒரு பாம்பின் தலையாக விடைத்து நிற்க அதன் உடலென ஒரே வீதியானது நெளிந்து நெளிந்து பலமடிப்புகளாகச் சுழன்று வாலின் முனையாக நுழைவாயில் இருந்தது. இந்த ஊருக்குள் நுழைந்தால் வேறு வழியாக வெளியேற முடியாது என்பதும், ஒரே பாட்டையின் பல அடுக்கு நெளிவுகளில் இந்த ஊர்க் குடிகள் சிக்கிக் கொண்டனரோ என்று சிறுமியின் யோசனை சென்றது.

கருப்புக்குன்றிலிருந்து பல கல் தொலைவில் கிழக்குத் திசையில் இடிபாடுகளோடு ஒரு நகரம் இருப்பதும் அதன் மையத்தில் உச்சி சிதைந்த கோபுரம் ஒன்று நிமிர்ந்து நிற்பதும் சிறுமியின் கண்களை நிறைத்தது. தான் கனவில் அலைந்த இடிபாடுகளின் நகரம் இதுதானோவென்று உள்ளுணர்வு

கிளர்ந்தது. சிதிலங்களூடாக பாட்டை பாட்டைகளாகச் செல்லும் கட்டடங்களின் இடிபாடுகளூடாகத் தன்னை இழுத்துச் செல்லும் அதே அழைப்பு இக்கணம் இந்த விழிப்பு நிலையில் செவிக்குள் ஒலித்துக் கொண்டிருப்பதை உணர்ந்தாள். எட்டிய தூரத்தில் கோபுரம் கானலில் மூழ்கிக்கொண்டிருந்தது.

7

அந்த ஊரை பல கல் தொலைவு சுற்றியபடி சிறுமி ஓடினாள். அவளைத் தொடர்ந்த கூட்டம் ஏதோவொரு விபரீதத்தையோ விநோதத்தையோ எதிர்நோக்கியதாய் ஓடியது. தாங்கள் எங்குமே அனுபவித்தறியாத வெயிலின் கொடுமையிலிருந்து தப்பிக்க பாதைமாறிச் சென்ற ஆண்கள் பல கல் தொலைவுகளுக்கு அப்பாலிருந்து வேப்பமரங்களின் இலைகள் செறிந்த கிளைகளோடு வந்தார்கள். குறும்புதர்களைப் போல இருந்த கிளைகளைத் தலைக்கு மேலாகப் பிடித்தபடி ஒரு காடே நடந்து செல்வது போல் பாலை வெளியில் சிதைந்த நகரத்தை நோக்கி அவர்கள் முன்னேறினர்.

நகரத்தை நெருங்க நெருங்க இடிந்த பெருஞ்சுவர்களுக்குள்ளாக கோபுரம் அமிழ்ந்தபடி இருந்தது. சிறுமி திடீரென வெறிபிடித்தவள் போல குலவையிட, அவளைத் தொடர்ந்து குலவையொலியில் அந்த வெட்டவெளி ஒரு மிருகமென அசைந்து உறுமியது. குலவையோடு தோல்கருவிகளின் ஓசையும் கலந்துகொள்ள, குறும்புதர்களின் ஊர்வலம் நகரத்தின் எல்லையை அடைந்தது. நகரத்தின் நுழைவாயில் வளைவு இடிந்து விழுந்துவிட, இரு பக்கங்களிலும் கல் தூண்கள் இரண்டு சிற்ப வேலைப்பாடுகளோடு நின்றன. வானத்தில் காய்வெடித்த இலவம் பஞ்சுகள் போல பிசிறு பிசிறாய் மிதந்து சென்ற மேகங்கள் இடிந்த நகரத்தின் மேல் மையம்கொண்டு திரளத் தொடங்கியதைக் கூட்டத்தினர் அதிசயத்தோடு பார்த்தனர். தாங்கள் தலைக்குமேலாகப் பிடித்தபடி இருக்கும் பசுங்கிளைகள் எங்கிருந்தோ சீராக வீசியபடி இருக்கும் காற்றில் குளிர்ச்சியாக அசைந்தபடி இருப்பதையும் அதிசயத்தோடு கவனித்தனர்.

சிறுமியைத் தொடர்ந்து நகரத்தின் இடிபாடுகளூடாகப் பச்சை ஊர்வலம் தளங்களற்ற சுவர்கள் வழிநெடுக்க சிதைந்து நின்றன.

பாதைகளை இடிந்த சுவர்கள் அடைத்துக் கிடக்க, தூண்களும் பலகைகளும், கலசங்களோடு குடைசரிந்த விதானங்களும் கிடந்தன. கூட்டம் இடிபாடுகளில் கால்கள் சிக்கி நடந்தபடிப் பாதைகளை உருவாக்கிக் கடக்க, உச்சிவானில் திரண்ட மேகங்கள் கருத்து பிளவுபட இடித்த ஓசையினூடாக மின்னல் கொடி விண்முழுவதும் படர்ந்து வெளிச்சமிட சிறுதூரல்-விழலானது. திடீரென வெப்பம் தணிந்த ஒரு மந்தாரம். வானும் பூமியும் கரு நீலமாய் உருமாற, கிளைகளை எறிந்துவிட்டு கூட்டத்தினர் தூரல்களை உள்ளங்கைகளைக் குவித்து ஏந்தி நாவால் சுவைத்துச் சிலிர்த்தனர். சிறுசிறு தூரல்கள் படபடவென வலுத்துப் பொசுங்கிய பூமியில் பட்டு மண்வாசனை குப்பென்று கமழ்ந்தது.

இடிபாடுகளினூடாக வெட்டவெளித் திடலில் ஒற்றைப் பனை உயரத்திற்கு மூன்று தேர்கள் ஒன்றின்மீதொன்றாக சரிந்துகிடந்தன. ஆளுயர மரச்சக்கரம் ஒன்று சற்று தூரத்தில் கிடந்தது. நடைதளதார கூட்டத்தின் உற்சாகம். சந்து சந்தாகச் செல்லும் நெடிய மதிலொன்றின் ஊடாகவே வளைந்து வளைந்து சென்று மதில் முடிவடைந்த முனையிலிருந்து நாலாபுறமும் பார்வைக்கு எட்டியதூரம் வரை தொடுவானங்களை மறைத்த கட்டடங்களின் இடிபாடுகள். எல்லோருக்கும் அடிவயிற்றிலிருந்து திகில் பரவி நெஞ்சை அடைத்தது. வெட்டவெளி என்பது பாதுகாப்பானது என்ற உணர்வு மெல்ல எழ தாம் இடிபாடுகளுக்குள் சிக்கிக் கொண்டதன் விபரீதம் சரேலென்ற நீல மழையாகி வலுக்கத் தொடங்கியது. குழந்தைகளை வாரிச்சுருட்டியபடி ஒரு தளம் சரியாத கட்டடத்தைத் தேடி மங்கிய இருட்டில் கூட்டம் ஓடியது. மழை பெருஞ்சூறையாக வலுக்க ஆங்காங்கே நெடிதுயர்ந்த சுவர்கள் தொபீரென இடிந்து விழுந்தபடி இருந்தன. பெண்களும் குழந்தைகளும் வீறிட, பெரிய இருட்டு ஒன்று தம்மைச் சூழ்ந்து மூழ்கடிப்பதை எல்லோரும் உணர்ந்தனர்.

செவ்வக வடிவக் கருங்கல் பாறைகளாலான மதில்கள் சரிந்த பிரும்மாண்டச் சிதைவு ஒன்றின் நடுவில் உச்சி சிதைந்த கோபுரம் ஒன்றின் மீது மின்னல் அறுந்து விழுவதை எல்லோரும் பார்த்தனர். இந்தக் கைவிடப்பட்ட இடிந்த

நகரத்தில் தளம்கொண்ட ஓர் இடம் அதுதானென நினைத்த கூட்டம் பாறைகளைத் தாண்டி அதை நோக்கி ஓடியது. மழை பளீர் பளீரென சுழன்று அறைய குழந்தைகளை மார்புக்குள் பொத்தியபடிப் பெண்கள் ஓடிவந்தனர். இருட்டில் பாறைகள் தடுக்கின. அந்த இடிந்த கோபுரத்தின் வாயிற்கதவு அடைக்கப்பட்டிருந்தது. பெரிய பாறைத்தூணால் அதன் கதவை இடித்து உடைக்க கதவு இரண்டாகப் பிளவுபட்டுத் திறந்தது. உள்ளே மையிருட்டு. பெண்கள் குழந்தைகளை அள்ளிக்கொண்டு அதனுள் ஓடினார்கள். எல்லோரும் அந்தக் குறுகிய அறை அடுக்குகளுக்குள் நெருங்கி நிறைய, வெளியே முழு இருட்டில் பேயின் சிரிப்பென மழை வலுத்துச் சுழன்றது. பெரும் மதில் சுவர்கள் இடிந்து விழும் ஓசைகள் மெல்ல ஒடுங்க கோபுரக் குடைவுக்குள் அடைந்த நனைந்த உடல்களைச் சற்றைக்கெல்லாம் உறக்கம் கவ்வியது. சிறுமி மட்டும் அந்த நெரிசலுக்குள்ளிருந்து, மழை, புள்ளியில் ஒற்றைச் சொட்டாய் ஒடுங்கும் கணம் வரை அதன் ஓசையைக் கேட்டபடி வாயிலின் இருட்டை வெறித்துக்கிடந்தாள்.

8

உச்சி இரவில் மழை ஓய, குளிர்ந்த காற்று கோபுரக் குடைவுக்குள் வீசிச் சுழன்றபடி இருந்தது. தன்னையறியாமல் ஓர் ஆழ்ந்த உறக்கத்திற்குக் கொண்டு சென்ற சிறுமியின் விழிப்பானது மீண்டும் விழிப்பு நிலைக்கு அவளைக் கொண்டுவர, ஈரக்காற்றின் சிலுசிலுப்பில் இமைகள் திறந்தாள். ஒரு கனவில் கண்விழித்து இன்னொரு கனவிற்கு வந்தது போல தன் இருப்பை மங்கியதொரு மனோநிலையிலிருந்து நினைவு கூர்ந்தாள். இளங்கருமை வெளிச்சத்தில் தன்னைச் சுற்றிலும் மூட்டை மூட்டையாக அனைவரும் சுருண்டுகிடப்பதை அறிந்த மாத்திரத்தில், வாசலை நோக்கினாள். செவ்வக வாசல் நிலை நீல வெளிச்சத்தில் சிவப்புத் தீற்றல்களோடு தெரிந்தது. சிறுமி தட்டுத்தடுமாறி செவ்வக வெளிச்சத்தை நோக்கி எழுந்து வந்தாள்.

குளிர்க்காற்று அவளது முகத்தில் ஊசிகளைப் போல தைத்தது. இடிந்த பாறைச் சுவர்களை அறுத்தபடி மழையற்ற பெருநீர் சலசலவென ஓடிக்கொண்டிருந்தது. கீழ்வானில்

வெளிச்சம் மெல்ல மெல்ல கூடிவர ஏதோவொன்றின் நெடிதுயர்ந்த மதிற்சுவரின் பிளவுவழியாக ஒளியின் கீற்று வெளிப்பட்டு கோபுரக் குடைவிற்குள் ஊடுருவி வெளிச்சம் பரப்பியது.

தூரத்து மலை முகடுகள் தம்மில் ஆங்காங்கே பச்சைப் பச்சையாய் இமை விழித்திருப்பதைக் கண்கொட்டாமல் பார்த்த சிறுமி எதேச்சையாகக் குடைவறைக்குள் பார்வை திரும்பி ஸ்தம்பித்து நின்றாள். உள்ளே ஒளியின் கீற்றை முழுமையாகத் தன்னுள் வாங்கி விசிறியபடி கரிய சிலையொன்று ஆள்போல் நின்றிருந்தது. அமானுஷ்யமாய் முலைகள் திரண்ட ரூபம். அதன் காம்புகளிலிருந்து திரவம் துளிர்த்துச் சொட்டியபடி இருந்தது. அவளது உறுப்புகளற்ற முகத்தின் நெற்றியில் ஒற்றைக் கண் பளீரென திறந்தபடி இருக்க, அவளது கல்தலையின் முடிச்சவிழ்ந்து மனிதக் கூந்தல் விரிந்து முன்நெற்றியில் இழையிழையாய்க் காற்றில் அலைந்தது. சடைசடையாய் சிடுக்கு விழுந்த முடிக் கற்றைகள் இரு புறமும் தோள்களின் வழியாக மார்பில் புரண்டன. உற்றுப் பார்த்ததில் அவளது கன்னக் கதுப்புகள் வழியாக சடைவிழுந்த தாடியிழைகள் வழிந்து வயிறுவரை நீண்டிருந்தன. அவளது ஸ்தனங்களில் துளிர்க்கும் நீர் முடிக்கற்றைகளை ஈரமாக்கிக் கசிந்தபடி இருந்தது. அவளது ஆயுதம் தரித்த இரண்டு கைகளைக் கோர்த்துப் பின்னியதாய் ஆயுதமற்ற வேறு இரு கைகள். அவளது பின்புறமிருந்து இடுப்பை வளைத்துச் செல்லும் முன்றாவதாக ஒரு கால். அவளது ஒரு பாதம் தரைபடிய, பாதவிரல்களை மட்டும் தரையிலூன்றி குதிக்காலுயர்த்தி நிற்கும் மறுகாலுக்கு இணையாக நிற்கும் நான்காவதாக ஒரு கால். அதிசயத்தில் சிறுமி உறைந்து நின்றாள். சிலையின் ஒற்றைக் கண் அவளை நோக்கி ஒளிர்ந்தது. அவள் தாயே என்று அலறினாள். குளிந்த உடல்களில் சூர்யத்தகிப்பு இதமாகப் பரவ சிலையின் அடியில் சுருண்டுகிடந்த கூட்டம் கைகால்களை நீட்டிநெளித்து அசதியோடு மீண்டும் உறக்கத்தில் புரண்டு படுத்தது.

9

நண்பா, கருவறையின் காற்று நுழையாத இருட்டும் செங்குத்தான கோபுரத்தின் வழியாக உள்பரவிய வெயிலின்

வெப்பமும் அந்தப் பைத்தியக்காரனின் உடலைப் பதப்படுத்தி காலகாலமாய் சிலையோடு சிலையாக உறையவைத்துப் பதித்துப் பிணைத்திருக்கலாம் என்று தோன்றுகிறது. உனது கல்வெட்டுச் செய்தியும் எனது கதைப்பாடல் செய்தியும் தெரிவிப்பது சரித்திரத்தின் இந்த வினோத வார்ப்பைப் பற்றித்தான் என்பது என் துணிபு.

இந்தக் கதைப்பாடல் சுமார் ஆயிரம் அடிகளையுடையது. பல்லவி என்ற ஒரு இரட்டையடியானது இடையிடையே அடிக்கடி சேர்த்துப் பாடப்படுகிறது. கத்திரிவெயில் ஆரம்பிக்கும் அந்த இரவு கடற்கரையில் கூட்டமாகக் கூடி கள்ளும் மீனுமான ஒரு சடங்கில் இது பாடப்படுகிறது. அதன் ஒலிப்பேழை இத்துடன் இருக்கிறது. சிறுசிறு தோல் கருவிகளின் ஓசையால் குரல் தெளிவற்றதாக இருக்கும். இன்னும் சில வாரத்தில் அந்தப் பாடல் அடிகளை உனக்குப் பிரதியெடுத்து அனுப்புகிறேன்.

ஓலைச் சுவடியில் இருப்பதெல்லாம் பெரும்பாலும் அரசியலுக்கு அப்பாற்பட்டதாக இருக்கலாம். பாறைகளில் செதுக்கப்பட்டவைகளும் தாமிரப்பட்டயங்களும் உலோகத்தூண்களும் பெரும்பாலும் அரசியல் சார்ந்ததாகத்தான் இருக்கும். ஆனால், நீ குறிப்பிட்டிருந்த கல்வெட்டுச் செய்தியானது வெற்றுப்புனைவு நிகழ்வு என்பதற்கும் அப்பால் ஓர் அரசியல் நிகழ்வாகவும் இருக்கிறது. நான் குறிப்பிடும் இந்தக் கதைப் பாடலும் அப்படியே. உன் கல்வெட்டும் என் கதைப் பாடலும் ஒரே செய்தியின் இருவேறு வடிவங்கள். ஆக நீங்கள் உருவாக்கிய கல்வெட்டுகளிலிருந்தான வரலாற்றுக்கு நானும் நீயும் வெவ்வேறு இடங்களில் வெவ்வேறு வடிவங்களில் கண்டெடுத்தவைப் பேரிடியாக விளங்கக் கூடியவைதானே. இவற்றை நீ பொய் என்று மீண்டும் மீண்டும் நிரூபிக்க முயலலாம். ஆனால் உன்னுடைய வரலாற்றின் கட்டுமானத்திற்குப் பயன்பட்ட கல்வெட்டுகள் மாத்திரம் நிஜம் என்று வாதிட என்ன நிரூபணம் இருக்கிறது?

10

நண்பா, பல்கலைக்கழகம் அடைக்கப்பட்ட இந்தக் கோடை விடுமுறையை பெரும்பாலும் இந்தக் குளக்கரையிலேயே

கழித்துவிடுவேன் போலும். இது ஒரு சித்தர் கோயில், இதன் குளம் சிறியது என்றாலும் சுத்தமாக இருக்கிறது. சிமெண்டால் ஆன படிக்கறை. சுற்றிலும் அடர்ந்த மரங்கள். மகிழம்காடு. இதன் வாசனை என்னை அற்றுப்போகச் செய்கிறது. தன்னைச் சூழ்ந்த மரங்களின் நிழல்களைப் புதைத்து கிடக்கும் பளீரென்ற நீரில் ஒரே ஒரு மீன் மட்டுமே இருக்கிறது. ஒரு முழம் கொண்ட விறால்மீன் அது. அது எப்பொழுதும் ஒரே இடத்தில் அசையாமல் நிற்கிறது. என்றைக்குப் பார்த்தாலும் ஒரு மூழ்கிய கட்டையைப் போல அது அசைவற்று நிற்கிறது. நீருக்குள் அதன் மோனநிலை. அந்த நிலையை நான் அடைய முடியுமா? சரித்திரத்திற்குள் அசைவற்று இருப்பது....

11

முன்பெல்லாம் தரையில் அமர்ந்து கடலின் பரந்த நீர்வெளியை பல மணி நேரங்களுக்கு வெறித்தபடி இருப்பேன். தூரத்துப் படகுகளும் கப்பல்களும் சில சமயம் கண்ணுக்குள் வரும்; சில சமயம் கண்ணிலிருந்து மறையும். ஒரு தருணத்தில் பார்வையிலிருந்து கடலே மறைந்துவிடும். கடல் இருந்த இடத்தில் என் பார்வை மட்டும் இருக்கும். சில சமயம் பார்வையும் அற்ற நிலை.

நண்பா, கடல் சில நாட்களாக எனக்கு அச்சத்தைத் தருகிறது. அந்தக் கடலில்தான் எங்கிருந்தோ என் சிந்தையை ஆட்கொண்ட அந்தக் கதைப்பாடல் கிடைத்தது. இப்பொழுது எனக்கு இந்தக் குளமும் அதில் நிற்கும் மீனின் யோகமும் மனதை நிறைக்கிறது. இந்த மீனைப் பற்றி என் மகளிடம் சொன்னேன். நீ அசைந்தால் மீனும் அசையும் என்றாள் அவள். நான் அசைந்து பார்த்தேன் மீன் அசைவது போல் இருந்தது. அது மட்டுமல்ல, ஒரே இடத்தில் வந்து நாள் முழுவதும் நிற்பது ஒரே மீனல்ல என்பதையும், குளத்தின் பல மீன்களில் ஏதேனுமொன்று அந்த இடத்தில் தினமும் நிற்கிறதென்ற உண்மையையும் புரிந்து கொண்டேன். இதை மகளிடம் சொன்னேன். அவள் சொன்னாள்: மீனைப் பார்க்கும் கோணங்கள் மாறும்போது ஒரு மீன் பலவாக மாறுமென்றும், அதோபோல் அதன் கோணத்திலிருந்து நீ மாறும்போது பலவாகித் தெரியலாமென்றும்.

அன்று உறக்கமற்ற இரவில் எழுந்து நீரருந்த குளிர்சாதனப் பெட்டியைத் திறந்தபோது பக்கத்தில் வந்து தோள்தொட்டு சொன்னாள்: 'அப்பா சரித்திரமென்பது குளமுமல்ல கடலுமல்ல - மீனுக்கு வெறும் நீர்.'

மூன்று பெர்னார்கள்

1998-ஆம் ஆண்டு டிசம்பர் 6ஆம் நாள் பிற்பகல் இரண்டு மணி பதினைந்து நிமிடங்கள் கடந்த நிலையில், புதுச்சேரி கடற்கரையோர மதுபான விடுதியான கடற்காகத்தின் மேல்மாடியில் பருகி முடிக்கப்படாத இறுதிமிடறு மேசை மீதிருக்க, கூடை வடிவ பிரம்பு நாற்காலியில் அமர்ந்த நிலையில் மூன் பெர்னாரின் உயிர் பிரிந்திருந்தது.

குழியில் பலகைமீது விழுந்த ஈர மண்ணின் முதல் பிடி ஒலியைத் தொடர்ந்து வெவ்வேறு கைப்பிடி அளவுகளில் ஓசைகள் எழுந்தன. இடையே மண் குவியலில் மண்வெட்டி உரசும் சப்தம். இடம் மாறும் காலடிகளின் ஓசை. கல்லறைத் தோட்டத்திற்கு வெளியே வாகனங்கள் எழுப்பும் இரைச்சல்களும் அடங்கிவிட, சற்றுமுன் மணியோசையில் அதிர்ந்து கோபுரத்தை விட்டுப் பறந்த புறாக்கள் மீண்டும் வந்தடையும் சிறகோசை. எல்லாம் முடிந்துவிட்டது. ஆம் அவரைப் பொறுத்தவரை எல்லாம் முடிந்துவிட்டது. அறுபது ஆண்டுகள் ஆறு மாதங்கள் பதினேழு நாட்கள் வாழ்ந்து முடிந்தாகிவிட்டது. நீர் கலக்காத இறுதி மிடறு மது மெல்ல மெல்ல ஆவியாகிக்கொண்டிருந்தபோது மூன் பெர்னாரும் உடன் ஆவியாகி அற்றுப் போயிருந்தார்.

கொட்டும் மழையில் ஆளரவமற்ற புதுச்சேரி கடற்கரைச் சாலையில் நனைந்தபடி மெல்ல நடந்து செல்வது போன்ற சுகம் போகத்தில் கூட இல்லை எனச் சொல்லும் பெர்னாரை, எட்டு ஆண்டுகளுக்கு முன்பு நான் நனைந்தபடி நடந்துகொண்டிருக்கும்போது முதன்முதலாக எதிர்கொண்டு ஒருவருக்கொருவர் அறிமுகமானோம்.

நெடிய உருவம். தமிழனா ஐரோப்பியனா என அறுதியிட இயலாதத் தோற்றம். கட்டுத் தளராத குரல். பிரெஞ்சு

மொழிபேசிப் பழகிய வாய்க்கே உரித்தான கரகரப்போடு வெளிப்படும் தமிழ். எந்தவொரு அசைவிலும் அவசரங்காட்டாத ஒரே சீரான தாள கதி. பெர்னாரை இத்தனை சீக்கிரத்தில் இழந்துவிடுவேன் என நான் நினைத்ததில்லை.

கப்பித்தேன் மரியூஸ் ஸவியே தெருவில் வெளித்தோற்றத்தில் காரை பெயர்ந்து இடிந்து கிடக்கும் சுவர்களைக் கொண்ட அவருடைய வீட்டின் உள்தோற்றம் அத்தனை மோசமில்லை. வரவேற்பறைச் சுவரில் வெள்ளைக்காரத் தந்தையுடன் கம்மல் மூக்குத்தி அணிந்து குங்குமமிட்ட நெற்றியுடன் தமிழ்க் கிறித்துவ அன்னை. கருப்பு வெள்ளைப் புகைப்படம் தேக்குச் சட்டமிடப்பட்டு பெரிய அளவில் தொங்கிக் கொண்டருக்க, எதிர் மூலையின் வலப்பக்கத்தில் இலைகளைக் கழித்துவிட்டு நட்ட சிறு மரம்போல தொப்பிகளை மாட்டிவைக்கப் பயன்படும் மரத்தாலான ஒரு பொருள். பெர்னார் குடும்பத்தினரின் பல்வேறு வடிவங்கள்கொண்ட தொப்பிகள். பல தொப்பிகள் தங்களுக்கானத் தலைகளை என்றோ இழந்துவிட்டதன் சோகத்தை என்னைக் கண்டதும் மீண்டும் பொருத்திக்கொண்டு அசைந்தன. உள்கட்டுக்குள் நுழைந்ததும் வடலூர் ராமலிங்க சுவாமிகளின் மிகப்பெரிய வண்ண ஓவியம். தரையிலிருந்து சுவரில் சாய்ந்த நிலையில் நின்ற வெள்ளாடையுருவத்தின் காலடியில் பணிப்பெண் வைத்துவிட்டுச் செல்லும் நான்கைந்து செம்பருத்திகள். அதற்கடுத்து சிறு நடையைத் தாண்டி வலப்பக்கமும் இடப்பக்கமும் இரண்டு அறைகள். இடப்பக்கம் படுக்கையறை. வலப்பக்கம் அவருடைய பூசையறை எனச் சொன்னார். கதவிற்கும் நிலைச் சட்டத்திற்குமாக ஒட்டடைகள் அடர்ந்திருந்த நிலையில், புழக்கமற்ற அந்த அறையை பூசையறை என்கிறாரே என அப்பொழுது நினைத்துக்கொண்டேன். ஒருமுறை பகலில் நான் அங்கிருந்தபோது பணிப்பெண்ணை அழைத்து வலப்பக்க அறைக் கதவைச் சுத்தம் செய்யச் சொன்னேன். அதற்கு அவள், ‘மெர்ஸ்யே திட்டுவாரு’ எனச் சொல்லிவிட்டுச் சென்றது எனக்கு விநோதமாக இருந்தது.

பெர்னாரின் வினோதமான பழக்கவழக்கங்களையும், அவருடைய வாழ்க்கையில் நடந்த சில சம்பவங்களையும்

கேட்டு ரசிப்பதில் என் மனைவிக்கு அலாதியான விருப்பம் இருந்தது.

ஒருமுறை என் வீட்டுக்கு விருந்துக்கு வந்திருந்த பெர்னார் ஒயினில் தனது சுருட்டுச் சாம்பலையிட்டுக் கலக்கி அருந்தியதைக் கண்ட நாங்கள் எல்லோருமே திடுக்கிட்டோம். மேலும் அவர் புகையிலை ஊறிய ஒயினை அருந்துவதற்கு ஈடான ருசியும் போதையும் வேறெவற்றிலும் இல்லை எனவும் சொல்வார்.

பெர்னாரை நான் அடிக்கடி சந்திப்பது போய் தினமும் ஒவ்வொரு மாலையும் அவருடன் கழிவதையும், அளவுக்கு அதிகமாகக் குடிப்பதையும் அடிக்கடி சுட்டிக்காட்டி வந்த என் மனைவிக்கு அவரின் மேல் சிறு கோபமும் வெறுப்பும் மெல்ல வளரத் தொடங்கியது.

பிரான்சிலிருக்கும் தன் வெள்ளைக்கார மனைவி குறித்தும் தன்னுடைய மகனைக் குறித்தும் பெர்னார் அடிக்கடி குறிப்பிடுவார். விவாகரத்து செய்துகொள்ளாமலேயே மிக இளம்வயதிலிருந்தே தாங்கள் பிரிந்து வாழ்வதாகவும் சொன்னார். மகன் ஆண்டுக்கு ஒருமுறை வந்துத் தன்னைப் பார்த்துவிட்டுச் செல்லும் பழக்கமும் நாளடைவில் குறைந்துவிட்டதாகவும் சொல்லியிருக்கிறார்.

எனக்கு எப்பொழுதுமே பிறருடைய வாழ்க்கை பற்றிய செய்திகளில் ஈடுபாடு இருந்ததில்லை. பெர்னாருடைய வாழ்க்கைக் கதையில் எனக்குத் தேவைப்படுவது எதுவுமே இல்லை என்றபோதும், என் மனைவிக்கு உதவுமே என அவர் சொல்வதைக் கேட்டுக் கொள்வேன்.

அப்படித்தான் ஒருமுறை அவர் சொன்னார்: தனது வெள்ளைக்காரத் தகப்பனான ஃப்ரான்சுவா பெர்னாருக்கும் வடலூர் வள்ளலாருக்கும் இடையே ஆழமான பக்திப் பிணைப்பு இருந்தது என்று. வள்ளலார் என்னுடைய சாதியைச் சார்ந்த மாபெரும் யோகி என்பதில் எனக்கு எப்போதும் பெருமை உண்டு. பெர்னாரின் அன்னையும் என் சாதியைச் சார்ந்த கிறித்துவர் என அறிய வந்தபோது, எங்களுக்குள் சாதிய நெருக்கமும் வளர்ந்துவிட்டதைத் தவிர்க்க முடியவில்லை.

வள்ளலாரைப் பற்றிய ஒரு பேச்சின்போது பெர்னார் சொன்ன தகவல் என்னை அதிர்ச்சியடைய வைத்தது. வள்ளலார் தான் நூற்று இருபத்தைந்து ஆண்டுகள் உயிர் வாழப் போவதாகச் சொன்னபடி அந்த நீண்ட ஆயுளை வாழ்ந்து முடித்தவர் எனச் சொன்னார். கிழம் போதையேறி உளறுகிறது என அசிரத்தையோடு கேட்டுக் கொண்டிருந்தேன். தனக்குப் பத்து வயது ஆகும்போதுதான் அதாவது ஆயிரத்துத் தொள்ளாயிரத்து நாற்பத்தியெட்டாம் ஆண்டில்தான் அந்தச் சுடர் அணைந்தது என அவர் சொன்னதை என் மனைவியிடம் நான் சொல்ல; தயவுசெய்து இனி குடித்துவிட்டு மகான்களைப் பற்றி பேச வேண்டாம் என கடுமையோடு முகத்தை வைத்துக்கொண்டு சொன்னாள்.

ஒருமுறை பெர்னாரிடம் நான் கேட்டேன், "உங்களுடைய வீட்டின் எல்லா இடத்திலும் நான் புழங்கி வருகிறேன். உங்களுடைய பூசையறையை மட்டும் இதுவரை எனக்குத் திறந்து காட்டவில்லையே" என்று. அதற்கு அவர் நெடுநேரம் மௌனமாக இருந்தார். பிறகு நிதானமாக, 'வாழ்க்கையில் வினோதமும் யதார்த்தமற்ற போக்கும் மிக அவசியம். ஒவ்வொரு மனிதனுக்கும் நிச்சயமான நினைவு எப்படி அவசியமோ அதுபோலவே நிச்சயமற்ற புனைவும் அவசியம்" என்று பிரெஞ்சு மொழியில் சொன்னார். பிறகு அதையே தமிழிலும் சொல்ல எத்தனித்து சரியான சொற்கள் வந்து சேராமல் குழறினார்.

அவர் வீட்டில் குழல் விளக்குகளை பயன்படுத்துபவர் அல்லர். எல்லாயிடங்களிலும் குண்டு விளக்குகளையே பொருத்தியிருந்தார். வீட்டின் பழமையும் குண்டு விளக்கின் ஒளியும் நல்ல போதையில் ஒருவித மாயப் புதிரென மனசெல்லாம் படியும். அப்படித்தான் அன்றும் இருந்தது. மஞ்சள் மின்னொளியில் வள்ளலாரின் ஓவியம் உயிரும் சதையுமாக நிற்பதைப் போலவே இருந்தது. நான் பெர்னாரிடம் சொன்னேன், "வள்ளலார் இறக்கவில்லை, அவர் மறைந்துவிட்டார். சித்தர்கள் என்றைக்குமே அழிவற்றவர்கள். நம்மோடு என்றைக்கும் அலைந்துகொண்டிருப்பவர்கள்."

பெர்னார் கடகடவென சிரித்து "போதையில் உனது பிரெஞ்சு

மொழி அப்படியொன்றும் மோசமில்லை" என பகடி செய்தபடி என் பேச்சை மாற்ற அவர் எத்தனிப்பதாகத் தெரிந்தது.

நான் கடுப்பாகிப் போனேன். "வள்ளலாரை உமது குடும்பச் சொத்துப்போல பேசுகிறீரே உமது பொய்யுக்கும் ஒரு அளவு வேண்டாமோ" எனக் கத்திவிட்டேன்.

கிழவர் ஆடிப்போய்விட்டார். தன்னிலைக் குலைந்த அவர் விருட்டென எழுந்துசென்று ஒரு பெரிய சாவியை எடுத்துவந்து பூசையறையைத் திறந்து விளக்கைப் போட்டுவிட்டு வந்து என் கையைப் பிடித்து இழுத்துக்கொண்டு பூசையறைக்குள் சென்றார். பிறகு நடந்தவைகளெல்லாம் எனக்கு நிச்சயமற்றுத் தெரிகின்றன. என் மனைவியிடம் நான் அதைச் சொல்ல அவள் கலவரத்தோடு என் மனோநிலையைச் சோதித்தாள். அந்தக் கிழவரோடுச் சேர்ந்து நீங்களும் பயித்தியமாகிவிட்டீர்கள் எனக் கத்தினாள். இனி நான் அவரைச் சந்திக்கக் கூடாது என என் சட்டையைப் பிடித்து உலுக்கினாள். அதற்குப் பிறகு இரண்டு மாதம் கழித்து கிழவர் இறந்தசெய்தியைக் கேட்டுத்தான் நான் அவர் வீட்டுக்குப் போனேன். ஒருவாரம் அவருடைய உடல் ஜிப்மர் சவக்கிடங்கில் பதப்படுத்தி வைக்கப்பட்டிருந்தது. மகன் பிரான்சிலிருந்து வந்த பிறகு ஈமக்கிரியையை முடித்தனர். பெர்னாரின் மனைவி வரவில்லை.

மூாக் பெர்னார் இளவயது கிழவரைப் போலவே இருந்தான். என்னை விட இரண்டு வயது இளையவன். என்னைத் தொட்டுத் தொட்டுப் பேசினான். தான் இந்த வீட்டை இடித்துவிட்டு பெரிய அடுக்குமாடி கட்ட இருப்பதாகவும் நான்தான் அவனுக்கு உதவ வேண்டும் எனவும் கேட்டான். நான் கலவரப்படலானேன்.

"கடைசி காலத்தில் அப்பாவுக்கு நெருங்கிய நண்பராக இருந்திருக்கிறீர்கள். அவருடைய பூசையறையின் மர்மம் பற்றியும் அறிந் திருப்பீர்கள்தானே" என ஒருவித கிண்டல் தொனிக்கும்படி கேட்டான். நான் மௌனமாக இருந்தேன்.

"சுமார் ஐம்பது ஆண்டுகளாக ஒரு சாமியாரின் பிணத்தை வைத்துக் கொண்டு மாரடிக்கிறார். இதனால்தான் என் அம்மா இவரைப் பிரிந்து என்னை அழைத்துக் கொண்டு பிரான்சுக்கே

போய்விட்டார். என் தாத்தா காலத்துப் பிணம். இன்னும் சவப்பெட்டிக்குள் கிடக்கிறது. இதை அரசிடம் ஒப்படைக்க வேண்டும். அதற்கு நீங்கள்தான் உதவ வேண்டும்.”

நான் கண்களை மூடிக்கொண்டு மௌனமாக இருந்தேன். பதப்படுத்தப்பட்ட அந்த உடலை பெட்டியோடு எடுத்துவந்து நாம் வைத்துக் கொள்ளலாமா என என் மனைவியிடம் கண்கள் கலங்கக் கேட்டேன்.

அவள் என்னைப் பச்சாதாபத்தோடுதான் பார்த்தாள் என்றாலும் அந்தப் பார்வையை என்னால் தாங்க முடியாமல் தவித்தேன்.

“நான் உங்களுடன் வாழ்வதா வேண்டாமா?” என அமைதியாகக் கேட்டுவிட்டு விருட்டென எழுந்து சென்று படுக்கையறைக் கதவை அடைத்துக்கொண்டாள்.

மறுநாள் ழாக் பெர்னாரைச் சந்தித்தேன். என்னைப் பார்த்ததும் “என்ன முடிவு செய்தீர்கள்” எனப் பதறினான்.

“அரசிடம் ஒப்படைப்பது சாத்தியமில்லை. அரசாங்கமும் பத்திரிகை மீடியாவும் நம்மை கேள்விகேட்டுத் தொலைத்துவிடும். அந்த உடம்பின் ரகசியத்தை வெளிப்படுத்தினால் அது சமயப் பிரச்சினையாகி அது என் உயிருக்கே ஆபத்தாகிவிடும். இந்தப் பிணம் ஒரு சாமியார் மட்டுமல்ல, இந்திய ஆன்மீகத்தின் ஒரு சிகரம். பிரெஞ்சுக்காரனான உனக்கு இதன் வெகுமானமோ, அற்புதமோ இதன் மூலம் உருவாகப்போகும் ஆபத்துக்களோ என்னவென்று தெரியாது” என நிதானமாகச் சொன்னேன். எனது நிதானம் அவனைக் கலவரப்படுத்தியது.

நீண்டநேரம் அமைதியாக ஒயினைப் பருகியபடி இருந்தோம். பிறகு எனது திட்டத்தை அவனிடம் சொன்னேன். மகிழ்ச்சியில் என்னைக் கட்டித் தழுவிக்கொண்டான்.

விடிந்தால் போகி. விடிய விடிய குடித்தபடி இருந்தோம். என் மனைவியோ தொலைபேசியில் பதறியபடியே இருந்தாள். அதிகாலை மூன்று மணிக்கு பூசையறைக்குள் சென்றோம். சவப்பெட்டி ஒரு காவித் துணியால் போர்த்தப்பட்டிருந்தது.

துணியை விலக்கிவிட்டு ஆணியறையப்படாத பெட்டியைத் திறக்கமுற்பட்டேன். மூாக் தடுத்தான். நான் அவனை ஏறிட்டுப் பார்த்தேன். பிறகு மூடியைத் திறந்து பார்த்தேன். காவித்துணியால் சுற்றப்பட்ட ஒரு பொட்டலம். பெட்டியோடு தூக்கி வந்து வாசலில் வைத்து பெட்ரோல் ஊற்றிக் கொளுத்தினோம். சடசடவென தீ எழுந்தது.

ஆங்காங்கே வீட்டு வாசல்களில் எதையெதையோ போட்டுக் கொளுத்தத் தொடங்கிவிட்டனர். அரைமணி நேரத்தில் வாசலில் சாம்பல் புகைந்தது. சாம்பலில் ஒரு கை அள்ளி எனது கைக்குட்டையில் கட்டிக்கொண்டேன். வீட்டுக்குள் சென்று வள்ளலாரின் படத்தை எடுத்து வந்து எனது காரின் பின் இருக்கையில் வைத்துவிட்டு மூாக்கிடம் கை குலுக்கி விடைபெற்றேன். வழி நெடுகிலும் வாசல்கள்தோறும் பெருந்தீ வளர்ந்துகொண்டிருந்தது.

பரமபத பாதைகள்

சிறுநீரகங்களில் ஒன்றை விற்று தனது முதல் நாவலை அவன் வெளியிட்டதை அறியவந்த போது அவனிடமிருந்து எனது உறவைக் கொஞ்சம் கொஞ்சமாகத் துண்டித்துக் கொள்ளத் தொடங்கினேன். தனது கண்களில் ஒன்றை விற்பதற்குப் பேரம் நடைபெற்றபோது, அந்த நகரத்தை விட்டே நான் ஓடிவந்துவிட்டேன். பிறகு, ஒற்றைக்கண்ணன் என்று கையொப்பமிடப்பட்டு எனது புதிய முகவரிக்குக் கடிதங்கள் வரத்தொடங்கின. என்னால் இயன்ற அளவிற்கு அடிக்கடி அவனுக்குப் பணம் அனுப்பிக் கொண்டுதானிருந்தேன். இருப்பினும், அவன் விரும்பியும் அவனை நேர்கொண்டு சந்திப்பதைக் கடந்த ஆறு வருடங்களாகத் தவிர்த்தபடி இருந்தேன். அவனது எழுத்துக்களைப் போலவே அவனும் எனது உள்ளீடை அற்றுப் போகச்செய்து அங்குத் தன்னை நிறைத்துக்கொள்ளத் தொடங்கிவிடுவான் என்ற பயத்தினாலேயே அவனை நான் தவிர்த்தபடி இருந்தேன். அவனுடயான உறவுப் பின்னலும் அவனது எழுத்துகளுடனான தரிசனப் பகிர்வும் யாரொருவரையும் மிகச் சுலபமாக அவனைப் போலவே உருமாற்றிவிட வல்லது. அவனுடனான எனது உறவில் நான் அவனைப் போலிச் செய்வதாகத்தான் ஆரம்பத்தில் நினைத்தேன். நாள்பட நாள்பட நான் முழுமையாக அவனாக மாறிவருவதை உணர்ந்த போது மிக மூர்க்கமாக அவனுடனான எனது உறவைத் துண்டித்து கொண்டேன். சமீபத்தில் ஒரு நாள் அவனுடைய வழக்கறிஞர் என்னை வந்து சந்தித்தார். அவர் சொன்ன செய்திகள் மற்றவர்களுக்கு மிகச் சாதாரண ஒரு விஷயம், என்றாலும் எனக்கு அது தாளமுடியாத வலியைக் கொடுத்தது.

நாட்டில் சமீபகாலமாகப் பரவி வரும் மனித உறுப்புகள் வியாபாரத்தில் அவன் தன்னை முற்றாய் இழந்துவிட்டிருக்கிறான்.

வறுமைக் கோட்டிற்குக் கீழான நிலையிலிருப்பவர்கள் தங்கள் வாழ்க்கையில் கொஞ்சக் காலமேனும் பசிப்பட்டினியின்றி உண்டு களித்து உலக சுகங்களில் சொற்பத்தையேனும் அனுபவித்துவிட வேண்டி தமது உடலுறுப்புகளை விற்றுப் பணமாக்கத் தொடங்கியிருக்கிறார்கள். இந்த வர்த்தகத்தில் நாட்டின் மிகப்பெரிய நிறுவனங்கள் இறங்கியுள்ளன. கிராமங்கள் நகரங்களென நாட்டின் மூலைமுடுக்கெல்லாம் குட்டிக்குட்டி ஏஜென்ஸிகளும் கமிஷன் தரகர்களும் பெருகிக்கொண்டிருக்கும் நிலையில், ஏதோ ஓர் ஏஜென்ஸியிடம் தன்னை அவன் முற்றாக விற்றுவிட்டிருக்கிறான். ஆதரவற்றவர்கள், தமக்கென்று ஏதுமற்ற நடைபாதைவாசிகள், பஞ்சத்திற்குட்பட்ட பகுதிகளைச் சார்ந்தவர்கள் எனப் பலதரப்பட்ட விளிம்புப் பகுதி மனிதர்களிடம் அவர்கள் உயிருடன் இருக்கும் போதே அவர்களுடைய உடலுறுப்புகளைக் குறிப்பிட்டதொரு தொகையைக் கொடுத்து வாங்கிவிடும் ஏஜென்ஸிகள், ஒரு குறிப்பிட்ட வருடங்கள் வரை அவர்ளை வாழ அனுமதிக்கும். பிறகு காலக்கெடு முடிந்தவுடனே அவர்களது உடலிலிருந்து எல்லா உறுப்புகளும் பிரித்தெடுக்கப்பட்டு அவர்களது வெற்று உடம்பு உறவினர்களிடம் ஈமச்சடங்கிற்காக ஒப்படைக்கப்பட்டுவிடும். மதிப்பற்றிருந்த ஓரப்பகுதி மனிதர்களின் உடல்களுக்கு இந்த வர்த்தகத்தின் மூலம் சந்தை மதிப்பு கூடியதிலிருந்து பட்டினிச் சாவு என்பது இல்லாமல் போனது. வயது வந்தவர்கள் மட்டுமே இந்த வர்த்தகத் திட்டத்தில் தன்னிச்சையாகச் சேர்ந்து பயனடையலாம் என்ற வயதுவரம்பின் கட்டுப்பாட்டைத் தளர்த்தி, பெற்றோர்கள் தங்கள் விருப்பப்படி குழந்தைகளின் ஒப்புதலின்றியே தமது குழந்தைகளையும் விற்றுப் பயனடையும் சட்ட முறைமையைக் கொண்டுவரவேண்டு மென்ற விவாதங்களும் மேல்மட்டத்தில் நடந்துகொண்டிருக்கின்றன. முதிய உடலுறுப்புகளுக்குச் சந்தை மதிப்பு இல்லை.

மூன்று வருடங்களுக்கு முன்பு அந்தக் குறிப்பிட்ட ஒரு நிறுவனத்திடம் அவன் போட்டிருந்த ஒப்பந்தப்படி தன்னை ஒப்படைத்துவிட வேண்டிய காலம் கடந்துவிட்டபோதிலும், அவன் தனது பெரும்படைப்பை இன்னும் எழுதி முடிக்காத நிலையில் அந்நிறுவனத்திடம் தன்னை ஒப்படைத்துத் தனது

இருப்பை அழித்துக்கொள்ள இயலாது என்று கூறி தனக்குக் கால அவகாசம் வேண்டி வழக்கு தொடுத்திருப்பதாக அவனுடைய வழக்கறிஞர் கூறினார். அந்த நிறுவனமும் சட்ட நடவடிக்கையில் இறங்கியுள்ளதாகவும் சொன்னார். ஏற்கனவே வெளிநாட்டு நிறுவனம் ஒன்று அவனது உறுப்புகளுக்கு அந்த ஏஜென்ஸியிடம் முன்தொகை கொடுத்து முன்பதிவு செய்துவிட்ட நிலையில், காலக்கெடு முடிந்தும் அவனது உறுப்புகளை அனுப்பி வைக்காவிட்டால் அந்நாட்டு நிறுவனம் அகில உலக நீதிமன்றம் மூலமாகச் சட்ட நடவடிக்கை மேற்கொள்ளுமெனவும் கூறினார். உள்நாட்டு நிறுவனங்களெல்லாம் ஒன்று சேர்ந்து இவனுக்குக் கால நீட்டிப்பு வழங்கக்கூடாது என மேல் முறையீட்டு மன்றத்தில் விண்ணப்பித்திருப்பதாகவும் சொன்னார். ஒருவனுக்கு ஒரு குறிப்பிட்ட தேதியோடு கெடு முடிந்த பிறகு அதை நீட்டிக்கும் உத்தரவை வழங்கும் அதிகாரம் சட்டத்திற்கு இல்லை என்றும், நாடாளுமன்றத்தில் அப்படியொரு சட்டம் இயற்றப்படுமெனில், எல்லோரும் சட்டப்பூர்வமாக தமது காலக்கெடுவை ஏதேனும் காரணம் சொல்லி நீட்டித்துக்கொண்டிருந்தால் இந்த வியாபாரத்தில் இறங்கியிருக்கும் நிறுவனங்களுக்குப் பெருத்த நஷ்டம் ஏற்படுமென்றும், இதனால் நாட்டிற்கான ஏற்றுமதி மூலம் கிடைக்கும் அந்நிய செலாவணியில் பெரும்பாதிப்பு ஏற்படுமென்றும் குறிப்பிடப்படுவதாகச் சொன்னார்.

தனது காலக்கெடுவை நீட்டிக்கச் சொல்லி ஒற்றைக் கண்ணன் நீதி மன்றத்தில் முறையிட்டுள்ளதானது பெரும் பிரச்சினையாகி நாடாளுமன்ற விவாதங்களிலும் முக்கிய பேச்சாகிவிட்ட நிலையில், அகில உலக வர்த்தக சம்மேளனம், உறுப்பினரின் காலக்கெடுவை நீட்டித்தலாகாது என்று மூன்றாம் உலக நாடுகளின் பாராளுமன்றங்களைக் கேட்டுக் கொண்டிருப்பதாகவும் வழக்கறிஞர் சொன்னார். இவனுடைய பிரச்சினை இன்று அகில உலகப் பிரச்சினையாகி இருக்கிறதென்றும், தனது விருப்பத்துக்கு மாறாகத் தன்னைக் கைது செய்ய முயன்றால், தன்னைத் தீயிட்டுக் கொளுத்திக்கொண்டு தனது உறுப்புகளைச் சரம்பலாக்கி விடுவேனென்று அவன் எச்சரித்துவிட்டு, ஆயுதம் தாங்கிய காவலர்களால் முற்றுகையிடப்பட்டிருக்கும் தனது

இருப்பிடத்திற்குள் அவன் எந்த ஒரு சலனமுமில்லாமல் தனது பெரும்படைப்பில் தொடர்ந்து ஈடுபட்டுவருவதாகவும் வழக்கறிஞர் கூறினார்.

அவனுடைய முறையீட்டை நீதி மன்றத்திற்குக் கொண்டு சென்றதினால் தான் தனிப்பட்ட அரசியல் நெருக்கடிகளுக்கு ஆளாகியிருப்பதாகச்சொன்னார். நீதிமன்றம் ஒற்றைக்கண்ணனின் முறையீட்டின் மீது இன்னும் தீர்ப்பு வழங்காத நிலையில் அகில வர்த்தக உலகில் ஒரு பெரும் எதிர்பார்ப்பு உருவாகியிருப்பதாகவும், ஒற்றைக்கண்ணனுக்குச் சாதகமாகத் தீர்ப்பு வழங்கிக் காலக்கெடு நீட்டிப்பு என்ற தில்லுமுல்லுத் தனத்திற்குச் சட்டரீதியான முன்னுதாரணத்தை ஏற்படுத்திவிடக் கூடாது என்று பாராளுமன்ற எதிர்கட்சித் தலைவர் இன்று பேசியிருப்பதாகவும் சொன்னார். ஒற்றைக்கண்ணனுக்கு ஆதரவு திரட்டிவரும் உள்ளூர் அறிவுஜீவிகள் குழு அகில உலக எழுத்தாளர் மன்றத்தின் ஆதரவுக்கரம் வேண்டி கடிதம் எழுதியுள்ளதாம். ஒற்றைக்கண்ணனின் தீர்ப்பை எதிர்பார்த்து காலக்கெடு கடந்துவிட்ட நிலையிலும் ஒத்துழைப்புத் தராமல் விலை பேசப்பட்டவர்கள் தகராறு செய்வதால் அறுவைச் சிகிச்சை மருத்துவமனைகள் வெறிச்சோடியிருப்பதாக மருத்துவத்துறை வட்டாரங்கள் தெரிவித்திருப்பதாகவும் சொன்னார். இதன் மூலம் மூன்றாம் உலக அடித்தட்டு மக்களுக்கு அரசியல் பிரக்ஞை உருவாகிவிடும் ஆபத்து ஏற்பட்டிருப்பதாக வல்லரசு ஒன்றின் ஜனாதிபதி கவலை தெரிவித்திருப்பதையும் சுட்டிக்காட்டினார்.

செய்தி ஊடகங்களை முற்றாகத் துறந்துவிட்டு ஒரு சிறிய பண்ணையை உருவாக்கி எனக்கான தேவைகளை நிவர்த்தி செய்துகொண்டு எல்லாவற்றையும் விட்டு ஒதுங்கி வாழும் எனக்கு வழக்கறிஞர் சொல்வது புதிய செய்தியாகவும் முதல் செய்தியாகவும் இருந்தது. விலை பேசி விற்கப்பட்ட தன் உடலை ஒருவன் பிறகு பணத்தைத் திருப்பி செலுத்திவிட்டு ஒப்பந்தத்தை முறித்துக்கொள்ள முடியாது என்ற நிலையில், என்னிடம் அவன் என்ன உதவியை எதிர்பார்க்கிறான் என்று வழக்கறிஞரிடம் கேட்டேன். அவனுக்குப் பிறகு, அவன் எழுதிக் கொண்டிருக்கும் பெரும் படைப்பை என் செலவில்

வெளியிட வேண்டுமென்று அவன் கேட்டுக்கொண்டதாக வழக்கறிஞர் தெரிவித்தார். நான் சரி என்றேன்.

அவனைக் கைது செய்யச் சொல்லி தீர்ப்பு வழங்கப்பட்ட அடுத்த கணம், அவனது இருப்பிடத்தை முற்றுகையிட்டு எக்கணமும் அவனைக் கைது செய்யத் தயாராக இருந்த ஆயுதப்படை அவனது இருப்பிடத்திற்குள் திபுதிபுவென நுழைந்திருக்கிறது. கைவிடப்பட்ட ஒரு பிரும்மாண்ட கட்டடத்தின் சிதிலங்களுக்குள் அவன் எங்கு இருக்கிறான் என்று இடிபாடுகளூடாக ஒட்டடைப் புதர்களைக் கிழித்தபடி ஆயுதப் படை எல்லாத் தளங்களிலும் தேடியிருக்கிறது. கால் வைக்குமிடத்தில் உலுத்த வாரை முறிந்து தளம் உள்வாங்கியதாம். மரப்படிகள் தொடர்பு விட்டு அந்தரத்தில் அசைந்து கொண்டிருந்தனவாம். இருண்ட பகுதிகளிலிருந்து வௌவால்கள் சடசடத்து வெளிப்பட்டு சுவர்களில் மோதிக் காரைபெயர்ந்த செங்கற்கள் சரிந்தனவாம். இருநூற்று அறுபது அறைகள் கொண்ட அந்தப் பழங்காலக் கட்டடத்தில் அவனிருக்கும் இடத்தைக் கண்டுபிடிப்பது பெரும் சிரமமாக இருந்திருக்கிறது. அந்தச் சிதைந்த கட்டடத்திற்குள் தினம் ஓர் அறையாக மாறி மாறி வசிப்பது அவனுடைய வழக்கம் என்று வழக்கறிஞர் கூறியிருந்தார். அன்று அவனது புழக்கத்திலிருந்த அறையைக் கண்டுபிடித்து உலுத்துப்போன கதவைத் தள்ளிக் கொண்டு உள் நுழைந்தபோது, அவனது உடலைப் பெருச்சாளிகள் தின்று கொண்டிருப்பதைக் கண்டனராம்.

அவனுடைய சிதைந்துபோன உடல் வெளியே கொண்டுவரப்பட்டது. வழக்கறிஞர் கேட்டுக்கொண்டதற்கிணங்கி பல்வேறு அறைகளிலிருந்து சேகரிக்கப்பட்ட அவனது கையெழுத்துப் பிரதிகளின் குவியல் என்னிடம் ஒப்படைக்கப் பட்டது. இரண்டு பைகளில் தாள் தாளாக நிறைக்கப்பட்ட பிரதிகளை எனது பண்ணைக்குக் கொண்டு வந்தேன். ஆயுதப்படையினரின் அக்கறையின்மையால் இன்னும் திறக்கப்படாத பல தளங்களின் வேறு பல அறைகளில் அவனது பிரதிகள் விடுபட்டிருக்கலாம் என்று தோன்றியது. வழக்கறிஞர் மூலம் அந்தக் கட்டடத்தின் மற்ற அறைகளிலும் சோதனையிட்டு வேறு பிரதிகள் இருக்கின்றனவா எனத்

தேடிப்பார்க்கும்படி நகரத் தலைவருக்கு விண்ணப்பம் ஒன்றை சமர்ப்பித்தேன். இன்றுவரை எந்த ஒரு பதிலும் இல்லாத நிலையில், கிடைத்த பிரதிகளைக்கொண்டு அவனது பெரும் படைப்பைத் தொகுக்கத் தொடங்கினேன். கொத்து கொத்தாக பத்துப் பதினைந்து தாள்கள் தைக்கப்பட்டிருந்தன. சில கொத்துகளில் எல்லாப் பக்கங்களும் எழுதப்பட்டிருந்தன. சிலவற்றில் எழுதப்பட்டுத் தொடரப்படாமல் பாதியிலேயே நிறுத்தப்பட்டிருந்தது. எல்லாத் தாள்களிலும் பக்க எண் இடப்பட்டிருந்தது பெரும் நிம்மதியைத் தந்தது. எல்லாப் பிரதிகளின் முடிவிலும் தவறாமல் தேதி குறிப்பிடப் பட்டிருப்பதையும் அறிய முடிந்தது. அந்தத் தேதிகளை வரிசைப்படுத்தியே எல்லாத் தாள்களையும் ஒரு மாதிரியாகத் தொகுத்துக் கொள்ள முடிந்தது.

அவனது பெரும் படைப்பானது ஆரம்பத்தில் நாவலாக எழுதப்பட்டு, அது பாதியிலேயே கைவிடப்பட்டு, நாடக வடிவத்தை முயற்சித்துப் பார்த்திருப்பது தெரிகிறது. மருத்துவமனை ஒன்றின் வரைபடம் மாற்றி மாற்றி வெவ்வேறு விதங்களில் கதைப் போக்கிற்குத் தகுந்தாற்போல வரையப்பட்டுள்ளது. மேலும், நாடக அரங்கமைப்பு பற்றிய குறிப்புகளும் வரைபடங்களும் இருந்தன. இருந்தாலும், அவன் நாவலாகவோ நாடகமாகவோ தனது பெரும்படைப்பைத் தொடர முடியாமல் கால. அவகாசமில்லாததால் சிறுகதையாக எழுதிவிட முயற்சித்திருப்பது தெரிகிறது.

தாள்களின் கொத்துக்கள் ஒவ்வொன்றும் ஒரு சிறுகதையைத் தாங்கியிருப்பதை வாசிப்பில் தெரிந்துகொண்டேன். ஒரே கதையைப் பல்வேறு விதமாக அவன் எழுதிப் பார்த்திருக்கிறான். சில முழுமை பெற்றும், சில தொடரப்படாமல் இடையிலேயே நிறுத்தப்பட்டுமிருந்தன. ஒரே தலைப்பின் கீழ் ஒரே கதையை அவன் வெவ்வேறு விதமாக எழுதியிருந்தாலும் அவையாவும் ஒரே கதை அன்று. ஒவ்வொரு கதையின் தலைப்புதான் ஒன்றே தவிர கதையானது ஒன்றுக்கொன்று தொடர்பற்றும் இருப்பதை அறிந்தேன். தான் இறுதியாக எழுதி முடித்துத் தேதியிட்டிருந்த கதையும், அவன் எழுத ஆரம்பித்ததின் முதல் கதையும் ஒரு சொல்லும் மாறாமல் அச்சு அசலாக எந்தவொரு

வித்தியாசமுமில்லாமல் ஒன்றே போலிருந்தன. நிச்சயமாக தனது முதல் கதையைப் பார்த்து கடைசியாக எழுதியிருப்பதைப் பிரதியெடுத்திருக்க மாட்டான் என்பது தெரிகிறது. அதற்கான அவசியமும் இல்லை. மேலும் வெவ்வேறு அறைகளிலிருந்து சேகரிக்கப்பட்ட பிரதிகள் அவை என்பதால் அவன் தான் எழுதியவற்றை எந்நேரமும் தன்னுடனேயே வைத்திருக்கவும் வாய்ப்பில்லை.

சுமார் ஆயிரத்து எழுநூறு பக்கங்கள்கொண்ட தாறுமாறான அப்பிரதிகளைத் தொகுத்து எந்த வடிவம் என்றில்லாமல் ஒரு புதிய வடிவமாக அதை வெளியிட முடிவு செய்தேன். ஆரம்பமும் முடிவும் இல்லாத எனது தொகுப்பு முறையில் எப்பொழுது வேண்டுமானாலும் பிரதியிலும் காலத்திலும் எந்த இடத்தில் வேண்டுமானாலும் அவனது விடுபட்ட பிரதிகளை அந்தக் கட்டடத்தின் திறக்கப்படாத அறைகளுக்குள்ளிருந்து தேடி எடுத்துவந்து தீவிர வாசகர்கள் சேர்த்துக்கொள்ளலாம். எனது தொகுதியில் புதிய புதிய பக்கங்கள் சேரச்சேர அந்தப் படைப்பானது வெவ்வேறு பரிமாணங்களில் தன்னை வெளிப்படுத்திக் கொள்ளலாம். தன்னைப் புதுப்பித்துக் கொள்ளலாம். நிஜத்தில், தனது பெரும்படைப்பானது வெவ்வேறு கால கட்டங்களில் வெவ்வேறு விதமாகத் தொகுக்கப்பட்டு வெவ்வேறு வாசிப்பின் மூலம் வெவ்வேறு பிரதிகளாக அவை உருமாறிய வண்ணம் இருக்க வேண்டும் என்று கருத்தில் கொண்டுதான், யாராலும் அணுக முடியாத அந்த இடிபாடுகளின் பொந்துகளுக்குள் தனது படைப்பைச் சிதைத்துப் போட்டிருக்கிறானோ என்று எண்ணத் தோன்றுகிறது.

அவன் இறுதியாக எழுதியதாக என்னால் அனுமானிக்கப்பட்ட கணிசமான பக்கங்கள் கொண்ட ஒரு முழுமையான படைப்பை எனது தொகுப்பிலிருந்து பிரித்தெடுத்து, ஒரு சிறு குறிப்புடன் பிரசுரத்திற்காக ஒரு பிரதான பத்திரிகைக்கு அனுப்பி வைத்தேன். அந்தக் கதையின் சுருங்கிய வடிவத்தை எனது மொழி நடையில் இங்குத் தருகிறேன்:

உங்களுக்கு நான் சொல்லப்போகும் கதை நாடகமாக நிகழ்த்திப் பார்க்கப்பட வேண்டியது. அல்லது, ஒரு நாவலாக வாசிக்கப்பட வேண்டியது. அவகாசமின்மையால் நான்

எழுதிக்கொண்டிருக்கும் இந்த எழுத்து ஒரு சிறுகதையாகவோ அல்லது குறு நாவலாகவோ முடிந்து விடும் என்று நினைக்கிறேன். இந்த இடிந்துபோன கட்டடத்திற்குள் எனக்கான வசிப்பிடத்தை நான் உருவாக்கிக்கொண்டு எந்நேரமும் தளம் இடிந்து என் தலையில் விழலாம் என்ற அபாயத்திற்குள்ளிருந்து இதை எழுதுகிறேன். இந்த மங்கிய வெளிச்சத்தில் எனது ஒற்றைக் கண்ணில் வலி எடுக்கிறது. வலி. தாள முடியாத வலி. ஒருவனுடைய எல்லா அனுபவத்தையும் இன்னொருவனுக்கு மொழியின் மூலமாக உணர்த்தி விட முடியும். தான் உணருவதைப் பகிர்ந்துகொள்ள முடியும். ஆனால், வலியை மட்டும், ஓர் உடம்பின் வலியை மட்டும் இன்னொரு உடம்புக்கு உணர்த்தி விளங்க வைக்க முடியாது. அதனால்தான் நான் என்றைக்குமே மனித வலிகளைப் பற்றி எழுத முயன்றதில்லை.

என்னைக் கைது செய்ய நீதிமன்றத்தின் உத்தரவை எதிர்பார்த்து நான் எங்கும் தப்பிச் சென்றுவிடக்கூடாது என்பதில் மிகக் கவனமாக இரவு பகலென காவல் செய்யும் தனியார் கூலிப்படையை ஜன்னலின் வழியாகப் பார்த்துக் கொண்டிருக்கிறேன். அந்தப் படை இக்கட்டடத்திற்குள் நுழையுமெனில் பாரமும் அதிர்வும் தாளாது தளங்கள் இடிந்து அத்தனை அடுக்குகளும் சரிந்துவிடும் ஆபத்து இருக்கிறது. அத்து மீறி என்னைச் சிறைபிடிக்க இயலாததற்கு இந்தப் பிரும்மாண்ட கட்டடத்தின் பலவீனமே காரணம் என்று நினைக்கிறேன்.

நான் எழுதிக்கொண்டுவரும் எனது கதையின் இயங்கு தளமான மருத்துவமனையைப் போலவே இந்தக் கட்டடம் உள்ளதென்று சொல்வது சரியானதாகாது. இந்தக் கட்டடத்தின் புதிர்ப் பாதைகள் குத்துக் கோட்டுத் தன்மையதாகவும் மருத்துவமனையின் வடிவமைப்பும் அதன் வழிப் போக்குகளும் கிடைக்கோட்டுத் தன்மையதாகவும் இருக்கின்றன. இவை இரண்டின் இயங்கு விதிகளும் வெவ்வேறானவை.

அந்த மருத்துவமனை இருக்கும் ஊருக்கு வேதபுரி என்று பெயரிட்டு அழைக்க விரும்புகிறேன். அதை ஒரு மகப்பேறு மருத்துவமனை என்று நான் சொன்னதும் இதை வாசிக்கும்

உனக்கு உடனடியாகப் பிரசவ வலியில் அலறும் பெண்களின் பலவிதமான ஓசைகள் செவிகளில் எதிரொலிக்க வேண்டும். அப்படி ஒலிக்கவில்லையெனில் அந்த அனுபவத்தை அறிந்து கொள்ளவேண்டி உள்ளூர் மகப்பேறு மருத்துவ மனைக்குச் சென்று இரவின் நிசப்தத்தில் அதன் வராண்டாவில் தியானத்தில் அமர்ந்துவிடு. உயிர்மையின் ஓசைகளை நீ அறிந்து கொள்வாய்.

வேதபுரியின் மகப்பேறு மருத்துவமனை அந்தப் பிராந்தியத்தில் மிகவும் பிரசித்தி பெற்றது. அங்குப் போய்ச் சேரும் ஒரு கர்ப்பிணி எந்த ஒரு பழுதுமின்றி தாயும் சேயுமாக நலமாக வீடு திரும்புவாள் என்பது ஐதீகம். அந்த மருத்துவமனையில் தமது இருபதாவது வயதில் செவிலியர்களாக வேலைக்குச் சேர்ந்த மூன்று பெண்களைப் பற்றிய கதையைத்தான் நான் எழுதிக் கொண்டிருக்கிறேன். அசப்பில் ஒரே தோற்றத்தில் இருக்கும் அந்த மூன்று பெண்களும் நீ நினைப்பதுபோல சகோதரிகள் இல்லை. ஒருவேளை, அந்த மூன்று பெண்களும் வெவ்வேறு தாய்களுக்கு ஒரே விந்தால் கருத்தரித்தவர்களாக இருக்கலாம் என்று உனது ஐயப்பாட்டிலிருந்து நான் யோசித்து ஒரு முடிவுக்கு வருகிறேன்.

வேதபுரி மக்களிடம் அந்த மூன்று செவிலியர்களுக்கும் நாளடைவில் மதிப்பும் மரியாதையும் வளரத் தொடங்கியது. இதைப் பார்த்து மற்ற செவிலியர்களுக்குப் பொறாமை உண்டாயிற்று என்று நான் சொல்லத் தேவையில்லை. அந்த மூவரில் யார் பிரசவம் பார்த்தாலும் தாயும் சேயும் அவர்களின் குடும்பமும் யோகமுண்டாகி சௌபாக்கியத்தோடு துலங்குவதாகப் பேச்சு பரவியது.

தினமும் பிரசவம் நடந்து கொண்டேயிருந்தது. நாளுக்கு ஒரு குழந்தையேனும் பிறந்துவிடும். சில நாட்களில் இருபது பிரசவம் கூட நடக்கும். நிறைய எண்ணிக்கையில் பிரசவம் நடக்கும்போது மூவரும் பரபரப்பாக இயங்குவார்கள். அவர்களுடைய விளையாட்டு அப்பொழுதெல்லாம் மிகுந்த சுவாரஸ்யத்தை எட்டிவிடும். ஒரு தாயின் வயிற்றில் பிறந்த குழந்தையை எடுத்து இன்னொரு தாயின் குழந்தையெனச் சொல்லி மாற்றிக் கொடுப்பார்கள். பிரசவ மயக்கத்திலிருக்கும் தாய்மார்களுக்குத் தெரியாமல் குழந்தைகளை இடம் மாற்றி

வைத்து, குழந்தைகளைக் கலைத்துப் போட்டு அவர்களின் நிஜக் குழந்தையை அவர்களிடமிருந்து பிரித்து வேறொரு போலிக் குழந்தைக்கு, யாரோ பெற்ற குழந்தைக்குத் தாயாக்கி விடுவார்கள். இந்த விளையாட்டு பலகாலங்களாகத் தொடர்ந்து வந்தது.

வேதபுரியின் புதிய தலைமுறையை ஒரு அனாதைச் சமூகமாக்கிவிட்டதில் அவர்களுக்கு ஏக திருப்தி. தங்களால் இயன்ற அளவிற்கு வேறு யாருக்கும் தெரியாமல் மிக ரகசியமாக இந்த விளையாட்டை இவர்கள் ஆடிவருவதை சக செவிலிப் பெண்ணொருத்தி கண்டுபிடித்துவிட்டபோது, மூவரின் விரல் நகங்களும் பற்களும் உலோகமாகிவிட்டன. தங்களுடைய விளையாட்டில் அவளைச் சேர்ந்துகொள்ளச் சொன்னார்கள். அவளோ பேரதிர்ச்சியோடு மருத்துவமனையின் தலைமையிடம் சொல்லப்போவதாகச் சொன்னாள். வேண்டாம், எங்களோடு சேர்ந்து கொள்ளென்று அந்த மூவரும் அவளது கால்களைப் பிடித்து மன்றாடினார்கள். அவளோ, அவர்களது வேண்டுதலை உறுதியோடு மறுத்துவிட்டதோடல்லாமல், ஊர்முழுவதும் இந்தச் செய்தியைச் சொல்லி அதிகபட்ச தண்டனையான மரணதண்டனை வாங்கித் தராமல் ஓயமாட்டேன் என்று கோபத்தில் கத்த ஆரம்பித்து விட்டாள்.

அவள் போட்ட சத்தத்தில் குழந்தைகள் கத்த ஆரம்பித்துவிட்டன. தாய்மார்கள் உறக்கம் கலைந்து அவற்றைத் தணிவுபடுத்தும் நாவொலியும் கேட்கத் தொடங்கிவிட்டது. மற்ற செவிலியர்கள் வருவதற்குள் அவளைக் கொன்றுவிட மூவரும் முடிவெடுத்தது போல அவளைப் பிடித்துக் கழுத்தை நெரிக்கத் தொடங்கிவிட்டனர். குறைப் பிரசவம் ஆகிவிட்ட குழந்தைகள் ஒருவித தாய்ச்சூடு வேண்டி வெப்பமூட்டப்பட்ட ஒரு கண்ணாடிப் பெட்டிக்குள் பல நாட்களுக்கு வைக்கப்படுவார்கள். அப்படிப்பட்ட குழந்தைகள் வைக்கப்படும் கண்ணாடி அறைக்கு அவளை மூவரும் இழுத்து வந்தனர். அவள் மூச்சுத் திணறி கால்களை உதைத்துக் கொண்டிருந்தாள். ஒருத்தி அவளது இரண்டு கால்களையும் பிடித்துக்கொள்ள இன்னொருத்தி அவளது மார்பில் அமர்ந்துகொண்டு இரண்டு கைகளைப் பிடித்துக்கொள்ள,

மூன்றாமவள் அவளது தலையைத் தனது மடியில் இருத்திக்கொண்டு கழுத்தை நெரித்தாள். சில நிமிடங்களில் நாசியில் குருதி வழிய முகத்தில் பிணக்களை அரும்பி அவள் உறைந்து போனாள்.

மூவரின் இந்தச் செயலை கண்ணாடிப் பெட்டிக்குள்ளிருந்து ஒரு சிசு பொம்மையைப் போல எழுந்து உட்கார்ந்துகொண்டு கண்ணிமைக்காமல் பார்த்துக் கொண்டிருப்பதை மூவரும் ஒரு சேரப் பார்த்தார்கள். தமது நாக்கை நீட்டி அதைப் பார்த்துச் செல்லம் கொஞ்சினார்கள். பிறகு அவர்கள் அந்தப் பிணத்தை என்ன செய்தார்கள் என்று அந்தச் சிசுவுக்குத் தெரியவில்லை. அவர்கள் என்ன பேசிக்கொண்டார்கள் என்பதும் பெட்டிக்குள்ளிருந்த அதன் காதுகளுக்கு எட்டவில்லை. அந்தக் குழந்தை வளர்ந்து பெரியவனாகி அந்த மருத்துவமனைக்குச் சென்றபோது மூன்று செவிலியர்களுக்கும் முதுமை தட்டியிருந்தது. அவர்களுக்கு அவனை அடையாளம் தெரியவில்லை. ஆனால், அவர்கள் தமது விளையாட்டை இன்னும் தொடர்ந்து கொண்டிருப்பதற்கான அடையாளமாக அவர்களின் கண்களில் இன்னும் அதே குறுகுறுப்பு மட்டும் மங்காமல் இருந்ததை அவன் கண்டான். இந்த மருத்துவமனையில்தான், தான் பிறந்ததாக அவர்களிடம் தன்னை அறிமுகப்படுத்திக்கொண்டான். அவர்கள் ஒருவரைப் பார்த்து ஒருவர் அர்த்த புஷ்டியோடு புன்னகைத்துக் கொண்டனர். கம்பளி நூலால் மிக நேர்த்தியாகக் குழந்தைகளுக்கான சட்டைகளைப் பின்னிக் கொண்டிருந்தனர். அவர்களிடம் ஆசி பெற்றுக்கொண்டு, தான் ஒரு பெண்ணாகப் பிறந்திருந்தால் அவர்களுடைய விளையாட்டில் கலந்து கொள்ளலாமே என்ற ஆதங்கத்தோடு இடம் பெயர்ந்தான்.

நான் சுருக்கமாகத் தந்த இந்தக் கதையை, அவன் நாடகமாக எழுத முயற்சித்ததின் பிரதிகள்தான் மிகுந்த செய்நேர்த்தியோடு கலாபூர்வமாக எழுதப்பட்டுள்ளதாக நினைக்கிறேன். பாத்திரங்கள் மூலமாக வளர்த்தெடுக்கப்பட்ட உரையாடலானது தத்துவச் செறிவோடு இருக்கிறது. மூன்று செவிலியர்கள் மூலமாக உலகத் தத்துவத்தின் வரலாற்றுப் போக்கையே அவன் அலசிவிட்டதாக எனக்குப்படுகிறது. ஏனோ அவன் அந்த வடிவத்தை தொடர்ந்து முயற்சிக்கவில்லை.

இந்தக் கதையை அவன் நாவலாக எழுத ஆரம்பித்தப் பிரதிகளை வாசிக்கும்போது அதில் அவனது வாழ்க்கையின் இறுதிப் பகுதியைக் கதைசொல்லியின் கூற்றாக நுழைந்திருப்பது தெரிந்தது. பெண் உடம்புகளுக்காகவும் போதைப் பொருட்களுக்காகவும் தனது உடல் உறுப்புகளை அவன் மொத்தமாக விலைபேசி ஒரு நிறுவனத்திடம் விற்கப்பட்ட செய்தியும் அதில் கிடைத்தது. தனது உறுப்புகளை இன்னும் நல்ல விலைக்கு விற்றிருக்கலாம் என்ற தனது ஆதங்கத்தையும் பதிவுபடுத்தியிருக்கிறான். சுமார் இருபது பக்கங்கள் கொண்ட ஒரு சிறுகதையை இரண்டு வருடங்களாகத் தொடர்ந்து எழுதிப் பார்த்து எழுதிப் பார்த்துப் பலநூறு பக்கங்களுக்கும் மேலாக அவன் எழுதிச் சென்றிருப்பதில் ஒரு பகுதிதான் இன்று என் வசமிருப்பதையும் ஞாபகம் கொள்ள வேண்டும்.

நான் அனுப்பிவைத்த இக்கதையை அந்தப் பிரதான பத்திரிக்கை விஷேச கவனிப்போடு பிரசுரித்திருந்தது. கதை வெளிவந்து சக எழுத்தாளர்கள் மற்றும் அறிவு ஜீவிகள் மத்தியில் பெரும் பரபரப்பை ஏற்படுத்தியது. ஒரு நிலப்பகுதியின் சமூகமே தாய் தந்தையரின் சொந்த அடையாளம் துறந்து அனாதையாக உருவாக்கப்பட்டிருப்பதின் தத்துவார்த்தப் பின்னணிகள் அலசப்பட்டன. நான் தொகுத்திருக்கும் அவனது பிரதிகளை வெளியிட ஒரு வெளியீட்டு நிறுவனம் முன்வந்த அன்று நகரத்தில் பெருவெடிப்பு நிகழ்ந்தது. அந்தப் பெருவெடிப்பிற்குப் பிறகு ஒரு சவ அமைதியில் நகரம் மூழ்கியது. அந்தச் சவ அமைதிக்குள்ளிருந்து நான் ஒரு கணித சூத்திரத்தை உருவாக்கினேன். பிறகு ஓர் எண் சதுரப் பலகையை உருவாக்கினேன். முடிவில் எனது கணினியின் உதவியோடு நான் உருவாக்கி இருந்த ஸாஃப்ட்வேர் மூலமாக இந்தச் சவ அமைதியைக் குலைக்கும் ஒரு விடையைக் கண்டுபிடித்தேன். அந்தச் சூத்திரத்தின் வாய்ப்பாட்டு வழியாக இரண்டு தலைமுறைகளாக நிலவி வந்த அந்தப் புதிரை அவிழ்ந்துவிட முடியும் என்ற முடிவுக்கு வந்தேன். ஆம், ஒற்றைக் கண்ணன் எழுதியது ஒரு கற்பனைக் கதை இல்லை, நிஜக்கதை என்பதை அக்கதை வெளிவந்த இரண்டொரு வாரங்களில் மூன்று முதிய பெண்களின் தற்கொலையானது நிரூபித்தது.

ஒரே சமயத்தில் ஒரே அறையில் ஒரே முறையில் மூன்று முதிய பெண்கள் தற்கொலை செய்துகொண்டனர். அவர்கள் விட்டுச்சென்ற வாக்குமூலக் கடிதம் எல்லாப் பத்திரிகைகளிலும் முதல் பக்கத்தில் பிரசுரமானது. ஒருவித ஆர்வக் கோளாறினால் அந்த வாக்குமூலத்தைப் பிரசுரித்துவிட்டதின் விபரீதத்தை, ஒரு சவ அமைதியானது மெல்ல நகரத்தை கவிந்த பிறகுதான் அரசு உணர்ந்தது. பிறகு, என்னிடமிருந்த அவனுடைய பிரதிகள் எல்லாம் அவசர அவசரமாகப் பறிமுதல் செய்யப்பட்டன.

அந்த வாக்குமூலத்தில் மூன்று முதிய பெண்களும் செவிலியர்களாக அவர்கள் தற்கொலை செய்து கொள்வதற்கு முதல் நாள்வரை பணி புரிந்திருக்கின்றனர் என்றும், அவர்கள் பணி ஓய்வு பெற்ற மறுநாள் தம்மைக் கொன்றுகொண்டனர் என்றும் தெரிவித்துள்ளனர். இந்நகரத்தின் பிரசித்தி பெற்ற அரசு மகப்பேறு மருத்துவமனையில் அவர்கள் நாற்பது வருடங்களாகச் செவிலியராகப் பணிபுரிந்து வந்தனரென்றும், அவர்கள் தமது பணிக்காலத்தில் தம்மால் இயன்ற அளவு, தமது தாய்களிடமிருந்து குழந்தைகளைப் பிரித்து இடம்மாற்றிப் போட்டு குழந்தைகளின் நிஜத் தாயின் சேர்க்கையைத் தவிர்த்ததாக ஒப்புக் கொண்டிருக்கின்றனர். ஒருத்தி, தான் இதுவரை தன்னால் பிரசவம் பார்க்கப்பட்ட குழந்தைகளில் ஐம்பது சதவீதத்திற்குக் குறையாமல் இடம் மாற்றிப் போட்டிருப்பதாகவும் இன்னொருத்தி அறுபது சதமான குழந்தைகளைத் தான் அனாதையாக்கியிருப்பதாகவும் மூன்றாமவள் தனது சாமர்த்தியத்தால் எழுபத்தைந்து சதவீதக் குழந்தைகளைத் தாய்களுக்கிடையில் கலைத்துப் போட்டு விளையாடியிருப்பதாகவும் தமது வாக்குமூலத்தில் தெரிவிக்கின்றனர்.

பணி ஓய்வுபெற்ற பிறகு என்ன செய்வது எனத் தெரியாமல் தத்தளித்திருந்த மூவரும் ஒற்றைக்கண்ணனின் கதையைப் பத்திரிகையில் வாசித்த பிறகு, தமது கதையைத்தான் அவன் எழுதியிருப்பதாகக் கண்டுகொண்டனர். சுமார் முப்பது வருடங்களுக்கு முன்பு அந்த மூவரும் செய்த கொலையை மிகத் தத்ரூபமாக தனது கதையில் அவன் குறிப்பிட்டிருப்பதின் மூலம், கண்ணாடிப் பெட்டிக்குள்ளிருந்த குறைமாதக்

குழந்தைதான் அவன் என்பதை அவர்கள் உறுதிப்படுத்தியுள்ளனர். மேலும், தங்களைப் பற்றிய எல்லா ரகசியங்களையும் வெளிப்படுத்தியிருக்கும் அவன், அந்தக் கண்ணாடி அறைக்குள் நடந்தது ஒரு கொலை என்பதாக மட்டுமே நம்பிக்கொண்டிருந்திருக்கிறான் என்று கூறும் அவர்கள், உண்மையில் தாங்கள் அந்தச் செவிலிப் பெண்ணைக் கொலை செய்யவில்லை என்றும், ஆனால் புலன்களின் ஏகத்துவமாக விளங்கும் உடலைத் தனித்தனியாகப் பிரித்து, தமது மகப்பேறு மருத்துவமனைக்குப் பக்கத்துக் கட்டடத்தில் இயங்கும் பொது மருத்துவமனைக்கு அவற்றைக் கொஞ்சம் கொஞ்சமாக அனுப்பி வைத்து அவை வெவ்வேறு உடம்புகளோடு பொருத்தப்பட்டுவிட்டன என்றும் குறிப்பிட்டுள்ளனர். அந்தச் செவிலிப் பெண்ணானவள் புலன்களாகப் பிரிந்து இப்பொழுதும் ஒரே சமயத்தில் பல இடங்களில் வாழ்ந்து கொண்டிருக்கலாமென்றும் அவளது அழிவானது வெவ்வேறு காலங்களில் வெவ்வேறு உடம்புகள் மூலமாக நடைபெறும் என்றும் கூறியிருக்கிறார்கள்.

தங்களது கதையை ஒருவன் எழுதிவிட்ட சந்தோஷத்தில் தாங்கள் இறப்பதாகக் குறிப்பிடும் அவர்கள், தாங்கள் ஆரம்பித்து வைத்த இந்த விளையாட்டை இனி இந்தச் சமூகத்தின் சாதி, வர்க்கம், அரசியல், கலாச்சார சமூக மதிப்பீடுகளினூடாக இந்தக் கதை தொடர்ந்து நிகழ்த்திக் கொண்டிருக்குமென்று நம்புவதாகவும் குறிப்பிட்டுள்ளனர். அவர்களுடைய வாக்குமூலம் பத்திரிகைகளில் வெளியான மறுகணம் ஏற்பட்ட பரபரப்பு மெல்ல அடங்கி ஒரு சவமௌனம் கவிந்து பல மாதங்களாகிவிட்டன. எல்லோருக்கும் எல்லோரும் அந்நியமாகி இரத்த உறவுகள் குழம்பிய ஒரு நிலையில் எல்லோருமே தமது சுய தாய் தந்தையரின் அடையாளத்தைத் தேடி; தான் அழிந்து, தன் சுயமழிந்து இந்நகரத்து வீதிகளில் மனநோய்வாய்ப்பட்டு திரிவதைக் காண்கிறேன். இவர்களில் யார் யாருடைய குழந்தை என்பதை இந்த நாற்பதாண்டு காலப் பிறப்புப் பதிவேட்டின் உதவியுடன் நான் பட்டியலிட்டு எனது கணினியின் மூலம் கண்டுபிடித்துவிட்டேன். மருத்துவமனையின் நாற்பதாண்டு காலப் பிரசவப் பதிவேட்டை நான் பார்வையிட நேர்ந்தது.

அந்தப் பதிவேட்டின் மூலம் இன்ன தேதியில் இவர்கள் பிறந்துள்ளனர் என்பது பதிவாயிருக்கும் நிலையில், அவர்கள் இன்ன தேதியில் இந்தக் குழந்தையை இன்னாருக்கு இடமாற்றி வைத்திருக்கலாமென்ற யூக அடிப்படையில் இரண்டு மூன்று சாத்தியப்பாடுகளிலேயே ஒருவனின் நிஜமான தாய் தந்தையரை என்னால் கணித்துக்கூறிவிட முடியும். பரமபதம் விளையாட்டையொத்த நான் உருவாக்கிய ஸாஃப்ட்வேர் இந்நகரத்தின் சவ உறக்கத்தின் சிக்கலைச் சில நாட்களில் அறுத்துவிடும். ஆனால், சிக்கல் அறுந்தால் மீண்டும் புதிய சிக்கல்கள் கிளைத்தெழும். அது பெரும் அபாயத்தைத் தோற்றுவிக்கக் கூடியதாகும். எனவே இந்நகரத்தின் உயிரோட்டம் சில தலைமுறைகளுக்கு சவ அமைதியோடு நிகழ்வதே நல்லது என்று நினைக்கிறேன்.

பதிப்பிப்பதற்காக முழுமைப்படுத்தி வைத்திருந்த அவனது பிரதிகளைப் பறிமுதல் செய்துவிட்ட அரசிடமிருந்து அவற்றை மீட்டெடுக்க வழக்கறிஞரை மீண்டும் தொடர்புகொள்ள வேண்டியிருந்தது. அது நிமித்தம் அவனைப் பற்றிய சிறு குறிப்புரை தயாரிக்கவேண்டி எனது புத்தக அடுக்குகளில் புதைந்து கிடந்த அவனது நூல்களையெல்லாம் வெளியே எடுத்துப் போட்டேன். நீண்டகாலமாக எனது கவனத்தை விட்டே மறைந்துவிட்டிருந்த அவனது படைப்புகளை மீண்டும் புரட்ட ஆரம்பித்தேன். அவனது முதல் கவிதைத் தொகுதியில் ஒரு கவிதை என்னைத் திடுக்கிட வைத்தது. அதில் பிரசவ மருத்துவமனை ஒன்றைப் பற்றிய குறிப்பு இருந்தது. மருத்துவமனை அறையொன்றில் வெறிச்சோடிய பகல்பொழுதில் பிரசவித்த பெண்கள் தமக்குள் தாயம் விளையாடுகிறார்கள். தாயக்கட்டைகள் உருள்கின்றன. தான் கேட்கும் எண் விழும் பெண் அதே எண்கொண்ட தொட்டிலிலிருக்கும் குழந்தையைத் தனது குழந்தைக்கு ஈடாக மாற்றி எடுத்துக்கொள்கிறாள். இதுபோல, குழுமி அமர்ந்து பெண்கள் பகடைகளை உருட்ட உருட்ட குழந்தைகள் தொட்டில் விட்டுத் தொட்டிலுக்கு மாறி மாறிச் செல்கின்றன. அவனது கவிதையில் காணப்பட்ட இப்படியான ஒரு குறிப்பை இன்று மீண்டும் வாசிப்பதில் ஏதோ ஒரு மர்மம் இதன் மூலம் விடுபடும் என்பதாகத் தோன்றியது. அவனது பெரும்படைப்பில்

மூன்று செவிலிப் பெண்கள் விளையாட்டாகக் குழந்தைகளைக் கலைத்துபோட்டதாக அவன் குறிப்பிடுவதிலிருந்து அவர்கள் ஒருவகை தாயவிளையாட்டின் விதிகளுக்குட்பட்டே குழந்தைகளை அதனதன் தாய்களிடமிருந்து மாற்றிப் போட்டிருக்கலாம் என்பதான எனது யூகம் மெய்ப்படத் தொடங்கியது. அவனது பெரும்படைப்பின் வாசிப்புத் தர்க்கத்திலிருந்தே எனது கணினியின் மூலம் நான் உருவாக்கியிருந்த ஸாஃப்ட்வேரின் பரமபத தன்மையின் இயக்க விதிமுறைகள் அமையப் பெற்றிருப்பதின் சூட்சுமத்தின் விநோதம் என்னுள் அற்புதமாகப் புலப்படத் தொடங்கியது. எனது கண்டுபிடிப்பின் சூத்திரங்களில் எனக்கு முன்பிருந்த தயக்கம் முற்றாய் நீங்கியது.

செவிலியர்கள் பரமபத விளையாட்டின் விதிமுறைகளின்படியே குழந்தைகளைக் கலைத்துப் போட்டிருப்பதின் தன்மையைக் கொண்டு என்னால் மிக நிச்சயமாக யார் யாருடைய குழந்தை என்பதைக் கண்டுபிடித்துவிட முடியும் என்பதில் சிறிதும் சந்தேகமில்லை. எனக்கு நான் யாருடைய பிள்ளை என்பதை அறிந்து கொள்ளும் ஆவல் மேலிட, நான் பிறந்த தேதியில் யார் யார் என்னுடன் பிறந்திருக்கிறார்கள் என்ற விபரத்தைக் கணினியின் திரையில் ஓடவிட்டேன். நான் பிறந்த தேதியில் என்னுடன் இன்னும் இரண்டுபேர் பிறந்திருப்பதும் அம்மூவரில் ஒற்றைக் கண்ணனின் பெயரிருப்பதையும் கண்டு அதிர்ச்சியுற்றேன். நான் பிறந்த அதே தேதியில்தான் அவனும் பிறந்திருக்கின்றானா என்பதை அறிந்துகொள்ள ஒற்றைக் கண்ணனின் வழக்கறிஞரை உடனே தொலைபேசியில் தொடர்பு கொண்டேன். அவனது பிறந்த தேதி எனது தேதியாக இருந்தது. மூன்றாவது குழந்தை பெண்ணாக இருந்தது. மூன்று குழந்தைகளும் எனது ஆட்டத்தின் வரைபடத்தில் உருள, எனது மண்டைக்குள் உலோகத்தாலான தாயக்கட்டைகள் உருளத் தொடங்கின. அவற்றின் ஓசை செவிகளை அடைத்தது. பாம்பின் தலையிலிருந்து எனது முடிவற்ற பெருவீழ்ச்சி. நான் பார்க்கத் தவிர்த்த, எனக்குப் பரிச்சயமற்ற ஒற்றைக் கண்ணனின் தாயமுகம் தோன்றுகிறது. அதன் பிரகாசப் புன்சிரிப்பின் தெத்துப்பற்களில் குறும்புத்தனமான கிண்டல் தெரிகிறது. கண்களை இறுக்கி மூடிக்கொள்கிறேன்.

காலவட்டத்துக்குள் இரண்டு கண்கள்

புரண்டு படுக்கும் போது எதேச்சையாக எனது கைப்பட்ட மனைவியின் உடல் சில்லிட்டிருந்தது. திடுக்கிட்டு விழித்து பரபரப்போடு விளக்கைப் போட்டுப் பார்த்தேன். முகமும் உடலும் விரைத்திருந்தது. சுவாசம் முற்றாய் நின்று பிணக்களை கூடிவிட்டிருந்தது. பதறலோடு அடுத்த அறைக்கு ஓடி அம்மாவையும் மகளையும் உலுக்கி எழுப்பினேன். அவர்களும் செத்துக்கிடந்தார்கள்.

எனது கதறலைக் கேட்டு அப்பா எதிர் அறையிலிருந்து ஓடிவந்தார். குடியிருப்பின் பக்கத்து வீட்டார் கதவைத் தட்டினோம். உதவிக்கு அழைத்தோம்.

வெளியே வந்தவர், தன் மனைவியையும் உடன் அழைத்துவர உள்ளே சென்று பதறியடித்து ஓடிவந்தார். அவர் மனைவி, அம்மா, பணிப்பெண் என அனைவரும் செத்துக் கிடந்தனர். சிறிய மகன் கண்களைக் கசக்கிய படி ஓடிவந்தான்.

அதற்குள் எனது அடுக்குமாடி குடியிருப்பின் அத்தனை பகுதிகளிலும் கதறல்களும் ஓலங்களும் எழுந்தன. குடியிருப்பிலிருந்த எல்லா வயதிலும் அத்தனை பெண்களும் செத்துவிட்டிருந்தனர். பதறியபடி படியிறங்கி தெருக்களில் ஓடினோம். எல்லா வீடுகளிலும் தெருக்களிலும் பெண்கள் செத்துவிட்டிருந்தார்கள். செத்துக்கொண்டேயிருக்கும் பெண்களை ஏற்றிக் கொண்டு வாகனங்கள் விரைந்தன. மருத்துவமனைகளிலும், மருத்துவப் பெண்கள், நோயாளிப் பெண்கள் என அனைத்துப் பெண்களும் செத்துக் கிடந்தனர்.

நகரத்திற்குள் நுழைந்த எல்லா பேருந்துகளிலும் ரயில்களிலும் பெண்கள் செத்துக்கிடந்தார்கள். ஆண் காவலர்களும் ஆண் மக்களும் செய்வதறியாது அங்குமிங்கும் ஓடிக்கொண்டிருந்தனர். நகரத்திலுள்ள மக்களில் அத்தனை பெண்களும் இறந்துவிட்டனர்.

என்றும் ஆண்கள் பதற்றத்தைத் தவிர்த்து அமைதிகொள்ளும் படியும் ஒலிப்பெருக்கிகள் முழங்கிய வண்ணம் விரைந்தன.

நகரமெங்கும் ஆண்களின் ஓலமும் ஒப்பாரியும். பிணங்களை வீட்டிற்குள் விட்டுவிட்டு ஆண்களனைவரும் கதறியபடி ஓடிக்கொண்டிருந்தார்கள். தற்சமயம் நகரத்தில் ஒரு பெண் கூட உயிரோடு இல்லை என்ற உண்மை தண்டுவடத்தில் சில்லிட்டது.

இந்த நகரம், மாநிலம், நாடு எங்கிலும் பெண்களே இல்லாமல் வெறும் ஆண்களால் நிறைந்துவிட்டது. ஐயோ! இதை என்னால் எப்படி தாங்க முடியும். இந்த ஆண்களின் ஒப்பாரியை சகிக்க முடியவில்லை. தினம் தினம் கனவுகளில் ஊர்முழுவதும் குவியும் பெண் பிணங்களையும் ஆண்களின் ஒப்பாரியையும் தாங்க முடியவில்லை. கனவுகளுக்குப் பயந்து எத்தனை நாள், எத்தனை மாதங்கள் நான் தூக்கத்தைத் தவிர்த்து இந்நகரின் தெருக்களில் இரவுக் கடைகளைத் தேடித் தேடி ஓடிக்கொண்டிருப்பது? சொல்லுங்கள்! டாக்டர், எனக்கு என்ன ஆனது? சொல்லுங்கள்! எவ்வளவு காலம்தான் என்னை பரிசோதிப்பீர்கள்? இன்னும் எத்தனை நாளைக்கு இந்த மருந்து மாத்திரைகள்?

எத்தனைமுறை சோதித்தாலும் என் மண்டைக்குள் இருக்கும் புதிரை அறிந்துகொள்ள முடியவில்லையே உங்களால்! சொல்லுங்கள்! மரணம்தான் எனக்கு அமைதியைத் தருமா? கனவில் செத்துக்கிடக்கும் எனது தொழிற்சாலையில் பணிபுரியும் பெண்களை மறுநாள் உயிருடன் எதிர்கொள்ளும்போது எனது மண்டை வெடித்துவிடும்போல் இருக்கிறது. கனவுகளில் இடங்களும் மனிதர்களும் எனது குடியிருப்புப் பகுதிகளும் நான் சென்றிருக்கும் நாட்டின் பல பகுதிகளும் ஏதோவொன்றாய் மாறிமாறி வருகின்றனவே. தவிர, கனவு மட்டும், அந்தப் பிணக்கனவு மட்டும், மாறுவதேயில்லை.

என் மகளும், மனைவியும் தாயும் தினம் தினம் விதம்விதமாக சாகிறார்கள். இன்னும் எத்தனை முறைதான் ராட்சத கருவிகளுக்குள் என் தலையை நுழைத்து படமெடுப்பீர்கள்?

டாக்டர், எனக்கு இன்னும் பைத்தியம் பிடிக்கவில்லை என்பது மட்டும் நிஜமாக இருக்கிறது. மற்றவை பயமாக இருக்கின்றன. இதற்கு ஏதாவது செய்யுங்கள். நீங்கள் எனக்கு வெறும் டாக்டர் மட்டுமில்லை, நண்பரும்கூட என அவன் கதறி அழுதான். அவனது கழுத்தைத் தனது மார்பில் தாங்கிக்கொண்டு அவன் மனைவியும் கலங்கியபடி இருந்தாள்.

கனவு ஒரு நோயாகுமா? அது ஒரு நோய் என்ற நிலையில் அதை குணப்படுத்த முடியாதா? எனக்கு ஏற்பட்டுள்ளது மனநோயின் ஒரு கூறா? அந்த மனநல மருத்துவரை நம்பி இனி பிரயோஜனமில்லை. நம்மிடம் எவ்வளவோ பணம் இருக்கிறது. அதைக்கொண்டு எனது பிணக் கனவுகளை என்னிடமிருந்து அகற்றிவிட முடியாதா? எனது பிரச்சினை எனக்கும் உனக்கும் அவருக்கும் மட்டும்தான் தெரியும். வெளியில் யாரிடமாவது சொல்லி ஆலோசனைப் பெறக்கூட வெட்கமாக இருக்கிறது.

அவனது பேச்சு சப்தத்தில் குழந்தை புரண்டு படுத்தது. மடியில் சாய்ந்துகொண்டு அவளது முகத்தையே பார்த்துக்கொண்டிருந்தான். இரவு விளக்கின் இள நீலவொளி அறை முழுதும் நிறைந்து மெல்லிய துணிபோல் அசைந்து கொண்டிருந்தது. தூக்கம் அவளது கண்களைக் கவ்வியது. அவளைத் தூங்கவைத்துவிட்டு வழக்கம்போல வெளியேறினான்.

தோட்டத்தை கவிந்திருக்கும் மார்கழி பனிக்குள் ஓர் ஆடுபோல கம்பளிக்குள் முடங்கிக் கிடந்த கூர்க்கா, எழுந்து இரும்பு வாயிலை சப்தமில்லாமல் திறந்துவிட்டார்.

புதிதாக இவன் குடியேறியிருக்கும் இந்தப் பகுதியில் எல்லா வீடுகளும் அரண்மனையைப் போல இருக்கின்றன. சில வருடங்களுக்கு முன்பு இந்த இடம் கருவேலங்காடாக இருந்தது. எங்கேயும் போல இங்கேயும் நகர விரிவாக்கத்தில் கருவேலங்காடுகளும் கழனி வெளிகளும் வீடுகளாகவும் தார்ச்சாலைகளாகவும் மாறிவிட்டன. திருமணமாகி குழந்தை பிறந்ததும் அவள் நினைவாக இந்தத் தோட்டம் சூழ்ந்த வெள்ளை மாளிகையை உருவாக்கினான்.

தன் அப்பாவின் காலத்தில் இந்தப் பகுதி கருவேலங்காடாக

இருந்தது. அதைச் சுற்றிலுமிருந்த சில குடிசைகளுள் ஒன்றில்தான் தான் பிறந்து வளர்ந்ததாக இவனது தந்தை அடிக்கடி சொல்வார். நகரத்தின் மையப் பகுதியில் தனக்குப் பல குடியிருப்புகள் இருந்தும் அப்பாவின் ஆசைக்காகவே இந்த வீட்டைக் கட்ட இப்பகுதியை அவன் தேர்ந்தெடுத்தான். ஒரு செருப்பு தைக்கும் தொழிலாளியின் மகனான தான், இன்று அதே தோலைக் கொண்டு வெளிநாடுகளுக்கு ஏற்றுமதி செய்யும் தொழிற்சாலைக்கு உரிமையாளனாக இருப்பதை நினைக்கும்போது எல்லாம் மாயமந்திரம் போல அவனுக்குத் தோன்றியது.

அவனது வாழ்க்கையில் எல்லாமே அவள்தான். உடன் படித்தவள். ஒவ்வொரு படியாக அவனை வளர்த்தவள். இவனுடைய இன்றைய சிறப்பெல்லாம் அவள் செய்ததுதான். எல்லாம் அவளுடைய வினோதம் என நினைப்பான்.

அவள் கேட்டுக்கொண்டதன் பேரிலேயே எத்தனையோ சாமியார்களை அணுகினான். தியானம் செய்தான். சில நாள்கள் ஆசிரமங்களில் தங்கி இருந்தான். எதுவும் பயனில்லை. உறக்கமின்மையால் ஏற்படும் அசதி. உறங்கினால் ஏற்படும் கனவின் வலி. பிணபாரம் அவனை அழுத்தியது. எங்கிருந்து எப்படி இந்தக் கனவுகள் தன்னைச் சூழ்ந்தன என்பது அவனுக்குப் புதிராகவே இருக்கிறது. தினந்தோறும் சந்திக்கும் எந்த ஒரு பெண்ணையும் பிணமாக தன் கனவின் ஓட்டத்தில் எப்படியும் எதிர்கொண்டு விடுகிறான். உண்மையில், இந்த நகரத்தில் இருக்கும் அத்தனை பெண்களும் ஒரே இரவில் செத்துவிட்டால், அல்லது இந்த மாநிலத்திலுள்ள, இந்த நாட்டிலுள்ள அத்தனை பெண்களும் ஒரே இரவில் செத்துவிட்டால் அடுத்தது என்ன நேரும்! இந்த வெற்று ஆண்கள் என்ன செய்வார்கள்? இவர்கள் யாரிடம் அதிகாரம் செய்வார்கள்? இவர்களது கலாச்சாரம் என்னவாகும்? இவர்களது அரசியல் என்னவாகும்?

இவர்கள் உருவாக்கியிருக்கும் ஆண் கலாச்சாரமும், ஆண் அரசியலும், ஆண்வய இன அடையாளமும் பெண்களே இல்லாத கணத்தில் என்னவாக இருக்கும்? அந்த ஒரு கணம் எப்படிப்பட்டது... என்று அவனிடம் அவள் கேட்பாள்.

அவன், தன் கனவுக்கு அவள் வகுக்கும் அரசியல் அர்த்தத்தை பெரிதும் ரசிப்பான். அந்த மனோநல மருத்துவர் கூறும் பகுப்பாய்வுகளைவிட இவளுடைய பேச்சு இவனுக்கு புரிந்துகொள்ளக் கூடிய ஒரு கதையாடலாக இருப்பதும், மேலும், அப்பேச்சு அவளிடம் அணைந்து போய்விட்ட அவளது கல்லூரிகால சமூக அக்கறைகளையும் ஞாபகப்படுத்துவதாயிருக்கும்.

ஒரு சாமியாரின் மூலம் அந்த மாந்திரீக மருத்துவனின் தொடர்பு அவனுக்குக் கிடைத்தது. அவனது கனவுகள் பற்றிய விவரணைகளை மாந்திரீக மருத்துவனின் பெண்காரியதரிசி தொடர்ந்து கணினியில் பதிவு செய்து கொண்டிருந்தாள். அவளது வெட்டுக்கிளி போன்ற கூர்மையான முகமும் ஒளிரும் வெளிர் நீல கண்ணாடித்திரையும் ஒன்றித்து விநோத தோற்றத்தைத் தந்தன. தனது கண்களில் ஒன்றை எடுத்து கையில் வைத்துப் பார்ப்பது போல அவள் முகம் இத்திரையுடன் ஒன்றியிருந்தது. குளிரூட்டப்பட்டிருந்த வெள்ளை அறையில் ஒரு கூழாங்கல் சிம்பைப்போல அந்த மாந்திரீக மருத்துவனின் இளைய தோற்றம் சில்லிட்டிருந்தது. அவனைப் பற்றிய, அவனது குடும்பத்தினர் பற்றிய எல்லா தகவல்களும் கணினிக்குள் சேகரமாயின. பிறப்பு, நட்சத்திரம், வசிப்பிடம், அதன் திசை என எல்லாமும் பதிவாயின. மனநல மருத்துவர் தந்த எல்லா பரிசோதனை குறிப்புகளும், அவனுடைய மனைவியின் முதல் மாதவிலக்கு நாள் மற்றும் முதல் உடலுறவு நாள் என்பன போன்றவையும் பதிவுறுத்தப்பட்டன.

பிறகு ஒரு நாள் மாந்திரீக மருத்துவனின் அழைப்பின் நிமித்தம் சென்று அன்றைய இரவு, அவன் வரைந்து வைத்திருந்த சக்கரக் கோலத்தில் படுத்து உறங்கினான். அவன் விழித்த போதுதான், மூன்று இரவுகள் மற்றும் மூன்று பகல்கள் தொடர்ந்து அந்தச் சக்கரக் கோலத்தில் உறங்கியது தெரிந்தது. கனவுகளற்ற தனது நீண்ட உறக்கத்தைப் பற்றி மகிழ்ச்சியடைந்தான். இப்படியொரு தூக்கத்துக்கான தனது தவிப்பையும் ஏக்கத்தையும் தழுதழுப்போடு மாந்திரீக மருத்துவனுடன் பகிர்ந்துகொண்டான். மருத்துவன் மிக அமைதியோடு, ‘உண்மையில், மூன்று நாட்கள் நீ இறந்து கிடந்தாய்’ என்றான்.

மாந்திரீக மருத்துவன் தனது வீட்டிற்கு வந்து பார்வையிட வேண்டும் என்று கேட்டுக்கொண்டதன் பேரில், அவன் தனது மகள், தாய், தந்தை என அனைவரையும் நகரத்தின் மையப்பகுதியிலுள்ள வேறொரு வீட்டில் குடியமர்த்தினான். மருத்துவன், அவனது வீட்டை முழுவதும் ஆராய்ந்து வீட்டு நடு கூடத்தில் சக்கரக் கோலம் வரைந்து அதில் படுத்து ஒரு நாள் முழுதும் உறைந்து கிடந்தான்.

அவனது மனைவிக்குப் பீதியாக இருந்தது. வழி தெரியாமல் ஏதோ சங்கடமான இடத்தில் மாட்டிக்கொண்டது போல அவனும் நினைத்தான்.

சில தினங்களுக்குப் பிறகு மாந்திரீக மருத்துவனிடமிருந்து கணினியில் பதிவு செய்யப்பட்ட குறிப்புகளடங்கிய பிரதிகள் வந்தன. அவர்களுக்குள் எல்லாம் வினோதமாகச் சுழன்றன.

கி.பி. எட்டாம் நூற்றாண்டு வாக்கில் இந்த நகரத்தை ஆண்ட மன்னனின் மரணம், இந்த நிலப்பகுதியிலே நிகழ்ந்த மரணங்களிலெல்லாம் மிகப் பெரிது. அவனுக்கு பல நூறு மனைவிகள். அவர்களுள் ஒருத்தியால் அவன் கொல்லப்பட்டதாக செய்தி கூறுகிறது. இப்பொழுது நீ வசிக்கும் பகுதியானது அப்பொழுது சிற்றாற்றின் கிளை பாயும் வழித்தடமாக இருந்தது. காலப்போக்கில் வழித்தடம் மாறி இப்பகுதி கருவேலங்காடானது. அப்பொழுது இந்த கிளையாற்றங்கரையில்தான் அந்தச் சடங்கு மிகப்பெரும் அளவில் நிகழ்ந்தது. மன்னனின் மரணத்தைத் தொடர்ந்து அவனது பத்தினிகளும் உடன்கட்டை ஏறினர். மிகச்சரியாக உனது வீடு எழும்பியிருக்கிறதே, அந்த இடத்தில்தான் தீக்கிணறு தோண்டப்பட்டு அச்சடங்கு நிகழ்ந்தது. மன்னனின் பத்தினிகளில் ஒருத்தி உடன்கட்டை ஏறாமல் தப்பி ஓடிவிட்டாள். அந்தச் சடங்கு அதனால்தான் ஊனமாகி விட்டது.

முழுமை பெறாத சடங்கின் தோஷத்தால், மன்னனுடையதும் அவனுடைய பத்தினிகளுடையதுமான ஆன்மக் குமுறல் இன்னும் உனது வீட்டின் கீழ் பூமிக்குள் கொதித்துக் கொண்டிருக்கிறது. நகரமயமாக்களுக்கு உட்பட்ட அந்தக்

காட்டுப்பகுதி அழிக்கப்பட்டு புதிய வசிப்பிடங்களால் உருவான மனித வாசனையில் கவரப்பட்டு, பூமிக்குள் அடங்கிக் கிடந்த ஆன்மக் குமுறல் மீண்டும் கொதிக்கத் தொடங்கிவிட்டது. அதன் அலையதிர்வுகளை ஏற்றுக் கடத்தும் ஒத்திசைவு உனது உடம்புக்குள் இருந்ததால், உனக்குள் அந்த அலைப் பரவல் சேகரமாகி இருக்கின்றன.

உனது உடம்பிலிருந்து அந்த அலைகளை வெளியேற்ற முடியாது. அது உனது உடல் இயக்கத்தின் சக்தியோடு கலந்துவிட்டது. படிப்படியாக அதுவே உன்னிடமிருந்து குறைந்து போகும். வீட்டிற்கு எந்தவித தோஷமும் இல்லை. பிரச்சினை உனது உடம்பில்தான் இருக்கிறது. வீட்டை மாற்றலாம். ஆனால் நீ உனது உடம்பை மாற்றிக்கொள்ள முடியாது. மேற்சொன்ன விபரங்களுக்கு, நமது அரும்பொருட்கூடத்து நூலகத்தில் கீழ்காணும் நூல்கள் கிடைக்கின்றன. விருப்பப்பட்டால் படித்துப்பார்.

இவ்விதமான, மாந்திரீக மருத்துவனின் ஆய்வுக் குறிப்புகளை வாசித்துவிட்டு கலகலவென மனநல மருத்துவர் சிரித்தர். 'இவர் குறிப்பிடும் சரித்திர நிகழ்ச்சிகள் உண்மையானதாக இருக்கலாம். உங்களுடைய உடம்புகூட சரித்திர பூர்வமானதாக இருக்கலாம். ஆனால், இவர் குறிப்பிடும் ஆன்மக் குமுறல், அதன் அலைகள் போன்றவற்றிற்கு எந்த ஒரு நிரூபணமும் இல்லை. நிரூபணம் இல்லாதவற்றை விஞ்ஞானமோ, ஏன் இதில் குறிப்பிடப்படும் சரித்திரமோகூட ஏற்பதில்லை. தொழிற்சாலையின் அலுவல்களிலிருந்து கொஞ்சம் ஓய்வெடுங்கள். வெளிநாடுகளுக்குச் சென்று சில காலம் பொழுதை கழித்துவிட்டு வாருங்கள். படிப்படியாக எல்லாம் சரியாகிவிடும் என உங்கள் மாந்திரீக நண்பர் சொல்வதைத்தான், முதல் நாளன்றே உங்களுக்கு நான் சொன்னேன். உங்கள் கனவுகளுக்கு உங்கள் மனைவி தரும் அரசியல் விளக்கங்கள், மாந்திரீகனின் மூலம் ருசுவாகி விட்டது...' எனச் சொல்லி மீண்டும் சிரித்தார்.

அவருடைய கிண்டல் அவனுக்கு எரிச்சலைத் தந்தது. 'என் கனவுகள் ஸ்தூலமானதா? அவற்றிற்கு நிரூபணம் உண்டா? என் மண்டைக்குள் வாரிக் கொட்டிக் குவிந்து கிடக்கும்

பெண்களின் பிணங்களுக்கு நிரூபணம் உண்டா? உங்களுடைய மருத்துவக் கோட்பாட்டை எதன் மூலம் எப்படி நிரூபித்தீர்கள்? மனநோய் என்பதற்கு ஏதேனும் நிரூபணம் உண்டா? சொல்லுங்கள்! ஒரு மனநல மருத்துவன் மொண்ணைத் தனமான யதார்த்தவாதியாக இருக்கக்கூடாது. உங்களுடைய அறிவுரைகளுக்கு நன்றி, வருகிறேன்’ என கத்திவிட்டு கடகடவென வெளியேறினான்.

தனது கனவுகளில் பயந்து ஓடிக்கொண்டிருந்தவன், நிதானமாக நின்று ஒவ்வொரு பெண்ணின் சவ முகத்தையும் உற்றுப் பார்த்தபடி நடக்கலானான். பிணங்களை சகஜமாக எதிர்க்கொண்டான். தன் மனைவியோ மகளோ இறந்து கிடப்பதைக்கூட எந்த ஒரு பதற்றமுமில்லாமல் ஏற்றுக் கொண்டான். கனவுகளுக்குள் தான் கொண்ட இந்த மனப்பயிற்சி, மற்ற நேரங்களில் அவன் உற்சாகமாக செயல்பட உதவியது. மாந்திரீக மருத்துவன் குறிப்பிட்ட சில நூல்களை வாசித்ததன் மூலம், அந்த நூல்களில் குறிப்பிடப்பட்டிருந்த பல நூல்களைத் தேடிச் சென்றான். நூல்களின் மூலம் கால அடுக்குகளின் அரசியல் நிகழ்ச்சிகளையும், பல நிலங்களின் சரித்திர கால முகங்களையும் கண்டுகொண்டான். ஆரம்பத்தில் சரித்திரத்தின் யதார்த்தம் அவனை மருட்டியது உண்மைதான். ஆனால் சரித்திரம் என்பது திருப்பிச் சொல்லப்படும் ஒரு கதை கூறல் என்பதான புரிதலுக்கு வந்தபின், சரித்திரம் என்ற பெரும் புனைவுக்குள் தன்னைத் தொலைத்துக் கொள்வதன் மூலம் தனது சவக் கனவுகளிலிருந்து தப்பித்துக்கொள்ளும் யுக்தியைக் கைக்கொண்டான். ஆனால், பெரும் புனைவு என்ற நினைப்பு தந்த சுகம் அவனை வேறு விதமாக தாக்கத் தொடங்கியது.

பல காலச்சார அரசியல் வெளிகளைக் கொண்ட தனது நாட்டில் இதுவரை நிகழ்ந்துள்ள உடன்கட்டை ஏறுதல் என்னும் சடங்குகளையும் அதில் பலியான பெண்களின் புள்ளி விபரங்களையும் தாமிரப்பட்டையங்கள், கல்வெட்டுச் செய்திகள், ஓலைச்சுவடிகள் மூலமாக சேகரிக்கத் தொடங்கினான். தனது நகரத்தில் தன்னுடைய வீட்டு நிலத்தில் நிகழ்ந்த அந்தச் சடங்கின் முழு விபரத்தையும் அவன் தொகுத்துவிட்டிருந்தான். அந்த மன்னனைப் பற்றி, அவனது

அரசியல் வாழ்க்கை பற்றி, அவனது மனைவியர்கள் பற்றி என எல்லாவற்றையும் தொகுத்திருந்தான். மன்னனை கொன்ற பட்டத்து மகிஷி பற்றியும் தெரிந்துகொண்டான். உடன்கட்டையிலிருந்து தப்பிய இளம் பெண்ணைப் பற்றி இன்னமும் இந்நாட்டின் அடித்தட்டு இனத்தவரிடம் வழங்கி வரும் கதைப் பாடலைப் பற்றியும் அறிந்து வைத்திருந்தான்.

இந்நகரத்தின் பல்கலைக்கழகத்து நாட்டுப்புறவியல் துறையில் பேராசிரியையாகப் பணிபுரியும் தனது மனைவியின் தோழி மூலம், அந்தப் பெண்ணைப் பற்றி கால காலமாக வழங்கிவரும் கதைப்பாடலை அறிந்து கொள்ள முடிந்தது. தனது கனவுகளில் தான் பிணக்குவியல்களுடாகத் தேடியலைந்தது சரித்திரத்தில் பதிவாகாத அந்த இளம் பெண்ணின் பிணத்தைத் தானா என நினைத்தான். தன்னை பாதித்துக் கொண்டிருக்கும் அந்த சரித்திர காலகட்டத்தின் அரசியல் கலாச்சார நிகழ்வுகளை தனது ஆய்வுகளின் மூலம் இவ்வாறாக தொகுத்துக் கொண்டான்.

அடித்தட்டு இனத்தவரிடம் பேரளவிலான செல்வாக்கைப் பெற்றிருந்த பௌத்தமதம் முற்றாய் அழித்தொழிக்கப்பட்டு புதிய சமூக கலாச்சார சட்டங்கள் நடைமுறைபடுத்தப்பட்ட அந்தக் காலகட்டத்தில் இந்த நிலப் பகுதியை ஒரு குறுநில மன்னன் ஆண்டு வந்தான். அரசவையில் பதிவு செய்யப்பட்ட கணக்கின்படி அவனுக்கு நானூறு மனைவியர் இருந்தனர். அவன் தனது வாழ்க்கையில் இணைத்துக்கொண்ட இறுதியான மூன்று பேரில் ஒருத்தி, அடித்தட்டு இனத்தைச் சார்ந்த மலைப்பகுதி பெண்ணாவாள்.

வேட்டைக்குச் சென்ற மன்னன் அவளின் அபரிமிதமான அழகில் மயங்கி உடன் இழுத்து வந்துவிட்டான். மிக இளம் பெண்ணான அவள் அப்பொழுது பருவமே எய்தியிருக்கவில்லை. மன்னனுக்கு அவளிடம் பேரளவிலான ஈடுபாடு இருந்தது. அவள் பருவம் எய்தும் அந்த அற்புத நாளை எதிர்க்கொண்டிருந்தான். ஒவ்வொரு பௌர்ணமி இரவிலும் மூலிகை மலைச்சுனையில் நீராடி வரும் அடிதட்டுப்பெண், தான் பருவம் எய்தும்போது அந்த முதல் குருதியோடு அவள் சார்ந்த இனத்தின் தீட்டும் அவளது உடலை விட்டு நீங்கிவிடும் என்ற சாத்திரத்தின்படி, அடிமை இனத்தவர்கள் சுமந்து செல்ல,

பல்லக்கில் அமர்ந்து நீராடச் செல்வது அந்த மலைப் பெண்ணின் வழக்கம். அப்பொழுது, பல்லக்குத் தூக்கிகளில் ஒருவனுக்கும் அந்த மலைப் பெண்ணுக்கும் வெறும் பார்வையாலேயே ஒரு மனப்பரிமாற்றம் நிகழ்ந்திருக்கிறது.

மலைப்பெண் பருவம் எய்திய அன்று மன்னன் தன் வயோதிகத்தால் இறந்ததாகவும், பதவிப் போட்டியில் தன் ஊமை மகனுக்கு முடிசூட்ட வேண்டிய அவசரத்தில் பட்டத்து மகிஷியே விஷம் ஊட்டி கொன்றாள் என்றும், மலைப்பெண் தன் குடி தாய்த்தேவதைப் பற்றிய மந்திரச் சொல் ஒன்றை ஓயாது உச்சரித்து மன்னனைக் கொன்றதாகவும் செய்திகள் பலவாறாகக் கூறப்படுகின்றன.

ஆற்றங்கரையோரம், அந்தப் பௌர்ணமி இரவில் ஊர் முழுதும் தீப்பந்தங்களோடு பவனிவரப்பட்ட மன்னனின் சடலம், சந்தனக் கட்டைகள் அடுக்கப்பட்ட அகன்ற கிணற்றுக் குழியில் இறக்கப்பட்டு தீ மூட்டப்பட்டது.

இதுவரை மக்கள் என்றுமே காணாத ஒரு பெருந் தீ வளர்ந்தது. மன்னனின் உடலைத் தொடர்ந்து அவனது மனைவியர் ஒவ்வொருவராகக் குதித்தனர். குலவை ஒலியில் ஆற்றில் அலை புரண்டது. தாரை தப்பட்டை ஒலிக்க கூட்ட நெரிசலின் ஓலம் பெருகியது. தீயில் விழும் உடல்கள் வெடிக்கும் ஓசை எழுந்தது. தசைக் கருகும் நெடியும் புகையும் நிலவை மறைத்தது.

இறுதியாக தீக்கிணறு நோக்கி மருட்சியோடு தயங்கித் தயங்கி அந்த மலைப்பெண் நகர்ந்துகொண்டிருந்தாள். தீக்கிணறுவரை சென்ற சில பெண்கள் பயங்கொண்டு ஓட எத்தனிக்க, காவலர்கள் அவர்களைத் தூக்கி வந்து தீயில் வீசினர். அந்த மலைப்பெண், கலங்கிய முகத்தோடு மக்கள் நெரிசலைக் கட்டுப்படுத்திக்கொண்டே தன்னை பார்த்தபடி இருக்கும் பல்லக்குத் தூக்கியின் கண்களை அவன் முகத்தோரம் எரியும் பந்தத்தின் வெளிச்சத்தில் பார்த்தாள். அடுத்த கணம் சூழலை மறந்து ஓடிவந்து அவனைத் தழுவிக்கொண்டாள்.

வேத கோஷம் நின்றது. நிலம் அதிர்ந்தது. தீக்கிணறின் சுவாலைகள் வெளியெங்கும் நீந்தின. கூட்ட நெரிசலைக்

கிழித்துக்கொண்டு சுழித்துக் கொண்டோடும் ஆற்றில் பாய்ந்தார்கள். கரைகளைத் தாண்டி, பல நகரங்களைத் தாண்டி, காடுகளையும், மலைகளையும் கடந்து ஓடினார்கள். அவர்கள் எங்கிருந்தாலும் காலத்தில் என்றேனும் ஒருநாள் கொன்றுபோட சபதமேற்று புறப்பட்ட இரண்டாயிரம் குதிரை வீரர்கள் திரும்பி வராமல் சரித்திரத்தில் தொலைந்து போனார்கள். மலைப்பெண் தன் முகம் முழுதும் பச்சைக் குத்திக்கொண்டு தனது அடையாளத்தை அழித்துக் கொண்டாள்; என்பதாகத் தொடரும் அவளைப் பற்றிய கதைப்பாடல், அவனுக்கும் அவளுக்கும் நேர்ந்த இன்னல்கள், பயங்கள், அலைக்கழிப்புகள் என விவரித்து அவர்களுக்குள் நிகழ்ந்த ஓர் உரையாடலின் முத்தாய்ப்போடு முடிகிறது:

இன்றோ நாளை எந்நாளோ
அந்நாள் ஒரு நாள் நானிறந்தால்
ஐயா நீங்கள் என் செய்வீர்?
கண்ணே எந்தன் உயிர் நீயே
காலம் ஏது உனக்குப்பின்
நானும் மாய்வேன் உன்மடியில்!

வாய்வழிப் பாடலாக அடித்தட்டு இனத்தவரிடம் வழங்கி வரும் மலைப் பெண்ணின் கதைப்பாடலானது அவ்வினத்தவர் பற்றிய அற்புதமான இலக்கிய சாதனை எனக் கூறும் அவனது மனைவி, அப்பாடல் வரிகளை வாய்விட்டுப் பாடுவதும் அதைக் குறித்து பேசுவதுமாக இருந்தாள்.

இயல்பில் அடித்தட்டு இனத்தைச் சார்ந்த அவன், தனது இன அடையாளத்தை சமூக அந்தஸ்து கருதி இதுநாள்வரை மறைத்து வந்ததற்காக பெரிதும் வெட்கப்பட்டான். உண்மையில் அக்கதைப் பாடல் மூலமாக மீண்டும் தன்னுள் உணர்த்தப்பட்ட மரபின் நினைவுகளே தனது நோய்மையை படிப்படியாகக் குறைத்திருக்கிறது என்றும் கருதினான். இன்று தனது கனவுகளின் குரூரத்திலிருந்து தன்னை மீட்டெடுத்த மனைவி, ஏதோ ஒருவித அகவயப் புதிரால் சிக்கலுறுகிறாள் என்று நினைத்தான்.

சரித்திர நினைவுகள் சமகாலத்தை புனைவாக்கிவிடுவதாகவும் அப்புனைவுகளுக்குள் தன் மனைவி கொஞ்சம் கொஞ்சமாக புதைந்து கொண்டிருப்பதையும் மிகத் தாமதமாக உணர்ந்தான். சரித்திரப் புனைவுகள் தனக்கு ஒருவித தப்பித்தலாக இருந்தபோது, தன் மனைவிக்கு அது ஒரு சிறையாகிவிட்டது என்பதை உணர்ந்தான். அவள் சரித்திரத்துக்குள் சிக்கிக் கொண்டுவிட்டாள். அப்படித்தான் அவள் சொன்னாள்.

தான் கண்ணாடியில் முகம் பார்க்கும்போது தன் முகம் முழுவதும் பச்சைக் குத்தப்பட்டுள்ளதைப் போல் தெரிகிறது என்றாள். அவன் அதிர்ந்து போனான். அவள் கண்ணாடியை மட்டுமல்ல, தன் முகம் பிரதிபலிக்கும் எந்த ஒரு பொருளையும் தவிர்த்தாள். தனது செவியில் பெண்களின் மரண ஓலங்கள் உறங்கும் கணங்களில் அதிர்கின்றன என்றாள். அவன் குலை நடுங்கிப் போனான். மீண்டும் மாந்திரீக மருத்துவனின் உதவியை அவன் நாடியபோதுதான், நாட்டின் நிலப்பகுதியை மழை மேகமென ஓர் இருட்டு எங்கிருந்தோ வந்து சூழ்ந்துகொண்டது. நாட்டின் தலைநகரத்தில் ஏற்பட்ட ஜனநாயக ரீதிலான அரசியல் மாற்றம் நாடு முழுவதும் பெரும் கொந்தளிப்பை ஏற்படுத்தியது.

சரித்திரத்தில் முதன் முறையாக பேரினவாத கட்சிகளின் ஆட்சி கலைக்கப்பட்டு, நாடெங்கிலுமுள்ள அடித்தட்டு இனங்களின் பிரதிநிதிகள் ஒன்றுபட்டு அடிப்படை இனத்தவர்களின் ஆட்சி மன்றம் பெரும்பான்மை பலத்தோடு அமைக்கப்பட்டது. நாட்டின் ராணுவம் இரண்டுபட்டு, பேரினவாதப் படையும் பேரினவாதக் கட்சிகளும் நாடு முழுவதும் பேரளவில் வன்முறைகளை நிகழ்த்தியபடி இருந்தன. இதுவரை வடமாநிலங்களில் அடிப்படை இனத்தவர்கள் பத்து லட்சங்களுக்கும் மேல் கொல்லப்பட்டதாக செய்திகள் வந்தபடி இருந்தன. நாடெங்கும், அடிப்படை இனத்தவர்களின் உடைமைகளும், தொழிற்கூடங்களும் சூறையாடப்பட்டன. குடியிருப்புப் பகுதிகள் எரிந்தவண்ணம் இருந்தன. வன்முறை தென்மாநிலங்களிலும் வேகமாகப் பரவியபடி இருந்தது.

அவன், தனது தொழிற்சாலை எந்த நேரத்திலும் கொளுத்தப்படலாம் என்ற நிலையில் இயந்திரங்களையும்

தோல் பொருட்களையும் நகரின் பல பகுதிகளுக்கு இடம் மாற்றியபடி இருந்தபோதுதான், அவனது வீடு கொளுத்தப்பட்டு எரிந்துகொண்டிருப்பதாக தொலைபேசியில் மனைவி கதறினாள்.

எரிந்து கொண்டிருக்கும் மாளிகையைச் சுற்றி பெருங்கூட்டம் கூடியிருந்தது. உடலில் ஆங்காங்கே தீக்காயங்களோடு அவள் கலங்கி நின்றாள். எரியும் வீட்டுக்குள்ளிருந்து பெண்களின் பேரோலமும், தசைக் கருகும் நெடியும் எழுந்தன. கூடி நின்றவர் திகைத்தனர். அவள் மயங்கி நிலை சரிந்தாள். தீயணைப்புப் படையும் காவல் துறையினரும் வந்து குழுமினர். அவள் மருத்துவமனைக்குக் கொண்டு செல்லப்பட்டாள்.

நாடெங்கும் பரவி வரும் அரசியல் வன்முறையின் முதல் தீ இந்த நகரத்திலும் பற்றத் தொடங்கியிருக்கிறது என்றே நகரத்தின் காவல் இயந்திரம் கருதியது. ஆனால், மருத்துவமனையில் அவளிடம் மேற்கொண்ட விசாரணையில், அவளது வாக்குமூலத்தைக் கேட்டு காவல் உயரதிகாரி திகைத்தார்.

உடல் முழுதும் கவசம் அணிந்து உடைவாளோடு சுமார் பதினைந்து குதிரை வீரர்கள் தனது வீட்டைச் சூழ்ந்துகொண்டு தீப்பந்தங்களை வீசி கொளுத்தினர் என்றாள். ஜன்னல்களையும், கதவுகளையும் அவர்கள் அடைத்துவிட்டனர். அவர்கள் சென்ற பிறகு மாடியின் ஜன்னலை உடைத்துக் கொண்டு வெளியே குதித்தேன் என்றாள். அதற்குள் மற்றவர்களும் கூடி விட்டார்கள் என்றாள்.

நகரத்தில் வன்முறை பரவத்தொடங்கிவிட்டது என பத்திரிகைகள் அதிர்ந்தன. எரிந்த மாளிகையில் நூற்றுக்கணக்கானோர் உயிருடன் கொளுத்தப்பட்டனர் என்ற செய்தி பரவியது. அணைந்த சாம்பலிலிருந்து கபாலங்களும் எலும்புகளும் பிரித்தெடுக்கப்பட்டன. அவன் சார்ந்த இனம் பற்றி பத்திரிகைகள் சுட்டிக்காட்டின. கொளுத்தப்பட்டது வெறும் வீடுதான் எனவும், கொளுத்தியது பல நூற்றாண்டுகளுக்கு முந்தைய குதிரைவீரர்களென்றும் அவன் மனைவி கூறியவை நகைப்பிற்கிடமாயின.

தனது வீட்டில் பேரளவிலான எண்ணிக்கையினர் கொளுத்தப்பட்டுள்ளதால் அவன் விசாரணைக்காக காவல் தலைமையகத்தில் அடைக்கப்பட்டான். மருத்துவமனையில் இருக்கும் அவனது மனைவிக்கு காவல் பாதுகாப்பை வேண்டினான். எரிந்த எலும்புகள் மற்றும் அவற்றோடு கிடைத்த உலோக ஆபரணங்களைக்கொண்டு அவை பன்னிரண்டு நூற்றாண்டுகளுக்கு முற்பட்டவை என ஆராய்ச்சி அறிக்கைகள் தெரிவித்தன.

காவல் தலைமையகம், அவன் கேட்டுக்கொண்டதற்கிணங்கி மாந்திரீக மருத்துவனின் உதவியை நாடியது. மருத்துவனின் அறிக்கைகள் பெரும் பரபரப்பை ஏற்படுத்தின. திட்டமிடப்பட்டு கட்டுக்கதைகள் பரப்பப்படுவதாகவும், நகரத்தில் தினம் பரவி வரும் கொலைகளையும் வன்முறைகளையும், மக்களிடமிருந்து திசை திருப்பிவிட கைக்கொள்ளப்படும் முட்டாள்தனமான கற்பனை என பத்திரிகைகள் சாடின.

வன்முறை பற்றிய செய்திகள் படிப்படியாகக் குறைந்து பத்திரிகைகளின் முதல் பக்கத்தை மாந்திரீக மருத்துவனின் அறிக்கைகளும் ஆய்வுச் செய்திகளும் நிறைத்தன. யாராலும் கண்டுகொள்ளப்படாமல் கிடந்த பல்கலைக்கழக சரித்திர வல்லுநர்களின் தொடர்கட்டுரைகள் வெளிவந்தபடி இருந்தன. உள்ளூர் பத்திரிகைகளில் நாட்டில் நிகழ்ந்துவரும் கொந்தளிப்புகள் முக்கியத்துவமிழந்து போயின. அவனது வீடு சார்ந்த அந்தப் புதிய குடியிருப்புப் பகுதியில் அகழ்வாராய்ச்சி மேற்கொள்ளப்பட வேண்டுமென்று பல்கழைக்கழக மான்யக் குழுவிற்கு திட்டங்களையும் அறிக்கைகளையும் பேராசிரியர்கள் வெளியிட்டபடி இருந்தனர்.

அவனுக்கு எல்லாம், சூழலின் மாயவலைக்குள் சிக்கிச் சுழல்வதாகத் தோன்றியது. தன்னைச் சூழ்ந்த ஒரு சமூகமே பெருங்கனவாய் விரிந்து அதனுள் தன்னை நகர்த்திக் கொண்டிருப்பதாக அவன் நினைத்தான்.

காவல் தலைமையகமும் பல்கலைக் கழக வரலாற்றுத் துறையும் மாந்திரீக மருத்துவனின் தலைமையில் செயல்பட்டு, கணினியின் உதவியோடு இந்நகரின் சரித்திரகால அடுக்குகளை

கோடிட்டுக்காட்டி, உடன்கட்டையேற்றும் சடங்கை முதன்முதலாக இப்பகுதியில் நிகழ்த்திய அந்த மன்னனின் மரணம் மற்றும் மன்னனின் ஊமை பட்டத்து இளவரசன், தன் தாயின் கட்டளைப்படி அவளை பழியிலிருந்து காத்துக்கொள்வதோடல்லாமல் தன்னைச் சார்ந்த மன்னனின் அனைத்து மனைவியரும் கொல்லப்படவேண்டும் என்ற ஆசையின் நிமித்தமே, இந்த உடன்கட்டை என்ற சதியை நிறைவேற்றினான் என்பதும் கண்டுபிடிக்கப்பட்டது. வழக்கம்போல் சரித்திரத்தில் பெண் மீண்டும் ஒருமுறை பழிகாரியாக்கப்பட்டுவிட்டாள் என்று எதிர்ப்பு கிளம்பியது.

கணினி குறிப்பிட்டுக் காட்டிய மன்னனின் மனைவியரின் பெயர்ப் பட்டியலில் இறுதியாக தன் மனைவியின் பெயர் இருப்பதைக் கண்டு அவன் நடுங்கினான். அதே சமயம் காவல் தலைமையகத்திற்கு அவனது மனைவி கொலை செய்யப்பட்டுவிட்டாள் என்ற செய்தி மருத்துவமனையிலிருந்து வந்தது. மருத்துவமனையின் தனியறைப் படுக்கையில் தன் மார்பில் குத்துவாள் புதைக்கப்பட்டு, வாளோடு சரிந்து கிடந்தாள். அவள் முகம் முழுவதும் பச்சைக் குத்தப்பட்டது போல பச்சைப் பசேலென நிறம்மாறி இருந்தது.

உடைவாளோடு உடல் முழுவதும் கவசம் அணிந்த ஓர் உருவம் ஜன்னலின் வழியாக உள் நுழைந்து மின்னல் வேகத்தில் அதே வழியாக அந்த பல அடுக்குக் கட்டடத்திலிருந்து கயிற்று வழியே இறங்கி தப்பிவிட்டது என்று காவலர்களும், மருத்துவமனை ஊழியர்களும் அதிர்ச்சியோடு தெரிவித்தனர். நகரத்தின் வீதிகளில் குதிரைகளில் கவச உருவங்கள் ஆங்காங்கே விரைந்து கொண்டிருப்பதாக காவல் தலைமையகத்திற்குச் செய்திகள் வந்தவண்ணமிருந்தன. அவர்களைக் கண்டதும் சுடும்படி உத்தரவு தலைமையகத்திலிருந்து பிறப்பிக்கப்பட்டன.

நஞ்சு தோய்க்கப்பட்ட அந்த குத்துவாள் பன்னிரண்டு நூற்றாண்டுகளுக்கு முற்பட்டது என்று கூறும் ஆய்வறிக்கை அவனது எண்ணங்களை உறுதி படுத்தியது. காவல் கட்டுப்பாட்டு நிலைய அறையிலேயே அவன் முடங்கிக்கிடந்தான். சரித்திரத்தில் அவளைத் தேடிச் சென்று தொலைந்து போன குதிரை வீரர்கள் மீண்டும் தோன்றி

அவளைக் கொன்றுவிட்டனர் என நினைத்தான். சரித்திரத்திலிருந்து இனி தானும் தப்ப முடியாது என தனக்குள் சொல்லிக்கொண்டான்.

அவனது மகளை அழைத்துக்கொண்டு காவல் உயரதிகாரி வந்தார். குழந்தை அவனை கட்டிக்கொண்டு அழுதது. 'உங்கள் நண்பரான மனநல மருத்துவர் ஒருவர் இன்று தற்கொலை செய்துகொண்டார். இதோ, அவர் உங்களுக்கு விட்டுச்சென்ற கடிதத்தின் நகல்', என சொல்லி அவனிடம் ஒரு கடிதத்தை அதிகாரி கொடுத்தார். அவன் எந்த ஒரு ஸ்மரணையுமற்று கடிதத்தை வாங்கிப் பிரித்தான்.

'நண்பர் அவர்களுக்கு, என்னால் எதையும் பின்தொடர முடியவில்லை. ஒரு குதிரை வீரனை இன்று எனது மருத்துவமனையின் வாசலிலேயே சுட்டு வீழ்த்தினார்கள்...

வியாசகுலம்

என்னுடைய அப்பா இறந்து சில மாதங்கள் கடந்த பிறகு அவருடைய அறைக்குள் சென்று சிறிது நேரம் ஓய்வெடுத்தேன். மனம், உடல் மற்றும் அதன் அனைத்துப் புலன்களும் ஓய்வு கொள்ளும் ஒரு தருணம் போல அது இருந்தது. அறைக்குள் அப்பாவின் வாசனை இன்னும் மீந்திருப்பதாகத் தோன்றியது. அவரை எரித்த பிறகு எஞ்சிய எலும்புகளோடு சாம்பலை மிச்சமின்றி திரட்டி வேகாத பானையில் அடைத்து வங்கக்கடலில் கரைத்தாகி விட்டது; என்றாலும் மேசை மீதிருக்கும் அவருடைய சாம்பல் கிண்ணத்தில் மிச்சமிருக்கும் சாம்பலும் சில சிகரெட் துண்டுகளும் எனக்கு அவருடைய வாசனையை தந்துகொண்டே இருக்கின்றன.

அன்று அப்பாவின் எல்லாப் பொருட்களையும் மீண்டும் ஒழுங்குபடுத்தி வைத்தபோது அவருடைய மிகப்பழைய நாட்குறிப்பேடு என் பார்வைக்குக் கிடைத்தது. எடுத்துப் புரட்டினேன். அப்பாவின் பழைய கையெழுத்து. சமீபகால எழுத்துக்களோடு பரிச்சயம் கொண்ட எனக்கு அவருடைய பழைய எழுத்துக்களைப் பார்ப்பதற்கு எனக்குப் பரிச்சயமற்ற அவருடைய பால்ய காலப் புகைப்படத்தைப் பார்ப்பது போலவே இருந்தது.

நாட்குறிப்பில் எனக்குக் கிடைத்த தகவல் சிறிது காலம் என்னை நிலைகுலையச் செய்தது, பிறகு பேரமைதியில் ஆழ்த்தியது. பிறகு எதையுமே வெளிக்காட்டிக் கொள்ளாமல் சகஜமாக என் வயதுமுதிர்ந்த அம்மாவுடன் பழக முடிந்தது. ஒருநாள் நடு இரவில் எழுந்து காரை எடுத்துக்கொண்டு சுமார் இருநூறு மைல் தொலைவிலுள்ள பொந்திஷேரிக்குச் செல்லவும் முடிந்தது.

பொந்திஷேரிக் கடற்கரை தடுப்புச்சுவர் மீது நாள் முழுவதும் உட்கார்ந்திருந்தேன். பிரெஞ்சு சிப்பாய்கள் குதிரைகளை இழுத்தபடி நடந்துகொண்டிருந்தனர். ஏன் அவர்கள் 'புய்தேன்' என்று குதிரைகளைத் திட்டுகிறார்கள் என்ற எண்ணம் எனக்குள் ஓடியது. மதுபாட்டில்களை காலி செய்து கடலில் வீசியெறிய அவை அலைகளில் குமிழியிட்டு மூழ்குவதை எத்தனை நேரம்தான் பார்த்தபடி இருப்பது.

என் ஆதிமூலத்தைத் தேடி வில்லியனூர் சென்றேன். இவ்வூர் பொந்திஷேரியிலிருந்து எட்டு மைல் தூரத்திலிருக்கும் பழமையான ஓர் ஊர். முதன் முதலாக எனது தந்தையின் பூமியில் கால்படும்போது கோகிலாம்பாள் கோயில் மணி ஒலித்து என்னை வரவேற்றதில் ஏதோ உள்ளர்த்தம் இருப்பதாகவே தோன்றியது.

நான் சென்றிறங்கியபோது மாலை ஒளியில் வில்லியனூரின் புராதன கோபுரம் தகதகத்துக் கொண்டிருந்தது. காரை தேரடியில் நிறுத்திவிட்டு தென்கோபுர வீதி எது என விசாரித்தபடி நான் செல்லவேண்டிய வீட்டை அடைந்தேன்.

வீட்டில் இருந்தவர்கள் என்னைத் திகைப்போடு பார்த்தார்கள். அறுபது ஆண்டுகளின் கதையோடு ஒருவன் தங்களிடம் வருவான் என்பதை அவர்கள் கற்பனைகூட செய்துபார்த்திருக்க மாட்டார்கள். முறுக்கு மீசையோடு தேகம் முழுவதும் சந்தனம் தடவிய மார்பளவு புகைப்படம் சுவரின் கணிசமானப் பகுதியை நிறைத்திருந்தது. இதுதானே என் அப்பா என்று கேட்டேன். எல்லோரும் திகைப்போடு 'ஆம்' என்று தலையாட்டினர். இவர் பெயர் என்ன என்று கேட்டேன். 'சந்தான சாமி' என்று ஒரு நடுத்தர வயசுக்காரர் சொன்னார். அவருக்கு என் முக சாயல் இருப்பதைக் கண்டேன். இது இவருடைய 'தொழில் பெயரா?' என்றேன். அவர்கள் பதட்டப்பட்டனர். “நான் தவறாகச் சொல்லவில்லை; இவருடைய நிஜப்பெயர் என்ன?” என்று கேட்டேன். “வீராசாமி” என்று ஒரு முதியவளிடமிருந்து பதில் வந்தது. அவளுக்கும் என்னுடைய முகச்சாயல் இருந்தது. ஒவ்வொருவரையும் உற்றுப் பார்க்கப் பார்க்க எல்லோருமே எனது சாயலில் இருப்பது போலத் தோன்றியது. அந்த நடுத்தர

வயதுடையவர் தன்னை பழநி என அறிமுகம் செய்துகொண்டு என்னை அழைத்துக்கொண்டு வெளியில் வந்தார்.

நானும் அவரும் தேரடிக்கு வந்தோம். எனது காரைச் சுற்றி சிறுவர்கள் நின்று வேடிக்கைப் பார்த்துக்கொண்டிருந்தனர். கோயிலுக்குப் போகலாமா என்று கேட்டார். சரி என்றேன். கோகிலாம்பாள் கோயிலுக்குள் நுழைந்தோம். மூலவரை தரிசிக்காமல் பிரகாரத்தைக் கடந்து நேராக குளத்தடிக்குச் சென்றோம். பெரிய குளம். "இன்று கூட்டம் இல்லை. வெள்ளிக் கிழமையில் திருவிழா போல இருக்கும்" என சொல்லிச் சிரித்தார் பழநி. நான் மௌனமாக குளத்தில் மீன்கள் துள்ளுவதைப் பார்த்தபடி இருந்தேன். "நீங்கள் வீராசாமிக்கு என்ன உறவு முறை" என்று கேட்டேன்.

"அவருடைய தம்பி மகன்" என்றார்.

"அவர் எங்கே?"

"யார்?"

"வீராசாமி"

"இந்தக் குளத்தின் நடுவில் நிற்க வைத்து என் அண்ணனின் கழுத்தை அறுத்து நீரில் அமுக்கிவிட்டு எங்கோ சென்றுவிட்டார். சிலர் அவர் காசியில் இருப்பதாகச் சொல்கிறார்கள். இது ஐம்பது வருடத்துக் கதை. அப்பொழுதே அவருக்கு ஐம்பது வயது. இன்று அவர் உயிருடன் இருந்தால் நூறுக்கும் மேலாகி இருக்கும்" என்றார்.

அவர் மிகச் சாதாரணமாகச் சொன்னத் தகவல் என்னை இரண்டாகப் பிளப்பது போல இருந்தது. "இந்தக் குளமா?" எனக் கேட்டேன்.

"ஆம்"

"ஏன்?"

"அது பெரிய கதை. வாருங்கள் வேறு எங்காவது போகலாம். இந்தக் குளம் என்னைத் தொந்தரவு செய்கிறது" என்றபடி எழுந்தார். கார் இருக்கும் இடத்திற்கு வந்தோம். "வாருங்கள் பொந்திஷேரிக்குப் போய் மதுஅருந்தலாம்" என்றார்.

மீண்டும் என்னுடைய ஊருக்கு வந்தேன். இரண்டு நாட்களாக என்னைக் காணாது பதறிவிட்டதாக அம்மாவும் மனைவியும் கட்டிக்கொண்டு அழுதார்கள். அவசர வேலை பொந்திஷேரி வரைக்கும் சென்று வந்தேன் என்றேன். அம்மாவின் முகம் சிறு மாற்றமடைந்தது. நான் மாடிக்குச் சென்று என்னுடைய மகள் வயிற்றுப் பேத்தியுடன் விளையாட ஆரம்பித்துவிட்டேன்.

இப்பொழுதெல்லாம் தாத்தாவின் அறையே அப்பாவின் அறையாக மாறிவிட்டதாக என் மகள் சொல்வது சரியாகத்தான் இருக்கிறது.

சுவரில் என் அப்பா, காதோரம் நரைத்த முடி. தங்கச் சட்டமிட்ட கண்ணாடி. அழகாகக் கத்தரித்த மீசை. தந்தங்களின் நிறத்தில் செதுக்கிக் கோர்த்த பற்கள். இந்த முகத்தின் கம்பீரம் எனக்கு எப்படி வாய்க்கும்? என்ன இருந்தாலும் இவர்தான் என் அப்பா. என் அம்மாவின் கணவர். இலட்சியத் தம்பதிகள். தவப்புதல்வனாக நான். ஆச்சாரம் மாறாத குடும்பம். என் அழகான மனைவி. அறிவுக் கூர்மையுள்ள மகள் மற்றும் அவளது குடும்பம். இவர்களின் கட்டமைப்பை நான் குலைத்துவிடக்கூடாது. எல்லாம் கனவு.

சில தினங்களுக்குப் பிறகு நான் என் அப்பாவின் பழைய நாட்குறிப்பை மீண்டும் ஒருமுறை வாசித்துவிட்டு எரித்துவிட்டேன். சாம்பலையும் குளியலறையில் கரைத்துவிட்டேன். மனசில் என்றுமில்லாத ஒருவித நிம்மதி.

கருத்தரங்கம் ஒன்றில் கட்டுரை வாசிக்க கல்கத்தா வரை செல்வதாகச் சொல்லிவிட்டு காசிக்கு வந்து பத்து நாட்கள் கடந்துவிட்டன. நான் வந்திறங்கிய நாளுக்கு முதல் நாள் மகாத்மா காந்தி ஆற்றிவிட்டுச் சென்ற சொற்பொழிவு பத்திரிகைகளில் வெளிவந்திருந்தது. அதையே திரும்பத் திரும்பப் படித்து எல்லா வரிகளும் மனப்பாடமாகிவிட்டிருந்தன.

ஏன் இங்கு வந்தேன் என்பதை எனக்கு நானே கேட்டுக்கொண்டேயிருந்தாலும்; இங்கு வராமல் வேறு எங்கு செல்வது என பதில் கேள்வியும் கேட்டுக் கொள்கிறேன். கங்கைக் கரையோரமாக நாள் முழுவதும் நடந்து செல்வதும் இரவில் தங்கும் விடுதிக்கு வருவதுமாக இருந்தேன்.

விதம்விதமான சாமியார்கள். சடாமுடியர்கள். யோகத்தில் நிலைகுத்திய கண்களோடு என்னைக் கடந்து போகும்போது என்னையறியாமலேயே அவர்களை நோக்கி எனது கைகள் குவிந்து கும்பிடுகின்றன. எங்கும் காவி நிறம். இதுதான் இந்த நகரத்தின் நிறமெனத் தோன்றியது.

தூரத்தில் இரண்டொரு படகுகள் கரைந்து மறைவதையே கவனித்தபடி இருந்த நான்; என் பக்கத்தில் வந்து அமர்ந்திருந்த ஒரு சாமியாரின் இருப்பை உணரவில்லை.

திடுக்கிட்டு என் இடதுபக்கம் திரும்பிய நான்; முறுக்கு மீசையும் தோளில் வழியும் முடியும் நீண்ட தாடியுமாக காவியணிந்து மார்மெல்லாம் சந்தனம் தரித்த முதியவரைக் கண்டேன். கண்டதும் என் உடல் நடுங்கத் தொடங்கியது. அவர் என்னை ஊடுருவிப் பார்த்தபடி என் தலையில் கை வைத்து என்னைத் தணிவுபடுத்தினார்.

"இங்கு ஏன் வந்தாய்?" என்றார்.

"தெரியவில்லை: அநேகமாக உங்களைத் தேடி இங்கு வந்திருக்கலாம்."

"உன் தந்தை பெயர்?"

"சந்தானசாமி என்கிற வீராசாரி."

"உன் தந்தை பெயரைச் சொல்."

"செல்வ கணேசன்."

"தஞ்சைநாட்டுக் கடலோரமா?"

"ஆம்."

"அவர் எப்படி இருக்கிறார்?"

"இறந்துவிட்டார். இரண்டு ஆண்டுகளாகிவிட்டன."

"உனக்கு என்னிடம் என்ன வேண்டும்?"

"உங்களைப்பற்றி தெரிய வேண்டும்."

"எனது நூற்றியெட்டாவது வயதில் இதோ இந்த கங்கையில் இறங்கி நான் இறந்து விடுவேன். அதற்கு இன்னும் ஆறு

வருடங்கள் உள்ளன. இது தவிர என்னிடம் சொல்வதற்கு எதுவுமில்லை."

"என் பிறப்பு?"

"அது சாமி கொடுத்தது."

"வீராசாமி என்பது எனக்கும் தெரியும்."

"நான் சந்தானசாமி."

நான் 'களுக்' கென்று சிரித்துவிட்டேன். அவருடைய முகத்தில் எந்த சலனமும் இல்லை. எந்தவொரு உணர்ச்சியையும் வெளிக்காட்டாத ஒரு முகம். அதில் என்னுடைய சாயலைத் தேடினேன். அடர்ந்த சுருக்கங்கள். சுருக்கங்கள் விழுந்த பழுத்த கூழாங்கல்லைப் போல இப்படியொரு முகம்.

"அப்பா என்று உங்களை அழைக்கலாமா?"

"உன் பெயர் என்ன?"

"சந்தானசாமி"

"நிஜமாகவா?"

நான் சிரித்தபடி என்னுடைய முகவரியட்டையைக் காட்டினேன். வாங்கிப் பார்த்தவரின் உதட்டோரம் நரைத்த முடிகளுக்கு ஆழத்தில் முறுவல் குமிழ்ந்தது.

"சில மாதங்களுக்கு முன்பு பொத்திஷேரிக்குச் சென்று வில்லியனூரிலிருக்கும் உங்களுடைய வீட்டிற்குச் சென்றேன். உங்களுடைய தம்பி மகனுடன் மது அருந்தினேன்."

அவருடைய கை மணலைத் துழாவியபடி இருந்தது.

"இதெல்லாம் தேவையற்றது மகனே."

"ஏன் அப்பா?"

"என் குடும்பம் அடிப்படையில் ஒரு மருத்துவக் குடும்பம். மருந்து என்பதை உடலின் எல்லா குறைகளுக்கும் கொடுப்பவனே மருத்துவன். ஒவ்வொரு குறைக்கும் ஒவ்வொரு மருத்துவன் உள்ளதுபோல; நாய்க்கடி, மஞ்சள் காமாலை, எலும்பு முறிவு இதற்கெல்லாம் இன்றைக்கும் உள்ளூரில்

வைத்தியக் குடும்பம் ஒன்று இருந்துகொண்டு வைத்தியம் செய்வது போலத்தான் இதுவும். பச்சிலை வைத்தியம் செய்யும் குடும்பங்கள் தலைமுறை தலைமுறையாக ஒரு ரகசியத்தோடு தாம் மட்டுமே செய்து வருவதுபோலத்தான் இதுவும் ஒரு வைத்தியம். நானும் ஒரு வைத்தியன். பல தலைமுறைகளாக தெய்வத்திற்கு வேண்டிவிடப்பட்ட என் குடும்பத்தில் ஒருத்தர் இந்த வைத்தியத்தைச் செய்துவந்தார். அது என்னோடு ஒரு முடிவுக்கு வந்துவிட்டது."

"நீங்கள் எத்தனை பேருக்கு வைத்தியம் செய்திருப்பீர்கள் அப்பா?"

"தலைமுறைகளின் கணக்கு எனக்குத் தெரியாது. நான் மட்டும் சுமார் இருபது பெண்களுக்குப் பேறு கொடுத்திருக்கிறேன். அதில் ஒருத்தித்தான் உன் தாய். நீ என் மருந்தில் விளைந்த வித்து."

"எனக்கு என்னைப்பற்றியும் உங்களைப்பற்றியும் விளக்கமாகத் தெரிந்து கொள்ள வேண்டும். தயவு செய்து என்னை தப்பாக எடுத்துக் கொள்ளாதீர். நான் இருபதில் ஒன்றுதான் என்றாலும் உங்களுக்கு நான் ஓர் அந்நியன் அல்லன்; உங்களுடைய படைப்பு தானே."

"மகனே; நான் ஒரு வைத்தியன். பேறற்ற தம்பதிகளுக்கு கடவுளின் பெயரால் மருந்திட படைக்கப்பட்டது எனது வம்சாவழி. இது பன்னெடுங்காலமாக வழக்கத்தில் இருந்தது. இது பல பகுதிகளில் இன்றும் நடைமுறையில் உள்ளது. மிக ரகசியமாக, கண்ணியமாக சிவனின் மீது ஆணையாக நடந்து வருகிறது. என் வம்சாவழி வைத்தியத்தை நான் கழுத்தை அறுத்துக் கொன்றுவிட்டேன்."

"ஏன்"

"ஏன்? தெரியவில்லை. இரண்டொரு வாக்கியத்தில் எதையும் சொல்ல முடியாது. என் குடும்பத்தில் கடவுளுக்கு நேர்ந்து ஓர் ஆண் மகவை அர்ப்பணிப்போம். அவனுக்கென்று மனைவி மக்கள் குடும்பம் கூடாது. வேறு தொடுப்புகளும் கூடாது. அவனுக்கு இருபது வயது ஆகும்போது வைத்தியத்திற்கான உடல்நிலையையும் மனநிலையையும் அடைவான். அப்போது

அதுவரை வைத்தியம் செய்து வந்தவர் பரதேசியாகி என்னைப்போல தேசாந்திரம் சென்றுவிடுவார். அதுபோலத்தான் எனக்கு அடுத்து, எனது குடும்பத்திற்கு நேர்ந்துவிடப்பட்ட என் தம்பியின் மூத்தமகன் சாமியாக வளர்ந்து வந்தான். அவனை குளத்தில் வைத்து மந்திரம் ஓதுவதாகக் கூறி கண்களை மூடச்செய்து சவரக் கத்தியால் கழுத்தை அறுத்து நீருக்குள் அமுக்கிக் கொன்றேன். காரணம்; தெரியவில்லை. என் குல வழக்கத்தை ஒரு முடிவுக்குக் கொண்டுவர இதைச் செய்தேனா என்று தெரியவில்லை."

"ஏன் இந்த முடிவுக்கு வந்தீர்கள்?"

நான் மருந்திட்ட பெண்களின் முகத்தைப் பார்த்ததே இல்லை. கருப்புத் துணியால் முகத்தை மூடி கட்டிக்கொள்வார்கள். முத்தங்களோ ஆலிங்கனமோ இல்லை. ஆடைகள் கலையாமல் அங்கங்கள் குலையாமல் நேரடியான புணர்ச்சி. என் மனமெல்லாம் சிவனைத் தவிர வேறெதுவும் இதுவரை இல்லை. அப்போதைய தருணங்களிலும் அப்படியே. ஒரு முறையிலேயே, கரு கூடிவிடும். மறுமுறையும் மருந்து கொள்ள என் குலவழியில் யாரையும் நாடி இருமுறை ஒரே பெண் வந்ததில்லை. ஆனால், என்னிடம் மறுமுறை ஒருத்தி வந்தாள்; என் மனம் நடுங்கி ஈசனே என்னை ஏன் சோதிக்கிறாய் என்று மனசுக்குள் பதறினேன். என் விந்து என்பது ஈசனிடமிருந்து வருவது. அதற்கும் என் இந்த உடம்புக்கும் எந்த சம்பந்தமுமில்லை. அப்பெண்ணை நேரடியாக எனது பூசை அறைக்குள் அழைத்துப் பேசினேன். தான் மருந்திட்டவளை முதன் முதலாக என் குலவழியில் நான்தான் பார்க்க நேர்ந்தது. அவளுடைய முகத்தைப் பார்த்ததும் அவளுடைய கபடம் தெரிந்தது. நான் 'ஏன் இப்படி' என்றேன். அவள் தனக்குப் பிடிக்கவில்லை என்றாள். பிறகு ஏன் வந்தாய் என்றேன். தன் கணவனுக்காக என்றாள். பிறகு மளமளவென பேசினாள். தன் கணவன் மூலம் கருவுண்டாகும் போதெல்லாம் அதைத் தொடர்ந்து கலைத்து வந்திருக்கிறாள். தன் கணவனை மலடு என நம்பவைத்திருக்கிறாள். குழந்தைப் பெறுவதை வெறுத்து வந்திருக்கிறாள். என் வித்தையும் அப்படியே அழித்திருக்கிறாள். காரணம் கேட்டேன். குழந்தை பெறாமல்

ஒரு பெண்ணோ ஒரு ஆணோ கணவன் மனைவியாக வாழக்கூடாதா? ஏன் என என்னைக் கேட்டாள். இந்தக் கேள்வி என்னை பத்தாண்டுகளுக்கும் மேலாக அலைக்கழித்தது. அந்த அலைக்கழிப்பினால் நான் அடைந்த பதில்தான்; எனது வாரிசாக என் குலவழியில் நேர்ந்துவிடப்பட்ட என் தம்பியின் மகனைக் கொன்றது. இப்பொழுது ஈசனுக்கும் விடுதலை. உமைக்கும் விடுதலை.

எங்களுக்கிடையே கனத்த மௌனம் பரவியது. மாலையொளி காவிநிறத்தில் வானையும் கங்கையையும் தோய்த்துக்கொண்டிருந்தது. ஆங்கிலேய சிப்பாய்கள் குதிரைகளை இழுத்தபடி நடந்துகொண்டிருந்தனர். ஏன் அவர்கள் வோர் என்று குதிரைகளைத் திட்டுகிறார்கள் என்ற எண்ணம் எனக்குள் ஓடியது.

"நீதான் என் குலவழியின் இறுதி வித்து. என் குலம் பார்த்த முதல் முகம்" என்றபடி அவர் எழுந்தார். என். கண்களில் நீர் ததும்ப அவர் கால்களில் விழுந்தேன். என்னைத் தொட்டு ஆசிர்வதித்த அவர்; என் தலை தொட்டு

"இனி நீ ஒரு கணம்கூட இங்கு இருக்கக்கூடாது" என்றார்.

நான் கத்தையாக பணத்தை எடுத்து அவரிடம் கண்ணீரோடு நீட்டினேன். அவர் முறுவலித்தபடி தன் மடியிலிருந்து திருநீரை எடுத்து என் நெற்றியில் அணிவித்துச் சென்றார். அவர் போவதையே நெடுந்தூரம் வரைப் பார்த்திருந்தேன். காவி சூழ்ந்த வெளியில் மூழ்கிக் கரைந்து போனார்.

குறிப்புகள்

பொந்திஷேரி - புதுச்சேரி

புய்தேன் - வேசி என்ற வசைச்சொல்

ஆட்ட விதிகளுக்குள் அடைபட்ட கடவுளின் தடம்

'இந்த இருண்ட அறைக்குள் உனது அம்மணம் எரிகிறது. சூழலைக் கறைப்படுத்தாத அதன் பிரகாசத்தில் நெளிந்தோடும் எனது விரல்களும், அங்கங்களின் தசை திரட்சிகளைக் கவ்வும் உதடுகளும் உன்னைச் சூழ்ந்து கொண்டு மொய்க்கின்றன எனது ஓராயிரம் தாபங்களாய். இந்த இரவும் இந்த இருட்டும் எனது வாழ்க்கையின் கடைசி இரவும் கடைசி இருட்டுமானது. உனது அம்மணமும் அதன் பிரபையும், வார்த்தைகளாலான எனது மூளையை வழித்து வெளியே கொட்டிவிட்ட வெற்று கபாலத்துக்குள் நிறைகின்றன. மணல் புயல் வீசும் பாலைவனத்தில் ஒரு மேட்டின் உச்சியில் நிஷ்டையில் அமர்ந்திருக்கும் என் சுவாசத்தில் மணல் அடைத்து மூச்சுத் திணறி மரணத்தின் பள்ளத்தை நோக்கிச் சரிவதுபோல, மேடு பள்ளங்களாலான உன் உடம்பின் மணல்வெளியில் வீசும் புயலின் ஓசை உனது சுவாசத்தினூடாக என் செவியில் ஒலித்திட உனது தொடைகளுக்குள் நான் சரிந்துகொண்டிருக்கிறேன். பெண்ணே! உன் உடல்ச்சோதியின் நடுவே எனது தவம்.'

"உனது ஆண்குறியைப் பற்றிய பிரக்ஞை இல்லாமல் என்னை நீ புணர்கிறாய். உனது வேகம், என் உடம்புக்குள் நீ புகுந்து உனது மரணத்திலிருந்து தப்பிவிட நீ கொள்ளும் எத்தனிப்பென இருக்கிறது. நான் இருட்டில் இதுவரை போகித்ததில்லை. இரவிலும் போகித்ததில்லை. எனக்கு வெளிச்சம் வேண்டும். சூர்யப்பிரகாசம் வேண்டும். இருட்டில் நான் பரிமாணங்களை இழந்து தட்டையாக படுக்கையில் கிடப்பதைப்போல உணருவேன். ஆனால், இந்த அனுபவம் எனக்குப் புதுமையாக இருக்கிறது. விடிந்தால் அற்றுப் போய்விடும் ஒரு உடம்பை,

இறுதியாக, ரத்தமும் சதையுமாக வெதுவெதுப்பாக அதன் உயிர்ச் சூட்டையெல்லாம் உறிஞ்சி எனக்குள் நிறைத்துக்கொள்ளும் இந்த அனுபவம் என்னால் மறக்கமுடியாதது. இனி எந்த உடம்பு என்னை போகித்தாலும் அந்த உடம்பினூடே உனது ஞாபகங்கள் திரண்டு என்னைக் கவியும். என் உடம்பின் காமத்திளைப்பினூடாக உனது ஜீவிதம் இனி தொடரும்."

'என்னை பேட்டி காணவந்து இந்த இரவு என்னோடு தங்கிச் செல்லும் அனுமதி பெற்றுவிட்டாயே, நீ திறமைசாலிதான். விடிந்தால் மரண தண்டனை நிறைவேற்றப்படப்போகும் ஒரு குற்றவாளியோடு அவனுடைய இறுதி இரவைப் பகிர்ந்துகொள்ளும் முதல் பத்திரிகையாளராக நீதான் இருப்பாய் என்று நினைக்கிறேன். 'உனது ஆண் குறியைப் பற்றிய பிரக்ஞை இல்லாமல் என்னை நீ புணர்கிறாய்' என்று அந்தக் குற்றவாளி படைத்த ஒரு கதாபாத்திரம் சொல்லும் ஒரு வாக்கியத்தை அந்தக் கதாசிரியன் மீதே பிரயோகிக்கும் நீ புத்திசாலிதான்.'

"இன்னும் நீ ஒரு குற்றவாளி இல்லை. ஒரு கொலைகாரன் என்பதாக தீர்ப்பு வழங்கப்பட்டுள்ளதே, மறந்துவிட்டாயா?"

'உண்மையில், கடவுளை நான் கொலை செய்யவில்லை. மேலும், கடவுள் என்று ஒருமையில் சுட்டுவதையும் நான் ஒத்துக்கொள்ளமாட்டேன். கடவுளர்கள் என்று குறிப்பிட வேண்டும். அதிலும் ஆண் கடவுளர்கள், பெண் கடவுளர்கள் என்று இருபெரும் பிரிவுகளும் உண்டு. இதையெல்லாம் நான் நீதிபதிகளின் கவனத்திற்குக் கொண்டுவந்தும் அவற்றை அவர்கள் ஏற்பதாக இல்லை. சரி,கடவுளின் பிணத்தைதான் காட்டினார்களா? அதுவும் இல்லை. கடவுளின் பிணமாக எனது எழுத்துக்களைக் காட்டுகிறார்கள்.'

"கலாச்சாரப் புரட்சியை நடத்தி முடித்து ஒரு தலைகீழ் மாற்றத்திற்கு நமது சமூகத்தை உட்படுத்தியிருக்கும் மக்கள் சாதனையின் முக்கியமான இந்த காலகட்டத்தில் யதார்த்தம் செத்துவிட்டது என்று எப்படி அறிவித்தாய்?"

'கடவுள் செத்துவிட்டது என்று நீய்ட்ஷே அறிவித்ததின்

தொடர்வினையாகத்தான் யதார்த்தம் செத்துவிட்டது என்று நான் அறிவித்தேன். நான் எனது கதையை முன்வைத்து ஒரு விமர்சகருக்கு பதிலளிக்கும்போது அப்படிச் சொன்னேன். நான் சொன்னது கவிதையியல் சார்ந்தது. நமது புரட்சி அரசாங்கம் அதை அரசியல் சார்ந்ததாக அர்த்தப்படுத்திக்கொண்டது. நமது அதிகாரவர்க்கத்திற்கு கோயில், ராணுவம், கல்வி நிலையம், காவல் நிலையம், சட்டசபை, தலைமைச் செயலகம், ஏவுகணை தொழில்நுட்பம், சாலை விபத்து, ஆயுள் காப்பீடு, சட்டம், நீதிமன்றம், வாழ்க்கை நெறி, ஒழுக்கம் என இவை எல்லாம்தான் யதார்த்தமாகப் பொருள்படும். இவையெல்லாம் செத்துவிட்டதாக நான் சொன்னதாக பயந்து என்னை எதிர்ப்புரட்சியாளனாகக் காட்டுகிறார்கள். யதார்த்தம் என்ற கருத்தாக்கத்திற்குள் இவையெல்லாம் இயங்கிக் கொண்டிருக்கின்றன. இவை செத்துவிட்டன என்று சொல்வதன் மூலம், சமூகத்தின் கண்காணிப்பையே கலாச்சாரமாகக் கொண்டிருக்கும் ஓர் அறிதல் முறையின் அரசியலையே நான் மறுதலிக்கும் ஓர் அராஜகவாதியாக குற்றம் சாட்டப்பட்டிருக்கிறேன். உண்மையில், யதார்த்தமாக இவர்கள் கொண்டிருக்கும் சமூகயந்திரங்கள் தான் கடவுளர்களைக் கொன்றுவிட்டு அந்த இடங்களில் தங்களை நிலைநிறுத்திக்கொண்டன.'

"நீ கடவுளையும் யதார்த்தத்தையும் எப்படி ஒன்றென ஒப்பிடுகிறாய்? சென்ற நூற்றாண்டின் இறுதியில் உலக அரசியலின் தத்துவார்த்த ஒட்டுமுகங்கள் கிழிந்தன. இடதுசாரிகள், வலதுசாரிகள் என்ற கற்பிதக் கோடு ரத்தத்தாலும் கண்ணீராலும் எச்சிலாலும் சிறுநீராலும் கலைத்தழிக்கப்பட்ட போது நான் எழுதினேன், உலகில் இனி எந்த ஒரு சமூகத்திலும் புரட்சி என்பது தவிர்க்கமுடியாமல் மதப்புரட்சியாகத்தான் இருக்கும் என்று. இன்று மதப்புரட்சியாளர்களால் தலைகீழ் மாற்றத்திற்கு உட்பட்டிருக்கும் நமது சமூகத்தின் அரசியல் மற்றும் கலாச்சாரக் குறியீடாக ஒற்றைக் கடவுளின் பிம்பம் தூக்கி நிறுத்தப்பட்டிருக்கிறது. ஆனால், அதேசமயம் முந்தய சமூக அமைப்பின் அத்தனை அரசு இயந்திரங்களும் முன்னைவிட மேலதிக அதிகாரத்தை தன்னகத்தே குவித்துக்கொண்டு கடவுளின் இணையமைப்புகளாகவே

இந்தச் சமூக அமைப்பிலும் இன்னும் இருந்துகொண்டிருக்கின்றன. பல அரசுத்துறைகளுள் ஒன்றென கடவுளும் ஒரு துறையாக குறுக்கப்பட்டிருக்கிறது. கடவுளின் பெயரால் ஏற்பட்ட இந்த ஆட்சியதிகார மாற்றத்தில் எதற்காக இன்னும் அரசு இயந்திரங்கள் இருந்து கொண்டிருக்கின்றன? ஆக, இவர்கள் கடவுளை நம்பவில்லை. நீதிபதிகளை நம்புகிறார்கள். வாகனங்கள், வீடுகள், தமது உடல் உறுப்புகள் மற்றும் உயிர்கள் என சமூகத்தில் எல்லாவற்றிற்கும் காப்பீடு என்பதை ஏற்படுத்திக் கொண்டிருக்கும் இந்தச் சமூகம், உண்மையில் கடவுளுக்கு எதிரான, கடவுளை மறுக்கும் ஒரு நாத்திகச் சமூகம். கடவுள்தான் யதார்த்தம் என்ற புரட்சிகர கோட்பாடுகளை முன்வைக்கும் இந்தச் சமூகம், எதற்காக கடவுளுக்கு எதிரான அரசு இயந்திரங்களை இன்னும் கலைக்காமல் தொடர்ந்து இயக்கிவருகிறது? ஆக, கடவுளை இவர்கள் நம்பவில்லை. உண்மையான கடவுளை இவர்கள் நகர்த்திவிட்டு அந்த இடத்தில் அரசு இயந்திரத்தை வைக்கிறார்கள். அரசு இயந்திரங்களின் செயல்பாடே கடவுளின் செயல்பாடாக சொல்லப்படுகிறது. கடவுள் என்பதை புலனறிவிலிருந்து பிரித்து அதையோர் அரூபமாக சமூக நினைவுக்குள் கொண்டுசென்று திட்டமிட்டே சமூக மறதிக்குள்ளாழ்த்துகிறார்கள். ஆக, நான் யதார்த்தம் செத்துவிட்டது என்று சொன்னபோது, அரசு இயந்திரத்திற்கு எதிரான ஒரு வாசகத்தை சொன்னதாகக்கொண்டு கடவுளையே செத்துவிட்டது என்று நான் சொல்வதாகச் சொல்கிறார்கள். அரசு இயந்திரங்களால் கடவுளின் இருப்பை மறந்து போயிருக்கும் சமூகத்திற்கு நான் யதார்த்தம் செத்துவிட்டது என்று சொன்னதானது கடவுளை அவர்களுக்கு ஞாபகப்படுத்துவதாக அமைந்துவிட்டது. அவர்கள் கடவுளைப் பற்றிய ஞாபகம் வந்து கடவுள் எங்கே என்று கேட்கும்போது, சமூகத்தின் மறதியில் உயிர்வாழ்ந்து கொண்டிருந்த கடவுளின் இருப்பானது, ஞாபகப்படுத்தப்பட்ட அந்தக் கணமே இல்லாமல் போய்விட, கடவுளைப் பற்றிய ஞாபகங்களை நான் ஏற்படுத்தியதால் கடவுள் அற்றுப்போய்விட்டதாக, கடவுளின் மரணத்திற்கு என்னைக் காரணமாக்கி ஒரு கொலைப் பழியைச் சுமத்திவிட்டனர்.”

"நீ பேசுவது எனக்கு விளங்கவில்லை."

'நீ என்னை பேட்டியெடுக்க வந்திருக்கிறாய். நான் பேசுவது உனக்கு விளங்கவேண்டும் என்ற அவசியமில்லை. உனது வாசகர்களில் யாருக்காவது விளங்கினால் போதும்.'

"நீ ஒரு மனநோயாளி என்ற குற்றச்சாட்டும் உன்மீது உள்ளதே."

'கடவுள் என்ற ஒன்று இல்லாத சமூகத்தில்தான் மனநோய் என்ற ஓர் இருப்பு சாத்தியமாகும். ஆக, என்னை மனநோயாளி என்று குறிப்பிடுவதன் மூலம் கடவுள் இல்லை என்பதை இந்த அமைப்பு ஒத்துக்கொள்வதாக அர்த்தமாகவில்லையா?'

"சரி, உனது எழுத்துக்களை நீ சட்டபூர்வமாக நிராகரித்துவிட்டால் உனக்கு விடுதலையளிப்பதாக தீர்ப்பில் கூறப்பட்டுள்ளதே?"

'நான் எழுதியதால் அது என்னுடைய எழுத்துக்களாகிவிடுமா? கடவுளின் பெயரால் நான் எழுதிக்கொண்டிருக்கிறேன். புரட்சிக்கு முந்திய பகுத்தறிவாளர்களின் சமூக அமைப்பிலும் எனது எழுத்துக்களுக்கு நெருக்கடிகள் இருந்தன. இந்த மதவாதிகளினாலும் அதே நெருக்கடிகள் தொடர்கின்றன. ஆனால், இரண்டிற்கும் அணுகு முறைகள்வேறு. மேலும், எனது எழுத்துகளை நான் நிராகரித்துவிட்டால் அது எனது எழுத்தாக இல்லாமல் போய்விடுமா? என்னால் நிராகரிக்கப்பட்ட எனது எழுத்தாக அது இருந்து கொண்டிருக்காதா? ஆக, மீண்டும் நான் அந்த எழுத்தில் இருந்துகொண்டுதானே இருக்கிறேன். எழுத்து என்பது இருந்துகொண்டிருக்கும்போது அதில் எழுதியவன் இல்லை என்பதோ, எழுதியவன் செத்துவிடுகிறான் என்பதோ மொண்ணைத்தனமான வாதங்கள். இந்த நிலையில், எனது எழுத்தை நான் நிராகரித்துவிட்டால் எனக்கு விடுதலையளிப்பதாகக் கூறப்படுவது எப்படி சாத்தியமாகும்?'

"உன்னுடைய சொந்த நூலகம் கொளுத்தப்பட்டது பற்றி?"

'மக்கள் கொளுத்தியதாகச் சொல்கிறார்கள். உண்மையில் அரசு கைக்கூலிகள்தான் அதை கொளுத்தினார்கள். என்னைக்

கொளுத்தலாம், நான் எழுதிய நூற்களை கொளுத்தலாம். ஆனால், எனது நூல் நிலையத்தைக் கொளுத்துமளவிற்கு அறிவுக்கு எதிரானதாக இந்த அரசு போய்விட்டது. ஆனால், மிகப்பெருமளவில் விற்பனையாகும் எனது நூற்களை எந்தவொரு தனிமனிதனும் தனது வீட்டு வாசலில் போட்டு கொளுத்தியதாக இதுவரை செய்தி இல்லை.'

"உன்னுடைய கதாபாத்திரங்களெல்லாம் அவற்றின் நிலைப்பாடுகள் மதிப்பிடப்பட்டு - நீதான் என்று குற்றம் சாட்டப்பட்டிருக்கிறதே?"

'இந்த அபத்தப்பழி எல்லா எழுத்தாளருக்கும் நேர்வதுதான். இந்த அபத்தத்திலிருந்து தப்ப எனக்கு வழி தெரியவில்லை. எனது கதாபாத்திரங்கள் கடவுளர்களின் தன்மையனதாக இருப்பது திட்டமிட்டு நிகழ்வதல்ல. எனது கதாபாத்திரத்திற்கும் கடவுளுக்குமான உறவு என்பது ஓர் ஆட்டத்தில் எதிராளியிடமுள்ள உறவுபோன்றது. அடங்கிப்போவதல்ல, கடவுளிடம் சவால் விடுவதுதான் அதன் பண்பு. கடவுளிடமான அதன் உறவு ஆட்டத்தின் இலக்கணத்தால் கட்டமைக்கப்படுவதாக உள்ளது. கடவுளை சவாலுக்கு அழைப்பதன் மூலம் எனது கதாபாத்திரத்திற்கு இயல்பாகவே கடவுளாகும் எத்தனிப்பு நிகழ்ந்துவிடுகிறது. எனது எழுத்துகளெல்லாமே புதுப்புது விளையாட்டுகளாக உள்ளன. அவை கடவுளர்களுடன் ஆடப்படுகின்றன. இன்று ஆடப்படும் எல்லா விளையாட்டுகளும் போரின் பயிற்சிக் களமாகவும் அதன் ஒத்திகையாகவும் உள்ளன. எனவே அவற்றை நான் மறுதலித்துவிட்டு புதிய விளையாட்டுகளை உருவாக்குகிறேன். விஞ்ஞானிகள் போர்க்கருவிகளை உருவாக்கிக் கொண்டிருக்கும்போது ஒரு கலைஞனான நான் எனது கதைகூறல்களால் விளையாட்டுகளை கண்டுபிடித்துக் கொண்டருக்கிறேன்.'

"சரி, சற்றுமுன் நமக்கிடையில் உடலுறவு நிகழ்ந்து முடிந்ததல்லவா, அதைப்பற்றி என்ன சொல்ல விரும்புகிறாய்?"

'எனது வழக்கப்படி எப்பொழுதும் போல தேவதூதர்களையும் தீர்க்கதரிசிகளையும் எதிர்பார்த்துக்கொண்டிருந்தேன். ஆனால்,

மாறாக, மதியம் நீ வருவதற்கு சற்றுமுன்தான் எனது வெளியீட்டாளர் என்னை வந்து சந்தித்து இறுதிவிடை பெற்றுச் சென்றார். எனது நாவலின் இறுதி பிழைத்திருத்தப்படிகளைச் சரிபார்த்துக் கொடுத்தேன். அந்நாவலின் பிற மொழிபெயர்ப்பு உரிமையையும் வாங்கிச் சென்றார். நான் எழுதிய படைப்புகளிலேயே எனக்குத் திருப்தியாக அமைந்தது அந்த நாவல்தான். அவர் சென்றபிறகு அந்த நாவலின் கதை ஓட்டத்திற்குள் ஆழ்ந்திருந்தேன். அப்பொழுதுதான் என்னைச் சந்திப்பதற்காக நீ வந்தாய். உன்னை தூரத்தில் பார்த்ததும் என் மகள்தான் வருகிறாள் என்று நினைத்தேன். என்னைச் சந்திப்பதற்கு ஏனோ அவளுக்கு அனுமதி மறுக்கப்பட்டுவிட்டது. நல்லது. இன்று மதியம் உன்னைச் சந்தித்தது, மாலை உன்னுடன் தேநீர் அருந்திவிட்டு இந்தச் சிறைச்சாலையின் நடைவழியாக பேசியபடியே உலவியது, இரவு உன்னுடன் கொஞ்சம் ரொட்டியும் மதுவும் அருந்திவிட்டு இந்த இருண்ட அறைக்குள் உனது அம்மணத்தில் புதைந்தபடி அரசியல் பேசிக்கொண்டிருப்பது என்று எல்லாமே என்னுடைய இறுதி நாவலின் பதினாறாம் அத்தியாயம் ரத்தமும் சதையுமாக வாசிப்பினூடே நிகழ்த்திப் பார்க்கப்படுவதுபோல இருக்கிறது.'

"ஆக உன்னுடைய எழுத்துகள் உனக்கே ஓர் அனுபவமாகி, விலகி நின்று அதை நிகழ்த்திப் பார்ப்பதுபோல தோன்றுவதாகச் சொல்கிறாய். இதே போலதான் உனது வாசகர்களுக்கும் நேர்கிறது. உன்னுடைய ஒரு கதையைப் பற்றி குறிப்பிட விரும்புகிறேன். நகரத்தின் மையத்தில் இருபத்தினான்காம் அடுக்கில் இயங்கிவரும் ஓர் அலுவலகத்தின் குமஸ்தா தற்கொலை செய்து கொள்ள ஜன்னலின் வழியே கீழே குதிக்கிறான். அவன் குதித்ததைக் கண்டு பதறியபடி அவனது உதவியாளரான ஓர் அழகான பெண்ணும் குதிக்கிறாள். இருபத்தினான்காம் அடுக்கிலிருந்து தரையை நோக்கிவரும் அவர்களது உடம்புகளின் விலாப்பகுதியிலிருந்து கிழித்துக்கொண்டு அது நாள்வரை உள்மறைந்திருந்த சிறகுகள் ரத்தப்பிசுபிசுப்போடு வெளிப்பட, அவர்கள் பறக்க ஆரம்பித்து விடுகிறார்கள். காற்றின் ஓட்டமும் அவர்களது சிறகசைப்பும் சேர்ந்து அவர்களை நகரத்துக்கு வெளியே கொண்டுபோய் சேர்த்துவிடுகிறது. தற்கொலை முயற்சிக்காக அவர்களைக்

கைதுசெய்ய போலீஸ் துரத்துகிறது என கதை செல்கிறது. நீ உனது கதையில் குறிப்பிட்டிருக்கும் அதே கட்டடத்தின் இருபத்தினான்காம் அடுக்கில் அந்த குறிப்பிட்ட ஜன்னல் கொண்ட அலுவலறையில் பணியாற்றிவரும் ஒரு குமாஸ்தாவும் தற்கொலை செய்துகொள்ள ஜன்னலின் வழியே குதிக்கிறான். தரையில் மோதி அவனது உடல் நார்நாராகக் கிழிந்துவிட்டது. அவன் சிந்திப்பதையெல்லாம் பதிவு செய்துகொண்டிருக்கும் கருவியை அவனது ஆடைக்குள்ளிருந்து எடுத்து சோதித்துப் பார்த்தபோது போலீஸிற்கு ஆச்சர்யமாக இருந்தது. தனது உதவியாளரான ஒருத்தி தன்னைப் பின்தொடர்ந்து குதிப்பாள் என்று நினைத்த அவனது உடல் கீழ்நோக்கி விழும்போது அவள் தன்னைப் பின்தொடரவில்லை என்ற நிஜம் மிக உக்ரமாக அவனை பாதித்திருப்பது அந்தக் கருவியில் பதிவாகியுள்ளது. அவனது அலுவலறையில் சோதித்தபோது, உனது கதை வெளியான அந்தப் பத்திரிகை பிரிந்தநிலையில் மேசைமேல் கவிழ்ந்திருந்திருக்கிறது. அவனும் உனது கதையில் வரும் பாத்திரத்தைப் போல தனது காதலை வெளிப்படுத்த முயன்றிருப்பது தெரியவந்தது. இந்தச் செய்தி பத்திரிகைகளில் முதல் பக்கத்தைப் பிடித்துக்கொண்டதும் உனக்குத் தெரியும். தொலைக்காட்சியில் இந்தச் சம்பவத்தைக் குறிப்பிட்டு உன்னிடம் கருத்துக்கேட்டபோது கருத்துரைக்க மறுத்துவிட்டாய் ஞாபகமிருக்கிறதா?"

'அந்த குமாஸ்தாவைப் பற்றி என்ன சொல்வது? அவரொரு யதார்த்தவாதி. கட்சி உறுப்பினர். நகர காரியகமிட்டியின் செயலாளர். அவருக்கு எப்படி சிறகுகள் முளைக்கும்? இதுபோன்ற ஆட்களை எனது கதைகள் கொல்வதனாலேயே இந்த அரசுயந்திரம் எனக்கு இத்தகைய நெருக்கடிகளை ஏற்படுத்தியிருக்கிறது.'

"உனது கதைகளில் காவல்துறை, ராணுவம் என இரண்டையும் மிகமோசமாக கிண்டல் செய்திருக்கிறாய். உதாரணமாக, இரண்டு பேர் சதுரங்கம் ஆடுகிறார்கள். ஒருவரை நோக்கி ஒருவர் காய்களை நகர்த்த நகர்த்த கட்டங்கள் பெருகிக்கொண்டே போகின்றன. எதிராளியின் உடம்பின் மீதெல்லாம் கட்டங்கள் தெரிகின்றன. காய்களும் நகர்ந்துகொண்டே இருக்கின்றன.

அந்த அறையே சதுரங்கப் பலகையாகிவிடுகிறது. கட்டங்கள் பெருகப்பெருக ஆட்டத்தின் விதிமுறைகளும் தன்னிச்சையாக மாறுகின்றன. அறையிலிருந்து மாடிப்படிகளிலும் தெருக்களிலும் பிறகு நகரம் முழுவதும் கட்டங்களாகப் பெருக, அந்த இரண்டு பேருக்கு உதவி செய்ய பிறரும் ஆட்டத்தில் கலந்துகொண்டு அவர்களுக்கு எட்டாத காய்களை வெவ்வேறு திசைகளிலிருந்துகொண்டு நகர்த்துகிறார்கள். கட்டங்களூடாக அங்கும் இங்குமாக ஓடி ஒருவர்மீது ஒருவர் மோதி கைகலப்பு நிகழ்கிறது. பிறகு கட்டங்களூடாக போக்குவரத்து விதிகள் ஏற்படுத்தப்பட்டு ஆட்டத்தின் வேகம் முறைப்படுத்தப்படுகிறது. நாடு முழுவதும் பரவிய இந்தக் கட்டங்கள் எல்லை தாண்டி அடுத்த நாட்டிற்குள்ளும் பெருகி வளரும்போது, அந்த நாட்டினரும் ஆட்டத்தில் கலந்துகொள்கின்றனர். அந்நியர்கள் ஆட்டத்தில் நுழைந்துவிட்ட பிறகு ஆட்டவிதி வழக்கம்போல தன்னிச்சையாக மாறுகிறது. ஒரு பெருத்த மழையில் கட்டங்களெல்லாம் கலைந்துவிட ஆட்டவிதி தாறுமாறாகி பெரிய கலவரம் மூண்டு போர் வெடிக்கிறது என்பதாக மிக கலைநேர்த்தியோடும் ஆட்ட விதிகளின் இலக்கணங்களை அறிவுபூர்வமாக படம்போட்டு விளக்கியபடியும் முழு நாவலுமே சதுரங்க ஆட்டமாக எழுதப்பட்டுள்ளது. அந்நாவல் தடை செய்யப்பட்டபோதும் நீ ஏன் எந்த ஒரு கருத்தையும் கூற மறுத்துவிட்டாய்?”

‘உண்மையில் நான் போலீஸையோ, ராணுவத்தையோ, ஐக்கிய நாடுகள் சபையின் செயல்பாடுகளையோ கிண்டல் செய்யவில்லை. அந்த நாவலைப் படித்த எல்லோரும் அதன் முதல் பக்கத்தையும் கடைசி பக்கத்தையும் வசதியாக மறந்துவிட்டு அதன்மீது ஆய்வு நிகழ்த்துகிறார்கள். அந்த இரண்டு பக்கங்களில்தான் நாவலின் மொத்த கதை யோட்டமும் அடங்கியிருக்கிறது. அந்த நூற்றி தொண்ணூற்றியாறு பக்கங்கள் கொண்ட நாவலின் முன்பின் பக்கங்கள் தவிர்த்து மற்ற எல்லா பக்கங்களிலும் சதுரங்கத்தின் வரைபடங்கள், அதன் வகைகள், அதன் வெவ்வேறு வகைமாதிரிகள், விதிகள், சரித்திரத்தில் ஒவ்வொரு கால கட்டத்திலும் ஒவ்வொரு நிலப்பகுதியிலும் மாறிவரும் அதன் வடிவம் மற்றும் விதிமுறைகள் என எல்லாவற்றையும் பதிவு செய்து - இந்த நாவலில் நிகழ்ந்துவரும்

ஆட்டத்தின் போக்கை வர்ணித்தபடி அதன் விதிகளை விளக்கி படமிட்டு சுட்டிக்காட்டிய குறிப்புகளும் படங்களுமாக நிறைந்துள்ளன. ஆனால் ஆட்டத்தின் படங்களும் குறிப்புகளுமாக நிறைந்திருக்கும் பக்கங்களினூடாக கதையின் மைய இழை நெளிந்து நெளிந்து ஓடுவதை யாரும் கவனிக்கவில்லை. உனக்கு நான் ஓர் உண்மையைச் சொல்லிவிட விரும்புகிறேன். நிஜத்தில், அது சதுரங்கத்தைப் பற்றிய நாவல் இல்லை. ஓர் ஐந்து வயது சிறுமிக்கும் ஒரு கல்லூரி மாணவனுக்கும் நடக்கும் கண்ணாமூச்சி விளையாட்டைத்தான் நான் எழுதியிருக்கிறேன். அந்நாவலில் நெளிந்துவரும் யாரும் காணாத கதையை உனக்குச் சொல்லிவிடுகிறேன். அந்தக் கதையை எந்த வாசகனும் கண்டுபிடிக்கவே இல்லை. இதுவும் ஒருவித கண்ணாமூச்சி விளையாட்டாகிவிட்டது, எனக்கும் வாசகனுக்கும் இடையில்; நல்லது. அந்தக் கதை வேறொன்றுமில்லை, இதுதான்:

அந்த மாணவனின் குடியிருப்புப் பகுதியின் எதிர்வீட்டு ஐந்துவயது சிறுமி அடிக்கடி அவனது அறைக்குள் வந்து விளையாடிவிட்டு செல்வது வழக்கம். அவனது மேசையில் எப்பொழுதும் ஆடுவதற்கு தயாராக இருக்கும் சதுரங்கப்பலகையின் காய்களை தன்னிஷ்டத்திற்கு அவள் நகர்த்தி நகர்த்திப்போட்டு விளையாடுவாள். தனக்கு வேலையில்லாத சமயங்களில் அவளது விளையாட்டில் அவனும் கலந்துகொள்வான். அன்று அப்படித்தான் இருவரும் விளையாடிக்கொண்டிருக்கும்போது, ஆட்டத்தில் சலிப்பேற்பட்டதுபோல திடீரென்று அந்தக் குழந்தை எழுந்து 'எங்கே என்னை கண்டுபிடி பார்ப்போம்' என்று கூவியபடி ஓடி ஒளிந்துகொண்டது. அவனும் மேசையை விட்டெழுந்து அவளைத் தேட ஆரம்பிக்கிறான். வீடு முழுதும் தேடிவிடுகிறான். அந்தக் கட்டடம் முழுதும் தேடிவிடுகிறான். படிக்கட்டுச் சந்து, மொட்டைமாடி என எங்கெங்கோ தேடுகிறான். அந்தக் குழந்தையை கண்டுபிடிக்க முடியவில்லை. பொழுது சாயத்தொடங்கிவிட அவளது அம்மா குழந்தையைத் தேடிக்கொண்டு அவனது அறைக்கு வருகிறாள். அவளைத் தேடி அலுத்து விளக்கைக்கூட ஏற்றாமல் சதுரங்க மேசையில் இருண்டுபோய் உட்கார்ந்திருக்கிறான். அவள் குழந்தை எங்கே

என்று கேட்கிறாள். அந்தக் குடியிருப்பின் அத்தனை கட்டடங்களூடாகவும் தேடுகிறார்கள். குழந்தையை எங்குமே காணவில்லை. குழந்தையின் தந்தை போலீசுக்குச் செல்கிறார். போலீசும் தேடுகிறது. தொலைக்காட்சி, தினப்பத்திரிகை என குழந்தையின் புகைப்படங்கள் வெளியிடப்படுகின்றன. அவனை போலீஸ் விசாரிக்கிறது. சதுரங்கத்தின் காய்களை அவள் நகர்த்தி விளையாடுவதன் ஆட்ட விதிகளூடாக அவளைத் தானும் தேடிக்கொண்டிருப்பதாகச் சொல்கிறான். அவன்மீது அந்தக் குடியிருப்பில் எல்லோருக்கும் சந்தேகம் வலுக்கிறது. போலீசும் அவனை இழுத்துச்சென்று காவலில் வைத்து அடித்து விசாரிக்கிறது. அவர்கள் எதிர்பார்க்கும் பதில் அவனிடமிருந்து கிடைக்கவில்லை. மாவட்ட போலீஸ் உயரதிகாரி வந்து அவனை விசாரிக்கிறார். அவரது கைத்தடி அவனது மலப்புழையில் நுழையும்போது தன்னிச்சையாக அவனது பாலுறுப்பு விரைப்பதின் அதிசயம் கண்டு சக காவலர்கள் ஆச்சர்யத்தில் மலைக்கிறார்கள். பிறகு, அவனுடைய வீட்டிற்குச் சென்று சோதனை இடுகிறார். எந்த ஒரு தடயமும் கிடைக்கவில்லை. அவனது அறையைச் சோதனையிடுகிறார். அவனது வாசிப்பு மேசையில் புத்தகங்கள் இறைந்துகிடக்கின்றன. வாசித்துவிட்டு வைத்ததுபோல பிரிந்த நிலையில் கவிழ்ந்துகிடக்கும் ஒரு நூலை எடுக்கிறார். அது Charles Baudelaireன் Les fleurs du mal என்ற கவிதை நூல். அதன் முதல் பக்கத்தில் அவனுக்குப் பிறந்தநாள் பரிசாக அவனுடைய அம்மா அதை கொடுத்திருப்பதின் விபரத்தைத் தெரிந்துகொள்கிறார். பிரிந்த நிலையில் கவிழ்ந்திருந்த அந்தக் குறிப்பிட்ட பக்கத்திலிருந்த பூனை என்ற கவிதையை வாசிக்கிறார். வாசிப்பினூடாக அந்தக் கவிதையின் வரிகளுக்குள் ஒளிந்து கொண்டிருந்த குழந்தை மியாவ் என்று உடல்ச் சிலிர்ப்போடு தாவி காவலதிகாரியின் கழுத்தை அவனென்று நினைத்து கட்டிக்கொள்கிறது. அதிகாரியின் மீசை முகத்தைக் கண்ட அதேகணம் அந்நியம் உணர்ந்து மிரளமிரள விழிக்கிறது. அறைக்குள்ளிருந்து குழந்தையை அழைத்துக்கொண்டு வெளியே வருகிறார். குழந்தையின் தாய் ஓடி வந்து கட்டிக்கொண்டு முத்தமிட்டபடி அழுகிறாள். அந்தக் குழந்தைக்கு நடந்தது எதுவும் புரியவில்லை. பிறகு,

காவலர்களின் மிக மோசமான சித்ரவதையால் மருத்துவ மனையில் அவன் செத்துவிட்ட செய்தியை அந்தக் குழந்தைக்கு யாரும் சொல்லவில்லை. இதுதான் அந்த நாவலின் கதை. சதுரங்க ஆட்டத்தினூடாக நெளிந்தோடும் வரிகளை உருவி உருவி இந்தக் கதையை நெய்தெடுக்க இதுவரை எந்த விமர்சகனாலும் முடியாமல் போய்விட்டது. ஐக்கிய நாடுகள் சபையிடம் நல்ல பெயர் வாங்க வேண்டும் என்ற நோக்கோடு அந்த நாவல் தடைசெய்யப்பட்டதை மட்டும் ஏகமனதாக எல்லோரும் வரவேற்றதை நினைக்கும்போது அருவருப்பாக இருக்கிறது.'

"ஆனால், அந்த நாவலில் ஒன்றுக்கு மேற்பட்ட கதைகள் இருப்பதாக சிலர் எழுதியிருக்கிறார்கள். மேலும் சிலர் அதை வேறுவிதமாகவும் வாசித்துக்காட்டியிருக்கிறார்கள். ஆனால், அதற்குள் இப்படியொரு கதை இருக்கும் என்பதை நான் எதிர்பார்க்கவில்லை."

'வழக்கமாக எனது எழுத்துக்களிலிருந்து வெவ்வேறுவிதமான வாசிப்பினூடாக விதம்விதமான பிரதிகளை சிலர் உருவாக்கி இருக்கிறார்கள் என்பது உண்மையே. ஆனால், இப்படிப்பட்ட வாசிப்புமுறைகளை நான் வெறுக்கிறேன். எனது நாவலென்பது சமையலறையோ, விஞ்ஞான சோதனைக்கூடமோ அல்ல, ஒவ்வொருவரும் ஒவ்வொருவிதமாக எதையேனும் சமைத்தெடுப்பதற்கு. உண்மையில், விமர்சகர்கள் மூலத்தை நெருங்கவிடாமல் வாசகர்களுக்கு கண்கட்டுவித்தை காட்டிக்கொண்டிருக்கிறார்கள். அரசு இயந்திரங்கள் இதைத்தான் செய்கின்றன, மூலத்திற்கு பதிலாக வெவ்வேறு சாயல்களில் நகல்களை தயாரித்துக் கொண்டிருக்கின்றன. நகல்களின் குவியல்களில் வாசகர்கள் சிக்கிக்கொள்கிறார்கள். சாலைப் போக்குவரத்து விதிகளைக் கட்டுப்படுத்தும் விளக்குக் கம்பங்களைப்போல எனது பிரதிக்குள் ஆங்காங்கே நின்றுகொண்டு வாசகர்களின் வாசிப்புமுறையை நெறிப்படுத்தும் விமர்சகர்களை நான் வெறுக்கிறேன். வாசிப்பைக் கட்டுப்படுத்துவதின் மூலம் இவர்கள் எழுத்தாளரின் இருப்பை மறுப்பதுமில்லாமல், வாசகரின் சுய ஆளுமை உருவாக்கத்தையும் தடுக்கிறார்கள். அதனால்தான்

எந்தவொரு மொழியிலும் படைப்பாளிகளைவிட விமர்சகர்களின் எண்ணிக்கை அதிகமாக இருக்கிறது. இந்த எண்ணிக்கை அரசு இயந்திரங்களால் திட்டமிட்டே உருவாக்கப்படுகிறது. உறுதியாகச் சொல்கிறேன், எனது கதைகளுக்கு ஒரே வாசிப்புத்தானிருக்கிறது. கடவுளை ஆதிக்கவாதிகள் கொன்றுவிட்டார்கள் என்ற ஒரே ஒரு உண்மையைத்தான் நான் வெவ்வேறு கதையாடல்களினூடாகச் சொல்கிறேன். கடவுளுக்கு பதிலாக அவர்கள் யதார்த்தம் என்ற ஒன்றை வைக்கிறார்கள். யதார்த்தம் என்பது சட்டவிதிகளின் தொகுப்பன்றி வேறில்லை. ஆனால் கடவுள் என்பது சட்டவிதிகளுக்கு எதிரான ஒன்று. கடவுளை எதற்குள்ளும் அடக்கி விடமுடியாது. இந்த யதார்த்தம், மனிதர்களை ஒவ்வொரு பொருளுக்கும் தமது உடம்புக்கும் உயிருக்குமே ஆயுள் காப்பீடு என்ற உத்திரவாதத்தை எதிர்பார்க்கும் நிலையில் வைத்திருக்கிறது. யதார்த்தத்திற்கு பதிலாக கடவுளை மீட்டெடுக்கவேண்டும். யதார்த்தத்தை மறுதலிப்பதன் மூலம் ஒருவர் கடவுளை உயிர்ப்பிக்கிறார். மதம் என்ற கோட்பாட்டு வடிவம் கடவுளுக்கு பகுத்தறிவின் வழிநின்று விளக்கம் கொடுப்பதேயாகும். மதவாதிகள் பகுத்தறிவுவாதிகள். அவர்கள்தான் யதார்த்தவாதிகள். கடவுளைக் கொன்றவர்கள். நான் கடவுளை உயிர்ப்பிக்கும் முயற்சியில் ஈடுபட்டிருக்கிறேன். எனவே எனது எழுத்துகள் மதத்தினடிப்படையில் எழும் சமூகப் புரட்சிக்கு எதிரானதாக இருக்கிறது. கடவுளுக்கு மதம் இல்லை, இனம் இல்லை, நிலம் இல்லை, பால் இல்லை, ஆனால், இதெல்லாம் கடவுளுக்கு இருப்பதாக மதம் சொல்கிறது. எனவே மதம் என்பதும் ஒரு பகுத்தறிவுவாதம்தான். நான் பகுத்தறிவுக்கு எதிரானவன். பகுத்தறிவின் பயங்கரவாதத்திற்கு எதிராக நான் கடவுளை உயிர்ப்பிக்கிறேன். எனக்கு எதிரான பகுத்தறிவுவாதிகள் பன்றிகளைப் புணரட்டும்.'

"நீ ஆத்திகனா?"

'ஆத்திகனாக இருப்பதுதான் வாதை நிறைந்தது. தனது இருப்பை எல்லையின்மையுள் நிலைப்படுத்துவது. மதம் என்பது சட்டங்களை உருவாக்கும்போது எல்லைகளை வரையறுக்கிறது. எனவேதான் மதவாதியைப் பகுத்தறிவின்

பாற்பட்ட நாத்திகனாக நான் காண்கிறேன். நான் ஒரு ஆன்மீகவாதி. மதம் ஆன்மீகத்திற்கு எதிரானது. எனவே நான் இந்தச் சமூக அமைப்பிற்கு எதிரானவன். இது தீர்க்கதரிசிகளுக்கான காலம். இனி அரசியல்வாதிகளுக்கு இங்கு இடமில்லை. நாத்திகனா இருப்பது வெகு சுலபம்.'

"நீ சித்தனா?"

'முட்டாள்!'

"என்னையா சொல்கிறாய்?"

'என்னையும் சேர்த்துத்தான்!'

"மணி என்ன இருக்கும்?"

'தெரியவில்லை, ஏன் விலகி இருக்கிறாய்? என்னை நெருங்கி வந்து அணைத்துக்கொள். எனது உறுப்பில் மீண்டும் குருதியோடி சூடு பரவுகிறது. எனக்கு பேசுவதற்கு அலுப்பாக இருக்கிறது. நான் அரசியல்வாதி அல்ல, ஒரு கலைஞன். ஓர் இளம்பெண்ணின் அம்மணச் சூட்டை அனுபவிக்காமல் அரசியல் பேசி நேரத்தை வீணடித்துக்கொண்டிருக்கிறேன். என் மீது உன் கால்களைப் போட்டு பின்னிக்கொள்.'

"பேசாதே!"

'கவனித்தாயா! விடியலின் வாசனையும் ஓசையும் எழுகிறது. இன்னும் சில மணித்துளிகளில் அவர்கள் வந்துவிடுவார்கள்.'

"உனது எழுத்துகளை நீ மறுதலித்துவிட்டால் மரண தண்டனையிலிருந்து தப்பிவிடலாம் அல்லவா?"

'இதற்கு நான் ஏற்கனவே பதில் சொல்லிவிட்டேன். அரசுயந்திரத்தால் வடிவமைக்கப்பட்டிருக்கும் உனது மூளைச் செயல்பாட்டின் தர்க்க நியதியிலிருந்து உன்னால் இம்மியளவும் பிசகமுடியாது என்பதை ஒத்துக்கொள்கிறேன். சரி, உனக்குப் புரியும்படி சொல்கிறேன். எழுத்துகளை மறுதலிப்பதில் தான் எனக்கு நிஜமான மரணம் நிகழும். விடிந்ததும எனக்கு நிகழப்போவது ஓர் உயிரியல் மரணம். அது அரசியல் சார்ந்தது. 'கதாசிரியனின் மரணம்' என்ற கோட்பாட்டை முன்வைக்கும் விமர்சகர்கள் ஒரு கவிதையியல் சார்ந்த கொலையை என்மீது

நிகழ்த்த முடியாத விரக்தியில் அரசு யந்திரங்களை ஏவி எனது எழுத்தை அரசியல் சார்ந்தேனும் என்னால் மறுதலிக்கச் செய்து எனது இறப்பை குறுக்குவழியில் நிகழ்த்திவிடலாம் என நினைக்கிறார்கள். விமர்சனமும் அரசுயந்திரமும் வேறுவேறு ஆனதல்ல என்பது இதன்மூலம் உனக்குப் புரியும் என்று நினைக்கிறேன். எனது எழுத்துகள் சரித்திரத்தால் நிராகரிக்கப்படும் போதுதான் எனக்கான மரணம் நிகழும். புனைவுகளில் நான் உயிர்த்திருப்பவன், தொடர்ந்து உயிர்த்திருப்பேன்.'

"நாளைய மரணத்தைப்பற்றி உனக்கு பயமேதுமில்லையா?"

'ஒரு குற்றவாளியின் பிறந்த தினத்தினன்றுதான் மரண தண்டனை நிகழ்த்தப்படவேண்டும் என்று சட்டவிதி கூறுகிறது. நாளை எனக்கு பிறந்தநாள். எனக்குப் பிறந்தநாள் வாழ்த்தைத் தெரிவித்துவிட்டுத்தான் தூக்கில் போடுபவன் என் காலுக்குக் கீழே பலகையை உருவுவான். சம்பிரதாயங்கள் விநோதமானவை. இன்னும் சிலமணி நேரத்திற்குள் தனக்கு நேரப்போகும் மரணத்தைப் பற்றி பயங்கொள்ளும் ஒருவனின் பாலுறுப்பு இத்தனை உறுதியாக விரைக்குமா? தொட்டுப்பார்!'

"உண்மையைச் சொல், நீ பேசிக்கொண்டிருப்பது உனது இறுதி நாவலில் இருக்கிறதா? இல்லையா?"

'இல்லை. எனது இறுதி நாவலை எழுதிக்கொண்டிருக்கும் போதுதான் கடவுளுக்கு ஆண்குறியே இல்லை என்பது தெரிந்தது. கடவுளின் வேட்டி ஒரு இடத்தில் அவிழ்ந்துவிட, அதன் தொடைகளுக்கு மத்தியில் தூர்ந்து போன ஒரு பெண்குறி இருந்தது. அதைச் சுற்றி வளர்ந்திருக்கும் சுருள் முடிப் பகுதிக்கு மேலே ஒரு வெட்டப்பட்ட காயத்தழும்பு நன்றாகத் தெரிந்தது. தேவையில்லாமல் தொங்கிக்கொண்டிருந்த லிங்கம் போன்றதொரு சதைப் பிசிரை வெட்டியெடுத்துவிட்டார்கள் என்று நினைக்கிறேன்.'

"அடப்பாவி கடவுளை அலியாக்கிவிட்டாயே!"

'நானா ஆக்கினேன்! அது அப்படித்தான் இருக்கிறது.'

"உனது சிரிப்பின் ஓசை இளமையாக இருக்கிறது. சரி,

நேரமாகிறது, ஆடைகளை அணிந்துகொள்ளட்டுமா? அவர்கள் உன்னை அழைத்துச் செல்ல வந்துவிடுவார்கள். நீ தூக்கிலிடப்படும்போது என்னைப் பார்க்க அனுமதிப்பார்களா?"

'ஏன் பார்ப்பதற்கு ஆசைப்படுகிறாயா? என்ன மௌனமாகிவிட்டாய்? நான் ஒரு விளையாட்டாகச் சொன்னேன்.'

"இந்த இருட்டில் என் கண்களில் வழியும் நீரை உன்னால் பார்க்க முடியவில்லையே!"

'அழாதே! தயவுசெய்து அழாதே! இது எனது கடைசி கணம். இங்கு அழுகைக்கு இடம் வேண்டாம். என்முன் யாரேனும் அழுதால் எனக்கும் அழுகை வந்துவிடும். எனது அழுகை பல நாட்களுக்கு நீடிக்கும். தூக்கு மேடையில் என் முகத்தில் மூடப்படும் கருப்புத்துணியை நனைத்துக் கொண்டு எனது கண்ணீர் வெளித்தெரிந்துவிட்டால், இந்த அதிகார அமைப்பு வெற்றிபெற்றதாகிவிடும். என்னை வெற்றி கொண்டதாகிவிடும். அந்த சந்தர்ப்பத்தை ஏற்படுத்திவிடாதே!'

"உன்னைப் பிரியும் நேரம் நெருங்கிக்கொண்டிருக்கிறது. என்றென்றைக்குமாக உன்னைப் பிரியப்போகிறேன்."

'கொஞ்சம்பொறு. நான் ஓர் உண்மையைச் சொன்னால் நீ என்மீது கோபப்படமாட்டாய் என்று நம்புகிறேன். கரைந்து கொண்டிருக்கும் இந்த இரவின் நடுப்பகுதியில் நமக்கிடையில் நிகழ்ந்த ஒரு கூட்டுவினையை நீ கலவி என்று நினைத்துக்கொண்டிருக்கிறாய். உண்மையில், நமக்குள் நிகழ்ந்தது கலவி இல்லை. அது நான் கண்டுபிடித்த ஒரு விளையாட்டு. தாந்ரீகத்திலிருந்து நான் உருவாக்கிய ஒரு விளையாட்டைத்தான் நான் உன்னுடன் உனக்குத் தெரியாமலேயே விளையாடிப் பார்த்தேன். உன்னுடைய அறிதலுக்குக் கொண்டுவராமலேயே அந்த விளையாட்டை ஆடி முடித்ததற்கு முதலில் உன்னிடம் மன்னிப்பைக் கோருகிறேன். அந்த ஆட்டத்தின் விதிமுறைகளை உனக்குச் சொல்லி விளங்கவைப்பதற்குள் இந்த இரவு முடிந்துவிடும். எனவேதான் ஆட்டத்தினூடாகவே ஆட்ட விதிமுறைகளை எதிராளிக்குப் புரியவைத்துவிடலாம் என்று நினைத்து உனக்குத்

தெரியாமலேயே உன்னுடன் அந்த ஆட்டத்தைத் தொடங்கி விட்டேன். விடிந்ததும் உனது அறைக்குச் சென்று நிலைக்கண்ணாடி முன்பு அம்மணமாக நீ நிற்கும்போது உனது உடம்பில் ஆடப்பட்டிருக்கும் ஆட்டவிதிகளை நீ தன்னிச்சையாகப் புரிந்துகொள்வாய். உனக்கு கலவிச் சுகத்தின் மையத்திளைப்பு என்பதுதான் பரிச்சயமான ஒன்று. உன்னுடன் நான் ஊடாடியபோது உன் உடம்பில் மையமற்ற ஒருவித சிலிர்ப்பு உடம்பு முழுதும் திசைகளற்று ஓடி அதிர்ந்ததை உணர்ந்திருப்பாய். அப்படி உணரும்போதுதான் என்னை நீ ஆண்குறி பற்றிய பிரக்ஞை இல்லாமல் உன்னைப் புணர்வதாக முனகினாய். உண்மையில், உன்னை நான் புணரவில்லை. உனது உடம்பின் மையத்தை எனது உறுப்பால் அடைத்துவிட்டு, மையமற்ற உனது உடம்பின் அங்கங்களைப் பிரித்தெடுத்து திசை மாற்றி கலைத்துப்போட்டு பொருத்திவிட்டேன். எனது உடம்பின் மையம் உனக்குள் புதைந்துபோய் நானும் மையமற்றவனாகி நிற்க, தன்னிச்சையாகவே ஆட்டத்தின் விதிகளின்படி எனது அங்கங்களை திசைமாற்றி பிரித்துப்போட்டு என்னை வேறு ஒரு வடிவத்தில் உனது ஆட்டப்போக்கின் நியதிப்படி பொருத்தி வைத்திருக்கிறாய். ஒவ்வொரு முறை ஆடும்போதும் நமது வடிவத்தை வெவ்வேறு விதமாக கலைத்துப் போட்டு பொருத்திக்கொள்ளலாம். நமது அங்கங்கள் கலைத்துப் போடப்பட்டு புதிய வடிவில் நமது உடம்புகள் இருப்பதை இந்த இருட்டில் நம்மால் பார்க்கமுடியவில்லை. நாளை கண்ணாடிமுன் நிற்கும்போது உனது வடிவம் உனக்கே அடையாளம் தெரியாமல் அந்நியமாக இருக்கும். உனது உடம்பின் உறுப்புகளை கலைத்துப்போட்டு பழையபடி உனக்கான தோற்றத்தை நீ பெறவேண்டுமெனில், இந்த ஆட்டத்தை நீ என் மகளுடன் ஆடவேண்டும். உன்னைப் பார்த்ததும் நீ என்னுடன் இந்த விளையாட்டை ஆடிப்பார்த்திருப்பதை அவள் புரிந்துகொள்வாள். எப்படியென்றால், இந்த ஆட்டத்தின் பல நிலைகளை அவளுக்கு ஏற்கனவே சொல்லிக் கொடுத்திருக்கிறேன். அவளுக்கு நான் சொல்லிக்கொடுக்காத இறுதி நிலையின் ஆட்டவிதிகளைத்தான் உனது உடம்பில் நிகழ்த்திப் பார்த்திருக்கிறேன். ஏற்கனவே என் மகளுக்கு பல நிலைகளின்

விதிமுறைகள் அத்துபடியானதால் இந்த இறுதிநிலையை, உன் உடம்பில் ஆடப்பட்டிருக்கும் முறையைப் பார்த்ததுமே புரிந்துகொள்வாள். அவளுக்காகவே இந்த விளையாட்டை நான் உருவாக்கினேன். எனது பிறந்தநாளின் பரிசாக ஒவ்வொரு வருடமும் புதிய புதிய விளையாட்டுகளை உருவாக்கி அவளுக்குத் தருவது எனது வழக்கம். விடிந்ததும் எனது பிறந்தநாளின் பரிசாக இந்த ஆட்டத்தை உனது உடம்பையே ஆடுகளமாக்கி அவளுக்குப் பரிசாகத் தருகிறேன். நாளை இப்பரிசை, அதாவது உனது உடம்பை அவளுக்கு நான் கொடுத்ததாகக் கொடுத்துவிடு. மேலும், அவளோடு இந்த ஆட்டத்தை ஆடிமுடிக்கும் போது உனது பழைய வடிவத்தில் நீ சரியாக என் மகளால் பொருத்தப்பட்டுவிட்டாய் எனில் ஆட்டத்தில் நீ தோற்றுவிட்டாய் என்பது பொருள். அவள் உன்னைப் பொருத்தி முடிப்பதற்குள் அவளை நீ பழைய வடிவத்தில் பொருத்தி முடித்துவிட்டாயெனில் அவள் தோற்றவளாகி விடுவாள். இந்த ஆட்டத்தை பலரும் சேர்ந்து விளையாட முடியும். இந்த ஆட்டத்திற்கு பால் பேதமில்லை. ஆட்டத்தைத் துவங்குவதற்கு முன்பு ஆட்டக்காரர்கள் தமது அங்கங்களை ஒருவரை ஒருவர் தொட்டுக் கலைத்துப்போடும்போது உன்னுடன் நான் ஆடும்போது பேசினேனே அதுபோல பாலைவனம், மணல்புயல், அம்மணச்சுடர், தியானம், தவம் போன்ற இயற்கையோடு உடம்பின் புலன்களை இணைத்துப் பெருக்கவிடும் வார்த்தைப் படிமங்களை உருவாக்கி உருவாக்கி, அரசு இயந்திரங்களால் உருவாக்கப்பட்ட உயிரற்ற வார்த்தைகளாலான மூளையை வற்றச்செய்து ஒருவரையொருவர் தமது °கபாலத்தின் வெற்றிடத்தில் மூலகங்களாகப் பிரிந்து தம்மை தரிசனங்களாக நிறைத்துக்கொள்ள வேண்டும்.'

"அப்படியென்றால், ஆடப்பட்டிருக்கும் என் உடம்பின் அங்கங்கள் தாறுமாறாகக் கலைந்து கிடக்கிறதா? அப்படியென்றால் ஆட்டத்தில் நான் வெற்றிபெற்றுவிட்டேனா? உன்னை நான் மிகச்சரியாக இணைத்துவிட்டேனா?"

'எனது ஆட்டத்தில் உன்னை நான் பிரித்துப்போட்டேனே தவிர இணைக்கும் முயற்சியில் ஈடுபடவில்லை.

ஆடத்தெரியாமலேயே என்னை நீ கலைத்துப்போட்டாய். நீ அறியாமலேயே ஆட்ட விதிகளுக்குள் உன்னை நான் வழி நடத்தியபோது என்னை நீ கொஞ்சம் கொஞ்சமாக பொருத்த ஆரம்பித்தாய். ஆட்டத்தின் ஆரம்பமே உனக்குத் தெரியாதபோது அது ஆடி முடிக்கப்பட்டுவிட்டதா இல்லையா என்பது எப்படித் தெரியும்? நமது பேச்சு அரசியலுக்குத் தாவியதால் ஆட்டத்தை நான் நிறுத்தியபோது அது முடிந்துவிட்டது என்று நீ நினைத்துக்கொண்டாய். உண்மையில், உன்னுடன் நான் ஆரம்பித்த ஆட்டம் இன்னும் முடியவில்லையென்று நினைக்கிறேன். எனது வழிநடத்துதல்களையும் மீறி என்னை நீ முழுமையாகப் பொருத்தியிருந்தாலும் ஆச்சர்யப் படுவதற்கில்லை. அப்படி நான் முழுமையாகப் பொருத்தப்பட்டிருந்தால் நீ வெற்றிபெற்றுவிட்டாய் என்பதை நான் ஒத்துக்கொள்வேன். இந்த இருட்டில் எனது உடம்பை எப்படிப் பார்ப்பது? விடியலின் வெளிச்சத்தில் என்னை தூக்கிலிடும் போது எனது அங்கங்கள் தாறுமாறாகப் பொருத்தப்பட்டு கழுத்தோடு கூடிய தலையானது முட்டிக்குச் கீழே பொருத்தப்பட்டிருந்தால், அந்த முட்டிக்குக் கீழே இருக்கவேண்டிய காலானது கழுத்து இருக்கவேண்டிய இடத்தில் பொருத்தப்பட்டிருந்தால் எப்படி இருக்கும் என்பதை கற்பனை செய்துபார். என்னை தூக்கிலிட்டுக் கொல்ல விதிக்கப்பட்ட தீர்ப்பை அவர்களால் மாற்றமுடியாது என்கிறபோது எப்படி என்னைக் கொல்வார்கள்? நாளை மாலைச் செய்தித்தாளில் எனக்கு என்ன நடந்தது என்ற செய்தி வரும், தெரிந்துகொள்வாய். உன்னுடைய வெற்றியில் எனக்கு மரணம் நிச்சயமாகிவிடும்.'

"இல்லை. உன்னுடைய அங்கங்களை நான் சரியாகப் பொருத்தியிருக்கக்கூடாது என்று கடவுளை வேண்டிக் கொள்கிறேன். அதோ அவர்கள் வந்துகொண்டிருக்கிறார்கள். அவர்களின் காலடி ஓசை அதிர்கிறது."

'அவர்கள் வருகின்ற காலடி ஓசை இல்லை இது, நீ என்னைப் பிரிந்துபோகின்ற காலடி ஓசை. நீ விலகிச் சென்றாலும் உனது காலடி ஓசையோ தொடங்கிய இடத்திலேயே அதிர்ந்து கொண்டிருக்கிறது. அவர்களும் வருகிறார்கள். இரும்புக்

கதவைத் திறக்கிறார்கள். விடியலின் வெளிச்சம் உள் நுழைகிறது. காவலாளி புன்னகைக்கிறான். மருத்துவரும் நீதிபதியும் வந்தனம் தெரிவிக்கின்றனர்.'

"ஐயா, நீங்கள் யாருடன் பேசிக்கொண்டிருக்கிறீர்கள்? வழக்கம்போல் உங்கள் மகளுடனா?"

'இல்லை. இது என் மகளின் தோழி. ஒரு பத்திரிகையாளர். அநாவசியமாக சிரிக்காதே. சிரிக்கும் சிறைக்காவலனை புரிந்துகொள்ள கஷ்டமாக இருக்கிறது. சரி, வா போகலாம்.'

நத்தைக் கதை

நம்பமுடியாத கதை; என்றாலும் நம்பித்தானாக வேண்டும் என்ற கட்டாயம் எதுவுமில்லை. 1945 ஆகஸ்டு மாதம் 9ஆம் நாள் பிரெஞ்சு ராணுவக் கப்பல் ஒன்று புதுச்சேரியைவிட்டு வெளியேறுவதற்கான தயாரிப்புகளில் இருந்த போது நடந்ததுதான் இக்கதை. என்னுடைய பிரச்சினைகளெல்லாம் ஓரிரு வரிகளில் சொல்லி முடிக்கப்பட வேண்டிய ஒரு செய்தியை கதையாக எப்படி எழுதி முடிப்பது என்பது பற்றியே. தினமும் உறங்கப் போகும்போது படுக்கையில் என் மகளுக்கு ஒரு கதை சொல்ல வேண்டும். அக்கதை நான் படித்த கதையாக இருக்கக்கூடாது. அந்தத் தருணத்தில் வார்த்தைகளை அடுக்கி அடுக்கி சம்பவங்களைத் திரட்டி உருவாகக் கூடியதாக அக்கதை இருக்கவேண்டும். கதையின் முதல் வரியை; அதாவது, கடலில் மிதக்கும் ஆளில்லாத கட்டுமரத்தில் தாவி ஏறிக்கொண்ட ஒரு டால்ஃபின் நிலாவையே பார்த்துக்கொண்டிருக்கிறது என்பது போன்ற ஓர் அடியைக் கொடுத்துவிட்டு கதையைக் கட்டச் சொல்வாள். நான் அதிலிருந்து கதையை ஆரம்பிக்க வேண்டும். சில சமயங்களில் கதைக்குள் அவளும் புகுந்து தன் போக்கிற்குக் கதையை திசைத் திருப்பிவிடுவாள். கதை முடியும் நிலையை எட்டுவதை அறியும்போது திடீரென வேறு ஒரு சம்பவத்தை இட்டுக்கட்டி அதன் முடிவைத் தள்ளிப்போடுவாள். நிலாவிற்குள்ளிருந்து புத்தர் எட்டிப் பார்த்து டால்ஃபினை நோக்கி கையசைக்க அது கட்டுமரத்தில் வாலை டப்டப்பென்று அடித்துத் துள்ளிக் குதிப்பதை கதையாக்குவது எனக்கு மிகுந்த சிரமமாக இருக்கும். இதில் தர்க்கம் எங்குமே சிதைவுபடக் கூடாது. இடையில் புகுந்து அவள் கேட்கும் கேள்விகள் நம் தவறைச் சுட்டிக்காட்டி நம்மை கூசவைத்துவிடும். இப்படியாக

கதைசொல்லிக் கதைசொல்லி நானும் எளிய முறையில் கதையெழுதப் பழகிக் கொண்டிருக்கிறேன். ஆனால், நான் கதை சொல்லும்போது தேவைப்படாத நம்பகத் தன்மை என்பது கதை எழுதும்போது அவசியம் தேவை என்று நிர்பந்திக்கப்படுகிறேன். அதனாலேயே நான் எழுதிவரும் கதை நம்பமுடியாத கதை என்றாலும் நம்பித்தானாக வேண்டும் என்ற கட்டாயம் எதுவுமில்லை. இக்கதைகூட என் மகள் முதலடி எடுத்துக் கொடுக்க நான் அவளுக்குச் சொன்னதையே சற்றே இடம் வலம் மாற்றி இடம் புறம் மாற்றி உங்களுக்காக எழுதுகிறேன். இக்கதையில் எது என் மகள் சொன்ன முதலடியாக இருக்கும் என்பதை நீங்களே படித்துக் கண்டுபிடித்துக் கொள்ளுங்கள்.

அதிகாலை. கடலை பனிமூட்டம் போல ஏதோவொன்று கவிந்திருந்தது. அலையடிக்கும் ஓசை மட்டுமே கேட்க அலைகள் கண்ணுக்குத் தெரியவில்லை. வெள்ளை இருட்டு. விடைபெறும் கப்பல் ஒன்றின் சைரன் ஒலி அடிவயிற்றிலிருந்து எழுகிறது. உற்று கவனிக்க, பனிமூட்டத்தினூடாக மங்கலான வெளிச்சப் பூங்கொத்து நகர்வது தெரிகிறது.

பிசலாயி காலைக் கடனைக் கழிக்க ஆண்கள் வருவதற்குள்ளாக முந்திக்கொண்டு கடலுக்கு வருவது வழக்கம். இன்றும் அப்படித்தான்; இத்தனை அதிகாலையில் எழுந்து வந்துவிட்டாள். புதுச்சேரி கடலோர நிலம் அதன் மண்ணரிப்புக்குப் பேர்போனது என்பதால் கரைநெடுக்க பெரும் பெரும் பாறைகளைக் கொட்டிக்கொண்டே இருக்கிறார்கள். அந்தப் பாறைகளின் இடைச்சந்துகளில் மலத்தை இறக்கிவிட்டு பாறைகளைத் தாவித்தாவி கீழிறங்கி மணலில் கால் பதித்தால் ஓடிவந்து குழந்தையைப் போல அலை கால்களைக் கட்டிக்கொள்ளும்.

பிசலாயி பாறைகளில் கால் பதிக்க கருங்கல் அத்தனைக் கருப்பாகவும் இயல்புக்கு மாறாக வெதுவெதுப்பாகவும் பாதங்களைச் சுட்டது. பாறைகள் மட்டும் வெள்ளை மூட்டத்திற்குள் கழுவப்பட்ட எருமைகளின் முதுகுகளைப்போல பளீரென இருந்தன. பாதங்கள் சூடேறிக்கொண்டே வருவதை உணர்ந்த அவள் கீழிறங்கி மணலில் குதித்து நீரில் கால்களை

நனைத்தாள். நீர் வெதுவெதுப்பாக இருந்தது. குறு அலைகள் புரண்டபடி சற்று தள்ளி எதையோ உருட்டியபடி இருந்தன. அவள் அருகில் சென்று பார்த்தாள். வெள்ளை வெளேரென்று பளிங்குப் பாறையில் கிண்ணம் வடித்துக் கவிழ்த்தது போல பெரிதாக ஒன்று மணலில் புதைந்திருந்தது. அலைகள் அதன்மீது ஏறியேறி வழிந்துகொண்டிருந்தன. அந்த மிகப் பெரிய வடிவத்தை கண்கள் விரிய தொட்டுப் பார்த்தாள். கதகதப்பாகத் தகித்தது. அலை நீர் அதன்மேல் பட்டுப் புகைந்தது. அதிசயமான ஒரு பாறையாக இருக்கிறதே என முணுமுணுத்தபடி கால் கழுவினாள்.

விடிந்தது. கடலுக்குச் சென்ற தன் கணவன் கரையேறி வந்ததும் அவனுக்கான காலைக்கடன்களை முடித்துவிட்டு; அவன் இரண்டு மொந்தை கள் குடித்து முடிக்கும்வரை குத்துக்காலிட்டு அமர்ந்திருந்தாள். குடித்து முடித்ததும் தூங்குவதை வழக்கமாகக்கொண்ட அவனை இழுத்துக் கொண்டு கொட்டப்பட்டிருக்கும் யானைத் தலைகளைப் போன்ற பாறைகளைத் தாவித்தாவி ஓடினாள். அவன் அவளைத் தொடர்ந்தான். அவள் பாறையிலிருந்து கீழே குதித்து மறைந்துபோக அவனும் ஓடி கீழேக் குதித்து ஓடிச்சென்று அவளைத் தழுவினான். அவள் அவனை விலக்கியபடி அலையில் மூழ்கியிருந்த பளிங்குச் கிண்ணத்தைக் காட்டினாள். அவன் அதிசயத்தோடு அப்பாறையைத் தொட்டுத் தழுவினான். அலையில் மூழ்கிய அதன் அடிப்பாகத்தைத் தொட்டுத் தடவியவன் வட்டப்பாறையிலிருந்து கனப்பரிமாணம் கொண்ட தண்டு ஒன்று மண்ணில் புதைந்திருப்பதை அவளுக்குச் சொன்னான். இருவராலும் அப்பாறையைப் புரட்ட முடியவில்லை. அவளிடம் ஏதோவொரு ஆர்வம் தொற்றிக்கொள்ள மற்றவர்களையும் அழைத்துக்கொண்டுவர ஓடினாள்.

பத்துப்பன்னிரெண்டு பேர் அப்பளிங்குக் காளான் குடையை உருட்டிக் ... கொண்டும் தூக்கித்தூக்கி எடுத்துவைத்தபடியுமாக தெருவுக்குக் கொண்டு வந்தார்கள். மீனவக் குடிகள் குவிந்துவிட்டன. காளான் குடையை நிமிர்த்திய பிறகு எல்லோரும் கையெடுத்துக் கும்பிட்டனர். அறையுங்குறையுமாக

செதுக்கி முடிக்கப்படாத ஆவுடையார். லிங்கம் முழுமைகொண்ட பிறகு சக்திபீடம் முடிக்கப்படாமல் வெறும் பாறையாக செதுக்கிக் கழிக்கப்பட்டது போல இருந்தது. லாரிகளில் கொண்டுவந்து கரையோரமாகப் பாறைகளைக் கொட்டுவது வழக்கம். அப்பாறைகளோடு பாறையாக ஒரு பளிங்குப் படிமம் வந்து சேர்ந்திருக்கலாம் என்று நினைத்தவர்கள், அப்படிமத்தைத் தூக்கிவந்து மாரியம்மன் கோயிலின் முன்னேயுள்ள மண் புற்றுக்கு இடப்பட்ட கீற்றுக் கொட்டகைக்குள் அமர்த்தினார்கள். சக்திபீடம் முரட்டுப் பாறையாக இருந்தது. ஆங்காங்கே பாறை பொங்கிப் பூத்து உறைந்திருந்தது. இதைச் செதுக்கி வடிவுக்குக் கொண்டுவந்துவிட்டால் நம்மூருக்கு ஒரு தாயும் தந்தையும் கிடைத்துவிடுவார்கள் என மாரியம்மன் கோயில் பூசாரி சொல்ல; சரி அம்மையப்பனைச் செதுக்கி ஒரு வடிவுக்குக் கொண்டுவந்துவிடுவோம் என பஞ்சாயத்துத் தலை கூறியது.

அன்றைய தினம் பார்த்து ஊருக்குள் வந்த அம்மி கொத்துபவனை வைத்து பீடம் செதுக்கப்பட்டது. முதலில் அவன் அதைச் செதுக்கத் தயங்கினான். இது ஏதோவொன்று; ஆவுடையார் இல்லை என மறுத்தான். இது சாத்திரக் கேடு என எடுத்துச் சொன்னான். அம்மி கொத்துபவன் சிற்ப சாத்திரம் பற்றி பேசுவானேன் என ஒரு பெரியவர் நீட்டி முழக்கிச் சொல்ல; கோபம் கொண்ட அவன் ஏதும் பேசாமல் பீடத்திற்கு சுற்று வட்டப் பகுதியைச் செதுக்கி கோமுகம் அமைத்து வடிவு கொடுத்த அழகைக் கண்டவர்கள் அவனை யாரென விசாரித்தனர். கல்தச்சன் தன்னை மாமல்லனின் வழித்தோன்றல் எனக் கூறிக்கொண்டு; சன்மானத்தைப் பெற்றுக்கொள்ள மறுத்து தனது தோள்துண்டு நிறைய வகை வகையான கருவாடுகளைக் கட்டிக்கொண்டு சென்றான்.

ஆவுடையார் அபிஷேகம் கொண்ட அன்று மாலை மேற்கில் சரிந்த சூரியன் மேற்கிலேயே தங்கிவிட்டது போல செக்கர்வானமாக இரவு விரிந்தது. ஓரிரவு மழையில் ஊரெல்லாம் ஓடிய வெள்ளம் கடல் சேர்ந்து அதையும் செம்புல நீராக மாற்றும் அழகை இதுவரைக்கும் கண்டிருந்த மீனவக் குடிக்கு வானும் கடலும் ஒருசேர வியப்பைத் தந்தன. எங்கும்

செம்பட்டை நிறம்; உடல்தோறும் பொருள்கள் தோறும் காற்று வெளியெங்கும் வழிந்தது. மழை நின்ற பிறகும் அச்செவ்விரவு விடியவேயில்லை.

கடல் மட்டம் உயர்ந்து ஊருக்குள் வந்ததில் எல்லோரும் மிரண்டார்கள். புயலில்லை மழையில்லை கடலில் கொந்தலிப்பில்லை; ஆனால், கடலின் நீர்மட்டம் முழங்கால் அளவுக்கு உயர்ந்து ஊருக்குள் புகுந்தது கண்டு புதுச்சேரி நகரமே திகைத்தது. கடல் நீர் உள்ளே ஏறி எட்டு கிலோ மீட்டர் தூரத்தில் மேற்கிலிருந்த ஊசுட்டேரியில் நிரம்பியது. வீடுகளுக்குள் நீர் புகுந்தது. எத்தனை நாட்கள் இப்படிக் கழிந்தது என்பது யாருக்குமே தெரியவில்லை. தெருக்களில் ஓடிய நீரில் பெரிய பெரிய ஆழ்கடல் மீன்கள் செத்து மிதந்தன. மாட்டு வண்டிகளைக் கட்டிக்கொண்டு விழுப்புரம் சாலையின் மேட்டுப் பகுதியை நோக்கி சிலர் இடம்பெயர்ந்து கொண்டிருந்தனர், பெரியக்கடை மணிக்கூண்டு நேரம் தவறாமல் ஒலித்து காலம் பற்றிய பிரக்ஞை அறுந்து நழுவாமல் குடிகளைக் காத்தது எனச் சொன்னால் மிகையாகாது. நீரிலேயே மனித நடமாட்டம் அவ்வப்பொழுது நடந்தது.

கொஞ்சம் போல நீர்மட்டம் வடியத் தொடங்கியது. மேற்காக கோரிமேட்டின் உச்சிப் பகுதியில் தங்கியிருந்த மீனவக் குடிகளைத் தேடிக்கொண்டு எங்கிருந்தோ கல்தச்சன் வந்து சேர்ந்தான். அவனது இரு கைகளிலும் கொப்புளங்கள் கண்டிருந்தன. அவன் கோபத்தில் கத்தினான். நான் அப்போதே சொன்னேன் அது ஆவுடையார் அல்ல வேறு ஏதோவொன்று; யாரும் என் பேச்சைக் கேட்கவில்லை. அதைத் தொட்டுச் செதுக்கியதில் எனது கைகள் அமிலத்தில் நனைந்தது போல புண்ணாகிவிட்டன பாருங்கள். அந்தப் படிமத்தை உடனடியாக மீண்டும் கடலுக்குள் வீசிவிடுங்கள்; அதை ஊருக்குள் வைத்திருந்தால் மொத்த குடியும் அழிந்துவிடும் என கத்தினான்.

மீனவக் குடியினர் முட்டியளவு நீரில் புதைந்து கிழக்கு நோக்கி நகர்ந்தனர். அவர்களின் குடிசைகள் சேரும் சகதியுமாகக் கிடந்தன. படகுகள் நீரில் புதைந்தும் கவிழ்ந்தும் கிடந்தன. வலைகளும் கட்டுமரங்களும் கடலோடு ஓடிவிட்டிருந்தன. இறந்த மீன்கள் ஒதுங்கிய பகுதிகள் நாறின. மாரியம்மன்

கோவில் மட்டுமே மிஞ்சியது. கொட்டகையற்ற இடத்தில் பெரிய புற்று கரைந்து சேற்றுக் குவியலாக இருந்தது. ஆவுடையார் படிமம் மட்டும் தகதகவென்று கண்களைக் கூசச் செய்யும் ஒளியை உமிழந்தபடிச் சுடர்ந்தது. செவ்விருட்டு கொஞ்சம் நீர்த்தது போல இருந்தது. ஆனால் இது இரவா அல்லது பகலா என யாருக்கும் தெரியவில்லை. பகல் இரவு என்பது வானவெளியின் நிறத்தைத் தவிர வேறில்லை என்பது உறுதிபட்டது.

பத்திருபதுபேர் கைகளில் துணியைச் சுற்றிக்கொண்டு அப்படிமத்தைத் தொட்டுத் தூக்கி உருட்டியபடி கடலுக்குச் சென்றார்கள். நீர் வடிந்து ஓடும் சாக்கடைப் பாட்டை வழியாக அதை கயிறுகட்டி இழுத்தபடி கடலுக்குக் கொண்டுவந்து புதைந்து கிடந்த இரண்டொரு கட்டுமரங்களை எடுத்துச் சேர்த்துக் கட்டி அந்தக் கல்லை அதில் ஏற்றி நீருக்குள் தள்ளிக்கொண்டே போனார்கள்.

மாரியம்மன் கோயிலுக்குள் நெருங்கியடித்துச் சுருண்டு ஆழ்ந்த உறக்கத்தில் இருந்த மீனவக் குடிகளை சுளீர் என்ற வெள்ளி வெளிச்சம் சுட்டு எழுப்பியது. கண் திறந்தால் ஊரே வெளிச்சத்தில் மிதந்து கொண்டிருந்தது. நீல வானம். சேரு படிந்த செம்மண் பூமி. நடுவானில் வெண்சுடர்ச் சூரியன். எல்லாம் பழையபடி புதிதாக இந்தப் பூமி பிறந்தது போல இருந்தது. எல்லோரும் கூவியபடி மகிழ்ச்சியோடு கடலை நோக்கி ஓடினார்கள். கடலில் தொடுவான தூரத்தில் கப்பலைவிட பெரியதாக வானத்தை முட்டுவது போல மிகப்பெரிய காளான் குடை ஒன்று சில நிமிடங்கள் தோன்றி மறைந்ததை எல்லாரும் கண்டு திகைத்தார்கள். அது தலைகீழாகப் புரட்டிப்போட்ட ஆவுடையார் போல இருந்ததாக பிசலாயி கண்கள் விரிய சொன்னாள். ஊரில் எல்லோருக்கும் மறு நாளிலிருந்து எல்லாம் மறந்து போனது. முன்பு கிடைத்த பல மீன் வகைகள் கிடைக்கவில்லை என்பது மீனவர்களுக்குத் தெரியவந்தது.

இத்துடன் கதை முடிந்தது என்றாலும் இந்த இடத்தில் என் மகள் குறுக்கிட்டாள்; வேண்டாம் அப்பா இந்தக் கதை. இந்தக் காளானை நான் ஃபோட்டோவில் பார்த்திருக்கிறேன். இது

கக்கா அப்பா; இந்தக் கதை வேண்டாம். அது காளான் இல்லை; பெரிய புகை. அது விஷம். அதை சுவாசிச்சா எல்லோரும் செத்துப் போயிடுவோம். அது கக்கா கதை; அது வேண்டாம்.

அவள் சிணுங்கத் தொடங்கிவிட்டாள். குழந்தைக்குச் சொல்கிற கதையா இது என என் அருமை பிசலாயி முணுமுணுத்தபடி படுக்கையில் சரிந்தாள். நான் என் மகளை அணைத்துக்கொண்டு அவளுடைய காதில் கிசுகிசுத்தேன்;

ஒரு ஊருல ஒரு நத்தை இருந்துச்சாம். அது எதையோ தேடிகிட்டு தோட்டத்து வழியா போச்சாம். அப்போ மழை தூறல்போட ஆரம்பிச்சிச்சாம். நத்தை வழியில் முளைச்சிருந்த காளான் குடைய பார்த்துச்சாம். அட, மழைக்கு இதுக்குக் கீழ நாம ஒதுங்கலாமே என நெனச்சுதாம். காளான் படர்ந்து அழகா இருந்துச்சாம். நத்தை அதுக்குக் கீழ போயி நின்னுக்கிச்சாம். நத்தையோட உடம்பு காளான்மேல உரச; நத்தையோட எச்சில் சில்லுன்னு காளான் மேல பட்டுச்சாம். காளானுக்கு உடம்பு கூசுச்சாம். அதுக்கு கிச்சுகிச்சு பண்றது போல இருந்துச்சாம். காளான் தொண்டைய செருமிக் கொண்டு; நத்தையே நீ உனது ஓட்டுக்குள்ளேயே ஒடுங்கலாமே ஏன் எனது குடைக்குள் ஒதுங்குகிறாய் எனக் கேட்டுச்சு. அதுக்கு நத்தை கொஞ்சநேரம் கழிச்சி நான் போயிடுவேன்னு சொல்லிச்சாம். அப்போ அந்த வழியா இன்னொரு நத்தை வந்துச்சாம். அதுவும் காளான் பக்கம் வந்து உள்ளே ஒதுங்கிச்சாம். முதல் நத்தை எனக்கே எடம் இல்லை நீ வேற வரியா என்று அதை தள்ளி விட்டுச்சாம். இரண்டாவது நத்தை முதல் நத்தையை திருப்பித் தள்ள இரண்டுக்கும் சின்ன சண்டை வந்தது. அந்தச் சண்டையில ரெண்டும் சேர்ந்து காளானைத் தள்ளிவிட காளான் தலை கீழா கவிந்திடுச்சாம். ரெண்டு நத்தைகளும் திடுக்கிட்டு காளானப் பாத்து நிக்க, ரெண்டுக்கும் துக்கம் துக்கமா வந்துச்சாம். முதல் நத்தை இப்படி சொல்லிச்சாம்; இனி நாம...

காலத்தினூடாக உன்னைத் தீண்டும் இன்மையை நோக்கி

மாலையில் பூக்கும் தாவரங்கள் மட்டுமே வளரக்கூடிய அந்த மலைக் கிராமத்தை அவனது தலைமையில் நீல நிலா யுத்தக் குழு சுற்றி வளைத்து முற்றுகையிடும்போது, பால்யத்தில் அந்த மலைக் கிராமத்துக் கடவுளின் இருப்பிடத்திற்கு வருடா வருடம் தன் தாயோடு யாத்திரை வந்தது ஞாபகத்தில் நிறைந்தது.

பழுப்பு நிற மனிதர்கள் மட்டுமே வசிப்பதற்கு அனுமதிக்கப்பட்டுள்ள அந்த மலைக் கிராமத்தில் கடவுளின் இருப்பிடத்தை மட்டுமே தகர்ப்பதாக அமைந்த முற்றுகையில் நீல நிலா யுத்தக் குழுவினரால் எவ்வளவு முயன்றும் மனிதக் கொலைகளைத் தவிர்க்க இயலவில்லை. சிதறி காடுகளுக்குள் மறைந்தவர்கள் போக, ஒட்டுமொத்த கிராமமும் சிறிய இராணுவக் கேந்திரமும் முற்றாக அழித்தொழிக்கப்பட்டன.

கழுமரத்தில் ஆசனவாய் செருகப்பட்ட நிலையில் கடவுளின் சிலை பிரும்மாண்டமாக உட்புற விதானம் வரை எழுந்து நின்றிருந்தது. கடவுளின் நீண்டு வளர்ந்த வால் கழுமரத்தைச் சுற்றி முறுக்கி அதன் குஞ்சம் தரையில் படிந்திருந்தது. சிறுவயதில் அந்தக் குஞ்சத்தை அவன் தொட்டுப் பார்த்தது ஞாபகத்திற்கு வந்தது. மரண வலியில் விரைத்து நீண்டிருக்கும் கடவுளின் பாலுறுப்பை அதே ஆச்சர்யத்தோடும் குறுகுறுப்போடும் இப்பொழுதும் பார்த்தான். குழந்தை பாக்கியமில்லாத பெண்கள் வீசும் முடிக்கயிறுகள் சில வழக்கம் போல அதில் தொத்திக் கிடந்தன. அதில் ஒரே வீச்சில் தொத்திக் கொள்ளாத பெண்ணுக்கு பிள்ளைப் பாக்கியம் தள்ளிப்போகும் என்ற ஐதீகத்தின்படி தன்னைப் பெற்றெடுக்க

வேண்டி பிள்ளைப் பாக்கியமற்ற தன் தாய் வருடா வருடம் வந்து முடிக்கயிறு வீசி ஏமார்ந்து போனதாக அவள் சொன்னது அவனுக்கு அப்பொழுது ஞாபகத்திற்கு வந்தது.

மண்டபத்தின் சுற்றுப் பிரகாரத்தில் மிகப்பாதுகாப்பாக வைக்கப்பட்டிருக்கும் பெண் துறவியின் பதப்படுத்தப்பட்ட பிரேதப் பேழை ஞாபகத்திற்கு வர, பிரகாரத்தைச் சுற்றி வந்து பேழையிருக்கும் மேடையை அடைந்தான். கண்ணாடிப் பேழையுள் நூறு வருடத்திற்கும் மேலாக மலர்ச்சியுற்றிருக்கும் பிணம். வயது முதிர்ந்த அப்பெண்மணியின் உதடுகளில் மட்டும் இன்னும் வனப்பு குறையாத அதே இளமை. சின்ன வயதில் அப்பேழையை நெருங்கி அவன் தொட்டுவிட்டதற்காகப் பழுப்பு நிற கடவுளின் உபாசகர்கள் அவனைக் கேவலமாக அவனது நிறத்தைக் குறிப்பிட்டு திட்டியதோடல்லாமல் அடிக்கவும் செய்தனர். தன் தாய் தியானத்திலிருந்து விழித்து ஐயோ என் பிள்ளை என அவனை வாரி அணைத்துக்கொண்டதால் அவனை அவர்கள் விட்டுவிட்டார்கள்.

கருநீல நிறத்தையுடைய பயலுக்குத் தமது இனத்தைச் சார்ந்த பழுப்பு நிறத் தாயா என முணுமுணுத்தபடி அவர்கள் சென்றுவிட்டனர். அவனது கன்னத்தில் விழுந்த அறையில் விரல் பதிவுகள் தெரிந்தன.

தனது நிறம் குறித்த அந்த வசையும் தான் தீண்டலாகாத பழுப்பு நிற மனிதர்களின் புனிதங்களைப் பற்றிய கோபமுமே அவனை தன் தாய்வழி பழுப்பு நிற இனத்துக்கு எதிரான கருநீல இன யுத்தக் குழுவுடன் தன்னை ஐக்கியப்படுத்திக்கொள்ளக் காரணமாக அமைந்தன. அதற்குப் பிறகு பல வருடங்கள் கழித்து இப்பொழுதுதான் இந்தக் கடவுளின் இருப்பிடத்திற்கு அவன் வந்திருக்கிறான். தன் தாய் வருடந்தோறும் மலையேறி வந்து பலமணி நேரம் இந்தச் சவப் பேழையின் முற்றத்தில் தியானம் செய்யும் பழக்கம் இன்றுவரையுள்ளது என்று எண்ணினான். திடீரென அவனுக்குத் தன் தாயின் வாசனை ஞாபகத்தில் குமைந்து கமழ்ந்தது. பாவம் அவள் இனி இங்கு வரமுடியாது என நினைத்தான். தன் தோளில் ஆயுதம் கனக்கச் சிந்தனை வயப்பட்டு அவன் நின்றிருந்ததில், தன்னைச் சூழ்ந்து அவசரமும் பதற்றமுமாக இயங்கிக்கொண்டிருக்கும்

போராளிகள் அவனை இழுத்துக் கொண்டு மண்டபத்தை விட்டுக் கீழிறங்கினார்கள். துப்பாக்கியோசைகளினூடாக அவர்கள் காடுகளுக்குள் மறைந்து கரைந்து போன சில நிமிடங்களில் பெரும் ஓசையோடு மண்டபம் வெடித்துச் சிதறியது.

உனது ஈர முலைகளில் முகத்தைப் புதைத்துக்கொண்டு அம்மாவைப் பற்றி சிந்தித்தபடி இருப்பது மனசுக்கு இதமாகவும் பாதுகாப்பாகவும் இருக்கிறது என்றான் அவன்.

மலைக் கிராமத்துக் கடவுளின் இருப்பிடம் தகர்க்கப்பட்ட செய்தியை அறிந்ததிலிருந்து அவனது தாய் நோயில் சரிந்தாள். தனது குடும்பத்தில் தாய்வழி பெண்கள் தலைமுறைத் தலைமுறையாக அந்த மலைக் கிராமத்திற்கு யாத்திரை மேற்கொள்வது வழக்கமென்றும், அப்புனித மண்டபம் ஸ்தாபிக்கப்பட்டதிலிருந்து காட்டுவழி கடந்து சென்று உச்சிப் பாறையில் கட்டப்பட்ட அம்மண்டபத்தில் நுழைந்த முதல் பெண்யாத்திரிகை தன் தாய் வழி கொள்ளுப்பாட்டி என்றும் அவன் சொல்வான். அவள் நுழைந்த பிறகே இந்நாட்டில் பெண்களும் அக்கடவுளின் வழிபாட்டில் பங்கேற்க அனுமதிக்கப்பட்டனர் என்றும் சொல்வான்.

சமீபகாலம் வரை பேழையில் பதனிடப்பட்டு வைக்கப்பட்டிருந்த புனித உடலான அப்பெண் துறவி தன் பாட்டியின் கனவில் தோன்றி தன் இருப்பிடம் அழைத்ததன் பேரிலேயே அவள் பல தடைகளையும் புனிதச் சட்டங்களையும் மீறி யாத்திரை மேற்கொண்டதாக வழிவழியான கதை தனது குடும்பத்தில் சொல்லப்பட்டு வருவதுண்டு என்றான். அப்புனிதச் சின்னம் தகர்க்கப்பட்டதிலிருந்து தனது தாய்வழித் தொடர்பையே தான் இழந்துவிட்டது போல் உணர்வதாகவும் அவன் கூறினான்.

நீ உடலால் மட்டுமே கருநீல இனக்குழுவின் அடையாளத்தில் இருக்கிறாய். உனது உள்மனச் செயல் உன் தாயின் இன மனநிலையையே கொண்டுள்ளது என அவனிடம் சொன்னேன். இப்படிப்பட்ட விமர்சனத்தை அவனால் தாங்கிக்கொள்ள முடியவில்லை. மேலும், நானே அவன்மீது இப்படி ஒரு

விமர்சனத்தைச் சுமத்தியதில் அவன் இடிந்து போனான். அவனது கண்ணீர் எனது முலைகளில் வெதுவெதுப்பாக வழிந்தபடி இருந்தது.

நான் எந்த இனத்தையும் சார்ந்தவனில்லை. எனினும் நான் உன் இனத்தைச் சார்ந்தவனாகவே உணர்கிறேன். எனது மனக் குழப்பம் ஒருவிதக் கவிதையியல் சார்ந்த குழப்பமே தவிர அரசியல் சார்ந்த தெளிவற்றநிலை அன்று. நான் என்னை எப்படி நிரூபிப்பது? உன்னிடம், உன்னைச் சார்ந்த அனைவரிடம், நாம் உருவாக்கப்போகும் நமக்கான சரித்திரத்திடம். அவன் பேசிக்கொண்டேயிருந்தான். தேம்பித் தேம்பி அழுதான். அவனை ஆறுதல்படுத்தும் எனது முத்தங்களைத் தவிர்த்தான்.

அம்மாவைப் பார்க்க வேண்டும் என்றான்.

ஐநூறு கிலோமீட்டருக்கு அப்பால் உள்ள சிறு நகரத்தில் இருக்கும் அவளை இத்தகைய நெருக்கடியான காலகட்டத்தில் நீ சென்று பார்ப்பதென்பது இயலாத காரியம். நாட்டின் எல்லா நகரங்களிலும் நம் இனத்தின் இளைஞர்களின் மீது கடுமையான கண்காணிப்பு நடத்தப்படுகிறது. சரியான குடும்பம் மற்றும் அரசு அடையாளங்கள் இல்லாவிட்டால் எந்த நிபந்தனையுமின்றி கைது செய்யப்படுகிறார்கள். தேவையற்ற, அம்மாவைப் பற்றிய உணர்வுகளுக்கு இடம் தராதே என்றேன்.

அம்மாவைப் பிரிந்து பத்து வருடங்கள் ஆகின்றன என்றான். என்னால் அம்மாவுக்கு ஏற்பட்ட சிரமங்கள் சொல்லிமாளாதது என்றான். தான் சந்திக்கும் பெண்களிடமெல்லாம் தன் அம்மாவின் ஜாடைகளைத் தேடுவதும், பழகிப் பழகி அன்யோன்யமான பெண்களை அம்மா என்று அழைப்பதும், கல்லூரிக் காலங்களிலேயே இப்பழக்கம் அவனிடம் இருந்தது. என் வகுப்புத் தோழனான அவனை நோக்கி ஈர்க்கப்பட்டதில் அவனது பெயரும் அப்பெயருக்கு சம்பந்தமில்லாத அவனது நிறமுமேயாகும். தன் தாய்க்கு மணமாகி பல வருடங்கள் கடந்து பிறந்தவன். அவனது பிறப்பே ஓர் ஊனம். அவனது கலாச்சாரம் ஊனமானது. அவனது அரசியலும் ஊனமானது. முப்பது வருடங்களுக்கு முன் நிகழ்ந்த ஒரு சமூகக்

கொந்தளிப்பிலிருந்து இந்நாடு தன் இருப்பை உலகுக்கு தனது தொடர்ந்த உள்நாட்டு இனக்கலவரம் மூலம் அடையாளப்படுத்திக்கொண்டு வருகிறது. அந்த கொந்தளிப்பில்தான் அவன் கருத்தரித்தான். அவனது பொற்றோர்களின் சிறுநகரைக் கருநீல இனத்தைச் சார்ந்தவர்கள் சூறையாடிக் கொளுத்தும் போது ஒரு வன்புணர்ச்சிக்கு அவனது தாய் பலியானாள். கருநீல மனிதர்கள் சிலரால் புணரப்பட்ட அவனது தாய் கருத்தரித்தாள். அந்த நிகழ்ச்சிக்குப் பிறகு அவனது சிறு நகரில் காலகாலமாக வாழ்ந்து வந்த கருநீல இனத்தவர்கள் அடித்து விரட்டப்பட்டனர். அப்படிப் பல பகுதிகளிலிருந்து அடித்து விரட்டப்பட்டு அகதிகளாக நாட்டின் ஓரப்பகுதிகளில் பிற நாடுகளின் உதவியோடு உயிர்வாழும் எங்கள் இனத்தவர்கள் ஆயிரமாயிரமாய் பெருகிக் கொண்டிருக்கின்றனர். அகதி முகாமிலேயே பிறந்து அகதிகளாகவே வளர்ந்த ஒரு புதிய தலைமுறை தேசம், அரசியல், கலாச்சாரமற்று உருவாகி இருக்கிறது. அப்படி அகதி முகாமில் பிறந்து ஆளாகாவிட்டாலும், ஒரு தாயின் கருவில் வேறு இனத்தின் வித்தால் தோன்றிப் பிறந்து ஆச்சாரங்கள் நிரம்பிய பழுப்பு நிற மனிதர்களின் மத்தியில் ஓர் அவமானச் சின்னமாக வளர்ந்து அதைவிட்டு வெளியேறியவன்தான் இவன்.

தன்னுடைய தாயின் கணவனாலும் பிறராலும் ஒதுக்கப்பட்டே உயிர் வாழ்ந்த அவனை கருநீலமாய் பிறந்த ரத்தப்பிசுபிசுப்பிலிருந்தே தொடர்ந்த கொலை முயற்சியிலிருந்து பொத்திப் பொத்திப் பாதுகாத்தவள் அவனது தாய்தான். தனது சிறு நகரிலிருந்து அவன் வெளியேறிய பருவம் வரை அவனை அவனது தாயைத் தவிர வேறு யாரும் தொட்டதே இல்லை என அவன் சொல்வான். வடமாநில நகரத்தில் அவன் கல்லூரியில் சேர்ந்த பிறகே இந்த தேசத்தில் இன்னும் கருநீல இனத்தவர்கள் உயிர்வாழ்ந்து வருவது தனக்குத் தெரியவந்ததென ஒருவித நகைப்போடு சொல்வான்.

என்னை அவன் தனது தாயின் பெயரைச் சொல்லி அழைப்பான். பழுப்பு நிறப் பெயர் என் உடம்புக்குப் பொருந்தி வரவில்லையே என்பேன். என் கருநீலப் பெயரால் உனது

பழுப்பு நிறத்தாயை உன்னால் அழைக்க முடியுமா என்பேன். அவன் மௌனமாக இருப்பான். தன் தாய்க்கு நிறமில்லை என்பான். உண்மையில் கருநீல மனிதர்கள் தன்னைப் புணர்ந்ததை அவள் வரவேற்றாள் என்பான். தான் பிறந்த பிறகு அவளுடைய உடம்பு நிறமிழந்துவிட்டதென்பான். அவளுக்கு நிறமில்லை, அவளுக்கு வாசனை மட்டுமே உண்டு என்பான். அவனுடைய மொழி, அரசியல், கலாச்சாரம் எல்லாம் அம்மாவின் வாசனை மட்டுமே என்பான். இந்நகரத்தில் தான் பழகிய விதத்தில் கருநீலப் பெண்களிடம் மட்டுமே அம்மாவின் வாசனை தட்டுப்படுகிறது என்பான். இன்னும் ஒரு பழுப்பு நிறப் பெண்ணிடமும் அம்மாவின் வாசனையை நுகரவில்லை என்பான். எங்கள் இயக்கத்தில் எங்களுடைய விடுதலைக்காக வந்திணைந்த பழுப்பு நிறத்தவர்களில் எந்தப் பெண்ணிடமும் தன் அம்மாவின் வாசனையை உணர முடிந்ததில்லை என்றும் சொல்வான். அம்மாவின் அபரிமிதம் நீ என்று என்னைச் சொல்வான்.

அவனொரு கவிஞனாக உருவாகி இருக்க வேண்டும். கலாச்சாரத்தால் மறுதலிக்கப்பட்ட நிலையில் ஒரு போராளியாகிவிட்டான்.

யாரிடமும் சொல்லிக்கொள்ளாமல் அவளுடைய அறையில் குறிப்பை மட்டும் விட்டுவிட்டு நான் வெளியேறிவிட்டேன். இது மிகப்பெரும் பிரச்சினையை உருவாக்கக் கூடியதுதான் எனினும் அதை என்னால் தவிர்க்க முடியவில்லை. மலைக் கிராமத்து புனித மண்டபத் தகர்ப்பின் போது என் தோளில் குண்டு துளைத்ததால் சில மாதங்கள் நகரத்தில் தலைமறைவாக மருத்துவச் சிகிச்சை பெற வேண்டியிருந்தது. நகர்ப்புறக் கலாச்சார பிரச்சாரப் பிரிவினரின் பாதுகாப்பில் இருந்தாலும், நான் மலைப் பகுதிகளில் ஆயுதக் குழுவுடன் இருப்பதே நல்லது என நினைத்தேன். உண்மையில் உடம்பைவிட மனதிற்கு சிறந்த பாதுகாப்பாக மலையுத்தத் தளமே எனக்கு விளங்கியது.

என் தாயை இறுதியாக ஒருமுறை பார்த்துவிடவேண்டும் என்ற எனது மன உந்துதலை கட்டுப்படுத்த இயலவில்லை. தலைமையுத்த முகாமுடன் தொடர்புகொண்டு இரண்டு நாளில்

வந்து இணைந்து கொள்வதாகத் தெரிவித்தேன். அன்றிரவு அந்தச் சிறு நகரத்திற்குச் சென்று என் தாயைச் சந்தித்தேன். அடையாளமே மறந்துவிட்டதடா என கட்டிக் கொண்டு அழுதாள். அவளது உடல் வெகுவாக சிதைவுற்றிருந்தது. வயதிற்கு மீறிய முதுமை. என்னை மட்டுமல்ல எல்லாவற்றையும் பறிகொடுத்த வெறுமை அவளது முகத்தைக் குதறிக்கொண்டிருந்தது.

கல்லூரிக் காலத்திலேயே நீலநிலா யுத்தக் குழுவில் நான் இணைந்து விட்டதை அவள் அறிவாள். 'இது தவிர்க்க முடியாதது. வேறு வழியில்லை' என்று ஒருமுறை முணுமுணுத்திருக்கிறாள். நாட்டிலுள்ள புனித மண்டபங்களைத் தகர்ப்பது பற்றிய எங்களது இயக்கத்தின் நோக்கத்தில் அவளுக்கு உடன்பாடில்லை என்பதைத் தனது பேச்சில் வெளிப்படுத்தினாள். மலைக் கிராமத்துப் புனித மண்டபத்தைத் தகர்த்ததைக் குறிப்பிட்டுத் தேம்பினாள். அவளை என்னால் தேற்ற முடியவில்லை. அவளது சொந்த இழப்பாகவே அந்த மண்டபம் இருந்தது.

அம்மலைக்காட்டு மண்டபத்திற்குச் சேவை நிமித்தம் நாட்டின் தென்கிழக்கிலிருந்து நூற்றாண்டிற்கு முன் வந்த பெண் துறவியைப் பற்றி அவள் குறிப்பிட்டது எனக்குப் புதிய செய்தியாக இருந்தது. என்தாய் வழி கொள்ளுப்பாட்டி நான்கு தலைமுறைகளுக்கு முன்பு அந்த மண்டபத்தில் நுழைந்த முதல் யாத்திரிகை என்பது ஏற்கனவே எனக்குத் தெரிந்த செய்திதான். என்றாலும் அந்தத் தாய்ப்பாட்டி வழியாக தலைமுறை தலைமுறையாக எனது குடும்பத்தின் பெண்களுக்கு மட்டுமே சொல்லப்பட்டு வாய்வழிச் செய்தியாக என் தாய் வரை வந்திருக்கும் இச்செய்தி முதன்முறையாக ஒரு ஆணிடம் அதாவது, என்னிடம் சொல்லப்படுவதாக என் தாய் அந்தப் பெண் துறவிக்கும் தனது தாய் வழிக்குமான உறவு குறித்துச் சொன்னாள்.

பெண் துறவிக்கும் தன் கொள்ளுப் பாட்டிக்குமான உறவு நட்பாக வளர்ந்தது. அவர்கள் தமது கனவுகளினூடாக தமது பேச்சுக்களையும் தொடர்புகளையும் வளர்த்துக்கொண்டவர்கள் என்றாள். பெண் துறவி சேவைக்காக அந்த மலைக்கிராமத்து

புனித மண்டபத்திற்கு வரவில்லை. அவள் தனக்கு விதிக்கப்பட்ட தண்டனை நிமித்தமாகவே அங்கு வந்தாள் என்றாள்.

நீண்ட மௌனத்திற்குப் பிறகு மீண்டும் சொன்னாள். தென்கிழக்கு மாநிலத்தில் இன்றைக்கு நூற்று எண்பத்தி ஆறு ஆண்டுகளுக்கு முன் அவள் ஒரு கருநீல ஆணுடன் காதல் கொண்டிருந்தாள். அவன் அவளது வீட்டில் சேவகம் செய்து வாழும் அடிமைக் குடும்பத்தைச் சார்ந்தவன். அந்தக் காதல் வெளித் தெரியவந்தபோது அந்தக் கருநீல ஆண் உயிரோடு அவள் கண்முன் கட்டப்பட்டு கொளுத்தப்பட்டான். இவள் தண்டனை நிமித்தமாக பலநூறு மைல்கள் தாண்டி இந்த பிராந்தியத்திற்கு வந்தாள். அவள் கொஞ்சம் கொஞ்சமாக எல்லாவற்றையும் மறந்து தன்னை மக்கள் சேவையில் பிணைத்துக்கொண்டாள். அவளது வருகைக்குப் பிறகே அந்த மலை மண்டபம் பிரசித்தி பெறலானது. எனவேதான் அந்தப் பகுதி மக்கள் இன்றுவரை அவளது உடலை பாதுகாத்துவந்தனர் என்றாள்.

அவளது கிராமத்தின் அன்றைய ஆட்களைத் தவிர இன்றுவரை உலகிற்கு அவளது காதல் பற்றியும் அவளுக்கு ஏற்பட்ட அநீதி பற்றியும் யாருக்கும் தெரியாது. இந்நாட்டில் எந்தப் புனித மண்டபத்திற்குள்ளும் அனுமதி மறுக்கப்பட்டிருக்கும் கருநீல மக்கள் உள் நுழைய அனுமதிக்கப்பட்ட ஒரே இடம் அந்த மலை மண்டபம் மட்டும்தான். அவளது மறைவுக்குப் பிறகு அனுமதி மறுக்கப்பட்டது. அந்த மண்டபத்துடன் நம் குடும்பத்திற்கு இருக்கும் செல்வாக்கினாலேயே நீண்ட காலத்திற்குப் பிறகு நீ மட்டும் என்னோடு அனுமதிக்கப்பட்டாய் என்றாள்.

பெண் துறவியாய் தன்னை அவள் மாற்றிக்கொண்ட பிறகும் தன் காதலனின் சிறிய ஓவிய முகத்தை தனது கடிகாரத்திற்குள் ஒளித்து வைத்திருந்தாள் என என் பாட்டி என் அம்மாவிற்குச் சொன்னதை என் அம்மா எனக்குச் சொல்லியிருக்கிறாள். நான்கு தலைமுறைக்கு முந்தைய உனது பாட்டி மட்டும் ஒருமுறை அந்த ஓவிய முகத்தைப் பார்த்திருப்பதாகச் செய்தி சொல்லப்பட்டு வருகிறது. அவளது இடுப்பில் தொங்கிக்

கொண்டிருந்த வட்ட வடிவக் கடிகாரம் அவளது உடலோடேயே இன்றுவரை அந்தப் பேழையில் இருக்கிறது என்றாள்.

கருநீல ஆண் ஒருவனைக் காதலித்து அதனால் தண்டிக்கப்பட்டு துறவியான ஒருத்தி, தனது சேவையால் எல்லோராலும் மதிக்கப்பட்டு தனது உடல் இன்றுவரை பாதுகாக்கப்பட்ட நிலையில் அந்த உடலோடு உடலாக கால காலமாய் இணைந்திருக்கும் கடிகாரத்திற்குள் அவளது கருநீலக் காதலன் இருக்கும் செய்தியானது சனாதன உலகில் புரட்சிகரமான விஷயமாகும் என்பது உனக்குத் தெரியும். உலகிற்கு கடவுளின் பெயரால் தன்னை வெளிப்படையாக திறந்து காட்டிய அவள் தனது மறைக்கப்பட்ட புனிதமெனக் கொண்ட கருநீல ஆணின் முகம் தன்னோடு இருப்பதை மட்டுமே மறைத்தாள். அப்பெண் துறவியின் உடல் அழியாமல் இருக்கும்வரை அவளைப் பற்றிய ரகசியம் என்ற ஒன்றை கடவுளின் திருவாசகத்தின்படி அவள் மறைத்திருக்கக்கூடாது. எனவேதான் தலைமுறை தலைமுறையாக அவளைப் பற்றிய அவளால் மறைக்கப்பட்ட ரகசியம் இந்த பூமியில் ஒரே ஒரு பெண்ணுக்கு மட்டுமாவது ஒவ்வொரு காலத்திலும் தெரிந்திருக்க வேண்டுமென்ற நியதிப்படி எனது கொள்ளுப்பாட்டி வழியாக நூற்று முப்பது வருடங்களுக்கும் மேலாக இந்த செய்தி மிக ரகசியமாக அறியப்பட்டு வருகிறது. அவளுடைய உடலும் அந்த மண்டபத்தோடு தகர்ந்துவிட்ட நிலையில் இன்று முதன்முறையாக ஓர் ஆணுக்கு என் தாய் வழி ரகசியத்தைச் சொல்கிறேன் என்றாள்.

அவளது விருப்பத்துக்கு மாறாகத்தான் அவளுடைய உடல் காட்சிப் பொருளாக்கப்பட்டது என்றாள். அந்த மலைக் கிராமத்துப் புனித மண்டபத்தின் மீதிருக்கும் ஈடுபாடு மக்களிடம் குறைவுபடக்கூடாது என்பதற்காக இந்நாட்டு அரசு செய்த கேடு என்றாள். இது புனித சட்டங்களுக்கே எதிரான செயல் எனவும் சொன்னாள். அம்மா எப்பொழுதும் மிகவும் தீர்க்கமாகப் பேசுபவள். அவள் எனக்குத் தெரிந்த வகையில் என்றுமே தனது இனத்தின் அறம் என்ற ஒன்றை ஆதரித்தவளில்லை. அவள் மௌனமாக இருந்தாள். தனது மடியில் என்னைக் கிடத்தியபடி தலையைக் கோதிவிட்டபடி

இருந்தாள். என் தோளின் காயவடுவை வருடிவிட்டாள். சுவரில் சாய்ந்தபடி அவள் அப்படியே உறங்கிப் போனாள். நான் விளக்கை அணைத்துவிட்டு அவளது பாதத்தில் குனிந்து முத்தமிட்டுவிட்டு இளம் இருட்டோடு அந்த சிறு நகரத்தைக் கடந்துவிட்டேன். நான் வந்து சென்றது அவளுக்கு கனவு போலத்தான் இருக்கும்.

அவன் தனது காதலியைப் பல நாட்களுக்குத் தொடர்பு கொள்ளாமலிருந்தான். அவனது வரவை எதிர்ப்பார்த்திருந்த யுத்த முகாமிற்குப் பெரிய ஏமாற்றமாக இருந்தது. அவன் சிறைப்பட்டிருப்பான் எனவும் ரசாயன நஞ்சு விழுங்கி மாண்டிருப்பான் எனவும் கருதினார்கள்.

உயிர் வாழ்தல் என்பது எந்நேரமும் சிறைப்படலாம் என்ற நிலையில் - மரணம் மிகவும் பாதுகாப்பான தப்பித்தலாக இருந்தது. நீலநிலா யுத்தக்குழு தற்கொலை என்பதை யுத்த தந்திரமாகக் கருதியது. சிமிழில் அடைக்கப்பட்ட நஞ்சானது அவர்களின் ஆயுதங்களைவிட அவர்களுக்குப் பாதுகாப்பான ஒரு உறுப்பாகிவிட்டிருந்தது. நிர்ணயிக்கப்பட்ட மரணத்தில் வாழ்ந்து கொண்டிருந்த அவன் எதைக் குறித்தும் யோசிக்காமல் தகர்க்கப்பட்ட மலைக் கிராமத்துப் புனித மண்டபத்திற்கு ரகசியக் காட்டு வழியாகச் சென்றடைந்தான். கட்டடத்தின் இடிபாடுகளில் சுவர்கள் சரிந்துகிடந்த அந்தப் பெண் துறவியின் உடல் பாதுகாக்கப்பட்ட பேழையை வெளியெடுத்தான். எந்த மூலையிலிருந்தும் தன்மீது குண்டு பாயலாம் என்ற உணர்வோடுதான் அவன் சத்தமற்று பேழையை வெளியே இழுத்தான். கண்ணாடிகள் நொறுங்கிய பேழையின் செவ்வகச் சட்டத்திற்குள் மண் அண்டிய பிரேதம் அமில வாடை வீசியது. பிரேதத்தைச் சுத்தப்படுத்தினான். விரல்களில் பிரேதத்தின் கூந்தலும் இணைப்பு விட்ட சிறு உறுப்புகளும் கலைந்தன. அங்கியோடு இணைந்திருந்த கடிகாரம் கிடைத்ததும் மணலையும் கற்களையும் சரித்து பிணத்தை மூடிவிட்டு இடம்பெயர்ந்தான்.

அம்மாவின் வாசனையைத் தேடி ஊருக்குச் சென்றதும், இன்று இராணுவத்தால் சுற்றி வளைக்கப்பட்டிருக்கும் மீளமுடியாத இடமான மலை மண்டபத்திற்குச் சென்று

கடிகாரத்தை எடுத்து வந்ததும் அவன் ஏதோ ஓர் உந்துதலில் செய்த செயல்கள்தாம் என்பவை அவனுக்கும் தெரிந்தே இருந்தது. அந்த இரவு முழுதும் அவன் இரயிலில் பயணித்துக் கொண்டிருந்தபோதுதான் மீண்டும் அந்தக் கடிகாரத்தைப் பற்றிய நினைவு வந்து சட்டைப்பையிலிருந்து அதை எடுத்து துடைத்துப் பார்த்தான். கடிகாரத்திலும் அவனது கைகளிலும் பிரேதத்தின் தைல வாடை வீசியது. இறுகியிருந்த கடிகாரத்தை சிறிய கத்தி முனையால் மூடி திறந்து-இன்னும் ஒளி மங்காத அந்த ஓவிய முகத்தைப் பார்த்தான். அவனது மார்பில் பல கால்கள் உதைப்பது போல் அதிர்ந்தான். கண்கள் இருண்டு செருகி மூக்கிலிருந்து குருதி மார்புச் சட்டையில் வழிந்தது. அந்த முகம் அவனது முகத்தைப் போல் இருந்தது. அந்த முகம் அவனது முகமாக இருந்தது. அந்த ஓவிய முகத்தின் பின்புறம் அவனது கையெழுத்தில் சில சொற்றொடர்கள் எழுதியிருப்பதையும் கண்டான். அந்தப் பாலத்தின் மீது ஓடிக்கொண்டிருக்கும் ஒரு கிலோமீட்டர் நீளத்திற்குக் கோர்க்கப்பட்ட ரயிலில் அவன் மட்டுமே பயணித்துக்கொண்டிருந்தான்...

அவன் தொலைந்து பல மாதங்களுக்குப் பிறகு மீண்டும் என் இருப்பிடம் வந்தடைந்தான். அவன் வந்து சேர்ந்த அன்றிரவு வினோதத் தோற்றத்தில் இருந்தான். ஆச்சர்யமும் பதற்றமும் சந்தோஷமும் என்னுள் ஒன்றுசேர முட்டிக்கொண்டு நிறைந்தது. அவனிடம் இரண்டு நூற்றாண்டுகளுக்கும் முந்தைய ஒரு சிறு கடிகாரம் இருந்தது. அந்தக் கடிகாரத்தைப் பழுது பார்ப்பதற்கான கருவிகளும் பழங்காலக் கடிகாரங்களின் வரைபடங்களும் அவற்றின் இயங்குமுறை பற்றிய குறிப்புகளும் அடங்கிய புத்தகங்களையும் தன்னோடு கொண்டுவந்திருந்தான்.

அவன் மீண்டு வந்த செய்தி இயக்கத்தில் பெரும் பரபரப்பை ஏற்படுத்தியது. சிலர் வந்து ஏதும் அவனிடம் பேசாமல் அவன் பழுதுபார்த்துக் கொண்டிருக்கும் கடிகாரத்தையும் அவனைச் சூழ்ந்துள்ள வினோத நூல்களையும் பார்த்துவிட்டு என்னிடமும் ஏதும் சொல்லிக்கொள்ளாமலேயே வெளியேறிய வண்ணம் இருந்தனர். தலைமை முகாமிலிருந்து வந்த சிலர் அவனிடம் சம்பிரதாயமான பேச்சின் மூலம் அவனது மறைவு குறித்த

விசாரணையை ஆரம்பித்துப் பார்த்தனர். அவனிடமிருந்து தெளிவற்ற வார்த்தைகளோடான வெறும் முணுமுணுப்புகளே வெளிப்பட்டன. என்னை பலவாறாக விசாரித்தனர். அவனது நடத்தையைச் சந்தேகித்தனர். அவனது வினோதச் செயல்கள் அவன் மீது அவர்களுக்கு வெறுப்பையும் பயத்தையும் ஏற்படுத்தின. அவனுக்கு ஒரு நல்ல மனநல மருத்துவரின் சிகிச்சையும் கவனிப்பும் தேவை என்று நான் வாதிட்டேன். அவர்கள் அவனை சந்தேகித்தனர். அரசு கைக்கூலி என்றனர். அவனது பிறப்பையும் அவன் சார்ந்த இனத்தையும் குறிப்பிட்டுப் பேசினர். தலைமை முகாமிலிருந்து அவனைக் கொன்றுவிடுவதற்கான உத்தரவை எதிர்பார்த்திருந்தனர். எனது நடவடிக்கைகள் முடக்கப்பட்டு நானும் தீவிர கண்காணிப்பிற்கு உள்ளாக்கப்பட்டேன்.

அவன் என்னிடம் கடிகாரங்களைப் பற்றி மட்டுமே பேசினான். கடிகாரங்களின் வகைகள், மாதிரிகள், அவற்றின் தொழில் நுணுக்க வேறுபாடுகள் அவற்றின் காலங்கள், கால மாதிரிகள் என அவன் கடிகாரங்களைப் பற்றியே பேசியபடி இருந்தான். அவன் தன்னுடன் கொண்டுவந்திருந்த இயங்காத பழைய கடிகாரத்தைப் பழுதுபார்ப்பதிலேயே நாட்களைச் செலவிட்டான். அவனுடைய வற்புறுத்தலின் பேரில் நகரின் தொல்பொருட் கூடத்திலிருந்து பழைய கடிகாரங்களைப் பற்றிய குறிப்புகளையும் இயந்திர வரைபடங்களையும் சேகரித்துவந்து தந்தேன். நகரின் பல இடங்களில் தேடி தொன்மையான இயங்காத கடிகாரங்களையும் சேகரித்துத் தந்தேன். அவன் எல்லாக் கடிகாரங்களையும் பழுதுபார்த்து இயங்க வைத்தான். தான் கொண்டுவந்த கடிகாரத்தை தன்னால் பழுது பார்க்க இயலவில்லையே எனக் கலங்கினான்.

தனது கடிகாரத்தின் தேய்ந்த பாகங்களுக்கு மாற்றாக இவனே உலோகச் சில்லுகளை வெட்டிச் செதுக்கி தயாரிப்பதும் அவற்றைப் பொருத்தி இயக்கிப் பார்ப்பதுமாக இருந்தான். என் கைத்துப்பாக்கி சரிவர இயங்காதது குறித்துச் சொல்லி அவனிடம் அதை சரி செய்துத் தரத் தந்தேன். அவனுக்கு ஆயுதங்களைப் பற்றிய அறிவு முற்றாக மறந்த நிலையில் துப்பாக்கியின் இயங்கமுறை குறித்தோ, அதை தான் இயக்க

வேண்டிய முறை குறித்தோ ஏதும் அறியாதவனாய் அதன் பயன் என்ன என்பது போல எனக்குச் சிதைந்த சொற்களாலும் செயல்களாலும் உணர்த்தினான். துப்பாக்கியைத் தொடும் போது நடுங்குகின்ற அவனது கை, கடிகாரத்தைப் பழுதுபார்க்கும்போது மிகத் துல்லியமாக மனசோடு இயைந்து இயங்கியது.

அவனுக்கென்று தனியாக ஓர் அறையை ஒதுக்கித் தந்தேன். அவனது நிலைமை எனக்கு மிகுந்த வேதனையைத் தந்தது. என்னுடைய அணைப்புகளையும் முத்தங்களையும் தவிர்த்தான். அவனும் அவனுடைய கடிகாரமும் என்னுடைய உடல், மனம், கனவு என அனைத்திலும் நிறைந்தன. இரவுகளில் அவன் மேசை விளக்கு வெளிச்சத்தில் அந்தக் கடிகாரத்தைக் குடைந்து கொண்டிருப்பதைப் பார்ப்பதற்கு பயத்தைத் தந்தது. அவனது முகத்திலும் கண்களிலும் ஒருவித தீவிரம் நிலை கொண்டிருந்தது.

அன்று நடு இரவில் என்னைத் தொட்டு உலுக்கி எழுப்பினான். வெருண்டு விழித்தேன். என்னைத் தணிவுறுத்தித் தனது பணிமேசைக்கு அழைத்துச் சென்று ஒளிவிழும் வட்டத்திலிருந்த அந்தக் கடிகாரத்தைக் காட்டினான். நின்ற இடத்திலேயே நகராமல் ஒரு முள் துடித்துக் கொண்டிருந்தது. அவனிடம் வெளிப்பட்ட சந்தோஷமும் தீவிரமும் என்னையும் பற்றிக்கொண்டது. கடிகார முள்ளின் துடிப்பைக் கண்டதிலிருந்து அவனிடம் சில மாறுதல்கள் தென்பட்டன. எனக்கு முத்தமிட்டான். சிறு உணவுகளைத் தின்றான். இருநூறு ஆண்டுகளுக்கு முந்தையதாகத் தோன்றுகிற ஒரு கருநீல அடிமையின் காதல் கதையைத் தன்னுடைய கதையைப் போல சொல்ல ஆரம்பித்தான். யாரோ ஒரு பழுப்பு நிறப் பெண்ணின் பெயரை அடிக்கடி ஆசை பொங்க சொல்லிப் பார்த்தான். சில சமயம் அப்பெயரால் என்னை அழைக்கவும் செய்தான். அவள் யார் என்று கேட்டேன். என் காதில் அந்தக் கடிகாரத்தை வைத்தான். அதன் சிறு துடிப்பு என்னில் ஒலித்தது. அவன் சொல்ல நினைத்ததை நான் புரிந்துகொண்டேன் என்பதை போல அர்த்தத்தோடு புன்னகைத்தான்.

அன்று அதிகாலை எனது படுக்கையில் போர்வைக்குள்

நுழைந்து என் காதில் கிசுகிசுத்தான். தனது கனவில் தான் உயிரோடு கொளுத்தப்பட்ட போது அவனது காதலி தன்னிடமிருந்த கடிகாரத்தை நிறுத்திவிட்டாள் என்றும் சுமார் நூற்று எண்பத்தி ஆறு ஆண்டுகளுக்கு முன் ஒரு நாள் மாலை நாலேகால் மணியளவில் தான் கொளுத்தப்பட்ட போது அக்கடிகாரம் நிறுத்தப்பட்டது என்றும் அவன் சொன்னான். இருநூற்றாண்டு கால தனது காதலைப் பற்றியும் காதலியைப் பற்றியும் மீண்டும் மீண்டும் பேசினான். தனது கனவினூடாக காலத்தில் பின்னோக்கிச் சென்று அந்தக் கடிகாரத்தை இயங்கவைத்துவிடுவேன் என்றும் சொன்னான்.

அன்று பகல் நான் வெளிச்சென்று திரும்பினேன். அவன் திரும்பி வந்ததிலிருந்து முதன் முதலாகக் குளித்து சவரம் செய்த முகத்தோடு புது ஆடையணிந்து கதவைத் திறந்தான். என்னை வாரி அணைத்துக்கொண்டு மேசையைச் சுட்டிக் காட்டினான். கடிகாரம் காலத்தில் என்றோ தான்நின்ற இடத்திலிருந்து மீண்டும் இயங்கிக்கொண்டிருந்தது. என் கைக்கடிகாரத்தைப் பார்த்தேன். இரண்டின் நேரமும் மிகச் சரியாக இருந்தது. எனக்குக் கண்கள் கலங்கின. அவனை அணைத்துக்கொண்டு விசும்பினேன். அவன் என் காதுகளில் சொன்னான். 'நான் எனது பழைய காலத்தைத் தொட்டு விட்டேன்.'

அந்தக் கடிகாரத்தின் உட்பகுதியைப் பிரித்துக் காட்டினான். அதன் பின்புற மூடியின் உட்புறத்தில் அவனது ஓவியமுகம் பதிந்திருந்தது. எனக்கு அறிமுக மற்ற அவனுடைய முடி அலங்காரம் வினோதமாக இருந்தது. அதைக் கையிலெடுத்து உற்றுப் பார்த்தேன். இவனது இன்றைய தோற்றத்தில் தெரியும் இனக்கலப்பின் சிறுஜாடை முற்றாக இல்லாமல் சுத்தமான கருநீல இனமுகத்தோடு இருந்தான். அப்படத்தின் பின்புறம் அவன் என்னை ஆசையுடன் விவரிக்கும் வாசகங்களை எழுதி கையொப்பமிட்டிருந்தான். ஒப்பத்தின் தேதியும் மாதமும் ஆண்டும் நூற்றி எண்பத்தி ஆறு ஆண்டுகளுக்கு முந்தைய ஒரு நாளைக்குறிப்பதாய் இருந்தது. அவன் அப்படத்தை வாங்கி மீண்டும் கடிகாரத்தினுள் வைத்து மூடி எனக்கெனத் தந்தான். 'இதைவிட உனக்குத் தருவதற்கு வேறேதுமில்லை' என

சொல்லிக் கொடுத்தான். எனது கடிகாரத்தை என் கையிலிருந்து அவிழ்த்து ஜன்னலின் வழியாக வீசியெறிந்தான்.

அவனுக்காக உணவுகளை வைத்துவிட்டு இயக்கத்தின் அவசர சந்திப்பின் நிமித்தமாக வெளிச்சென்றுவிட்டேன். என் சட்டைப் பையில் துடித்துக் கொண்டிருந்த கடிகாரம் நின்றுவிட்டதுபோல் தோன்ற எடுத்துப் பார்த்தேன். மாலை நாலேகாலைச் சுட்டியபடி முன்பு நின்ற இடத்திலேயே இயக்கத்தை நிறுத்திய முட்கள் அசைவற்றிருந்தன. காதில் வைத்துப் பார்த்தேன். கடிகாரம் நின்றுவிட்டிருந்தது. என்னுள் ஏதோ ஓர் உணர்வு பாரமாகத் திரண்டு அழுத்த விடைபெற்றுக்கொண்டு எனது இடத்திற்கு விரைந்தேன். ஜன்னலின் வழியே எனது குடியிருப்பின் பகுதி புகைந்து கொண்டிருந்தது. கதவைத் திறந்து கொண்டு அறைக்கு ஓடினேன். அவன் இல்லை. அறை முழுதும் தசை கருகிய நெடியுடன் வெறும்புகை மட்டுமே குமைந்துகொண்டிருந்தது.

மனவெளி நாடகம்

நான் எவ்வளவோ கதறினேன். அவன் இணைப்பைத் துண்டித்துவிட்டான். எதிர்முனையிலிருந்து வார்த்தைகளாகப் பெருகி என்னை நிறைத்த அவன் இக்கணம் உயிருடன் இருப்பானா? இருக்க வேண்டும் என்பது என் விருப்பம். அவனுடைய விருப்பம் என் விருப்பத்தை ஏற்குமா? ஒரு தொலைபேசி உரையாடல் ஒருவனின் கதையையும் அவனுடைய மரணத்தையும் வெற்று ஒலியாலேயே என்னில் புகுத்திவிட முடியுமா? எதிர்முனையை அவன் துண்டித்த மறுகணம் என் செவிப்பறையில் கார்வையுற்றதே அது என்ன? அடுத்த கணம் நிகழ்ந்திருக்கக்கூடிய அவனுடைய மரணமா அது? அந்தக் கார்வை சடலத்தின் பாரமென என்னில் கனக்கிறதே - நிஜத்தில் இது கனவா? என் கற்பிதமா? மீண்டும் அந்த எண்ணில் தொடர்பு கொள்ளலாமா? இன்று அவன் அந்த எண்ணில் உயிருடன் இருப்பானா? வேண்டாம், அவனைப் பற்றி எனக்கு எதுவும் தெரியவேண்டாம். அவனுடைய தொலைபேசி எண்களை நான் மறப்பேனெனில், என்னைப் பொறுத்தவரை அவன் இருப்பதும் இல்லாததும் ஒன்றுதான். இந்த ஏழு எண்களை நான் மறந்துவிட முடியுமா? இது ஏன் எனக்கு நேர்ந்தது? யார் அந்த ஆனந்தன்? அவனுக்கு என்னை எப்படி தெரிந்தது? நான் என்னை விற்பவன் என்ற உண்மையை எனக்கே அந்நியமான ஒரு செய்தியாகத்தானே நான் ஏற்றுக்கொண்டிருக்கிறேன். ஆனந்தன் யார்? அவனுக்கு எப்படி என்னைத் தெரிந்தது? இளங்கோவுக்கு ஆனந்தன் இப்படி மோசம் செய்யலாமா? இவன் அவனை நேசிக்கவில்லையா? காதல் ஒரு மரணத்தைக் கொண்டுவருமா? இந்த இருவருக்குமிடையில் நான் எப்படி வந்தேன்? எங்கிருந்து வந்தேன்? பிறரின் வலி, பிறரின் சாவு எனக்குத் தேவையற்றது.

என்னை யாரேனும் நேசித்திருக்கிறார்களா- இன்றுவரை? இச்சை தணிந்ததும் என் உடம்பில் வழியும் தன் இந்திரியத்தை அருவருப்பில்லாமல் எவன் பார்த்திருக்கிறான்? விடைபெறும் போது என் கண்களை எவன் சந்தித்திருக்கிறான்? அதுசரி, நான் யாரையேனும் மனமொப்பி கலந்திருக்கிறேனா? அப்படி எதுவும் எப்பொழுதேனும் யாருக்கேனும் நிகழாத ஒன்றா? எனக்கு என்ன ஆனது? இளங்கோ என்ற வெற்று ஒலியால் மட்டுமே அறிமுகமான அவனை ஏன் என் மனம் நாடி உழல்கிறது? இது என்ன சிந்தனை? இது என்ன மொழி? எனக்கு நானே பேசிக்கொள்ளும்போது ஏன் இப்படியொரு அசட்டுத் தனமான நாடகத்தன்மையோடு என் மொழி இருக்கிறது? இளங்கோ இருக்கிறானா, இல்லையா? ஆனந்தன் யார்? மீண்டும் என்னை அவனே தொடர்பு கொள்ளுவதாகச் சொன்னானே, ஏன் இன்றுவரை தொடர்பு கொள்ளவில்லை? ஒருவேளை இளங்கோவின் மரணத்துக்குப் பிறகு நான் தேவையற்றவனாகிவிட்டேனா? மிகச் சாதாரணமாக மறக்கப்பட வேண்டியவன்தான் நான். ஆனால், யார் இவர்கள் என்னை என் சம்மதமின்றி தொந்தரவு செய்ய? இப்படி ஒருவனின் மரணத்தை என்மீது சுமத்த யாரிவன்? ஆனந்தன்! அயோக்கிய நாயே! இளங்கோவை நீதானடா கொன்றாய்! இளங்கோ செத்திருப்பானெனில் உன்னால் நிம்மதியாக உறங்க முடியுமா? நாயே! ஏனடா எனக்கு உங்கள் கதை? ஐயோ, உங்கள் கதையை எனக்கு நானே எத்தனைமுறை பேசித்தீர்ப்பது? வேண்டாம்! அந்த நினைப்பு வேண்டாம்! வார்த்தைகளால் உருவாகும் ஞாபகங்களின் புதிர்ப்பாதை! வெற்று தொலைபேசி எண்களால் என் இருப்பை யாரும் நிர்ணயிக்க வேண்டாம். என் இருப்பை நிரூபிக்கவும் வேண்டாம். வேண்டாம் எனக்கு இனி இந்தத் தொலைபேசி. நான் வேறு ஊருக்குப் போய்விட வேண்டும். இந்தச் சென்னையில் ஏதோ ஒரு இடுகாட்டில் இளங்கோ புதைக்கப்பட்டிருக்க வேண்டும். இந்நேரம் ஏதோவொரு சாலையில் ஆனந்தன் தன் காரில் போய்க் கொண்டிருக்க வேண்டும். இத்தனை நாட்களுக்குப் பிறகு அவர்களுக்கு எல்லாம் இயல்பாகியிருக்கும். வேண்டாம்! மீண்டும் அந்தக் கதை வேண்டாம்! எத்தனை முறை, எத்தனை வகையாக அதை நான் சொல்லிப் பார்ப்பது! ஆனந்தன் தந்த

எண்களின் தொலைபேசி ஒலித்துக்கொண்டேயிருந்தது. எதிர்முனையில் யாருமில்லையா? மீண்டும் ஒலித்தது. யாரும் வந்து எடுக்கவில்லை. மீண்டும் ஒலித்து அடங்கவிருந்த இறுதிக் கணத்தில் எதிர்முனையில் அவன் குரல். குரலில் ஒரு நடுக்கம். பதட்டம். மூச்சிறைப்பு. அவன் என்ன சொல்கிறான் என்பது எனக்கு விளங்கவேயில்லை. நீ யார்? என்ன வேண்டும்? இதைத் தானா அவன் கேட்டிருப்பான்? இருக்கலாம். இந்த சிறு கேள்விகளை அவன் கேட்ட விதம், அப்பப்பா அந்தக் குரலின் நடுக்கத்தில் வார்த்தைகளில் ஒவ்வொரு எழுத்திலிருந்தும் அவ்வெழுத்துக்களுக்கான தனித்த ஒலியின் கார்வை நீண்டநேரம் என் செவியில் அதிர்ந்தபடி இருந்தது. நீங்கள் இளங்கோதானே?

'ஆமாம், உங்களுக்கு என்ன வேண்டும்? நீங்கள் யார்?

உங்கள் நண்பன் ஆனந்தன் உங்களைத் தொடர்பு கொள்ளச் சொன்னான்.

உங்களுக்கு நான் தேவையா?

'நீ யார்? உன் பெயரென்ன?'

உனக்குப் பிரியமான பெயர் எதுவோ அதைக்கொண்டு என்னை நீ அழைக்கலாம். உன் முகவரியை சொல். உன்னுடன் இன்று மாலை நான் இருக்கலாமா?

'இதோ பார், என் நிலைமை தெரியாமல் என்னிடம் குழைந்து கொண்டிருக்கிறாய். நான் ஆண்களை நாடுபவன் அல்ல. எனது எண்களை ஆனந்தன் கொடுத்து என்னைத் தொடர்புகொள்ளச் சொன்னதற்காக வருந்துகிறேன். அவனை உனக்கு எப்படித் தெரியும்? அவனுடன் உனக்குத் தொடர்பு உள்ளதா? சொல், மறைக்காமல் சொல். நான் சாவதற்கு முன்பு அந்த நாயைப் பற்றிய இந்த உண்மையையும் தெரிந்து கொள்கிறேன்.'

உண்மையாக உன்னுடைய நாயை எனக்குத் தெரியாது. தொலைபேசியில் என்னை அழைத்து உன் பெயரைச் சொல்லி எண்களைத் தந்தான். மீண்டும் என்னை அவனே தொடர்பு கொள்வதாகச் சொன்னான். அதுசரி, ஆனந்தன் உன்னுடைய காதலனா? உன்னை கைவிட்டுவிட்டானா? அதற்காக நீ

தற்கொலை செய்துகொள்ளப்போகிறாயா? இடியட்!

'ஹலோ! மரியாதையாகப் பேசு. உன்னைப் போன்ற ஈனர்களின் பேச்சு நான் கேட்ட கடைசி பேச்சாக இருக்கக்கூடாது.'

ஈனன் என்று சொல்லி என்னை நீ காயப்படுத்த முடியாது. இளங்கோ, உனக்கு என்ன பிரச்சினை? உன்னை நான் சந்திக்க வரட்டுமா? இப்பொழுதே! ஏன் சாவைப்பற்றி நினைக்கிறாய்? எனக்கு எத்தனை காதல் ஏமாற்றங்கள் தெரியுமா? என் காதலிகள் அழகானவர்கள். ஆச்சர்யப்படாதே! எல்லோரும் பெண்கள். பெண் மீதான எனது பிரியம் அதீதமானது. பெண்மை, என்னைப் போன்ற ஈனர்களை கவிகளாக்கிவிடும். பெண்களால் நான் கண்ட ஏமாற்றங்கள் அதிகம். பெண்களைத் தவிர என்னால் மனமொப்பி வேறு யாரையும் கலக்கமுடியாது. உன்னைப் போன்றவர்களிடம் நான் பெறும் சன்மானங்களை என்னைப் போன்ற பெண்களிடம் கொடுத்துவிடுகிறேன். நான் ஒரு பெண்ணை நேசித்த அளவிற்கு இதுவரை எந்த ஆணையும் நேசித்ததில்லை. விரும்பியதில்லை. விழைந்ததில்லை.

'உனது ஆங்கிலம் இவ்வளவு அழகாக இருக்கிறதே, எங்கு படித்தாய், என்ன செய்துகொண்டிருக்கிறாய்?'

என் சாதியும் வர்க்கமும் என்னவென்று தெரிய வேண்டுமா? ஒரு பெண்ணிடம் போகிறவன் அவளுடைய சாதி, வர்க்கம் பார்ப்பதில்லை. ஒரு ஆணிடம் போகிறவன் நம் நாட்டில் இதைப் பார்க்கிறான். நான் வயதானவர்களிடம் போவதில்லை. நம்மைப் போன்ற இளைஞர்களிடம் மட்டுமே என் தொடர்புகளை உருவாக்கிக்கொள்கிறேன். அதுசரி, நீ அழகானவன்தானே?

'ஆனந்தன் அழகானவன். ஒரு பெண்ணைவிட மிருதுவானவன். நெருப்பின் ருசி என்னவென்று உனக்குத் தெரியுமா? ஆனந்தனின் உறுப்பை நீ சுவைத்திருக்க வேண்டும்! அத்தனை சூடு. அத்தனை ருசி. அத்தனை மிருது. அத்தனை திடம். நெருப்புக்கட்டி. அந்த நெருப்புக்கட்டி என்னுள் நுழையும் போது நீர் நிறைந்த கிண்ணம் போல என் உடம்பு கொதிக்கும். அவனை நான் எவ்வளவு நேசித்தேன். என் தாயைவிட

அவனை அதிகம் நேசித்தேன். அவனைப் பற்றி அடிக்கடி பேசி என் தங்கையிடம் அவன் மீதான காதலைத் தூண்டினேன். அவனை என் குடும்பத்திலொருவனாக ஆக்கிக்கொள்ள ஆசைப்பட்டேன். அவன் மீது எனக்கு அத்தனை பிரியம். அவனைத் தொட்ட பிறகு நான் எந்தப் பெண்ணையும் தொட்டதில்லை. அவனை எனக்கு மட்டுமே என்று நான் கருதியதில்லை. ஆனால், என்னை அவனுக்கு மட்டுமே என்று நான் ஒப்படைத்தேன். ஒப்படைத்தேன் - என் காதலையும் கண்ணீரையும். ஆரம்பத்தில் எனக்கு பெண்களிடம் தொடர்பு இருந்தது. ஆனால் இவன் வந்த பிறகு அனைத்தையும் துண்டித்துவிட்டேன்.

ஏனென்றால் என்னையே நான் ஒரு பெண்ணாக உணர்ந்தேன். அவனது ஆண்மைக்கு முன்னால் நான் திடமழிந்து அரூபமானேன். அந்த அரூபத்தை அவன் தொடும்போது நான் என்னை பெண்ணாக உணர்ந்தேன். உண்மையில் கலவி கணங்களில் எனக்கு மார்புகள் முளைத்தன. என் ஆணிவேரை அவன் விழுங்கும்போது அதிலிருந்து சல்லி வேர்கள் கிளைத்து வளர்ந்து அவனது உடம்பின் நரம்பு மண்டலமாகி விடுவதாய் உணர்ந்தேன். அவனுடைய ரத்தவோட்டமே நான்தான் என நினைத்திருந்தேன்.'

இளங்கோ! உனக்கும் அவனுக்கும் என்ன பிரச்சினை என்று நான் தெரிந்துகொள்ளலாமா? அவன் மீது இத்தனை காதலை வைத்திருக்கும் நீ எதற்காக சாவைப் பற்றி யோசிக்க வேண்டும்? அவன் என்னிடம் உன்னைப் பற்றி பேசும்போது 'என் குழந்தை போல அவன், பதமாக நடந்துகொள்' என்றானே! அவன் உன்னை கைவிட்டது போல தெரியவில்லையே. 'ஒரு தற்காலிக ஏற்பாடுதான் நீ' என்று என்னிடம் சொல்லியிருக்கிறான்.

'அவனை நீ பார்த்தாயா? என்னைப் பற்றி வேறு என்ன சொன்னான்?'

அவனை நான் பார்த்ததில்லை. ஆனால் என்னைப் பற்றி தெரிந்து வைத்திருக்கிறான். உனது எண்களைக் கொடுத்து தொடர்புகொள்ளச் சொன்னான். தான் வெளியூர் செல்வதாகவும் அடுத்த வாரம் மறுபடியும் தொடர்பு கொள்வதாகவும்

சொன்னான். உனக்குப் பிரியப்பட்டால் நான் உன்னிடம் வரலாம், பிரியமில்லை எனில் வேண்டாம் என்று சொல்லி முகவரி கூட தரவில்லை. அதுசரி, இளங்கோ, நான் வரவா? எங்கு வரட்டும்?

'என்ன சொல்வது என்று தெரியவில்லை. இத்தனைக் காலம் பழகி என்னை இவ்வளவு தவறாகப் புரிந்து வைத்திருக்கிறானே- என்ன செய்வது? நீ நினைப்பது போல அப்படிப்பட்ட ஆள் நானில்லை. எனக்கு ஆனந்தனைத் தவிர வேறு ஆண்களைப் பிடிக்காது. எனக்கு அவனுடன் உள்ள உறவு, காதல். எனக்கும் அவனுக்கும் இடையில் உடல்கள் தடையாக இருக்கும் போது, அதை மீறும் எத்தனிப்பில் தான் உடல் சார்ந்த காமம் உண்டானது. அதை, எங்கள் உறவை இப்படித்தான் புரிந்து வைத்திருக்கிறேன். ஆனந்தன் எனக்கு வெறும் ஆனந்தன்தானே தவிர அவனொரு ஆணில்லை. ஒரு பெண்ணுமில்லை. அவன் வெறும் அவன்தான். எனக்கான அவன். அவனை நான் நேசிக்கிறேன் - ஒரு பூ போல. பூனை போல. தீ போல. நீர் போல. மண் போல. அந்த வான் போல. என்னில் நீந்தும் ஒரு மீன் போல அவனை நான் நேசிக்கிறேன். இதுதவிர எனக்கு வேறு எதுவும் தெரியாது. என்னைப் பற்றிய எல்லாப் பொறுப்புகளையும் நான் அவனிடமே ஒப்படைத்து விட்டேன். முழு சரணாகதி. ஏன் இப்படி? தெரியவில்லை. என் சரணாகதியை தாங்கும் சக்தி அவனுக்கு இல்லையோ எனப்படுகிறது. ஆனால், அவனை எனக்கானவன் மட்டும் தானென்று ஒருபோதும் நினைத்ததில்லை. உண்மையில், என்னைப் பிரிந்ததில் அவன்மீது எனக்கு துளி கோபமும் இல்லை. யாதொரு மனசஞ்சலமும் இல்லை. ஆனால் ஒரு வெறுமையை உணர்கிறேன். அவனற்ற வெறுமை அல்ல அது. நான் இருப்பதாலேயே வெறுமை என்று ஒன்றிருப்பதை உணர்கிறேன். நானில்லை என்றால் வெறுமை இல்லை. நான் வேறு வெறுமை வேறு இல்லை. எல்லாம் வெறுமை. முழு சரணாகதி இதில்தான் இருக்கிறது. அதனால் தான் நான் சாவத் துணிந்தேன். ஆனால் இப்பொழுது ஒரேயொரு குறைதான் என்னை குடைய ஆரம்பித்திருக்கிறது. ஆனந்தன், உன்னை வைத்து என்னை இப்படி புண்படுத்திவிட்டானே! உன்னிடம் அவனை நாயே என்று திட்டும்படி செய்துவிட்டானே! சரி

இணைப்பைத் துண்டித்துவிடுகிறேன். உனக்கு என் நன்றி.'

இளங்கோ, வேண்டாம்! துண்டிக்காதே! இன்னும் கொஞ்ச நேரம் என்னுடன் பேசு. உன் பேச்சு எனக்குக் காய்ச்சலை உண்டுபண்ணுகிறது. என் உடம்பு லேசாகக் கொதிக்க ஆரம்பித்திருக்கிறது. என் காதலியை நான் எனது பதின் பருவத்தில் முதன்முதலாகத் தொடும்போது இருந்ததே அதே ஜுர உணர்வு. இளங்கோ, நீ எவ்வளவு அற்புதமான மனிதன். உன்னை நான் சந்திக்க வேண்டும். தயவு செய்து உன்னைச் சந்திக்க அனுமதி! நமக்கிடையில் வேறெதுவும் நிகழாது. தூரத்திலிருந்தே உன்னுடைய காதலை எனக்குக் கொஞ்சமாகத் தந்தால் போதும். மற்றதெல்லாம் பிறகிருக்கட்டும். முதலில் நான் வருகிறேன். அல்லது எனது இடத்திற்கு நீ வருகிறாயா? எனது கார் இரண்டு நாளாய் பணிமனையில் இருக்கிறது. என்னிடத்திற்கு நீயே வாயேன் ப்ளீஸ்! கொஞ்சம் பேசிக்கொண்டிருப்போம். உன்னைப் போல ஒருவனை சந்திக்கத்தான் இவ்வளவு காலம் எதை எதையோ தேடியபடி இருந்தேனோ? இளங்கோ, என் கண்களில் நீர்வழிவதை உன்னால் பார்க்கமுடியாது. ஆனால் என் நா தழுதழுப்பதை உன்னால் உணரமுடிகிறதா? இளங்கோ, என் அன்பே! வேண்டாம் இணைப்பைத் துண்டிக்காதே. சாகவேண்டாம். உன்னுடன் நான் இருக்கிறேன். சத்தியமாகச் சொல்கிறேன், உன் விருப்பம் இல்லாமல் உன்னை நான் தொடமாட்டேன். இளங்கோ!

'இதோ பார் ஜீவா...'

என்ன! ஜீவாவா!! என் பெயர் உனக்கு எப்படி தெரியும்? 'அது - உன் பெயரா! எனக்குத் தெரியாதே!!'

என் பெயரை நான் உனக்குச் சொல்லவே இல்லையே!

'உன் பேச்சு உன் பெயரை கண்டுணர வைத்துவிட்டது என்று நினைக்கிறேன். அது ஒரு ஐஐடி மாணவியின் பெயர். என்னுடன் படித்தவள், டெல்லியில் இருக்கிறாள். திடீரென்று அவள் பெயரால் உன்னை அழைத்து விட்டேன். ஆனால், அது உன் பெயராகவும் இருக்கிறது. என்ன வேடிக்கை!'

உனக்கு சிரிக்கக்கூட வருமா...

'ஜீவா! சிரித்து ஆறுமாதமாகிறது. எனது படுக்கையில் ஆனந்தனுடன் கலந்திருந்தபோது சிரித்து மகிழ்ந்தது. அந்தச் சிரிப்போடு எல்லாம் போய் விட்டது. திடீரென்று எனது அறையைத் திறந்து அம்மா நுழைந்துவிட்டாள். அவள் கண்களைப் பொத்திக்கொண்டு விருட்டென வெளியேறிய பிறகுதான் நாங்கள் நிர்வாணமாக இருப்பதை உணர்ந்தோம். என் தாயை எதிர்கொண்ட அந்தக் கணம் கொடுமையானது. நான் என் நிலையுணர்ந்து ஆனந்தனைப் பார்த்தபோது அவனது விரைத்த உறுப்பிலிருந்து விந்து வெளிப்பட்டு மூடிய கதவைச் சுட்டி துடித்தபடி இருந்தது. அவன் கண்களில் நான் இதுவரை காணாத சூன்யம் உறைந்திருந்தது. பொழுது சாயும்வரை அறைக்குள்ளேயே அடைந்து கிடந்தோம். உள் பக்கம் தாழிடாத கதவு பயங்களை எங்களுக்கு உணர்த்திக் காட்டியது. நாங்கள் ஒருவருக்கொருவர் இல்லையென நினைத்திருந்த ஆண்குறி என்ற ஒன்று இருப்பதை அப்பொழுதுதான் திடமாக உணர்ந்தோம். இயல்பு முரணியது. அன்று கதவைத் திறந்து சென்றவன் திரும்பி வரவேயில்லை. எங்குமே என் கண்ணில் படவே இல்லை.'

பிறகு, அம்மா என்ன செய்தார்கள்?

'இரண்டு மூன்று நாட்களுக்குப் பிறகு தயங்கித் தயங்கி அடுப்படி சென்று சமையலிலிருந்த அம்மாவின் தோள்களைத் தொட்டேன். வெருண்டு விலகியவள், கோபத்தோடு என் முகத்தில் காறியுமிழ்ந்தாள். திடுக்கிட்ட வேலைக்காரப் பெண் தலை குனிந்தபடியே சமையலறையைவிட்டு வெளியேறினாள். நான் அவமானத்தில் குன்றிப்போனேன். கைக்குட்டையால் எச்சிலைத் துடைத்துவிட்டு மூலையில் தலைகுனிந்தபடி நின்றிருந்தேன். வாய்க்குள்ளாகவே என்னென்னவோ முனகினாள். நான் அவள் முகத்தைப் பார்த்தபடி இருந்தேன். அவளோ என் முகத்தைக் காணக் கூசினாள். ஆனந்தனைத் திட்டினாள். அவனை பொட்டைப்பயல் என கருவினாள். அப்பாவிடம் சொல்லாதே என்றேன். அப்பாவின் பேரெடுத்தாலே கோபப்படும் அம்மா, 'அவன் பொம்பளப் பொறுக்கி நீ ஆம்பளப் பொறுக்கி' என்றபடி வெளியேறினாள். அப்பாவைக் கோபப்படும் அம்மா நிஜத்தில் அவரை எவ்வளவு

நேசிக்கிறாள் தெரியுமா? இன்றைக்கும் அவர்களின் காதலுக்குக் குறைவில்லை. என் அம்மாவும் நானும் வெளியே சென்றால் அவளை என்னுடைய அக்காள் என்பார்கள். என்னை அவள் எப்படி நேசித்தாள் தெரியுமா! நேற்றுவரைக்கும் அவளுக்கு நான் குழந்தையாகத்தான் இருந்தேன். நான் என் அம்மா செல்லம். என் தங்கைக்கோ அப்பாதான் உயிர். பெங்களூரில் பொறியியல் படிக்கும் அவளை மூன்று மாதங்களுக்கு முன்பு தொலைபேசியில் தொடர்புகொண்டபோது என்னை எப்படி கேவலமாகத் திட்டினாள் தெரியுமா? ஆனந்தனை தனக்குக் கூட்டிக் கொடுக்க இருந்தேன் என்றல்லவா திட்டினாள்! நான் நொறுங்கிவிட்டேன் ஜீவா. என் வீட்டு தோட்டக்காரனுக்குக் கூட என் விஷயம் தெரிந்து விட்டிருந்தது. அம்மா ஏன் இப்படி செய்தாள்? என்மேல் அவளுக்கு அத்தனை வெறுப்பு எப்படி வந்தது? சொல் ஜீவா!'

******

வீட்டிற்குள் ஒரு திருடனைப்போல வந்து போய்க்கொண்டிருந்தேன். காரைகூட பிறகு எடுப்பதில்லை. முதன்முறையாக நகரப் பேருந்துகளிலும் மின்சார ரயில்களிலும் நகரம் முழுக்க சுற்றியபடி இருந்தேன். குறியற்று அலைந்தேன். நண்பர்களைத் தவிர்த்தேன். ஐஐடி நூலகம் எனக்கு பிடித்தமான இடம், அந்தப் பக்கம் போவதையே தவிர்த்தேன். பேருந்துகளில் அலைவதைவிட மின்சார ரயில்கள் எனக்குப் பிடித்திருந்தன. பிச்சைக்காரர்களையும் பிரயாண வியாபாரிகளையும் தொழுநோயாளிகளையும் ஊனர்களையும் குருடர்களையும் சுமந்தபடி ஒரு தனித்த உலகமே தண்ட வாளத்தில் ஓடிக்கொண்டிருப்பதை அறிந்தேன். ஒருமுறை நானிருந்த ரயில் பெட்டியில் அமர்ந்திருந்தவர்கள் நின்றிருந்தவர்கள் எல்லோருமே குருடர்கள். நான் மட்டும் கண்களோடு இருக்கிறேன் என்பதை எப்படி நம்புவது? மணி இரவு பதினொன்று இருக்கும். அவர்கள் எல்லோரும் பிச்சைக்காரர்கள். ஜீவா, ரயிலிலேயே பிச்சை எடுத்து ரயிலிலேயே சாப்பிட்டு ரயிலிலேயே உறவுகொண்டு இனப்பெருக்கம் செய்து தரையில் கால்படாமல் உயிர்வாழ்ந்து கொண்டிருக்கும் நிறைய பேரைத் தெரிந்துகொண்டேன். இந்தச் சமூக குரூரத்தைக் கண்கொண்டு

பார்த்து அதனோடே உழலும் அனுபவம் எனக்குப் பிடித்திருந்தது. சிதைவுபட்ட உடல்கள். பிச்சை கேட்கும் குரல்கள். பசித்த குழந்தைகளின் கண்கள். அழுகைகள். நிரந்தர வலிகள். நிறைமாத கர்ப்பிணி பிச்சைக்காரிகள். லாட்டரிசீட்டு விற்கும் தள்ளாத கிழவர்கள். நோய்மையும் வயோதிகமும் வறுமையும். இந்தக் குரூரம் எனக்கு இதமான ஒன்றாக இருந்தது. மனதில் வெறுமை சூழச் சூழ இறுதியில் மனமற்ற வெறுமையை அடைய விதவிதமான ஊனர்களை நான் தரிசிக்க வேண்டிய தேவையிருந்தது. என் கனவுகளில் மின்சார ரயில்கள் குறுக்கும் நெடுக்குமாக ஓடின. அதன் நாசகார சப்தம் எனக்குப் பேரிசையாக இருந்தது. ரயிலே ஒரு பெரிய குருடனைப் போல நீண்டு ஓடியபடி இருந்தது. பயணிப்பவர்கள் பிடித்துக்கொண்டு நிற்க நீள் வளையங்கள் தொங்கியபடி இருப்பதை என் கனவுகளில் அடிக்கடி எதிர்கொண்டேன். மின்விளக்கிட்டு ஓடும் ரயிலில் கழுத்தில் சுறுக்கிடப்பட்ட நீள்வளையங்கள் அந்தரத்தில் மிதந்தபடி என் இரவுகளை அசைக்கின்றன. என் மரணத்திற்கான வழியாக தூக்கில் தொங்குவதை தேர்ந்தெடுத்ததற்கு இதுதான் காரணமாக இருக்கும் என நினைக்கிறேன். நீ என்ன நினைக்கிறாய், சொல் ஜீவா! ஊம்?’

******

‘அசட்டுத்தனமாக பேசுவதாக நினைக்கலாம். என்னை ஒரு நடுத்தர வர்க்கத்து முட்டாள் பெண் என்று நீ நினைக்கலாம். என்னை நீ எப்படி வேண்டுமானாலும் உன் கற்பனைக்கேற்றவாறு மனோநிலைக்கு ஏற்றவாறு உருவகப்படுத்திக் கொள்ளலாம். நான் இனி இல்லாத நாளைகளைப் பற்றிய கவலை உனக்கு உண்டாகலாம். இந்த உரையாடலை மேலும் மேலும் நீ தொடரவிரும்பலாம். நான் இல்லாத அந்த உரையாடலில் உன்னை நானாக நீ போலிசெய்யலாம். என் பேச்சிலேயே என்மீது காதலாகி விட்டவனல்லவா நீ! ஜீவா, உன் பெயர் எனக்குப் பிடிக்கிறது. உண்மையில், என்னிடம் பேசிக்கொண்டிருக்கும் நீ ஆனந்தனாக இருந்திருந்தால் எனக்கு இப்பொழுது மரணம் ஏது? இன்று நல்ல நாள். புத்தபூர்ணிமா. என் வீட்டில் சில தினங்களுக்கு யாரும் இருக்கப்போவதில்லை.

நாய்கூட இல்லை. சில நாட்களுக்கு என் உடல் மின்விசிறியிலிருந்து தொங்கிக் கொண்டிருக்கப்போவதை நினைக்கும்போது ஒரு விட்டேத்தியான மனோநிலை ஏற்படுகிறது. இந்த மனோநிலை கலையக்கூடாது, திடப்பட வேண்டும். எனது உடம்பின் ஊசல். அம்மாவின் புடவை. என் அம்மா. அவள் முகத்தை ஒற்றி எடுத்தது போன்ற என் முகம். என் முகத்தின் மூலமுகம். எனது சாயலில் இன்னும் அதீத பெண்மையோடு அந்த முகம். அந்த நட்சத்திர ஓட்டலின் மதுவறையின் மங்கிய ஒளிக்குளிரில் ஆனந்தனோடு. ஆம், அது நிச்சயமாக ஆனந்தன்தான். ஆனந்தன்! புதிதாக அவன் முகத்தில் தாடி. அதில் எத்தனை கம்பீரம். எனக்குப் பழக்கமில்லாத புதிய தாடிமுகம். நீண்ட நாட்களுக்குப் பிறகு மதுவருந்த வேண்டுமென்று நுழைந்த அதே கணம் வெளியேவந்தேன். என்றுமில்லாத ஒரு ஆசுவாசம், அரூபக் கரங்களால் என்னைத் தழுவியது. அம்மாவின் வாசனை குப்பென்று காற்றில் கமழ்ந்தது. திடீரென்று ஏற்பட்ட காற்றின் ஈரப்பதத்தில் அம்மாவின் குளிர்ச்சி. மெல்ல நடந்தேன். ஈரவாசனை கொஞ்சம் கொஞ்சமாகக் கரைந்து சுரங்க நடைபாதையின் சிறுநீர் நெடி வீர்யமாக வீசியது. சுரங்கப் பாதையில் வட்டமாக சிறுகூட்டம். நடுவில், தரையில் பெரியதொரு வண்ணச் சித்திரம். இரண்டு கால்களும் சூம்பி கயிற்றுத் துண்டுகள் போலத் தொங்கும் ஒரு ஆள் சக்கரப் பலகையில் அமர்ந்தபடி இயேசு கிறித்துவின் விலாவைக் கிழித்து ஒரு காயத்தைத் தீட்டிக்கொண்டிருந்தான். அன்னையின் மடியில் துவண்டுக் கிடக்கும் இயேசுவின் பிணம். அங்கங்களில் சிலுவையிலிருந்து பெயர்த்தெடுக்கப்பட்ட ரத்தம் இன்னும் உறையவில்லை. பிணத்திற்கான விறைப்பு உடலில் இல்லை. அன்னையின் மடியில் தளர்ந்த உடலோடு துயிலும் குழந்தையென கர்த்தரின் தோற்றம். அவனுடலை மடியில் அள்ளி இருத்திய அன்னையின் விழிகளில் துயரம். அவனைச் சுற்றி இரண்டொரு முக்காடு உருவங்கள். எல்லா அன்னையருக்குமான ஒரே துயரம். மகனின் இறந்த முகத்தில் மட்டும் பிரகாசம். என்றுமில்லாத ஒருவித ஆசுவாசம். தாயின் மடியில் எல்லாவற்றையும் கடந்த ஓர் எல்லையற்ற ஆசுவாசம். ஓவியத்தின் மீது சிந்திக்கிடக்கின்றன சில்லறைகள். ஊனன்

ஓரமாக தன் சக்கரப் பலகையில் கண் மூடியபடி. மூடிய இமைகளில் கசிந்தபடி கண்ணீர். மூத்திர வாடை நாசியை வருட சுரங்கப் பாதையிலிருந்து வெளியேறி ரயில் நிலையத்திற்குள் நுழைந்தேன். சிறு தூரல் விழ ஆரம்பித்தது. எங்கெங்கோ சுற்றி விட்டு, அடித்துவிட்ட மழைக்குப்பிறகு இரவின் உச்சியில் மீண்டும் அதே சுரங்க நடைபாதைக்குள் நுழைய படியிறங்குகிறேன். உள்ளேயிருந்து மெல்லிய ஓசையில் பிரார்த்தனைக் குரல்கள். கம்பியாலான சுருள் கதவு பாதியளவு கீழிறக்கப்பட்டு அடைக்கப்பட்ட நுழைவாயிலில் திகைத்து நின்றேன் - சுரங்கப்பாதைக்குள் சுற்றிலும் மெழுகுவர்த்திகள் ஏற்றப்பட்டு ஒரு நீள் பலகையில் துவண்டுபோன ஒரு பிணம். சுற்றிலும் முழந்தாளிட்ட முக்காடு உருவங்கள். உதடுகளிலிருந்து ஒரே சீரான முணுமுணுப்பு. கண்களை மூடிக்கொண்டேன்.'

இளங்கோ, இதோபார், சிறுபிள்ளைத்தனமாக நடந்துகொள்ளாதே. நான் உன்னுடன்பேசிக்கொண்டிருக்கிறேன். இந்தப் பேச்சு என்றைக்கும் உன்னுடன் தொடரவேண்டும். தொலைபேசியே போதும். உன் தோற்றம் எனக்குத் தேவையில்லை. வெற்றுக் குரலே போதும். உன் குரலைக் கொண்டும் குரல் வழிக் கதையைக்கொண்டும் உனக்கொரு முகத்தை நான் உருவாக்கிக் கொண்டிருக்கிறேன்; எனக்குப் பிரியமான ஒரு முகத்தின் ஜாடையில். இளங்கோ, தினம் தினம் நாம் பேசலாம். நீ எப்பொழுது என்னைப் பார்க்க விரும்புகிறாயோ, அப்பொழுது சந்திக்கலாம். தயவுசெய்து தற்கொலையைப் பற்றி சிந்திக்காதே. நீ செத்தால் என் கதி என்னவாகும் என்பதை நினைத்துப்பார். உன் நினைவுகளை நாற்பது நிமிடங்களுக்குள் என்மீது இறக்கிவைத்துவிட்டு எந்தவொரு குற்றவுணர்ச்சியுமில்லாமல் நழுவிவிடாதே!

'ஜீவா, உன் அன்புக்கு என் நன்றி, உன் அழைப்பிற்கான ஒலிவாங்கியை நான் எடுத்தபோது இருந்த படபடப்பு இப்பொழுது என்னிடம் இல்லை. உன் பேச்சு எனது பதட்டத்தைப் போக்கிவிட்டது. அதற்கும் நன்றி. உன் அழைப்பு மணியை எதிர்கொள்ள இரண்டுமுறை மறுத்தேன். அப்பொழுது என் கழுத்தை சிவப்புப்பட்டின் சுறுக்கு வளையத்தில்

நுழைத்தபடி இருந்தேன். விச்ராந்தியாக சுறுக்கில் என் கழுத்தை நுழைத்தபோது உன் அழைப்பு மணியால் ஒருகணம் விக்கித்து நின்றேன். தொடரொலி படபடப்பை உண்டாக்கியது. பயமும் என்னைக் கவ்விக் கொள்ள, ஓடி படியிறங்கி எடுத்தால் எதிர்முனையில் நீ. என் மரணத்தை ஒத்திப்போட்டுக் கொண்டிருக்கும் உன் குரல். ஜீவா! உனக்கு என் அன்பு.'

ஆனந்தா... என் கண்ணே ஆனந்தா! ஆனந்தா... டேய் நாயே... நான் எவ்வளவோ கதறினேன். நீ இணைப்பைத் துண்டித்து விட்டாய். எதிர்முனையிலிருந்து வார்த்தைகளாகப் பெருகி என்னை நிறைத்த நீ இக்கணம் உயிருடன் இருக்கிறாயா? இருக்க வேண்டும் என்பது என் விருப்பம். உன்னுடைய விருப்பம் என் விருப்பத்தை ஏற்குமா? ஒரு தொலைபேசி உரையாடல் உனது கதையையும் உனது மரணத்தையும் வெற்று ஒலியாலேயே என்னில் புகுத்திவிட முடியுமா? எதிர்முனையை நீ துண்டித்த மறுகணம் என் செவிப்பறையில் கார்வையுற்றதே அது என்ன? அடுத்த கணம் நிகழ்ந்திருக்கக்கூடிய உன்னுடைய மரணமா அது? அந்தக் கார்வை சடலத்தின் பாரமென என்னில் கனக்கிறதே. நிஜத்தில் இது கனவா? என் கற்பிதமா? மீண்டும் அதே எண்ணில் தொடர்பு கொள்ளலாமா? இன்று நீ அந்த எண்ணில் உயிருடன் இருப்பாயா? வேண்டாம்! உன்னைப் பற்றி எனக்கு எதுவும் தெரிய வேண்டாம்! இதோ! கயிற்றிலிருந்து இறக்கப்பட்ட உனது உடல் என் மடியில் துவண்டு கிடக்கிறது. இது மரணமில்லை. ஒருவித உறக்கம். நீ விழித்தெழுவாய். உன் உதட்டில் ஒரு சொட்டு பீய்ச்ச என் சட்டைக்குள் முலைகளற்ற மார்பைத் தடவுகிறேன்...

எனது மொழியில் உனக்கொரு காதல் கதை

அந்த நகரத்திற்கு நான் சென்றதிலிருந்து நிம்மதியாக உறங்கியதில்லை. நான் உறங்கும்போது என்னை யாரோ வெறித்துப் பார்த்துக்கொண்டிருப்பதை உணர்ந்து திடுக்கிட்டு விழிப்பேன். நடுநிசியில் ஜன்னல் கண்ணாடியின் வெளிப்புறம் பதிந்திருக்கும் அவனது முகத்தின் கண்கள் பிச்சைப் பாத்திரங்களாகி என்னை யாசித்துக்கொண்டிருக்கும். ஒவ்வொரு இரவும் விடியும் வரை ஜன்னலின் வழியே உள்நுழையும் அவனது பார்வைகள் என் உடம்பெங்கும் பாதங்களாய் அழுந்தி நடந்தபடி இருக்கும்.

என் உடம்பில் பதியும் அவனது பார்வைகள் ஒவ்வொரு அங்கத்தையும் கிளறி பேசவைத்தன. அதுவரை நான் பயன்படுத்தியிராத சொற்கள் என் உடம்பிலிருந்து வெளிப்பட்டு அவனுடன் என் முயற்சியின்றி தன்னிச்சையாய் உரையாடத் தொடங்கியது. எனக்கு அறிமுகமற்ற அதுவரை கேள்விப்பட்டிராத ஒன்றுமே தெரிந்திடாத விஷயங்களை அவனிடம் பேசியபடி இருந்தேன். அவனது சொற்களும் எனது சொற்களும் எனது அறை முழுவதும் குவிந்து பூச்சிகளாய் அங்குமிங்கும் அலைந்தன. இது என் உறக்கத்தில் நடக்கிறதா அல்லது விழிப்பில் நடக்கிறதா என பகுத்துணரமுடியாத ஒரு நிலையில் எனது இரவுகள் கழிந்தன.

நான் இரவுகளை எதிர்கொள்ள பயந்தேன். என் உடம்பு மூலமாக அவன் யாருடனோ பேசவந்துவிடுவான் என்ற அச்சத்தில் உறங்காமல் விடிய விடிய விழித்திருப்பேன். அவனோ ஜன்னலின் வழியே அசைவேதுமற்று என்னையே பார்த்தபடி இருப்பான். நான் இருக்கும் அறையே வாயாகி நான் அதன் நாவாகி அவனால் பேசவைக்கப்படுவேன். என்னையும் அறியாமல் இழுத்துச்சென்று ஆழத்தில்

புதைக்கப்படும் உறக்கத்திலிருந்து விழிக்கும் போது இரவு முழுவதும் எனது உடம்பை பல ஆவிகள் புணர்ந்ததுபோல் ஒருவித அசதி என்னை முறுக்கியெடுக்கும்.

ஜன்னல் கண்ணாடிகளுக்குத் திரையிட்டேன். அவனை நான் பார்ப்பதை மறைக்க முடிந்ததேயொழிய, அவன் திரைகளுக்குப் பின்னாலிருந்து என்னைப் பார்த்துக்கொண்டேயிருப்பதைத் தடுக்க முடியவில்லை. ஒரே வழி தான் இருந்தது. ஜன்னலை அடைத்து சுவர் எழுப்பிவிட்டேன். பிறகு அவனது நடவடிக்கைகள் வேறுவிதமாக இருந்தன. சாலைகளில் நான் சென்றுகொண்டிருக்கும்போது என் கவனத்தை தன்னை நோக்கி ஈர்க்க எண்ணி சாலையில் விரைந்துகொண்டிருந்த ஒரு வாகனத்தின் முன் பாய்ந்தான். நான் பதறியபடி செய்வதறியாது தவித்தேன். அவனை ஒதுக்கிவிட்டு வாகனம் சென்றுவிட்டது. குருதி வழிய அங்கங்கள் நொறுங்கி செயலற்றுக் கிடந்தான். சாலையில் சென்றுகொண்டிருந்தவர்கள் யாதொரு பதட்டமுமின்றி தமது நேர்க்கோட்டிலிருந்து சற்றே விலகி நடந்து கொண்டிருந்தனர். நானும் அவனை திரும்பித்திரும்பிப் பார்த்தபடி நகர்ந்து மறைந்தேன்.

சில நாட்களுக்குப் பிறகு மீண்டும் என் பார்வையில் குறுக்கும் நெடுக்குமாக அவன் தென்பட ஆரம்பித்தான். அவனது முகத்திலும் கை கால்களிலும் மருந்துக்கட்டுகள் போடப்பட்டிருந்தன. நான் பயணம் செய்யும் பேருந்துகளில் அவனும் பயணம் செய்தபடி தொடர்ந்து வருவதும்; சில சமயங்களில் ஓடிக்கொண்டிருக்கும் வண்டியிலிருந்து திடீரென கீழே குதித்து தன்னை நொறுக்கிக்கொள்வதும் வழியில் தென்படும் போலீஸ்காரர்களிடம் வீண் வம்புக்குச் சென்று அடிப்பட்டு ரத்தக்காயங்களோடு கன்றிப்போன முகத்துடன் என்னை மீண்டும் மீண்டும் எதிர்கொண்டதையும் சொல்லத் தேவையில்லை.

என் உடம்பை அவனுக்குத்தர மறுக்கும் என்னை வதைக்க வேண்டி தனது உடம்பை தானே ஒவ்வொரு கணமும் சிதைவுக்குட்படுத்திக் கொள்கிறான் அவன் என்று நான் ஆரம்பத்தில் கருதியதுண்டு. அந்நகரத்தில் ஒரு ஆண் பெண் உடம்பைப் பெறுவதோ ஒரு பெண் ஆண் உடம்பைப்

பெறுவதோ மிக எளிதான ஒன்று. சில சொற்களும் சில எண்களும் இடம் மாறும்போது ஒருவரை ஒருவர் கொடுக்கல் வாங்கல் மூலம் பெற்றுப் பயனடைவது மிகச் சாதாரண முறைகளில் நிகழ்ந்தது. அந்நகரத்தின் அத்தனை திருப்பங்களிலும் இதற்கான விளம்பரப் பலகைகள் இருப்பதைக் காணலாம். ஆக, அவன் என் உடம்புக்காக என்னை பின்தொடரவில்லை என்பதை உணரமுடிந்தது.

பின், அவன் யார். அவனுக்கும் எனக்கும் உறவு யாது. அவனை இதற்குமுன் எப்போதேனும் எங்கேனும் சந்தித்திருக்கிறேனா. யோசித்துப் பார்க்கிறேன். அவனை என் வாழ்நாளில் இதற்கு முன்பு வேறெங்கும் ஒருபொழுதும் சந்தித்ததில்லை. அந்நகரத்திற்கு நான் முதன்முறையாக சென்றிறங்கிய அந்த ரயில் நிலையத்தில் உடைந்த பொருட்களும் குப்பைகளும் குவிந்துகிடந்த ஒரு இருண்ட இடத்தில் அவனை எதேச்சையாகப் பார்க்க நேர்ந்தது. அழுக்கு ஆடையும் உரோமம் வளர்ந்து அண்டிய முகமுமாய் ஒரு கோடு போல உயரமாய் நின்றுகொண்டிருந்தான். அவன் பலகாலமாக அதே இடத்தில் யாருடைய வரவுக்காகவோ காத்துக் கொண்டிருப்பதுபோல் தோன்றியது. அவசரமாய் எனது கதியில் நான் இடம்பெயர்ந்து கொண்டிருந்தேன். அவன் என்னைப் பார்த்தானா என்பதைக்கூட நான் சரிவர கவனிக்கவில்லை. அன்றிலிருந்து என்னையே சுற்றிச் சுற்றி வரும் இவன் இவ்வளவு காலம் எனக்காகத்தான் அந்த இடத்தில் காத்துக்கிடந்தானோ என்று தோன்றியது. இதுவரை அவன் என்னிடம் நேரடியாக ஒரு வார்த்தைகூட பேசியதில்லை. எனக்கு மிக அருகில் நெருங்கியதுகூட இல்லை. திருப்பங்களில் நின்றபடி என்னை அவனது பார்வைகள் வெறித்தனவேயன்றி வேறேதும் செய்ததில்லை. -

நிஜத்தில் என்னை வெறித்த அவனது பார்வைகள் எனக்கும் அப்பாலான எனக்குள் எதையோ பார்த்தபடி இருந்திருக்க வேண்டும். அல்லது, எனக்குள் அவனுடன் பேசுவதற்கான சொற்களைக் கிளர்த்தியபடி இருந்திருக்கவேண்டும். என்னுள் உருவாகும் சொற்களை மாற்றி மாற்றி அமைத்து தனது விழைவுகளை சங்கேதங்களாய் என் உடம்புக்குள் திணித்து

ஒரு வசியத்திற்கு என்னை ஆட்படுத்தும் அவனது முயற்சியிலிருந்து தினம் தினம் தப்பித் தப்பி ஒவ்வொரு பாதையாக மாறி மாறி சென்று கொண்டிருந்தேன்.

நான் என்னை அவனது பார்வைகளிலிருந்து எப்படியும் தவிர்க்க முயன்று கொண்டிருந்தேன். நகரத்தின் அத்தனை குறுக்குச் சந்துகள் வழியாகவும் நான் நுழைந்து நுழைந்து இடம்பெயர்ந்தபடி இருந்தேன். நான் எந்தச் சந்து வழியாக நுழைந்து எந்த இடத்திற்குச் செல்ல நினைக்கிறேனோ அந்தச் சந்து வழியாக அதே இடத்தில் அவனும் தோன்றித் தோன்றி மறைந்தபடி இருந்தான். நான் சற்றும் யோசிக்காமல் ஏதோ ஒரு குறுக்குச் சந்தில் திடீரென நுழைந்து அவனைத் தவிர்த்து நகர்ந்தால் எனக்கு முன்னமே அந்தச் சந்தில் அவன் நின்றபடியோ ஓரமாக சுவரில் சாய்ந்தபடியோ அல்லது விளிம்புப் பரப்புகளில் படுத்தபடியோ இருப்பான்.

குறிப்பிட்ட சில நாட்கள்வரை ரத்தக் காயங்களுடன் அடிபட்ட மிருகமென உலாவுவதும் பிறகு சில காலம் என் பார்வை நோக்குமிடமெல்லாம் உறங்கியபடி கூனிக்குறுகி சாலை ஓரங்களிலும் திருப்பங்களிலும் கிடப்பதுமாக மாறிமாறி தன்னை அவன் வெளிப்படுத்தி வந்தான். சமீபத்தில் ஒருநாள் நான் போகும் வழிநெடுக்க எனக்கு முன்னே தனது உடம்பிலிருந்து கத்தியால் கிழித்துக் கிழித்து ரத்தத்தை தரையில் தெளித்தபடி சென்றான். அதில் என் பாதம் படாமல் செல்வதற்கு மிகவும் சிரமப்பட்டேன். அன்று அவன் என் வழிநெடுக்க போவோர் வருவோரிடமெல்லாம் என்னைச் சுட்டிக்காட்டி வார்த்தைகளற்று கத்திக்கத்தி தேம்பித் தேம்பி அழுதபடி பின்தொடர்ந்தான். எல்லோரும் என்னை பார்ப்பது போலிருந்தது. நான் அவமானத்தாலும் வாதையாலும் குலைந்துபோனேன்.

இதுநாள்வரை அவன் தன்னை வாதையாய் என்னிடம் வெளிப்படுத்தி வந்தது எனக்கும் அவனுக்கும் மட்டுமே தெரிந்ததாய் இருந்தது. அன்று அவனது செய்கை முதன்முதலாய் என்னை அவனது வாதைக்கான பொறுப்பாளியாய் நகரத்தில் எல்லோருக்கும் அடையாளப்படுத்தியதாய் தோன்றியது. அவன் மீதான எனது கவனம் இரக்கமாய் படிந்து வலியாய் உணர்ந்து

கோபமாய் பரிணமித்து நாளடைவில் மூர்க்க வெறியாய் வெடித்து எனக்குள்ளே பொறுமி இப்பொழுது பீதியாய் என்னை முடக்கியது. நகரத்தின் காவல் கண்காணிப்பு இயந்திரங்களை மிகச் சுலபமாய் அவனை நோக்கி என்னால் பிரயோகிக்க முடியும். உடம்புரீதியான தண்டனைகள் அவனை ஒன்றும் செய்யாது. அவனை இந்த உலகில் யாராலும் தண்டிக்கமுடியாது. தன் உடம்பின் காயங்களை காக்கைகளுக்குக் கொத்தித் தின்னவிட்டபடி யாரை நோக்கியும் எதை நோக்கியும் அவனால் அலட்சியமாக நிற்கமுடியும்.

அவனது விபரீத செயல்கள் அனைத்தும் உண்மையில் எனது கவனத்தைத் தன்னை நோக்கித் திருப்ப அவன் செய்தவையா அல்லது, பொதுவில் எல்லோருக்குமே தன்னை சாலை ஓரங்களிலும் திருப்பங்களிலும் வெளிப்படுத்திக்கொள்கிறானா என்பது பற்றி குழம்பினேன். ஆனால் அவனது செயல்கள் நகரத்தின் யாரொருவரையும் பாதித்ததாய் தெரியவில்லை. அவன் அன்று ரத்தம் சிந்தியபடி என்முன்னே ஓடியதைக்கூட நான் மட்டும்தான் கவனித்தேன், வேறுயாரும் கவனித்தாரில்லை. மேலும், அந்த நகரத்தின் பழக்கவழக்கமே வினோதமானதுதான். எவ்வளவு நெருக்கமாகவும் அடர்த்தியாகவும் ஒரே திசையை நோக்கியோ அல்லது எதிரெதிராகவோ நடந்தாலும் யாரும் யாரையும் பார்த்துக் கொள்வதோ தவறியும் உரசிக் கொள்வதோ இல்லை. எல்லோரும் அவரவர் நகர்வுகளில் கவனமாகவும் தனது பக்கத்தில் நடப்பவருக்கும் தனக்கும் யாதொரு சம்பந்தமும் இல்லை என்பதாகவும் தமது கோட்டிலிருந்து அடிபிசகாமல் நடந்துசெல்வர். அந்த நகரத்தின் உயிரோட்டம் என்பது சவ ஊர்வலம் போல மிக அமைதியானது. அதில் நானும் அவனும் மட்டுமே ஒருவரை ஒருவர் இடைமறித்துக் கொண்டதாகவும் உணர்கிறேன்.

உறக்கநடையாளர்களால் நிறைந்த அந்நகரத்தில் அவன் மட்டுமே தனது விழிப்பை அதீத விழிப்பை எல்லோருக்கும் உணர்த்தியபடி ஒவ்வொரு கணமும் பெரும் அலறலோடு தன்னை வெளிப்படுத்திக் கொண்டவன் என்பதை என்னால் இன்று உணர முடிகிறது. அவனது பெருவிழிப்பை நான் மட்டுமே அடையாளம் கண்டதாய் அவன் உணர்ந்திருக்கவும்

வேண்டும். எனவேதான் இரவுகளில் எனது ஜன்னலின் வழியே என்னை கவனித்தபடி இருந்ததும்; நான் மட்டுமே அந்நகரத்தில் உயிர்ப்புடன் இருப்பவள் என எண்ணியதால் என்னை நோக்கி தனது காதல் விழைவுகளை மிதக்க விட்டதையும் இன்று குழம்பிய ஒரு காலவெளியில் யாரோ ஒருவருடைய கதைக்கூறலின் வழியே நடந்து என்னைச் சூழும் சரித்திரவெளிகளில் அவனை மீண்டும் சந்திக்க மாட்டோமா என்று துடித்துக்கொண்டிருக்கும் என்னால் புரிந்து கொள்ள முடிகிறது.

அந்த நகரத்தில் யாருமே செல்லாத ஒரு நூல்நிலையம் இருந்தது. மிகப்பெரிய நூல்நிலையம். எப்பொழுதும் வாசல் திறந்தே இருக்கும். யாரும் அதை அடைப்பதே இல்லை. உள்ளே புத்தக அடுக்குகள் தளம் வரை அடுக்கப்பட்டு குறுக்கும் நெடுக்குமாய் பாதைபாதையாய் செல்லும். கொஞ்சம் தூரம்வரையே வெளிச்சம் விழும் இடத்திலேயே தேவையான நூல்களை எடுத்துக்கொண்டு வந்துவிடுவது என் வழக்கம். கொஞ்ச தூரம் நடந்தால் புதைந்து தொலைந்துவிடநேரும். இதுவரை அங்கு வேலை செய்பவர்கள் யாரையும் நான் பார்த்ததில்லை. தேவையான நூல்களை நானே எடுத்துவருவதும் வாசித்து முடித்ததும் சென்று அதே இடத்தில் வைத்துவிட்டு வருவதும் எனது வழக்கமாக இருந்தது. ஒரே ஒருமுறை ஒரு புத்தக அடுக்கில் உடம்பு குன்றித் தேய்ந்த வயதான ஒருவர் எதையோ தேடிக் கொண்டிருந்தார். அவரை அங்கு பார்த்தது அமானுஷ்யமானதாய் இருந்தது. இனந்தெறியாத ஒருவித பயத்தில் நான் வாசலோடு ஓடிவந்துவிட்டேன். எப்பொழுதும் என்னை பின்தொடர்ந்துவரும் அவன் நூல்நிலைய வாசலிலேயே நின்றுவிடுவது வழக்கம். அவனது பார்வையிலிருந்து விலகி நான் தனித்திருக்கும் இடமாய் அந்த நூல் நிலையம் மட்டுமே இருந்தது. சில சமயம் அதன் யாருமற்ற தனிமையும் இருட்டும் ஒரு பிரேதகூடத்தில் இருப்பதாய் உணர்த்த; உடம்பு சில்லிட்டு ஒருவித பயத்தில் புத்தகங்களைக் கூட எடுக்காமல் வெளிவந்துவிடுவேன். அதுபோன்ற சமயங்களில் அவன் ஏதேனும் ஒரு புத்தக அடுக்கின் மறைவிலிருந்து என்னைப் பார்த்துக் கொண்டிருந்தால் எத்தனை பாதுகாப்பாய் நான் உணருவேன் என கருதியதுமுண்டு.

அவன் அந்த பாதுகாப்புணர்வை ஒருபோதும் தந்ததில்லை.

நூல் நிலையத்தின் இருண்ட தனிமையுள் இருக்கும்போது அவனுடைய என் மீதான கவனிப்பு ஒருவித பாதுகாப்புணர்வைத் தரும் என நினைக்கும் அதேவேளையில்; வெளியில் சாலைகளில் அவன் என்னைப் பின்தொடர்வதும் எனது அறையின் வெளிச்சுவரில் தென்படும் அவனது நகக்கீறல்களும் உதடுகளால் தடம்பதித்த ரத்தக்கறைகளும் சிதைந்த சொல்வரிகளும் நாளங்கள் அறுந்து கசியும் நாவின் வரைபடங்களும் என்னை பயம் கொள்ளவும் வைத்தது. உண்மையில், என் மீதான அவனது ஈடுபாடு காமம் சார்ந்த ஒன்றா அல்லது அதற்கும் அப்பால் என்னுடன் ஒரு மொழி விளையாட்டை ஒவ்வொரு கணமும் நிகழ்த்திப்பார்க்க விழையும் அவனது சமிக்ஞைகளில் என் உடம்பும் சிக்குறுவதால் நான் அப்படி உணர்கிறேனா என குழம்பினேன்.

அந்த நகரத்தைவிட்டு நான் வெளியேறிவிட வேண்டும் என்று நினைத்தேன். அதற்கான ஏற்பாடுகளையும் செய்துகொண்டு வந்தேன். அந்த நகரத்தின் சவ உறைவும் அந்த உறைவில் வாழும் ஒருவன் எக்கணமும் என்னைப் பேசவைக்கவேண்டி ஒரு மாய வசியத்திற்குள் ஆழ்த்த முனைவதும் என்னை மனச்சிதைவுக்குட்படுத்தியது. எனது வெளியேற்றம் மட்டுமே எனக்கு இதம்தரவல்லது என நம்பினேன். எனக்கு அந்த நகரத்தைவிட்டு வெளியேறுவதற்கான உத்தரவு வரும் என ஒவ்வொரு நாளும் எதிர்பார்த்தபடி இருந்தேன்.

அன்று எனக்கொரு கடிதம் வந்தது. ஆவலுடன் பெற்றேன். அதில் அனுப்பியவரின் முகவரி குறிப்பிடப்படாமல் இருந்தது. எனவே அது நான் வெளியேறுவதற்கான உத்தரவு இல்லை என்பது தெரிந்தது. எனக்கு பிறகு யாரிடமிருந்து கடிதம் வரும் என எண்ணியபடி எனது முகவரியை கவனித்தேன். என் பெயர் குறிப்பிடாமல் அறை எண் மட்டும் இருந்தது. அந்தக் கடிதத்திலிருந்து வெளிப்படும் அதீத ஆண்வீச்சம் எனது அறை முழுவதும் நிறைந்து குமைந்தது. பிரித்துப் படித்தேன். அதில் அவன் எனக்கு இவ்வாறு எழுதியிருந்தான்:

சரித்திர காலத்திற்கு முன்பு
நீ ஒரு மிருகமாய் இருந்தாய்
தவவலியால் மூவுலகையும்
புருவங்களுக்கு நடுவே ஈர்த்துக் குவித்து
எனது நெற்றிச் சுருக்கங்களின் துடிப்பில்
பிரபஞ்சத்தின் தாளகதியை மாற்றியமைப்பவனாய்
நான் இருந்தேன்.
பெண்மையின் அதீதம்
உனது நான்கு கால்களுக்கிடையில்
கழித்துக்கொண்டோட
மையல்கொண்டு
என்னை இடறியபடி நீ
சுற்றிச்சுற்றி வந்தாய்.
யுகம் யுகமாய் தியானித்திருந்த
எனது ஆழ்மனம் விழிப்புற்று
என்னிலிருந்து வார்த்தைகள் பெருகி
உன்னைச் சூழ்ந்தன.
உனது தேவை வேறொன்றாய் இருக்க
என் வார்த்தைகளைக் கண்டு நீ
அஞ்சி ஓடினாய்.
பெரும் காட்டின் அத்தனை மரங்களூடும்
உன்னைத் தொடர்ந்து
எங்கும் இரைந்தபடி எனது வார்த்தைகள்
ஈன்ற சிசுக்களாய் இரத்தப் பிசுபிசுப்போடு
உனது முலைக்காம்பு வேண்டி கதறின.
நீ உன் குழுவோடு இணைந்தாய்.
எங்கும் நிறைந்த எனது சிசுக்களை
வழிநெடுக்க குதறித்தின்றபடி
காலங்காலமாய் வேட்டை மறந்து பசியாறி
இறுதியில் என் வாயிலிருந்து உதிரும்

வார்த்தைகளை உறிஞ்ச வாய்வைத்தது உன் குழு.
எனது தவவெளியில்
ஓராயிரம் பற்பதிவுகள் அழுந்த
தியானம் கலைந்தேன்.
என் உடலில் பாதியைத் தின்றுவிட்டிருந்தீர்கள்.
கொஞ்சம் எட்டிநின்று உன்னை மறைத்தபடி
வாய்களுக்குள் மூழ்கிக்கொண்டிருக்கும்
என்னைப் பார்த்துக்கொண்டிருந்தாய்
உன் யோனியில் மிளிர்ந்தது என் ரத்தம்.
சரித்திர காலத்தில்
எனது காட்டிலிருந்து நான் பிடித்துவரப்பட்டு
உறுப்பு துண்டிக்கப்பட்டு அடிமை அலியாய்
உனது அந்தப்புரத்தில் பணிக்கு அமர்த்தப்பட்டேன்.
நீ உறங்கும் கணங்களில்
என்னுடன் நீ பேசினாய்.
உனது வார்த்தைகள்
ஈக்களாய் பறந்துவந்து
எனது தொடைகளின் மைய ரணத்தில்
மொய்த்தன.
எனது வார்த்தைகள்
உனது படுக்கைப் பரப்பெங்கும்
நாவுகளாய் நெளிவுற்றன.
ஓர் இரவு உறக்கத்திலிருந்து
விழிப்புற்ற அரசன்
உன்னைச் சுற்றி நாவுகள் நெளிந்து
மொய்ப்பது கண்டு - நீ அவற்றுடன்
இதுவரை அவனுடன் பேசாத விஷயமெல்லாம்
பேசுவதில் பொறாமையுற்று
என் சொற்கள் திசை மீளும்வரை
விழித்திருந்து அவற்றைப் பின்தொடர்ந்து

அரை விழிப்பிலிருந்த என் நாவை வெட்டினான்.
நிலா வெளிச்சத்தில் ஜன்னலோரம் நின்று
நீ பார்த்துக்கொண்டிருந்தாய்
உன் வாயோரச் சிரிப்பில் ஒளி வழிந்தது.
இரண்டு உலகப் போர்களின் போதும்
நாம் அகதிகளாக இடம்பெயரும்போது
வற்றி வறண்டு எலும்புகள் தெரிய நிர்வாணமாய்
தூரத்திலிருந்தபடி ஒருவரை ஒருவர்
பார்த்துக்கொண்டோம். இரண்டுமுறையும்
வெவ்வேறு பெயரடையாளங்களில் வெவ்வேறு
தேசிய இன அடையாளங்களில்.
இரண்டுமுறையும் போர் முடிவுக்கு வந்த இறுதி
நாளன்று - உன்னைப் பார்த்தும் பேசமுடியாததால்
ஏற்பட்ட வலி தாங்காது
தற்கொலை செய்துகொண்டேன்.
புராதன தேவதைகளின் பெயரால் கணக்கிடப்படும்
எனது வார்த்தைகளின் வயதை நீ அறியமாட்டாய்.
அடக்கி வைக்கப்பட்ட வேதமுனியின் காமமும்
அழுத்தி வைக்கப்பட்ட அடிமை அலியின் காமமும்
உன்னை இந்த நகரத்தில் மீண்டும் கண்ட அன்று
மடை உடைந்து வார்த்தையாய் பெருக்கெடுக்க
நான் அடித்துச் செல்லப்படுகிறேன்.
உன் நாவின் வறண்ட வெளியில்
ஒரு சொல்லாய் நான் உச்சரிக்கப்பட வேண்டி.
உனக்குத் தெரியாது - சரித்திரத்திலிருந்து
அழித்தொழிக்கப்பட்ட என் தேசிய இனத்தின்
கடைசி உறுப்பினன் நான் என்பது.
உனக்குத் தெரியாது - இந்த உலகில்
எனக்கு மட்டுமே தெரிந்த என் தாய் மொழியால்
உன்னுடன் பேசி - மூன்றாம் உலகப்போருக்குமுன்

உன்னை கருவுறுத்த வேண்டி நான்
தலைமறைவாய் உயிர்வாழ்ந்து வருவது.

அந்தக் கடிதம் வந்ததிலிருந்து நான் வெளிச்செல்லாமல் எனது அறைக்குள்ளேயே அடைந்து கிடந்தேன். என் மேசைமீது கிடந்த அந்தக் கடிதம் அவனுடைய உடம்பின் ஓர் அங்கமாய் அறைக்குள் ஒருவித வெம்மையை வெளிப்படுத்தியபடி இருந்தது. அறைக்குள் குமையும் அதன் நெடியில் மூச்சுத்திணறி தவித்தேன். அந்தக் கடிதத்தின் வாசகங்கள் என்னை மொய்த்துக் கொன்றுவிடும் போல் தோன்றியது. அதிலிருந்து விகசிக்கும் காலம் ஒரு அரூபதிடமாய் என்மீது படிந்து என்னை அழுத்தியது. கடிதத்தை வெறியோடு கிழித்தேன். அதிலிருந்து ரத்தம் கசிந்து என் கைகளில் பிசுபிசுத்தது. துண்டு துண்டாகக் கிழித்து மூலையில் எறிந்தேன். காகிதம் ரத்தம் கசிந்து ஊறி நொதித்து தரையில் சிவப்பாய் திரவம் படர்ந்தது. என்ன செய்வதென்று தெரியாமல் தீவைத்துக் கொளுத்தினேன். ரத்தக் காகிதங்கள் கருகிப் புகைந்து தசை உருகும் நெடி எங்கும் பரவியது. அறைக்குள் இருப்பதற்கு அச்சம் கொண்டு வெளியேறினேன். நகரத்தின் அத்தனை தெருக்கள் வழியாகவும் ஓடினேன். அவன் என்னை எப்படியும் பின் தொடர்ந்து வந்துகொண்டிருப்பான் என்ற நம்பிக்கையில் அவன் என்னை அணுகமுடியாத ஓர் இடத்தில் பதுங்கிக்கொள்ள நூல்நிலையம் நோக்கி ஓடினேன். நூல்நிலையத்தின் வாசலில் ஆசுவாசமாக நின்று அவன் எங்கேனும் இருக்கிறானா என்று சுற்றிலும் பார்த்தேன். அவன் இல்லை. நிம்மதிப் பெருமூச்சுடன் நூல் நிலையத்துள் நுழைந்தேன்.

அடுக்குகளில் புத்தகங்கள் நிலைசரிந்து விழுந்து சிதறவென வெளவால்கள் சரேலென வெளிப்பட்டு தமதுடலை விசிறியபடி எங்கும் மிதந்தலைய உடலே வாயாய்ப் பிளவுற்று அலறினேன். என் எதிரே சிதையிலிருந்து எழுந்துவந்தவனாய் கருகிய உடலொடு அவன் நின்றிருந்தான். அவனது கடிதமே அவனை எரித்ததுபோலும்.

அவனைத் தள்ளிக்கொண்டு புத்தக அடுக்குகளின் குறுகிய வழியில் நுழைந்து ஓடினேன். நிலைத்தடுமாறி கீழே சரிந்த அவன் எழுந்து என்னை பின்தொடர்ந்து வந்தான். அடுக்குகளின்

இடைவழி நுழைந்து எங்கு செல்கிறேன் என்பது தெரியாமல் புத்தகங்களால் எழுப்பப்பட்ட பாதைகளின் வழியாக நூல் நிலையத்தின் இருண்ட பகுதிக்கு வந்துவிட்டிருந்தேன். இருட்டில் என் கால்பட்ட இடமெல்லாம் பெரியபெரிய எலிகள் கத்தியபடி மிதிபட்டு ஓடின. திருப்பங்களில் மோதி புத்தகங்களைச் சரித்தபடி இரு புறமும் தடவித்தடவி தொட்டுணர்ந்து நகர்ந்தபடி இருந்தேன். நீண்டநேரம் நடந்து எங்கோ வந்துவிட்டதுபோல் தோன்றியது. இருட்டில் தொடும் இடமெல்லாம் புத்தகங்களில் பட்டு என் உடம்பு சிலிர்த்தது. முடிவற்ற சுரங்கப் பாதைகளாய் நீளும் புத்தகச்சுவர்கள் வளைந்து வளைந்து ஆழத்துள் எங்கோ இழுத்துச் செல்ல பூமியின் மையத்துள் குடைந்து சென்று அதன் சுழற்சியோடு சேர்ந்து சுழல்வதாய் உணர்ந்தேன்.

என்னைப் பின்தொடர்ந்த அவன் எந்தப் பாதையின் வழியாக எந்த திசைநோக்கி சென்றுகொண்டிருப்பான் என்று தெரியவில்லை. இந்தப் புதிர்வட்டப் பாதைகளின் போக்கில் அவன் என் எதிரில் மீண்டும் வந்து இருட்டோடு இருட்டாய் நின்றாலும் ஆச்சர்யப்படுவதற்கில்லை. புத்தகங்களோடு இருப்பதும் புத்தகங்களுக்குள் குடைந்து செல்வதும் பாதுகாப்பானதாய் இருந்தது.

என்னைக் கவிந்து புதைத்த இருட்டில் இரவுபகலற்று காலம் இரை விழுங்கிய மலைப்பாம்பென என் மீது கனமாய் ஊர்ந்தது. ஒரு வினோதம் என்னை நோக்கி வெளிச்சப் புள்ளியாய் தூரத்தில் தோன்றி நகர்ந்துவர உடலெரிய என்னைத்தேடி அவன்தான் வருகிறானோ என பயத்துடன் எப்படி நகர்வது எனத் தெரியாமல் நின்றேன். வெளிச்சம் வளர்ந்து என்னை நெருங்க கண்கள் கூசி என் தலைக்குள் வெளிச்ச வெளவால்கள் உடல் விதிர்த்தன. ஒரு வயதான உடல் சுண்டி வதங்கிய பெரியவர் ஒருவர் ஒரு கையில் சிறிய விளக்கொன்றைப் பிடித்தபடி மறுகையால் புத்தக அடுக்கைத் தாங்கிப் பிடித்தபடி என் எதிரே வந்து நின்றார். நான் அன்றொருநாள் நூல் நிலையத்தில் பார்த்து பயந்து ஓடிவிட்ட அதே பெரியவர்தான் இவர் என்பது தோற்றத்தில் தெரிந்தது. என்னைச் சூழ்ந்த பயம் விலகி நிம்மதி சூழ்ந்தது.

அவரது கிழட்டு உதட்டில் பரிச்சயப் புன்னகை பூத்து உதிர்ந்தது. நான் அவரிடம் உதவி வேண்டினேன். இந்த இடத்திலிருந்து வெளியேற வேண்டும் வழி காட்டுங்கள் என்றேன். முதலில் என் பதற்றம் தணியும்படி ஆறுதல்படுத்தியவர் பிறகு பேசலுற்றார்:

'இந்த இடத்தில் வழிதவறி நுழைந்தவர்கள் யாரும் இதுவரை வெளி யேறியதில்லை. வெளியேறுவதற்கான வழி இனி இந்த நூல் நிலையத்தில் இல்லை; இங்கிருக்கும் நூல்களில் உள்ளது. இங்கு குவிந்திருக்கும் ஏதாவது ஒரு நூலைப் பிரித்து அதன் வாசிப்பினூடே அதில் நிகழும் காலத்திற்கும் வெளிக்கும் நீ சென்றுவிடமுடியும். அந்த நூலில் வரையறுக்கப்பட்டிருக்கும் காலம்வரை நீ அந்தச் சூழலில் அந்த வெளியில் அந்தக் கால நிகழ்வில் பங்கெடுத்துக்கொண்டு வாழ்ந்து பார்க்கலாம். பிறகு வேறொரு நூலுக்குச் செல்லலாம். ஆக, இப்படியாக நூல்களின் வழியே நீ சரித்திரத்தின் கடந்த காலங்களில் முன்னும் பின்னும் போய்வரலாம். அந்த வாசிப்பினூடே நீ எங்கும் செல்லமுடியும். இதே நூல் நிலையத்தின் வாசலுக்குக்கூட நீ வந்துபோக முடியும். நான் ஒருமுறை அப்படி வந்தபோதுதான் நாம் ஒருவரை ஒருவர் பார்த்துக்கொள்ள நேர்ந்தது.'

அவர் பேசிக்கொண்டே போனார். இப்பொழுது அவர் கி.பி. ஆறாம் நூற்றாண்டின் தென்கொரிய நிலப்பகுதிக்குச் செல்லப் போவதாகக் கூறினா சமீபத்தில் ஒருமுறை கருகிய உடம்போடு இருந்த ஒருவனை எதிர்கொள்ள நேர்ந்ததென்றும்; அவன் தன்னிடம் வெளியேற வழி கேட்டான் என்றும் - என்னிடம் சொன்னதையே அவனுக்கும் சொல்லி தன்னிடம் இருக்கும் விளக்குகளில் ஒன்றை கொடுத்து ஏதேனும் ஒரு நூலை வாசித்து ஏதாவதொரு காலத்திற்குச் சென்று கொஞ்சம்நாள் வாழ்ந்துவா என அனுப்பி வைத்ததாகவும் கூறினார். காலத்தில் என்றாவது ஒருமுறை நூல் நிலையத்தில் என்னைப்போல யாரையேனும் சந்திக்க நேர்ந்தால் அவர்களுக்கு விளக்கு கொடுப்பது தனது வழக்கம் என்றும் - இதுபோல் வந்து சேர்ந்தவர்களின் எண்ணிக்கை பெருகி நூல் நிலையத்துள் ஒரு சமூகமே சரித்திரத்தின் பல தளங்களில் இயங்கிக் கொண்டிருப்பதாகவும் கூறினார். ஒரு வினோத வடிவிலான

விளக்கை ஏற்றி என்னிடம் கொடுத்தார். அது சிலுவைப் போர்கள் நடந்துகொண்டிருந்த நேரத்தில் தனக்குக் கிடைத்த ஒன்று எனக் கூறிச்சென்றார். அவர் சற்று முன்னதாகக்கூறிய அந்தக் கருகிய மனிதன் அவன்தான் என்பதை அவர் பேச்சிலிருந்து தெரிந்துகொண்டேன். அவன் சரித்திரத்தின் ஏதோ ஒரு காலத்தில் எனக்காகக் காத்திருப்பான் என எண்ணினேன்.

என்ன செய்வது எதைப் படிப்பது எனத் தெரியாமல் ஏதோ ஒரு புத்தகத்தை எடுத்து படிக்க ஆரம்பித்தேன். கொஞ்சம் கொஞ்சமாக நூலின் வாசகங்களூடே அதன் காலப் பகுதிக்குச் சென்று வசிக்க ஆரம்பித்தேன். ஆரம்பத்தில் இந்தப் பயிற்சி கொஞ்சம் கடினமானதாகவும் அந்நியமானதாகவும் அச்சம் தரக்கூடியதாகவும் இருந்தது. பிறகு எல்லாம் படிப்படியாகப் பழகிப்போனது. சில சமயங்களில் அவன் சென்ற பாதைகளை நான் பின்தொடர்வதும்; நான் வாசித்து வைத்த நூலை அவன் வாசிக்க நேர்கையில் என் பாதைகளை அவன் பின்தொடர்வதும் நேர்ந்தது. நான் வாழ்ந்து பழகாத காலவெளியில் எனது அந்நியம் எனக்கு பாரமாய் உணர்த்த எனக்கு அடிக்கடி அவனைப் பற்றிய ஞாபகம் வரலானது. ஒரு பழங்குடி நிலப்பகுதியில் நான் சென்றுகொண்டிருக்கும் போதோ அல்லது விஷவாயுக் கூண்டுக்குள் செல்ல வரிசையாக நிற்கும் அகதிகளின் முகாம்களில் உள் நுழைந்து வெளிப்படும் போதோ அவன் என்னைப் பின்தொடர்கிறானா என திரும்பித் திரும்பிப் பார்த்து ஏமாறுவது வலி நிரம்பியது.

நான் படிக்கும் நூலின் வாசகங்களை நகர்த்தி நகர்த்தி அவனுக்காக எனது காதல் வாசகங்களை உருவாக்கியபடி இருந்தேன். என்றேனும் அதை அவன் படிக்க நேர்கையில் அவன் மீதான எனது விழைவை அவன் புரிந்து கொள்ளக்கூடும் என்பதால். சில ஆண்டுகளுக்குப் பிறகு எனக்கான அவனது காதல் வாசகங்களை நான் எதிர்கொள்ள நேர்ந்தது. அவன் மீது எனக்கு அதீத காதல் வளர்ந்து சரித்திரத்தின் காலவரிசைக்கிரமத்தைச் சிதைத்தபடி அவனைத் தேடி அங்குமிங்கும் அலைந்தேன். அவனை கி. மு. நான்காம் நூற்றாண்டில் சந்திக்க நேர்ந்தது. நான் வாசித்த அதே நூலின் வேறொரு பிரதியை அவன் வாசிக்க நேர்ந்ததால் ஒரே காலத்தில் ஒரே இடத்தில் நாங்கள் சந்தித்துக்கொள்ள முடிந்தது.

சட்டென அவனை என்னால் அடையாளம் கண்டுகொள்ள முடியவில்லை. நகரின் கோட்டை மதிலோரம் அவன் நின்றிருந்தான். ஐந்தாறு குதிரை வீரர்கள் என்னை நோக்கி விரைந்து வர மதிலோரமாக ஒதுங்கிய நான் அவன் மீது மோதிக்கொண்டேன். அவன் மீது என் உடல் பாரம் சரிய, என்னைத் தாங்கிப்பிடித்து கரங்களால் சுற்றிவளைத்து என் முகத்தில் பதிந்தழுந்தியது அவனது முகம். தரையில் சாய்ந்த அவன் தனது மடியில் முழுவதுமாய் என்னை வாங்கி இருத்தினான்.

கோட்டை மதில் நிழலில் பேச்சற்று நீண்டநேரம் ஒருவருக்குள் ஒருவர் முகம் புதைந்து கிடந்தோம். அவனது கண்ணீர் வெதுவெதுப்பாய் என் காது மடல்களில் வழிந்து உதடுகளில் பட்டுக்கரித்தது. அவனது முகத்தை அள்ளி எடுத்து கண்களில் தேங்கிய நீரை உறிஞ்சி முத்தமிட்டேன். அவனது உடலெங்கும் தீத் தழும்புகளும் வெட்டுக் காயத்தழும்புகளும் பொலிந்திருந்தன. அவனுக்கும் என்னைப் போலவே முதுமை உடலின் தோற்றத்தில் வெளிப்பட ஆரம்பித்திருந்தது. 'காலத்தின் அடுக்குகளில் பின் திரும்பிச் செல்லச்செல்ல உன் காதலை நான் புரிந்துகொண்டேன்' என அவனது காதுகளில் ஈரமாய் உதடு கசிந்தேன். அவன் சரித்திரத்தின் எந்தெந்த காலகட்டத்தில் எனக்காக மரணிக்க நேர்ந்தது என்பதை சுட்டிக்காட்டினான். என் மீதான உனது காதல் எப்பொழுது ஆரம்பித்தது எனக் கேட்டேன். என் கடிதத்தை நீ வாசிக்கவில்லையா என திருப்பிக் கேட்டான். எங்களுக்குள் பேச்சு வளர்ந்து பெருகியது. சரித்திரத்திற்குள் பின்நோக்கிச் சென்று - அத்தனை சரித்திர காலத்தையும் பேசிப்பேசி எமது வார்த்தைகளால் நிறைத்தோம். எனக்கும் பேசத்தெரிந்த அவனது தாய்மொழியின் அத்தனை வார்த்தைகளையும் பேசிப்பேசி தொகுத்தோம். அவனது மொழியில் பல பொருட்களின் அடையாளங்களை ஒரே ஒலியில் தாங்கிய ஒரு சொல்லின் (அச்சொல்லே ஒரு அகராதியென அர்த்தங்களை தன்னுள் வரிசைப்படுத்தி வைத்திருக்கும்) வினோதம் என்னுள் புகுந்து தொலைந்து என்னை கருவுறுத்த - கி.மு. நான்காம் நூற்றாண்டின் பிற்பகுதியில் நான் அவனது மொழிக்குத் தாயானேன்.

ஒரு நூலின் இரண்டு பிரதிகள் கிடைத்தால் தனித்தனியான வாசிப்பினூடே ஒரு குறிப்பிட்ட வெளியையும் காலத்தையும் எங்களால் தேர்ந்தெடுக்க முடிந்தது. சில சமயம் ஒரே பிரதியை இருவரும் ஒன்றாய் வாசிப்பதன் மூலமும் அது சாத்தியப்படலானது. சமீபத்தில் கி.பி. பதினோராம் நூற்றாண்டில் நாங்கள் நிகழ்ந்துகொண்டிருந்தபோது - அந்த வயது முதிர்ந்த பெரியவர் ஒரு இளைஞனை புதைத்துக்கொண்டிருந்தார். எங்களைக் கண்டதும் வழக்கமான புன்னகையோடு கொஞ்சம் உதவிக்கு அழைத்தார். புதைக்கப்படுவது தன்னுடைய பிணம் என்றும் சரித்திரத்தின் இந்தக் காலகட்டத்தில் தான் புதைக்கப்படாமல் வீசியெறியப்பட்டதாகவும், அதைக் கண்டெடுத்து புதைப்பதற்காகவே தான் நூற்களின் வழியே எழுதப்பட்ட சரித்திரத்தில் மறுபடியும் நுழைந்து இதுநாள்வரை தேடி அலைந்ததாகவும் கூறினார். அன்றிலிருந்து சரித்திரம் நெடுக புதைக்கப்படாத எங்களது பிணங்கள் ஏதாவது இருக்கின்றனவா என தேட ஆரம்பித்திருக்கிறோம். பிணங்களுக்குத் தெரியும் எங்கள் மொழியில் இன்னும் தொகுக்கப்படாத தொலைந்து போன வார்த்தைகள்...

பேசப்படாத பூக்களுக்கு இனி மௌனங்களும் இல்லை

நிலத்தின் வாசனையும் நிறமும் அந்த நிலத்தின் மனிதர்களுக்கும் உண்டு. எனது நிலத்தின் வாசனையும் அதன் நிறமும் எங்கு சென்றாலும் எத்தனை காலமானாலும் என்னை விட்டு அகலாது. ஒரு மனிதரின் நிறத்தைக் கொண்டும் அவரது உடம்பின் வாசனையைக் கொண்டும் அவர் எந்த நிலப்பகுதியைச் சார்ந்தவர் என்பதை நாம் எளிதாகக் கண்டுபிடித்துவிட முடியும்.

என் சொந்த நாட்டில் ஏதோ ஒரு அகதி முகாமில் இன்னும் உயிருடன் இருப்பதாக நான் நம்பிக்கொண்டிருக்கும் அவள் அடிக்கடி சொல்வாள் - வியர்வை கசிந்த என் அக்குள் வாடை பெண் தன்மை கொண்டதாய் இருக்கிறதென்று. எனக்கு அவள் உடம்பில் எப்பொழுதும் ‘இண்டியன் இங்க்’ வாடை குமைவதாக ஞாபகம். இன்றும், நான் எழுதிக்கொண்டிருக்கும்போது என் கைப்பிரதிகளிலிருந்து அவளுடைய வாசனை என் நாசியை வருடுகிறது.

ஒரு கதையையோ கவிதையையோ வாசிக்கும்போது அதை எழுதிய வனி/ளின் வாசனையூடாக அவன/ளது நிலப்பகுதியின் மணமும் என்னைச் சூழ்ந்து குமைய வேண்டும் என்று நினைப்பவன் நான். இந்த அந்நிய மண்ணில் இருந்துகொண்டு எழுதும் போது என் எழுத்தில் வாசனை அற்றுப் போகிறது. எழுதி எழுதி கிழித்தெறிவதைத் தவிர உருப்படியாக இங்கு வந்து நான் எதையும் செய்யவில்லை.

சமீபத்தில் என்னுடன் சில நாட்கள் தங்கிச் சென்ற அராபிய இனத்தைச் சார்ந்த அல்ஜீரிய தோழிக்கு எனது பிரதிகளிலிருந்து

சில பகுதிகளை மொழிபெயர்த்து வாசித்துக் காட்டினேன். 'நன்றாக எழுதுகிறாயே' எனச் சொல்லியவள், தொடர்ந்து 'உன்னைத் தழுவும்போது என்னைச் சூழும் உனது வாசனையூடாக உனது நிலப்பகுதிக்குள் ஊடுருவுவதாக என்னை உணர்கிறேன். ஆனால், உன் எழுத்தில் அது சாத்தியமாகவில்லை. மொழிபெயர்ப்பில் உனது மொழியின் வாசனை மாறலாம், ஆனால், உன்னுடைய உனது நிலத்தினுடைய வாசனை மாறுமோ' எனக் கேட்டவள்; 'நீ உன் அடையாளத்தை இழந்துகொண்டிருக்கிறாய்' என்றாள். அன்று என் பிரதிகள் அனைத்தையும் கொளுத்திவிட்டேன். அன்றிலிருந்து ஏதும் எழுதாமல் வெறும் கனவுகள் மட்டுமே மொழிக்குள் வந்து போகின்றன.

நிஜத்தில் கனவுகளில் நிறைய எழுதுகிறேன். எழுத எழுத எழுத்திலிருந்தே கனவுகள் விரிகின்றன. நிஜத்தில், கனவில் எழுதுகிறேனா அல்லது கனவில் கனவை எழுதுகிறேனா என்பது தெரியவில்லை. கனவில், அகதி முகாமின் அடையாள அட்டையில் ஒட்டியிருக்கும் அவளது புகைப்படம் பெரிது பெரிதாக தோன்றி மறைகின்றது. எழுதிக்கொண்டிருக்கும் என் பிரதிகளின் மை நெடியில் அவளது வாசனை குமைய அதன் மயக்க நெடியில் நான் புலன்கள் அடங்கி உறங்கிப்போகிறேன். கனவில் உறங்கிக் கொண்டிருக்கும் என் மீது மின்விசிறியில் சுழன்று பறக்கின்றன பிரதிகள்.

ஒரு காலத்தில் அவளை என் உரைநடையின் அழகால் வசியம் செய்து வைத்திருந்தேன். ஒரு பெண்ணின் தொடையில் முத்தமிடுவது போல வார்த்தைகளை மிக நேர்த்தியாகப் பின்னியிருக்கிறேன். உதடுகளில் குவியும் உக்கிரத்தையும் தொடையின் தசைத் துடிப்பை உணர்த்தும் துல்லியத்தையும் மொழியினூடாக வெளிப்படுத்த முயன்றிருக்கிறேன். இன்று என் மொழி நடையில் துல்லியம் இல்லை. அலைச்சலும் வலியும் மட்டுமே உள்ளது. அடையாள அட்டையில் ஒட்டப்பட்ட அவளது அகதி முகம் இமைக்காமல் என் கனவுகளை கவனித்தபடி இருக்கிறது. அம் முகத்தில் பரவிய ரேகைகள் பிளவுகளாய் வெடிப்புற்று விரிய, அப்பிளவுகளில் நான் புதைந்து கொண்டிருக்கிறேன். வழக்கிலில்லாத

மொழியால் அமைந்த ஆதி நிலப்பகுதியின் பாடல் தூர வெளியிலிருந்து என் செவிகளை நிறைக்கிறது. அதனூடே மணல் புகைந்தலையும் அநாதி வெளியில் ஒரு சருகென அடித்துச் செல்லப்படுகிறேன். இடிந்துபோன கல்மண்டபங்களிலும் புதைந்து அமிழ்ந்த கோட்டை மதில்களிலும் பெயரற்ற ஒரு விசையால் எறியப்பட்டு மோதி அறைபடுகிறேன். விசையின் ஓங்காரம் மெல்ல அடங்கித் தணிய; புதைந்துபோன ஆதி நகரமொன்றின் இடிபாடுகளுக்குள் நான் சிதைந்து கிடப்பதை உணர்கிறேன். தூர வெளியின் பாடல் கணீரென ஒலிக்கிறது. சூழலை ஈரப்பதமாக்கும் அப்பெண்குரலின் இனிமை சரித்திரத்தில் எழுதப்படாமல் மறைந்துபோன ஒரு சோகத்தை வெறும் ஒலியாலேயே உணர்த்தியபடி ஒலிக்கிறது. நடந்து மாளாத ஒரு பெரும் கோட்டையின் சிதிலங்களுக்குள் நுழைந்து நுழைந்து சென்று கொண்டிருக்கிறேன். அப்பாடலின் ஒலியே ஒரு கையாகி என்னைத் தொட்டு அழைக்க; அதன் தீண்டலில் பல்லாயிரமாண்டுகளுக்கு முந்தைய வாதை என்னுள் தைக்க - என்னைச் சூழ்ந்து தழுவும் அச்சோக ஒலி என்னை ஏந்தி நடக்க - நான் மிதந்தபடி பாறைச் சமைவுகளின் சிதிலங்களூடாக ஈர்க்கப்படுகிறேன்.

செவ்வகப் பாறை அடுக்குகள் சரிந்து கிடக்கும் கோட்டை மதில்களுக்கு வெளியே வந்துவிட்டிருக்கிறேன். கண்ணுக்கு எட்டிய தூரம்வரை தீய்ந்து போன பூமி விரிந்திருக்கிறது. தூரங்களில் இங்கொன்றும் அங்கொன்றுமாக வெவ்வேறு கோட்டைகளின் சிதிலங்கள். வறண்ட பூமியின் வெடிப்புகளில் கால்கள் சிக்கித் தடுமாறி நடக்கிறேன். சதுர வடிவில் உயர்ந்த பாறை ஒன்று கருமையாய் பளபளக்க அதை நோக்கி நகர்கிறேன். அப்பாறைச் சதுரத்தின் மேற்பரப்பில் புரியாத சங்கேத வரிவடிவங்கள் செதுக்கப்பட்டுள்ளன. இனம்புரியாத ஒரு ஈர்ப்பு என்னை உந்தித் தள்ள சதுர வடிவின் மேற்பரப்பை தொட்டுத் தடவிப் பார்க்கிறேன். பாறையின் வெதுவெதுப்பு ஒரு தசைப்பரப்பைத் தொடுவதுபோல் என்னில் உணர்த்த, அதன் மீது சரிந்து என் செவி சாய்கிறேன். உள்ளிலிருந்து பல நூறு குழந்தைகளின் குரல்கள் வெவ்வேறு ஒலியதிர்வில் அழுகையும் ஓலமுமாய் வெடித்துக் கிளற; அதை விட்டு

வெருண்டு விலகுகிறேன். எண்ணற்ற குழந்தைகள் ஒரு பாறைப் பெட்டியில் திணித்து மூடி வைக்கப்பட்டது போல் அச்சதுர சமைவு தோற்றம் கொள்கிறது.

இந்த வறண்ட வெளியில் என்னுள் தாகம் சுரந்து தொண்டைக் குழியில் தேங்கியது. எனக்கு தாகமெடுக்கும் போதெல்லாம் அவள் பெயரை நூறு முறை தொடர்ந்து சொன்னால் வாயில் ஒரு மிடறு நீர் தேங்கும். இப்பொழுது அவள் பெயரை உச்சரிக்க முயற்சிக்கிறேன். அதன் உச்சரிப்பு எனக்குத் தெரியவில்லை. அவள் பெயரை மறந்துவிட்டிருக்கிறேன். பல்லாயிரமாண்டுகளுக்கு முன்பு இருந்து கொண்டிருக்கும் அவளது பெயரை காலத்தின் அடுக்கில் பல்லாயிரமாண்டுகளுக்குப் பின்னோக்கி இருக்கும் என்னால் ஞாபகம் கொள்ள இயலவில்லை.

ஈரப்பதம் சொறியும் அப்பாடல் எப்பொழுது என் கவனத்திலிருந்து நழுவியதோ அக்கணம் முதலாய் என்னுள் தாகம் வளர்கிறது. தாள முடியாத தாகத்தில் மயக்கம் கண்ணைக் கவ்வுகிறது. சுற்றிலும் நகர்ந்து நீரின் தடம் தேடுகிறேன். என் நிழல் தேங்கிய ஒரு இடத்தில் ஈரம் தட்டுப்படுகிறது. குனிந்து தரையைத் தொட அங்கே அவளுடைய காலடித்தடம், உள்ளேயிருந்து நீரின் சலசலப்பு. காது வைத்துக் கேட்கிறேன்; ஆழத்தில் நீரின் ஓட்டம். காலடித்தடம் ஒரு குகைவாயாய் விரிய ஈரப்பதமான காற்று உள்ளிருந்து வீசுகிறது. ஆழத்திலிருந்து நீரின் ஓசையுடன் ஒரு முனகலும் கேட்கிறது. அவளது குரல்... என் தண்டுவடத்துள் அருவி வழிவதாய்ச் சிலிர்த்து அவளை பெயர் சொல்லிக் கூவுகிறேன். என் வாயிலிருந்து வெற்று விசை மட்டுமே ஓசையற்று வெளிப்படுகிறது. பிரிதின் ஓசையை கடத்த மறுக்கும் வெளி. அவள் பெயரை எனக்குள் சொல்லிப் பார்க்க எத்தனிக்கிறேன். இயலவில்லை. போக்கற்று ஓடுகிறேன். இல்லை. என்னைச் சுற்றி இப்பாழ்வெளி போக்கற்று சுழல்கிறது. ஓட்டத்தின் வேகத்தில் கால்கள் இடறி ஒரு பெரும் பிளவுக்குள் சரிகிறேன். சரிந்து கொண்டேயிருக்கிறேன். ஒரு முடிவற்ற வீழ்ச்சி. இறுதியில் ஒரு மணல் குகையுள் புதைந்தமிழ்கிறேன்.

மணல் குகையுள் என்னைச் சூழ்ந்து குமையும் இந்த நெடி

எனக்கு ஏற்கனவே பரிச்சயமானது எனத் தோன்றுகிறது. அவளுடைய இறுக்கமான அணைப்பிற்குள் இருப்பது போலவும் உணர்கிறேன். மணலில் புதைந்து வெளித்துருத்தி நிற்கும் ஒரு நீண்ட பாறை உருளையின் வினோதம் என்னை ஈர்க்க, அதை அசைக்கிறேன். ஆழப் புதைந்திருக்கும் அவ்வுருளையைத் தோண்டி எடுக்கிறேன். உருளையின் ஒரு பகுதியில் தென்படும் மெல்லிய கீறல் எனக்கு ஒரு மூடியைப் போல் உணர்த்த, அதைத் திருகுகிறேன். மறை சுழல மூடி அவிழ்கிறது.

பாறைக் குழாயில் சுருட்டி அடைத்து வைக்கப்பட்டிருக்கும் மிருகத்தின் தோல் படலம் ஒன்றை வெளியே உருவியெடுத்து தரையில் விரித்துப் பரப்புகிறேன். அதன் மடிப்புகளிலிருந்து அவள் முகம் ஒட்டப்பட்ட அடையாள அட்டை என் மடியில் விழுகிறது. அவளுடைய பூரண முகம். சரித்திரத்தின் அத்தனை வாதையையும் ஒன்று திரட்டி சேமித்து வைத்த கண்கள். அதில் விளிம்பு கட்டி ஒளிரும் ஆன்மாவின் செந்திரவம். உயிருள்ள முகத்தை அள்ளியெடுத்து முத்தமிடுவது போல் அப்புகைப்படத்தை என் உதடுகளில் பொருத்திக் கொள்கிறேன்.

அந்த அடையாள அட்டையில் அவளுடைய பெயர், பிறப்பிடம், எங்களுடைய நாடு எல்லாமும் வழக்கொழிந்த ஒரு எழுத்து வடிவில் எழுதப்பட்டிருக்கிறது. அந்தத் தோல் படலத்திலும் வரிவரியாய் அதே எழுத்து வடிவில் எழுதப்பட்டிருக்கிறது. தோல் படலத்தில் தீட்டப்பட்டிருக்கும் வரி வடிவங்களை வாசிக்க முனைகிறேன். ஒருசில எழுத்து வடிவங்களே திரும்பத் திரும்ப வரும் அம்மொழியை வாசிக்க இயலும் எனத்தோன்றுகிறது. அடையாள அட்டையில் எனக்குத் தெரிந்த அவளுடைய பெயர், பிறப்பிடம், நாடு போன்ற சொற்களுக்குப் பயன்படுத்தப்பட்டிருக்கும் எழுத்துகளின் ஒலி அளவுகளை கற்றுத் தேர்ந்து அப்படலத்தை வாசிக்கிறேன். ஒவ்வொருவரியும் என் வாசிப்பினூடே நான் பலமுறை எழுதிப் பார்த்து கிழித்தெறிந்த ஒரு கதை இப்படலத்தில் எழுதப்பட்டிருப்பதை உணர்த்தியபடி செல்கிறது. என்றோ நான் எழுதி முடித்திருக்க வேண்டிய இக்கதை யாரோ ஒருவரால் எழுதப்பட்டிருப்பதையும் அக்

கதையின் வாசிப்பினூடே அதை நான் மறு எழுத்தாக்கம் செய்துகொண்டிருப்பதையும் உணர்கிறேன். வாசிப்பு முதலா எழுத்து முதலா எனப் பிரித்துணர முடியாத ஒரு திகிரியில் நான் நிலைகொள்ள, அத்தோல் பிரதியிலிருந்து வெளிப்படும் குதிரைகளின் குளம்படிச் சப்தம் திசை எட்டிலிருந்தும் என்னைச் சூழ்கிறது.

அந்தப் படையெடுப்பு திடீரென்று நிகழ்ந்தது. இந்த செழுமை கொழிக்கும் சமவெளியில் குதிரைகளின் குளம்படிகள் பதிந்த காலம் முதலாய் இரவு பகல் என்பது இல்லாமல் போனது.

அந்தத் தளபதியின் கட்டளைகளிலிருந்து எண்ணாயிரம் குதிரைகளின் கால்கள் எட்டுத்திக்கும் பாய்ந்து வந்து இச்சமவெளி மனிதர்களை சுற்றி வளைத்தன.

இப்பச்சை நிற இனக்குழூவின் சில நூறுகளேயான விஷ அம்புகள், கவசங்களுக்கும் நீண்ட வாட்களுக்கும் ஈட்டிகளுக்கும் அடிபணிந்தன.

இருப்பினும், அந்த நாளில் இந்நிலம் தோன்றிய காலம் முதலாய் பச்சை மனிதர்களின் உடம்பில் ஊறிய இயற்கையின் அத்தனை சீற்றமும் ஒன்றாய்த் திரண்டு வெளிப்படாமலில்லை. இரண்டு தரப்பிலும் வெட்டப்பட்டும் குத்தப்பட்டும் உடல்கள் செத்து வீழ்ந்தன. குருதிபட்ட இடமெல்லாம் நிலத்தின் பசுமை தீய்ந்து ஈரம் வறண்டது. வீழ்த்தப்பட்ட குதிரை வீரர்களின் ஆயுதங்கள் பச்சை மனிதர்களின் கைமாற; பலவீனமடைந்த தளபதியின் கட்டளைகள் தலைமை முகாமிலிருந்து இன்னும் அதிகப்படியான படை வீரர்களைக் கொணர்ந்தன. பச்சை மரங்களும் விளை நிலங்களும் தீப்படர்ந்து எரிந்து தணிந்து எங்கும் சாம்பல் சுழன்று பரந்தது.

ஒரு இனக்குழுவை முற்றாய் அடிபணியவைக்க வேண்டுமெனில் அவ்வினக் குழுவின் தாய்க் கடவுளை கொல்ல வேண்டும் என்பது அந்த தளபதிக்குத் தெரிந்தேயிருந்ததால் அவனது முற்றுகை தாய்க்கடவுளின் இருப்பிடத்தைச் சுற்றி வளைத்தது. பெரிய மிருகமொன்றின் தொடை எலும்பில் சாயத்தால் வரையப்பட்ட முகமே தாய்க் கடவுளாய் அந்த பீடத்தில் வீற்றிருக்க அதைச் சுற்றிலும்

உடல்கள் வெட்டப்பட்டு வீழ்ந்தபடி இருந்தன. இறுதியில் பீடத்திலிருந்து தாய்க்கடவுள் பெயர்த்தெடுக்கப்பட்டு கோடரியால் பிளக்கப்பட அந்த எலும்பிலிருந்து பச்சை நிற திரவப்பொருள் வெளிப்பட்டு ஆவியானது. அதேகணம் பச்சை மனிதர்களின் உடம்புகளிலிருந்து பச்சையம் மறைந்து உடம்பு கருமையாய் மாறியது. தங்கள் உடம்பு கருப்பதிலிருந்து தமது தாய்க்கடவுள் கொல்லப்பட்டுவிட்டதை உணர்ந்த மொத்த இனக்குழுவும் தமது ஆயுதங்களை முறித்துவிட்டு குதிரை வீரர்களுக்கு அடிபணிந்தது.

தலைமை முகாமிலிருந்து திட்டக்குழுவும் பொறியியல் வல்லுனர்களும் வந்து குவிந்தனர். அரசனுக்கான புதிய கோட்டையின் நிர்மாண வரைவுகள், அரச அலுவலர்களுக்கான குடியிருப்புப் பகுதிகளின் வரைவுத் திட்டங்கள் அனைத்தும் தீட்டப்பட்டன. இச்சமவெளியை சுற்றி வளைத்து பெரும் கோட்டையை எழுப்ப பதினைந்து வருடங்களாகும் என அரசனுக்குத் தெரிவிக்கப்பட்டது. அரச சபையின் அறிவுஜீவிகளால் ஆய்ந்து தொகுக்கப்பட்ட செயல்திட்டங்கள் பின்வருமாறு அமைந்தன:

இனக்குழுவின் முதிய உடல்களும் குழந்தைகளும் தங்கள் பணிக்குத் தேவையற்றவை என்பதனால் கோட்டை நிர்மாணப்பணி துவங்கும் முதல் நாள் முற்றாய் பலியிடப்பட்டன. முதிய உடல்கள் தீக்கிணறு வெட்டி அதில் தள்ளப்பட்டு கொளுத்தப்பட்டன.

ஒரு சதுர வடிவ பாறைச் சமைவை கோட்டையின் அடிக்கல்லாய்க் கொண்டு இனக்குழுவின் அத்தனை ஆண் பெண் குழந்தைகளும் அப்பாறையில் வைத்து கழுத்து வெட்டப்பட்டு பலியிடப்பட்டனர்.

இனக்குழுவினர் தம் தாய்க் கடவுளுக்குச் செய்யும் சடங்குகளும் அது சார்ந்த பருவ விழாக்களும் இல்லாமலாக்கப்பட்டதால் இன உடல்கள் ஒவ்வொன்றும் தமது பூப்படைதல் பருவம் தவறி மலடாகிப்போக, புதிய இனவிருத்திக்கான சாத்தியம் இல்லாமலாக்கப்பட்டது. தப்பிக்க முயலும் உடல்கள் பாறைத் தூணில் கட்டப்பட்டு உணவு

மறுக்கப்பட்டு பட்டினியால் வாடி வதங்கி சாகும்படியான தண்டனை நிறைவேற்றப்பட்டது. பட்டினிச்சாவே உடல்மீதான மிகக்கொடிய தண்டனை விதிப்பென கொள்ளப்பட்டது.

பதினைந்தாண்டு கால நிர்மாணப் பணி முடிவடையும் இறுதி நாள் அத்தனை இன உடல்களும் பலியிடப்பட்டு அரசனின் பிரவேசம் நடை பெறும் கோலாகலம் நிகழும் எனவும் அவ்வறிக்கை கூறுகிறது.

ஆக, பதினைந்தாண்டு காலம் ஒரு இனக் குழுவின் மீது நிகழும் கொடுங்கோன்மையை எவ்விதம் நான் விவரிக்க இயலும் என என்னிடம் கதைசொல்லி கேட்கிறாள். எழுதி எழுதி நான் கிழித்துப் போடுவதன் காரணம்; இவள், இந்தக் கதைசொல்லி என்னுடன் ஒத்துப்போவதில்லை என்பதே. தின சம்பவங்களையும் சரித்திர நிகழ்வுகளையும் சில பக்கங் களுக்குள் பதிவு செய்துவிடத்துடிக்கும் எழுத்தாளனுக்கும், அவனது எழுத்திலிருந்துகொண்டு நிகழ்வுப் போக்கை நடத்திச் செல்லும் கதை சொல்லிக்கும் என்றைக்கும் உறவு இணக்கமாய் இருந்ததில்லை.

என்னுள் இருந்தபடி என்னை வேவு பார்க்கும் இவள் எனக்கும் தெரியாமல் என்னை எழுதிவிடத் துடிக்கிறாள். இவளிடமிருந்து நான் தப்பித்தபடி இருக்கிறேன். எழுத்தில் நான் தோல்வியுறும் கணங்களில் என்னுள்ளிருந்து எழும் இவளின் சிரிப்பு என்னை தற்கொலைக்கு உந்தித் தள்ளுகிறது. என் மரணம் மட்டுமே இவளைக் கொல்லக்கூடும் என்பது இவளுக்குத் தெரிந்தே இருக்கிறது. ஓர் இனக்குழுவின் மீது நிகழ்ந்த சுமார் பதினைந்து ஆண்டு கால கொடுமைகளை மொழிக்குள் கொண்டுவந்துவிடத்துடிக்கிறேன். என் கதைசொல்லியோ, சம்பவங்களேயற்ற வெறும் வன்முறைச் செயல்களை எவ்விதம் பதினைந்தாண்டு காலத்திற்கும் பதிவு செய்வதென கேட்கிறாள். நான் என் கனவுகளுக்குள் புகுந்துகொண்டு எப்படியும் அதை பதிவு செய்துவிடப் பார்க்கிறேன். அங்கும் இவளுடைய அகதி முகம் என்னை வெறித்துப் பார்த்தபடி இருக்கிறது. இவ்வினக் குழுவின் அழிவு குறித்தான சரித்திரத்தைப் பதிவு செய்யும்போதே இதன் கதைசொல்லியையும் சரித்திரத்தின் கால அடுக்குகளில்

பின்னோக்கி நகர்த்தி இன அழிவோடு அழித்துக் கொன்றுவிடவேண்டும்.

நான் வாசித்தபடியே எழுதிக்கொண்டு வரும் இந்த மிருகத்தோல் படலத்தின் வரிகளின் ஊடே கதைசொல்லியின் குரலை நகர்த்தி நகர்த்தி சம்பவம் நிகழும் அந்தப் படுகொலை பிரதேசத்துள் ரத்தமும் சதையுமாய் நுழைய விடுகிறேன். அவள் உடலிலிருந்து வீசும் 'இண்டியன் இங்க்' வாடை என் பிரதிகளிலிருந்து விலகி நெளிந்து நிர்மாணப் பணி தீவிரமாய் நடந்து கொண்டிருக்கும் கோட்டை மதில்களின் ஓரமாய் தவழ்ந்து குதிரை வீரர்களுக்கு தன் உடலைப் புணரத் தருகிறது.

இரவுகளில் நின்றபடியே உறங்க விதிக்கப்பட்ட இனக்குழுவின் பெண் உடம்புகள் குதிரை வீரர்களின் கூடாரங்களில் அவர்களுக்கு உணவாகிறது. தினமும் அந்த உடம்புகள் பலமுறை பல பேர்களால் புணரப்பட்டன. அப்பெண் உடம்புகளோடு உடம்பாய் பின்னிப் பிணைந்த என் கதை சொல்லி அந்த இனக்குழுவின் மொத்த உடம்புகளோடும் ஒன்று கலந்தாள்.

காலங்கள் பாறைகளாய் உருப்பெறும் இந்த நிலப்பரப்பில் வாதையே கோட்டையாக எழுகிறது. இப்பரந்த சமவெளியின் விகசிப்பு கோட்டை மதில்களுக்குள் சுற்றி வளைக்கப்படுகிறது. இன்னும் சில மாதங்களில் முடிவடைய இருக்கும் இதன் நிர்மாணப்பணி. தன் உடலில் படியும் வலியைத் திரட்டித் திரட்டி தனக்கொரு உருசமைத்து இன உடலாய்த் தன்னை அடையாளப்படுத்திக் கொள்ள விழையும் அவளை அந்த இனம் எதிர் நிறுத்தி விசாரிக்கலானது. இனத்தின் தலைவனெனக் கொள்ளப்படும் தாய்க்கடவுளின் உபாசகன் அந்த அந்நியப் பெண்ணை தம் செத்துப்போன தாய்க் கடவுளின் மறு பிரவேசம் என்றே எதிர்கொண்டான். இனத்தொகுதியின் மொத்த குரலும் அவனது வாய் வழியே அவளுடன் ஒரு உரையாடலை நிகழ்த்தியது.

'உனது வாசனை இந்த இனத்திற்கானதோ நிலத்திற்கானதோ அல்ல. நீ யார்? அழியப் போகும் இனத்தில் நீ எங்கிருந்து வந்து கலந்தாய்?'

நான் ஒரு கதைசொல்லி. அழிந்துபடும் இவ்வினத்தின் கதைசொல்லி. நாளைய உலக நிகழ்வுகளில் உங்களின் இன்றைய இருப்பை பதிவு செய்ய வந்திருப்பவள்.

‘எங்கள் தாய்க் கடவுள் கொல்லப்பட்ட அன்றே நாங்கள் எங்களது மொழியை இழந்தோம். இசையை இழந்தோம். கதையை இழந்தோம். அன்று முதல் எங்களை ஒரு மொத்த தற்கொலைக்கு உட்படுத்திக்கொள்ள முயன்றபடி இருக்கிறோம். கொடிய கண்காணிப்பு எங்கள் உயிரை காத்துக் கொண்டிருக்கிறது. நீ எங்கள் மரணத்தை மட்டுமே பதிவு செய்ய வந்திருக்கிறாய். எங்கள் வாழ்வு தொலைந்துபோன ஒரு பாடலாய் இப்பூமியில் எங்கோ ஒலித்துக் கொண்டிருக்கிறது. அதை உன்னால் மீட்டுத் தர முடியுமா?

முடியாது. என்னுடைய கலகம் என்றும் கதையில்தான் இருக்கும். கதையின் நிகழ்ப்பரப்பிற்குள் உங்களை நகர்த்தி இந்த வாதை வெளியிலிருந்து வேறு வெளிக்குக் கடத்திவிட முடியும். சுமத்தப்பட்ட உங்களது மரணத்திற்கு எதிராக உங்களை நிறுத்த முடியாது. ஆனால், உங்களுடைய தொன்மையான கதைகூறலுக்குள் நான் புகுந்து என்னை வேறுவிதமாய் இந்நிலப்பரப்பிற்குள் நிகழ்த்திப் பார்க்க முடியும்.

‘எங்களால் செய்ய முடியாததை உன்னால் செய்ய இயலும். இன்று எங்கள் உடம்பு உன்னைப் போலவே கருப்பாக இருக்கிறது. ஆதியில் எங்கள் நிறம் பச்சையாக இருந்தது. எங்கள் தாய்க்கடவுள் கொல்லப்பட்ட அன்று நாங்கள் எமது நிறத்தை இழந்தோம். எங்கள் தாய்க்கடவுள் எங்களுக்கு சொல்லிய கதைகளுள் ஒன்றை மட்டுமே இன்று உன்னைக் கொண்டு நாங்கள் நிகழ்த்திப் பார்க்க முடியும். எம் இனப்பெண் பிற இன ஆணால் கருவுற நேர்ந்தால், அவள் பிரசவிக்கும்போது அந்த ஆணைச் சார்ந்த இனம் பூண்டோடு அழியும் என்பது எம் தாய்க்கடவுள் சொல்லிச் சென்றது. இன்று எம் இனப்பெண்களுக்கு கருத்தரிக்கும் சாத்தியங்கள் அழிக்கப்பட்ட நிலையில் எங்கள் எதிரிகளுக்கு எதிராக எம் பெண்ணுடலை ஒரு ஆயுதமாய் பயன்படுத்தும் நிலையை இழந்தோம். ஆனால், நீ இருக்கிறாய். எம் இனத்தின் சார்பாக எதிரியால்

கருவுரு.'

நான் உங்கள் இனத்தைச் சார்ந்தவள் அல்லவே. உங்கள் கதை கூறலுக்குள் என்னை நான் எப்படி நிகழ்த்திப் பார்க்க முடியும்?

'எம் தாய்க்கடவுளின் பெயரை நூறு முறை நீ தொடர்ந்து சொன்னால் உன் தொண்டைக் குழியில் ஒரு மிடறு நீர்த் தேங்கும். அதைப் பருகு. உன் உடம்பு எம் இன உடம்பாய் பரிணமிக்கும்.'

கொல்லப்பட்ட உமது தாய்க் கடவுள் என்னுள் வினை புரியுமா?'

'வினைபுரியும். உனது கதைக் கூறலில்.'

குதிரை வீரர்களால் அவள் கருவுற்றிருப்பது வெளித்தெரிய வந்த அன்று மொத்த இனக் குழுவுக்குள்ளும் ஒரு ரகசிய சந்தோஷம் பரவியது. தம் தாய்க் கடவுளின் ஆவி அவளுள் புகுந்திருப்பதாக அவளை ரகசியமாகக் கொண்டாடினர். கருத்தாங்கிய அவளது உடம்பில் ஏற்படும் மாற்றங்களால் அவள் கண்டுணரப்பட்டு பலியிடப்படும் அபாயம் இருந்து கொண்டேயிருந்தது. குதிரை வீரர்களின் கூடாரங்களுக்குச் செல்வதை அவள் தவிர்த்தாள். குதிரை வீரர்களிடமிருந்து அவளிருப்பைக் கொஞ்சம் கொஞ்சமாக மறைத்து தங்களின் ஒரே ஆயுதமான அவளை நிலவறை ஒன்றினுள் பதுக்கி வைத்தனர்.

ஒரு மிகப்பெரும் மிருகத் தோலில் அவள் அவ்வினத்தின் கதையை ஒரு பாறை அந்நிலவறைக்குள்ளிருந்து எழுதத் தொடங்கினாள். உருளையைக் குடைந்து அதற்குள் தினம் தினம் எழுதப்பட்டு அத்தோல் படலம் பாதுகாக்கப்பட்டது. அவள் தன் கதையையும் அவர்களோடு சேர்த்து எழுதினாள். தன் கதையுள் தனது மரணம் நிகழப்போவதும் அவளுக்குத் தெரிந்தே இருந்தது. தான் பிரசவிக்கும் அக்கணம் இந்நிலப்பரப்பு முழுதும் அதிர்வுக்குள்ளாகி கோட்டைகளும் மனிதர்களும் புல் பூண்டுகளும் நிலைசரிந்து பூமியின் பிளவுகளுள் புதைவுறும் என்பதும் அவளுக்குத் தெரிந்தே இருந்தது.

வயிறு வளர வளர அந்த இனம் தம் அழிவையும் மறந்து எதிரியின் ஒட்டுமொத்த அழிவை எண்ணி மகிழ்ச்சியில் திளைத்தது. ஆனால், அவர்களின் மகிழ்ச்சி மிக ரகசியமானது. கோட்டைகளும் குடியிருப்புகளும் அரசனின் வருகைக்காக கட்டிமுடிக்கப்பட்டு காத்திருக்கின்றன. எங்கும் கோலாகலம். கோட்டைக்கு எதிரே மிகப்பெரும் தீக்கிணறு வெட்டி கட்டைகளைக்கொட்டி தமக்கான ஈம நெருப்பை மூட்டியபடி இனக்குழுவினர் தம் அழிவையும் மறந்த ஒரு லயிப்பில் ஆழ்ந்தனர்.

தம் பெருங்குடிமக்களோடு அரசனின் வருகை நிகழ்கிறது. தம் தொப்பூழ் கொடியை மார்பில் அணிந்த வெள்ளை நிற மனிதர்கள் மந்திரங்கள் ஓதவளரும் தீக்கிணறில் அடிமை உடல்கள் வெட்டி எறியப்படுகின்றன. சிதறும் குருதியை பெருங்குடி மக்கள் ஆரவாரத்தோடு அள்ளி தம் முகங்களில் பூசிக் களிக்கின்றனர். குதூகல ஆரவாரத்தினூடே வெளிப்படும் ஒரு சிசுவின் வீறிடல் அனைத்தையும் ஸ்தம்பிக்கச் செய்கிறது. வெளி முழுதும் குழந்தையின் அழுகை நிறைய முகத்தில் பிளவுபட வெருண்ட அரசனின் ஆண் குறி பற்றி எரிகிறது. தாய்க்கடவுளின் யோனியாய் பூமி பிளவுபட எல்லாமும் அதனுள் சரிந்து ஒடுங்க, குழந்தையின் அழுகை மட்டுமே இன்னும் மீந்திருக்கிறது.

குழந்தையின் அழுகையோடு எனது கனவு கலைந்ததென நினைக்கிறேன். அரை விழிப்பும் தூக்கமுமாய் அனைத்தையும் ஞாபகப்படுத்திப் பார்க்கிறேன். சிதைந்த காட்சிகளின் குவியலில் இன்னும் நான் நொறுங்கிய முகத்தோடு எழுதிக்கொண்டிருப்பது தெரிகிறது. கதை எழுதுவதாகக் கனவு காண்பதைப் போன்ற அவலம் வேறில்லை. எழுதும் கனவில் அகதி முகாமொன்றில் அவள் யாருக்கோ கருவுற்று இறப்பது கொடுமையானது.

குளிர் இன்று அதிகமாகவே இருக்கிறது. இந்தக் கண்டத்திற்கே உரிய குளிர். ஒவ்வொரு பருவத்திலும் நிலத்திற்கு வாசனை மாறிக்கொண்டேயிருக்கிறது. என் கனவை மனதிலேயே எழுதி எழுதிப் பார்க்கிறேன். சிதைந்த காட்சிகளூடே தோன்றும் அவளது முகத்தைத் தவிர வேறேதும் மனம் கொள்ளவில்லை.

கனவின் வாசனை மட்டுமே மீந்திருக்கிறது.

'உனது கனவுகளுக்குள் சிக்கி சிதைந்து போகாதே. உனது மொழியை முற்றாய் இழந்துவிட்ட நிலையில் இனி உனக்கான எழுத்து என்பது சாத்தியமில்லை. ஒரு கட்டத்தில் எல்லா படைப்பாளியும் தான் எழுதுவதை நிறுத்தி விட்டு மீண்டும் தன்னை ஒரு நல்ல வாசகனாக ஆக்கிக் கொள்வதற்கான அவசியம் நேர்கிறது. கனவுகளை மீறிய வாழ்க்கை வெளியில் இருக்கிறது. நீ அடைக்கலம் புகுந்திருக்கும் அந்த வெள்ளை நகரத்து வீதிகளில் உன்னுடைய இனத்தவர்களின் பேரணிகளில் நானும் சிலமுறை கலந்துகொண்டதுண்டு. அவர்களுடைய செயல்பாடுகளில் மீண்டும் உன்னை இணைத்துக் கொள்வதன் மூலம் உறைந்து போன உனது மொழி இளகி நகர வாய்ப்புண்டு' என்று எனது அல்ஜீரியத் தோழி கடிதம் எழுதுகிறாள்.

"இந்த அந்நிய நிலத்தில் ஏதோ நான் மட்டும் கூட்டுப்புழுவாக இருப்பது போல நீ நினைத்துக்கொண்டிருக்கிறாய். இங்கு வாழும் வெவ்வேறு இனத்தைச் சார்ந்த ஒவ்வொரு அகதியின் நிலையும் இப்படித்தான். இந்த பரந்துபட்ட உலகில் சொந்தமாக ஒரு பிடி மண் இல்லாமலிருப்பதின் அவலம் மிகக் கொடூரமானது. இந்த நாடு அகதிகளின் குப்பைக் கூடையாகிவிட்டதில் இந்த மண்ணின் மைந்தர்களுக்கு ஏக வருத்தம். அகதிகளுடனான இனக் கலப்பு நிகழ்ந்து தமது தூய்மை கெட்டுவிடுமோ என்ற அச்சம். நாங்கள் இங்கே பேரணிகள் நடத்துவதைவிட, இம் மண்ணுக்குரியவர்கள் எங்களை வெளியேறச் சொல்லி நடத்தும் கிளர்ச்சிகள் நாளுக்கு நாள் பெருகி வருகிறது.

சில நாட்களுக்கு முன்பு, இந்தக் 'குப்பைக்கூடையில்' எனது நிலப் பகுதியிலிருந்து போரில் தாய் தந்தையரை இழந்த குழந்தைகளை 'உலகக் குழந்தைகள் காப்பகம்' கொண்டுவந்து கொட்டிவிட்டு சென்றுள்ளது. எட்டு வயதிற்கு மிகாத பச்சிளம் குழந்தைகள். ஒரு நூறுகுழந்தைகள் இருக்கும். குழந்தைகளை இடுப்பில் சுமந்து கொண்டிருக்கும் அக்காக் குழந்தைகள், தம்பிப் பாப்பாக்கள், ஐயோ கடவுளே! நான் ஏன் இன்னும் சாகாமல் இருக்கிறேன். நான் செத்துவிட்டால் எனது இனத்தின் எல்லா பிரச்சினைகளும் ஒரு முடிவுக்கு வருமென்றால், நான்

நூறுமுறை சாகத் தயார். இருநூறு முறை, ஆயிரம், கோடிமுறை எல்லாருக்காகவும் நானே சாகிறேன் கடவுளே, என்ற பதறலும்கூட என் இதய வலிக்கான மொழிச் சிகிச்சையாக மட்டுமே இருந்தது. மிரள மிரள விழிக்கும் குழந்தைகளின் பீதி நிறைந்த முகங்களை பன்னாட்டு புகைப்படக் கருவிகளின் ஒளி அறைந்துகொண்டிருந்தது. இங்கு வந்து ஒருவிதமாக தமது வாழ்க்கையை அமைத்துக்கொண்ட என் இனத்தவர்களில் யாரும் ஒரு குழந்தையையும் பொறுப்பேற்று வளர்க்க முன்வரவில்லை என்ற கடுமையான கசப்பை உன்னுடன் நான் பகிர்ந்துகொள்ள வெட்கப் படவில்லை.

என் கல்லூரி காலத்தில் என் நிலப்பகுதியின் ஒரு அரசியல் இயக்கத்தில் நானும் இணைந்து செயல்பட்ட காலத்தில், அந்த இயக்கத்திலிருந்து ஆயுதப் போராளிகளாக தம்மை மாற்றிக்கொண்டு பிரிந்து சென்ற ஒரு குழுவில் தன்னை இணைத்துக்கொண்ட என் பால்ய சிநேகிதனை, அந்தக் குழந்தை அகதிகளின் கூட்டத்தில் பார்த்தேன். ஆனால், பல வருடங்களுக்கு முன்பே வேறொரு போராளிக் குழுவால் சுட்டுக் கொல்லப்பட்ட நானூறு பேர்களில் அவனும் ஒருவன் என்ற செய்தியை நான் பத்திரிகைகளில் படித்திருக்கிறேன். இவன் அவனா என குழம்பினேன். என் பார்வையை இரண்டொருமுறை நேர்க்கொண்டு சந்தித்த அவன் என்னை தொடர்ந்து தவிர்த்துக் கொண்டேயிருந்தான். கொஞ்ச நேரத்திற்குப் பிறகு அந்த இடத்திலிருந்து அவன் சென்றுவிட்டிருந்தான்.

ஒவ்வொரு குழந்தையாக பெயர்களைப் பதிந்துகொண்டு சில பிரிவுகளாகப் பிரித்து வெவ்வேறு முகாம்களுக்கு அனுப்புவதற்கான ஆயத்த செயல்கள் நடந்து கொண்டிருந்தன. சுமார் எட்டு வயது மதிக்கத்தக்க ஒரு சிறுமி, தவழ்ந்துகொண்டிருக்கும் ஒரு குழந்தையை இழுத்து இழுத்து தன் மடியில் இருத்தியபடி இருந்தாள். என் காதலியின் முகச்சாடையில் அந்தச் சிறுமி இருந்தது என்னை மிகவும் படுத்தியது. நான் அடிக்கடி அவளைப் பார்ப்பதை கவனித்தபடி இருந்தாள். அவளுடைய அகலமான கண்களை நேர்க்கொண்டு பார்க்கும் திராணியற்றிருந்தேன். மெல்ல அவளிடம் பேச்சு

கொடுத்தேன். அவளுக்கு என் அம்மாவின் பெயர். தனது மடியிலிருந்து எல்லோரையும் பார்த்து இரண்டொரு பல்லைக் காட்டி சிரித்துக்கொண்டிருக்கும் குழந்தையை தனது தங்கை என்று சொன்னாள். எனது கிராமத்திலிருந்து வடக்காக முப்பது கிலோ மீட்டரில் அவளது கிராமம். அங்கு எனது ஆரம்பகாலத்தில் களப்பணி நிமித்தம் சென்றிருப்பதாக ஞாபகம். எமது நிலப்பகுதியில் முன்னணி போராளிக் குழு தமக்குள் ஏற்பட்ட கருத்து முரண்பாடு காரணமாக இரண்டாகப் பிளவுபட (கருத்து முரண்பாட்டின் காரணம் இதுவரை மக்களுக்குத் தெரியாது) ஒரு குழுவைச் சார்ந்த தனது தந்தை வேறொரு குழுவால் இரண்டு வருடங்களுக்கு முன்பு கொல்லப்பட்டு விட்டதாகவும், ஆனால் ராணுவத்தின் கொலைப்பட்டியலில் தன் தந்தை இன்னும் உயிருடன் இருந்ததால் தன் தந்தையைப் பற்றி அம்மாவிடம் ராணுவம் அடித்து மிரட்டி விசாரிக்க, ‘அப்பா செத்துவிட்டது பற்றி அம்மா சொல்லியும் கேட்காம’ ராணுவம் அவளையும் கொன்றுவிட்டதாகச் சொன்னாள். திடீரென்று அவள் ‘அம்மா’ என கதறி அழ ஆரம்பித்துவிட்டாள். குழந்தை தவழ்ந்து சென்று சற்று எட்டி தொட்டியில் வைக்கப்பட்டிருந்த பெயர் தெரியாத செடியின் பூங்கொத்துகளை தனது கைகளால் தொட்டுத் தொட்டு எடுத்து அதன் குளுமையை தனது கன்னத்தில் ஒத்திக்கொண்டது.”

நான் மேற்குறித்த விஷயங்களை எனது அல்ஜீரியத் தோழிக்கு எழுதினேன். அவளிடமிருந்து பதிலாக ஒரு தந்தி வந்தது. ‘எந்த ஒரு நிலப்பகுதியைச் சார்ந்த பூக்களைப் போலவே இன்னும் பேச ஆரம்பிக்காத குழந்தைகளுக்கும் அரசியல் இல்லை,

‘உனது விளக்கம் ஒரு உண்மை என்றாலும்கூட அதுவும் எனது கனவுகளைப் போலவே ஆறுதலளிப்பதாக இல்லை’, என பதில் கொடுத்தேன்.

பரமசிவம்

இருக்கும். இந்தக் கதை நிகழ்ந்து பதினைந்து ஆண்டுகள் கடந்திருக்கும். அப்போதெல்லாம் புதுச்சேரி அரசு மருத்துவமனையின் பின்புறம் குப்பை கோபுரமாகக் குவிந்து கிடக்கும். பெரும்பாலும், ரத்தக்கறை படிந்த பஞ்சுக் கொத்துக்களும் கட்டுத்துனிகளும் குரூரமான நெடியைப் பரப்பிக்கொண்டிருக்கும். நாய்கள் அக்குப்பையைக் கிளறும்போது ஒன்றையொன்று தாக்கிக் கொள்ளும். அந்தச் சாலை வழியாக யாருமே போக மாட்டார்கள். பின்புற வாசல் வழியாக சவக்கிடங்கிலிருந்து பிணங்கள் வெளியேறியபடி இருக்கும். பணம் கட்டினால் கொண்டு செல்ல இரண்டொரு சடல ஊர்திகள், அனாதைப் பிணங்களை ஏற்றிச் செல்ல மூடியிட்ட தள்ளுவண்டிகள் என அந்தப் பகுதியே பிணத்தனமாக இருக்கும். பிணங்கள் வெளியேறும் வழியில்தான் என் நண்பன் பரமசிவம் சிலரோடு நின்றுகொண்டிருந்தான். என்னைப் பார்த்ததும் ஓடி வந்தான். நான் சைக்கிளை நிறுத்தினேன். விஜயா மண்ணெண்ணையை மேலுக்கு ஊற்றி கொளுத்திக்கொண்டாள் என்றான்.

விஜயா எனது பக்கத்து வீட்டுப் பெண். அழகி. கட்டுடம்பு. குப்பை கொட்ட, பால் வாங்க, கோலமிட அவள் தெருவுக்கு வரும்போது அவளை நான் ஏக்கத்துடன் பார்ப்பேன். என்னைப் பார்த்துச் சின்னதாகச் சிரித்துவிட்டுப் போவாள். நான் பற்றி எரிவேன். அந்த சதைப்பற்றான உதடுகளும் தந்தத்தில் செதுக்கிய பற்களும் மஞ்சள் பூசிய வட்ட முகமும் குங்குமப் பொட்டும், அகன்ற முதுகும் முட்டும் முலைகளும் அவற்றினிடையே இறங்கும் தாலிச் சரடும். ஐயோ.. அவள் எரிந்து விட்டாளா! நெருப்பில் பொசுங்கி மண்ணில் புதையவா அந்த உடம்பு. தின்று தீர்க்க முடியாத உடம்பை, பருகித் தீர்க்க முடியாத அப்பெருநதியை.. கடவுளே!

விஜயா வீட்டு மாடியில் வசித்து வந்த சுமதி ஓடிவிட்டாள். ஒருமாதம் கடந்த பிறகுதான் மீண்டும் ஊருக்குள் நுழைந்தாள். இரு குழந்தைகளை வைத்துக்கொண்டு சுமதியின் கணவன் கிருஷ்ணன் படாதபாடுபட்டான். ஊர்க்காரர்களின் ஏச்சும் பேச்சும் அவனைப் படுத்தியெடுத்தன. விஜயாவின் கணவன் செல்வத்தை இறுதிச் சடங்கில் கலந்துகொள்ள சாதிசனம் அனுமதிக்கவில்லை. அவளுடைய நான்கு வயது மகனை அவளது பெற்றோர் தூக்கிச் சென்றுவிட்டனர். யாருமற்று செல்வம் திரிந்துகொண்டிருந்தான். சுமதியை உயிரோடு கொளுத்த வேண்டும் என்று பரமசிவம் சொன்னான். தீக்காயங்களோடு விஜயாவின் உடலை குழியில் இறக்கும்போது நானும் இருந்தேன். அவளது பரந்த முகம் புன்முறுவலோடு இருந்தது. நெற்றியில் தோலுரிந்த தீத்தழும்பு பெரிய வண்ணத்துப் பூச்சியின் வடிவம் கொண்டிருந்தது.

வண்ணத்துப் பூச்சியைப் பார்க்கும்போதெல்லாம் எனக்கு விஜயாவின் ஞாபகம் வந்துவிடும். அவளுடைய மகன் இன்று பெரியவனாகி இருப்பான். அவனுக்கு அவளை ஞாபகம் இருக்குமா? எனக்கு எட்டு வயது நடந்தபோது எனது எதிர் வீட்டில் நடந்த ஒரு தற்கொலை நிகழ்ச்சி பளிச்சென்று ஞாபகத்திலுள்ளது.

என் அம்மாவின் தோழி சிவகாமி. அவளுக்கு மூன்று குழந்தைகள். இரு பையன்கள். ஒரு பெண் வனஜா. என் வகுப்புத் தோழி. நான் அவளுடனேதான் இருப்பேன். அவளுடைய தம்பிகள் இல்லாத சமயத்தில் நானும் அவளும் மாடி படிக்கட்டுக்குக் கீழ்ப்பகுதியின் இருட்டுக்குள் அவயக் கோழிகளைப் போல இருப்போம். உடம்புகள் சூடாக இருக்கும்.

அன்று வனஜா பள்ளிக்கூடம் வரவில்லை. முதல் நாள் இரவு அவள் வீட்டில் பெரிய சண்டை. என் அம்மா எனக்குப் பக்கத்தில் படுத்துக்கொண்டு சிவகாமியின் மாமியாரைத் திட்டிக்கொண்டிருந்தார். அன்று அரைநாள் பள்ளி என்பதால் மதியம் வீட்டுக்கு வந்துவிட்டேன். அம்மா எனக்குச் சாப்பாடு வைத்துவிட்டுத் தூங்க ஆரம்பித்துவிட்டாள். அவளுக்கு அன்று மாதவிலக்கு. நான் சாப்பிட்டுவிட்டு வனஜாவுடன் விளையாடச்

சென்றேன். வாசல் பூட்டியிருந்தது. வீட்டைச் சுற்றிக்கொண்டு தோட்டத்துக்குச் சென்றேன். தோட்டத்துக் கதவும் பூட்டியிருந்தது. கிணற்றடியில் கொஞ்ச நேரம் உட்கார்ந்திருந்தேன். முருங்கை மரத்திலிருந்த ஒற்றைக் காகம் கரைந்துகொண்டிருந்தது. அக்காகத்தின் பதற்றமான கத்தல் எனக்குப் பயத்தைத் தந்தது. ஒரு கல்லெடுத்து அதை விரட்டினேன். அது பறக்கவில்லை. எழுந்து கிணற்றை எட்டிப் பார்த்தேன். கருப்பு சிவப்புப் புள்ளியிட்ட செம்பருத்திப் பூப்போன்ற நான்கு வண்ணத்துப் பூச்சிகள் கிணற்றுக்குள் பறந்துகொண்டிருந்தன. அவை வட்டச் சுவரில் மோதி மோதி வட்டமாகச் சுற்றின. அவற்றால் மேலெழ முடியவில்லை. அவற்றை எப்படி வெளியேற்றுவதென்று எனக்குத் தெரியவில்லை.

அன்று மாலை வனஜா வீட்டுக்கு எதிரே தீயணைப்பு வண்டி, போலீஸ் வேன், ஆம்புலென்ஸ் எல்லாம் நின்றிருந்தன. தெரு கொள்ளாத கூட்டம். நான் பயல்களோடு கடலுக்குச் சென்று குளித்துவிட்டுப் பயந்தபடி வீட்டுக்குத் திரும்பிக்கொண்டிருந்தேன். கிணற்றுக்குள்ளிருந்து நான்கு சடலங்கள். அம்மா மற்றும் மூன்று குழந்தைகள். வனஜாவின் வயிறு ஊதியிருந்தது. என் அம்மா தலைதலையாக அடித்துக்கொண்டு கதறியது இன்றும் என் கண் முன் நிற்கிறது. கிணற்றுக்குள் நான்கு வண்ணத்துப் பூச்சிகள் வட்டமிட்டபோது, என் வனஜாவும் அவளது தம்பிகளும் அம்மாவும் நீருக்குள் இருந்திருக்கிறார்கள். அந்த ஒற்றைக் காகம் அந்த மரணம் நிகழும்போது பார்த்திருக்கிறது. அதன் பதற்றமான குரல் என்னிடம் அதைத் தெரிவித்திருக்கிறது. நல்லதங்காள் கதையை என் அம்மா அதன் பிறகு சொன்னதேயில்லை.

என் வாழ்க்கையில் நான் முதன்முதலாக எதிர்கொண்ட மிகப்பெரிய மரணச் சம்பவம் இதுதான். துள்ளத்துள்ள குழந்தைகளை ஒன்றன்பின் ஒன்றாகக் கிணற்றுக்குள் போட்டுவிட்டு, தானும் உள்ளே குதித்தாள் என்பதை எண்ணிப் பார்க்கும்போது இன்றும் எனக்கு உடல் நடுங்குகிறது. இரண்டு சிறுவர்களையும் வீட்டுக்குள் இருக்க வைத்துவிட்டு, வனஜாவை முதலில் அழைத்து கிணற்றுக்குள் பெரிய மீன்

உள்ளது என அவளைத் தூக்கிக் காட்டி உள்ளே தொபீரெனப் போட்டிருக்கலாம். உள்ளே கீழ்நோக்கிய விசையில் இறங்கும்போது வனஜாவின் மனோநிலை என்னவாக இருந்திருக்கும்? தாயுள்ளம் என்னவாகப் பதறியிருக்கும்? மகள் நீருக்குள் மூழ்குவதை அது எட்டிப் பார்த்திருக்குமா? இருக்காது. ஒருவேளை எட்டிப் பார்த்திருந்தால் தன் சிறுமகள் மூச்சுத் திணறி நீருள் மூழ்கும் மரணவலி அவளை நிலைகுலைய வைத்திருக்கும். அவளது மனத்திடம் குலைந்திருக்கும்.

அடுத்ததாக மூத்த மகனைக் கூப்பிட, அவன் 'என்ன அம்மா?' என ஓடி வருகிறான். 'உள்ளே பெரிய மீன் இருக்கிறது' என்கிறாள். மகன் ஆவலோடு தூக்கிக்காட்டச் சொல்கிறான். அவள் தன் கண்களை மூடிக்கொண்டு அவனைத் தூக்கிக் காட்டுகிறாள். உள்ளே தன் அக்காள் மூழ்கிக்கொண்டிருப்பதைக் கண்டு அவன் வாய்க்குழறி கத்துவதற்குள் அவன் உடம்பும் கீழ் நோக்கிய ஈர்ப்பில் ஆழ அந்தரத்தில் இறங்கிக்கொண்டிருக்கிறது. பொம்மைகளோடு விளையாடும் கடைசிக் குழந்தையைத் தூக்கிவந்து மீன் பற்றிய பொய் ஏதும் சொல்லாமல் உள்ளே ஒரு கல்லைப் போடுவதுபோலப் போடுகிறாள். மிதக்கும் மூன்று குழந்தைகளும் நீரின் அடியாழத்தில் மெல்ல மெல்ல மூழ்குவதை வெறித்துப் பார்க்கிறாள். கதறி அழுகிறாள். என் தெய்வங்களே! என அவற்றைப் பார்த்துக் கும்பிடுகிறாள். கிணற்றின் சுற்றுச் சுவரின் மீது ஏறி அமர்ந்தபடி பதறிக் கத்தும் காகத்தைப் பார்க்கிறாள். அக்காகத்தை வெறித்தபடி உள்ளே குதிக்கிறாள். நான் சாகும்வரை இந்த நால்வரின் வலி என்னைத் துரத்தும்.

சுடுகாட்டுக்குச் சென்று விஜயாவின் சமாதி மேட்டில் தலைசாய்ந்து கிடப்பது செல்வத்திற்கு வழக்கமாகிவிட்டது. சாராயம் குடிப்பது, சமாதி மீது படுப்பது எனக் கிடந்தான். பரமசிவம் அவனை ஒவ்வொரு நாளும் இழுத்து வருவான். அவனுக்குப் பைத்தியம் பிடித்துவிட்டதென அக்கம் பக்கத்தில் பேச்சு எழுந்தது.

கிருஷ்ணனின் மனைவி சுமதி ஒருமாதத்திற்குப் பிறகு திரும்பி வந்தாள். தெருப்பெண்கள் அவளைச் சுற்றி வளைத்துக்கொண்டு திட்டினார்கள். மாயவரத்தில் அம்மா

வீட்டில் தலைமறைவாக இருந்திருக்கிறாள். அவளை எதுவும் பாதிக்கவில்லை. கிருஷ்ணனும் அவளிடம் எதுவும் பேசிக்கொள்ளவில்லை. இரண்டொரு வாரத்தில் எல்லாம் சகஜமாகிவிட்டிருந்தது. ஒருநாள் இடுகாட்டுக்குச் சென்று செல்வத்தை சட்டையைப் பிடித்து இழுத்து வந்தாள் சுமதி. பரமசிவமும் உடன் வந்தான். சமாதி மீது விழுந்து கண்ணீர் மல்க சுமதி வாய்விட்டு அழுததாக பிறகு என்னிடம் சொன்னான்.

தனது தற்கொலையால் தெருப்பெண்களிடம் ஒரு தேவதைக்கான அந்தஸ்தைப் பெற்றிருந்தாள் விஜயா. தனது மரணத்தின் மூலம் விஜயாவிற்குக் கிடைத்த மரியாதையைக் கண்டு சுமதி மனசு பொருமுவதாகவும், சுமதி தற்கொலை செய்துகொண்டிருந்தால் அவளுக்கு இத்தனை புகழ் கிடைத்திருக்காது என்றும் பரமசிவம் சொன்னான். காரணம் கேட்டேன். மரணத்தைப் பற்றிய ஏக்கம் காமத்தைப் பற்றிய ஏக்கம் போல ஒவ்வொருவருக்குள்ளும் தினம் தினம் சுரப்பதென்றான். அதிலும் தற்கொலை எந்தவொரு பாவியையும் புனிதப்படுத்திவிடுகிறது. இரண்டு பாவிகளில் எந்தப் பாவி முதலில் தற்கொலை செய்து கொள்கிறானோ அவனுடைய பாவம் எல்லோராலும் மன்னிக்கப்படுகிறது. இரண்டாம் பாவி, அதாவது உயிரோடு இருக்கும் பாவி செத்தப் பாவியின் பாவமும் தன் மீது சுமத்தப்பட்டு படுபாவி ஆகிவிடுகிறான். பாவம் சுமதி, இன்று ஒரு படுபாவி ஆகிவிட்டாள் என்றான்.

நெருப்பில் விஜயா எரியும்போது அவள் என்ன நினைத்திருப்பாள்? என்று பரமசிவத்திடம் கேட்டேன். அவள் சுமதியைப் படுபாதகியாக்கிவிட்டோம் என்று நினைத்திருப்பாள். நரகத்தில் கடவுள் அவளை இதுபோல எரியும் நெருப்பில் தள்ளுவார் என திடமாக நம்பியிருப்பாள். ஆனால், சாகும் தருவாயில் எல்லோருக்கும் வாழத்தான் ஆசை ஏற்படும் என்கிறார்கள். ஒருவேளை, தான் அவசரப்பட்டுவிட்டோமோ என தன் முட்டாள்தனத்தை நொந்தபடி எரிந்திருக்கலாம் என்றான்.

அவன் கிண்டலாகப் பேசுகிறானா அல்லது சீரியசாகப் பேசுகிறானா என்பதைக் கண்டுபிடிப்பது கடினமானது. எழுதப்

படிக்கத் தெரிந்தவன். கிளை நூலகத்துக்குச் சென்று நிறையப் படிப்பான். வித்தியாசமாகப் பேசுவான். என்னால் யோசித்துக்கூடப் பார்க்க முடியாத கோணத்தில் சிலவற்றை அழகாக எடுத்து விளக்குவான். முன்கோபி. ஆனால் யாராக இருந்தாலும் ஓடிச்சென்று உதவுவான். அவன் எது சொன்னாலும் அது சரியாகத்தான் இருக்கும்.

சுமதி பழையபடி செல்வத்திடம் பழகிக்கொண்டிருந்தாள். யாரும் அதைப் பெரிதாக எடுத்துக்கொள்ளவில்லை. பகலும் இரவும் அவனது வீட்டிலேயே இருந்தாள். கிருஷ்ணன் குழந்தைகளோடு மாடியில் கிடந்தான்.

பரமசிவத்தோடு ஒருநாள் குடிக்க சாராயக் கடைக்குப் போனேன். பேச்சு கிருஷ்ணனைப் பற்றித் தொடர்ந்தது. சுமதியின் இரு குழந்தைகளும் கிருஷ்ணனுக்குப் பிறந்தனவா என்பதே தனக்குச் சந்தேகமாக உள்ளது என்றான். பொம்பளையைக் கட்டி ஆளத் தெரியாதவன். சுமதி வீரமானப் பொண்ணு. நூறுபேரைச் சமாளிப்பாள். விஜயா இருக்கிறாளே, சோத்து மூட்டை. ஆம்பளையைக் கட்டி ஆளத் தெரியாதவள் என்றான்.

எனக்குச் சிரிப்பு வந்தது. பேரழகும் செழுமையான உடம்பும் கொண்ட விஜயாவிடம் இல்லாதது; வத்தலும் தொத்தலுமான உடம்பும் முலைகளே வளராத மார்பும் கொண்ட சுமதியிடம் அப்படி என்ன இருக்கிறது என செல்வம் அவளிடம் கிடக்கிறான் என்ற என் நீண்ட நாள் சந்தேகத்தை பரமசிவத்திடம் எழுப்பினேன்.

அவன் உக்கிரத்தோடு கண்ணாடித் தம்ளரைப் பார்த்துக்கொண்டிருந்தான். ஆழ்ந்த பெருமூச்சுக்குப் பிறகு, சாராயத்தை உறிஞ்சினான். மாட்டுக்கறி வறுவலில் இரண்டு துண்டுகளை எடுத்து வாயிலிட்டான். நான் சிகரெட்டைக் கொளுத்தியபடி அவனது பதிலை எதிர்பார்த்தேன்.

'நம் தெருப்பெண்களிலேயே விஜயாதான் அழகு. நம் ஊரிலேயே சுமதி சப்பை. ஆனால், அவலட்சணம் கிடையாது,. அவளுடைய உதடுகளும் கண்களும் அழகானவை. கிள்ளியெடுக்க சதைதான் இல்லை. சப்பை என்றாலும்

உறுதியான உடம்பு. மாராப்புத் துணி பற்றிய அவளது கவனமின்மை அழகானது. கொப்பூழுக்குக் கீழ் கட்டப்பட்ட பாவாடை சேலையோடு அவிழ்ந்து கீழே விழுந்துவிடும் என்ற பயம், அவளைப் பார்க்கும் யாருக்கும் தொற்றிக்கொள்ளும். சுமதியின் நூடுல்ஸ் உடம்பிலும் ஒருவித அழகுண்டு. வயலின் நரம்புபோல அவள், விஜயா ஒரு வீணை. வீணையைப் போல் அவள் படுத்திருந்தாள் என்று பாரதிதாசன் எழுதியது இப்படியான பெண்ணைப் பற்றித்தான். இடுகாட்டில் பாரதிதாசனின் சமாதிக்குப் பக்கத்தில்தானே இந்த வீணை புதைக்கப்பட்டிருக்கிறது' எனச் சத்தமாகச் சிரித்தான் பரமசிவம்.

'நான் கேட்டதற்குப் பதில் சொல்லுடா' என்று அவனை அதட்டினேன்.

பரமசிவம் தொடர்ந்தான். 'விஜயா சாவுக்கு இருமாதங்களுக்கு முன்பு, செல்வம் என்னைக் கடலோர பாருக்கு அழைத்துச் சென்றான். அங்கு வைத்து அவனிடம் இதே சந்தேகத்தை நானும் கேட்டேன். கிளிபோல பொண்டாட்டி இருக்க கொரங்குபோல வப்பாட்டி கேக்குதாம் என்று ஒரு சொலவடை உண்டு. அது உனக்கு நூற்றுக்கு நூறு பொருந்தி வருகிறது செல்வம் என்றேன். அவன் சிரித்தான்.

பரமசிவம் இரண்டொரு கறித்துண்டுகளை வாயில் போட்டான். நான் இன்னுமொரு சிகரெட்டைக் கொளுத்தியபடி 'சரி, என்ன சொன்னான்?' எனக் கேட்டேன்.

சிறிதுநேரம் சாரயம் நிரம்பிய தம்ளரை உற்றுப் பார்த்த பரமசிவம் மீண்டும் தொடர்ந்தான். 'மச்சான், கொலையும் வன்புணர்ச்சியும் தவிர, உலகில் பாவமான காரியம் வேறில்லை. ஆணோ பெண்ணோ சோரம் போவது மனித இயற்கை. விஜயா செத்தாள். செல்வம் கொஞ்சநாள் குற்றவுணர்வோடு அவளது சமாதி மேட்டில் படுத்துக்கிடந்தான். இன்று பொண்டாட்டி தொல்லை இல்லை. மீண்டும் சுமதியோடு சந்தோசமாக இருக்கிறான். ஊரு உலகத்தைப் பற்றி இருவருக்கும் கவலையில்லை. கிருஷ்ணன்தான் பாவப்பட்ட ஜென்மம்'.

நான் இடையில் குறுக்கிட்டேன். 'அந்த நாயும் நல்லா வாட்டஞ்சாட்டமாகத்தானடா இருக்கிறான்.

'மனிதர்கள் மர்மம் நிரம்பியவர்கள்' என்று பரமசிவம் ஆரம்பித்தான். 'காடு கடலைவிட மர்மம் நிரம்பியவர்கள். எனக்குத் தெரிந்த ஒரு பிரெஞ்சுக் குடும்பம் உள்ளது. அண்ணன் தம்பி இரண்டுபேர். இருவருக்கும் அழகான மனைவிகள். முயல் குட்டிகளைப் போல குழந்தைகள். பிரான்சில் மருத்துவர்களாகப் பணிபுரிந்த வயதான அப்பா அம்மா. அண்ணன் பிரான்சில் ராணுவத்தில் இருக்கிறான். தம்பி சொத்துக்களை நிர்வகித்துக்கொண்டு இங்கேயே இருக்கிறான். தம்பிக்கு ஒரே பொழுதுபோக்கு வீடு கட்டுவது. புதுச்சேரியில் தெருவுக்கு ஒரு வீடு அவர்களுக்கு உண்டு. தம்பிக்கு அண்ணிக்காரியோடு தொடுப்பு. பணக்காரக் குடும்பங்களில் இதெல்லாம் சகஜம். அப்பா, அம்மா மற்றும் மனைவிக்கும் இது தெரியும்.

அண்ணன் விடுமுறையில் பிரான்சிலிருந்து வந்தான். தம்பியோடு ஊர் சுற்றினான். தண்ணி அடித்தான். ஒருநாள் மாலை அண்ணிக்காரி மொட்டை மாடியில் பூஞ்செடிகளுக்குத் தண்ணீர் விட்டுக்கொண்டிருக்கிறாள். அழகான வண்ணத்துப்பூச்சிகள் இரண்டு புணர்ந்த நிலையில் ஒரு செடியில் தொத்திக் கிடக்கின்றன. புருஷனைப் பற்றிய எந்தவொரு ஸ்மரணையும் அவளுக்கு இல்லை. கொழுந்தனைக் கூப்பிடுகிறாள். அவன் மாடிக்கு ஓடி வருகிறான். வண்ணத்துப் பூச்சிகளைக் காட்டுகிறாள். அவன் குதூகலத்தோடு அவளை அணைத்து முத்தமிட; மனைவியின் குரலைத் தொடர்ந்து கேட்டு அண்ணன் மாடிக்கு வருகிறான். தன் தம்பியையும், தன் மனைவியையும் கண்டு தவிதவிக்கிறான். என்னடா இதெல்லாம் எனக் கேட்டபடி தம்பியை லேசாகத்தான் அறைகிறான். அறை பொட்டில்பட பட்டென மயங்கி விழுந்த தம்பி, செத்து விடுகிறான். நெஞ்சுவலி, மாரடைப்பு எனச்சொல்லி தம்பியை அடக்கம் செய்கிறார்கள்.

பெரிய சாவு. பணக்காரக் கூட்டம் குவிந்திருக்கிறது. அண்ணன் கதறி அழுகிறான். தன் மனைவியைக் கட்டிக்கொண்டு கதறுகிறான். பாசமான குடும்பம். பாசமான அண்ணன் தம்பிகள். அப்பா கொள்ளிச் சட்டியைத் தூக்க, பெரிய பல்லக்கில் தம்பியின் இறுதி ஊர்வலம். தெருக்கொள்ளாத

கூட்டம் போகிறது. வீட்டில் பெண்கள் மட்டும் இருக்கிறார்கள். மாடிக்குச் சென்ற அண்ணிக்காரி சந்தடி செய்யாமல் தூக்கிட்டுக் கொள்கிறாள். தம்பியை எரியூட்டிவிட்டு வந்த அண்ணனுக்கு மீண்டும் அடி. தன் மனைவியின் பிணம் நடுக்கூடத்தில் கிடக்கிறது. தொடர் மரணம். ஒரு பக்கம் தாயற்ற பிள்ளைகள். மறுபக்கம் தந்தையற்ற பிள்ளைகள். ஒரு பக்கம் மனைவியை இழந்த கணவன், மறுபக்கம் கணவனை இழந்த மனைவி. விதவை மகனையும் விதவை மருமகளையும் அழைத்தார்கள். பேசி முடித்து இருவருக்கும் திருமணம் செய்து வைத்தார்கள். எல்லாப் பிள்ளைகளையும் அள்ளிக்கொண்டு பிரான்சுக்குச் சென்றுவிட்டான். இன்று எல்லோரும் பிரான்சில் மகிழ்ச்சியாக இருக்கிறார்கள். கொலைகள், தற்கொலைகள் யாவும் கதைகளாலும் கட்டுக்கதைகளாலும் ஆனது மச்சான்' என முடித்தான்.

ஆனால், பரமசிவம் சொன்ன இந்தக் கதையை வழியெல்லாம் யோசித்தபடியே அவனுடன் நடந்து வந்தேன். கையால் சிறு தட்டுத் தட்டியவுடன் தம்பிபொட்டில் பட்டு விழுந்துவிடுகிறான். அண்ணன் என்ன பாடுபட்டிருப்பான். மனைவியின் முன் அபத்தமான ஒரு கொலைகாரனாக அவன் நின்று பதறியது யாருக்காக? தம்பிக்கா, தனக்கா? மனித மனம் மர்மமானது என பரமசிவன் சொன்னது சரியான ஒரு சொல். கணவனைக் கொலைகாரனாக்கிவிட்டோமே என்ற பாவத்திலிருந்து தன்னை விடுவித்துக்கொள்ளவா அவள் தூக்கில் தொங்கினாள்? அவள், கொழுந்தனின் பிணம் போகும்வரை நாள் முழுதும் தன் மனசுக்குள் தீட்டிய திட்டமல்லவா இது. தான் செத்தபிறகு தன் குழந்தைகள் என்னவாகும் என அவள் யோசித்திருப்பாளா? மனிதர் தம் சாவைத் தேர்ந்தெடுக்கும்போது அவர்களைச் சுற்றி யாரும் இருப்பதில்லை; கடவுள்கூட என ஒருமுறை பரமசிவம் சொன்னது சரியான சொல்தான். தற்கொலையின்போது மட்டுமே மனிதர் தனியராகி விடுவதாக எனக்குத் தோன்றுகிறது. பரமசிவத்துடன் பழகிப் பழகி நானும் அவனைப் போலவே வித்தியாசமாகச் சிந்திக்கிறேன்.

நானும் இவனும் சேர்ந்து குடிக்கும்போது, எங்களுக்குத் தெரிந்த தற்கொலை மற்றும் கொலை பற்றி மட்டுமே ஏன்

பேசிக்கொண்டிருக்கிறோம்? போதையின் ஆழத்தில் தேங்குவது இவை இரண்டு மட்டும்தானா? பரமசிவத்திடம் கேட்க வேண்டும்.

சாராயக்கடையிலிருந்து நாங்கள் வீடு திரும்பும்போது மாலை நேரத்தெரு களைகட்டியிருந்தது. ஏகக்களேபரம். சுமதியின் வீட்டுக்கு முன்பு பெருங்கூட்டம். செய்தியைக் கேள்விப்பட்ட செல்வம் வேலையிடத்திலிருந்து பயந்துகொண்டு ஊரைவிட்டு ஓடிவிட்டான். பரமசிவமும் நானும் அரசு மருத்துவமனைக்கு ஓடினோம். மருத்துவமனை வாசலில் தெரிந்தவர்கள் நிறையப் பேர் நின்றுகொண்டிருந்தனர். இரண்டொரு போலீஸ்காரர்களும் உடனிருந்தனர். பரமசிவம் அவர்களிடம் போய்ப் பேசினான். நான் டீக்கடையில் நின்று டீ குடித்தபடி அவனை அழைத்தேன். அருகில் வந்தவன் 'ஆளு அவுட்டாம்' என்றான். 'சுமதியை மிரட்டுவதற்காகத்தான் கிருஷ்ணன் விஷத்தைக் குடித்தானாம். பிறகு சைக்கிளை எடுத்துக்கொண்டு அவனே மருத்துவமனைக்கு வந்திருக்கிறான். ஆனால், ஆள் காலி' என்றான். அவனும் டீ குடித்தான். இருவருக்கும் போதை இறங்கிவிட்டிருந்தது.

கிருஷ்ணனுக்குத் தன் மனைவியை மிரட்டத் தெரிந்த ஒரே ஆயுதம் என்ன பார்த்தாயா? என பேச்சை ஆரம்பித்தான் பரமசிவம்.

விஜயா அடைந்த தேவதை ஸ்தானத்தை தானும் அடைய வேண்டும் என்ற அற்பத்தனமான ஆசையைத் தவிர வேறெதுவும் மன நெருக்கடி அவனுக்கில்லை எனக் கோபமாகச் சொன்னான். 'அவன் குழந்தைகள்' என நான் இழுத்தேன்.

தற்கொலைகளில் குழந்தைகளுக்கு இடமில்லை. அவனோ அவளோ சாகும்போது அவர்களது குழந்தைகள் கண்களுக்குப் புலனாகாத இருப்பாகி விடுகிறார்கள். உண்மையில், குழந்தைகளுக்கும் தம் பெற்றோருக்கும் ஆதிச் சமூகங்களில் எந்தவொரு உறவுமில்லை. தன் சாவைத் தானே தேர்ந்தெடுக்கும்போது பெற்றோர்கள் தம் குழந்தைகளை மறந்துவிடுவது மிக இயல்பான, இயற்கையான மனச்செயல். குழந்தைகள் சமூகத்தின் உடைமைதானே தவிர, தனிநபர்களின் உடமையல்ல. நான் பேசுவது உனக்குப் புரியாது. நான்

பேசுவது நானே சிந்தித்துப் பேசுவது அல்ல; புத்தகங்களில் படித்தவற்றையே சொல்கிறேன். எல்லோருடைய வாழ்க்கையும் அவர்களின் பிரச்சினைகளும் ஏற்கனவே எழுதப்பட்ட பிறகுதான் இந்த பூமியில் நிகழ்த்திப் பார்க்கப்படுகிறது என்கிறார்கள். ராமாயணம் எழுதிய பிறகுதான் நடந்ததாகச் சொல்கிறார்கள். ஆக நாம் யாரோ எழுதிய வாக்கியங்களை வாழ்ந்து பார்க்கிறோம்.

இரண்டு மாதங்களுக்குப் பிறகு செல்வம் ஊருக்குள் நுழைந்தான். யாரும் அவனைக் கண்டுகொள்ளவில்லை. மாடியைக் காலி செய்துவிட்டு தன் இரு குழந்தைகளுடன் கீழ்த்தளத்திற்கே சுமதி குடியேறினாள். நான் அந்தத் தெருவில் குடியிருந்தவரை செல்வமும் சுமதியும் சேர்ந்தே வாழ்ந்தார்கள். மாடியை வாடகைக்கு விட்டிருந்தாள். சொந்த வீடு. எனவே அவளுக்குப் பிரச்சினை இல்லை. நெற்றியில் பெரிய குங்குமப் பொட்டு இட்டுக்கொள்ளும் பழக்கம் சுமதிக்கு இருந்தது. நெற்றியில் வண்ணத்துப்பூச்சி அமர்ந்திருப்பதைப் போல பார்க்க அழகாக இருக்கும். ஆனால், அவள் கிருஷ்ணனுக்குப் பிறகு பூவையும் குங்குமத்தையும் தொடவில்லை. எனக்கு அதுதான் அப்பொழுது பெரும் ஆச்சர்யத்தைத் தந்துகொண்டிருந்தது.

பல ஆண்டுகளாகத் தொடரும் வலியும் மனவாதையும் ஏன் எனக்குள்ளிருந்து வெளியேறுவதில்லை என்று என்னை நானே கேட்டுக் கொள்வேன். பதில், வனஜாவென மண்டைக்குள் ஒலிக்கும். என்னுடைய ஆரம்பப் பாடசாலைக் காதலி. அவள் காதலியா? ஆம். இல்லை. எனக்கு முதல் பெண். ஆண் என்ன பெண் என்ன என்பதை அறியாத பருவத்தில் எனக்குள் அமிழ்ந்து மூச்சுத் திணறி குடும்பத்தோடு செத்த பெண். அவளது உடல் அமிழ்ந்தக் கிணற்றின் வட்டச் சுவருக்குள் சுற்றிக்கொண்டிருந்த வண்ணத்துப் பூச்சிகளில் ஒன்று என்னைத் தொடர்ந்து வருகிறது. அது என் மரணம்வரை தொடரும் என நினைத்தேன். ஆனால், கனவுகளிலும் தொடர்ந்து வந்து என்னைத் தொல்லை செய்துவருகிறது. அது உயிருள்ளது அல்ல. அது துணியில் அச்சடிக்கப்பட்ட உயிரி.

கிருஷ்ணனின் இரு குழந்தைகள் என் கனவுகளில் இன்றும்

நாலாறு வயது குழந்தைகளாகவே அடிக்கடி வருகிறார்கள். சாராய போதையில் பிரக்ஞையற்றுத் தூங்கும் சுமதியைத் தாண்டி செல்வத்திடம் வருகிறார்கள். ஒரு கனத்த தலையணையை அவன் முகத்தில் வைத்து அழுத்தி அதன் மீது படுத்துக்கொள்கிறார்கள். ஒருமணி நேரத்திற்குப் பிறகு தலையணையிலிருந்து இருவரும் எழுகிறார்கள். சுமதி சிறுநீர் கழிக்க விளக்கைப் போடுகிறாள். செல்வத்தின் முகத்தில் அழுத்தப்பட்ட தலையணையின் உறையில் ஒரு பெரிய வண்ணத்துப் பூச்சி ஏழு நிறங்களில் அச்சிடப்பட்டிருப்பதைப் பார்க்கிறாள்.

சுமதி பார்த்தாளோ என்னவோ! நான் பார்த்தேன். வண்ணத்துப்பூச்சி ஒரு மரணப் பீதியாக என்னைத் துரத்தி கொண்டேயிருக்கிறது. அது வெவ்வேறு வண்ணத்துப்பூச்சிகளா அல்லது ஒரே வண்ணத்துப்பூச்சியா என்ற கேள்வியும் எனக்குள் இருக்கிறது. தற்கொலை செய்துகொண்டவர்கள் வண்ணத்துப்பூச்சிகளாகி விடுவார்கள் என்று ஒருமுறை பரமசிவம் சொன்னான். என்னைத் தொடர்ந்து வருவது வனஜாவா வண்ணத்துப்பூச்சியா என்ற மனக்குழப்பத்திலிருந்தபோது, குஜராத்தில் மிகப்பெரும் பூகம்பமும் அதைத் தொடர்ந்து ஒரு ஆண்டுக்குள் இந்து முஸ்லிம் கொலைக் கலவரமும் நடந்தேறிவிட்டிருந்தது.

உறக்கம் என்பது நாடக மேடையாகவும் கனவு என்பது அதன்மீது நிகழும் நாடகமாகவும் எனக்குத் தோன்றுகிறது. போன ஆண்டு பொங்கலுக்கு முதல்நாள் பெரும்போதையில் வீட்டுத் திண்ணையில் அமர்ந்திருந்த பரமசிவம், தெருவின் குறுக்காக வண்ணத்துப் பூச்சி பறப்பதைப் பார்த்திருக்கிறான். அதைப் பிடிக்க தெருவின் குறுக்காக திடீரென எழுந்து ஓடியிருக்கிறான். வேகமாக வந்த காரில் அடிபட்டு வீட்டு வாசலிலேயே செத்திருக்கிறான். சவ அடக்க நாளன்று அவனுடைய மூத்த மகள் சொன்னாள்; 'ஆனால், இது விபத்தில்லை மாமா'.

இந்திய நிலப்பரப்பு வண்ணத்துப் பூச்சியின் வடிவிலானது பரமசிவம் வரைந்துக் காட்டிய கடற்கரை மணற்படம் மெல்ல மெல்ல என் கண்முன் காட்சியாகிறது.

கோடைப் பகல் தூக்கம்

புதுச்சேரி, முத்தியால் பேட்டை, அங்காளம்மன் குப்பம் வன்னியச் சமூகத்தினர் வாழும் பகுதி. எனவே அவ்வூர் கடற்பகுதியில் மீன் பிடிப்பற்ற நெடும் கடற்கரை பரப்பில் மாபெரும் இடுகாடு ஒன்று உள்ளது. இடுகாட்டின் வடக்கே சோலைத்தாண்டவன் குப்பம் மற்றும் தெற்கே வைத்தியக் குப்பம் என்ற இரு மீனவக் குப்பங்கள் உள்ளன. பாப்பம்மாள் கோயில் என்றழைக்கப்படும் இந்த இடுகாட்டில்தான் மகாகவி பாரதிதாசனின் சமாதி உள்ளது. புதுப்பிக்கப்படாமல் காலத்தால் கைவிடப்பட்ட பெரிய சமாதிகள் இடிந்து கிடக்கும் இம்மயான வெளிக்குள் பின்னிரவு கடந்துகொண்டிருக்கும்போது நாங்கள் நுழைந்தோம்.

கடற்கரை ஈர மணலில் கால்கள் சரிந்து புதையப் புதைய நடக்கிறோம். எங்களது தோள்களில் நாங்கள் சற்று முன்பு கொன்ற எங்கள் தோழரின் பிணம்.

சாராயக் கடையில் யாருமே இல்லை. மின்சாரமும் இல்லை. ஒரு மூலையில் பெட்ரோமாக்ஸ் விளக்கு ஒன்று பன்றிபோல உறுமியபடி எரிந்துகொண்டிருந்தது. நாங்கள் ஆறுபேர் குடித்துக்கொண்டிருக்கிறோம். சாராயம் விற்றுக்கொண்டிருப்பவர் கல்லாப்பெட்டி மீதே கவிழ்ந்து குறட்டைவிட்டுத் தூங்கிக்கொண்டிருக்கிறார். வெளியே பிசுபிசுவென்று மழை தூறுவது கொட்டகை மீது பட்டு இரைச்சலை ஏற்படுத்துகிறது. ஏன் எதற்கு என்று தெரிந்து கொள்வதற்குள், சாராய பாட்டிலை சவுக்குக் கம்பத்தில் தட்டி உடைத்து, ஒருவர் மற்றொருவரின் வயிற்றில் சொருகிறார். பிறர் பாய்ந்து தடுப்பதற்குள் பாதி நீள பாட்டில் வயிற்றில் புதைய, அவர் கீழே சரிந்து மூர்ச்சை அடங்கினார். நாங்கள் 'தோழர்...தோழர் வேலு' என்றபடி அவரை உலுக்கினோம்.

பிணத்தை அங்கேயே போட்டுவிட்டு ஓடிவிடலாமென நினைத்தோம். ஆனால் மனம் ஒப்பவில்லை. அவரைத் தூக்கிக்கொண்டு வெளியே வந்தோம். மழை விட்டிருந்தது. நெடுஞ்சாலையில் யாருமே இல்லை. பேயிருட்டு. பிணத்தை நடுத்தெருவில் கிடத்திவிட்டு சுற்றுமுற்றும் பார்த்தோம். பேருந்து நிறுத்தத் தடத்தின் ஓரமாக வரிசையாகக் கட்சிக் கொடிகள் நனைந்து தொங்கும் கொடிக்கம்பங்கள் நிற்பது தெரிந்தது. ஓடிச்சென்று இரண்டு மூன்று சவுக்குக் கம்பங்களை மண்ணோடு சாய்த்து முறித்து எடுத்து, குறுக்கு நெடுக்குமாக சவுக்கை அடுக்கி, கொடிமரக் கயிற்றாலேயே கட்டி பாடை தயாரித்தோம். அதற்குள் ஒருவர் ஓடிச்சென்று, சாராயக் கடையிலிருந்த பெட்ரோமாக்ஸ் விளக்கைத் தலைமீது வைத்துத் தூக்கி வந்தார். பாடையில் பிணத்தைக் கிடத்தி நால்வர் தூக்க, விளக்கோடு ஒருவர் வர, எங்கள் சவ ஊர்வலம் பின்னிரவில் நடந்தது.

நகரத்துக்குள் நுழைந்து பிரதான வீதிகளின் வழியாகச் சென்றோம். வழிநெடுக சாலைகளை அடைத்துக்கொண்டு கட்டிடங்கள் இடிந்து சரிந்து கிடந்தன. நாங்கள் போதையில் இருக்கும்போது பூகம்பம் நிகழ்ந்துவிட்டதோ என ஒருவர் கேட்டார். இன்னொருவர், ‘இல்லை, நாம் இரண்டு நாட்களாகத் தொடர்ந்து குடித்துக்கொண்டிருக்கிறோம். உள்நாட்டுப் போர் ஆரம்பித்து இரண்டு நாட்கள் ஆகிவிட்டன. நகரத்தின் மீது முதல் விமானம் பறக்கும்போது நாம் சாராயக் கடைக்குள் ஒதுங்கினோம் அல்லவா!’ என்று சூழலை ஞாபகப்படுத்தினார்.

மீண்டும் மழை தொடங்கிவிட்டது. வழிநெடுக சரிந்து கிடந்த மரங்களும் மின்சாரக் கம்பிகளும் கட்டிட இடிபாடுகளும் எங்கள் ஊர்வலத்திற்குத் தடையாக இருப்பினும், இறந்தவரை ஏதோவதொரு இடிபாட்டிற்குள் வீசிவிட்டுப் போக மனமின்றி, அவரைக் கௌரவமாகப் புதைக்க வேண்டி, இடுகாட்டை நோக்கி விரைந்துகொண்டிருந்தோம். ‘சாராயக் கடைக்குள் இரண்டு நாட்களாக இருந்ததாலேயே நாம் தப்பிப் பிழைத்தோம். இல்லையென்றால் இந்த இடிபாடுகளுக்குள் நசுங்கிச் செத்திருப்போம். இந்த நகரத்தில் இப்போது நாம் மட்டுமே உயிரோடு இருக்கிறோம் போலும்’ என்றார் எங்களில்

ஒருவர். இன்னொருவர் ‘நமக்கு சாராயம் அளந்து ஊற்றியவனும் தூங்கிக்கொண்டிருக்கிறான் இன்னும்’ என்றார்.

மழை வேகம் தணிந்து புள்ளியில் ஒடுங்கியபொழுது, நாங்கள் இடுகாட்டின் ஈர மணலுக்குள் கால்கள் சறுக்கிப் புதையப் புதைய நடந்தோம். வழிநெடுக்க வெட்டப்பட்ட செவ்வகக் குழிகள் தயாராக இருந்தன. சில குழிகளில் வெள்ளைத் துணியால் சுற்றப்பட்ட உடல்கள் இறக்கப்பட்டு மூடப்படாமல் கிடந்தன. எங்கள் நண்பரின் உயரத்திற்கு ஏற்ற ஒரு நீள் செவ்வகக் குழியில் அவரை இறக்கிவிட்டு, குழிக்கருகே குவிக்கப்பட்டிருந்த, தோண்டி எடுக்கப்பட்ட ஈர மணலை கைகளாலேயே தள்ளிக் குழியை மூடினோம். தூரத்தில் கடலலை வெண்நுரை பொங்க தெரிந்தது. கடலோரமாக தெற்குப் பகுதியில் கீற்றுப் பந்தல் இடப்பட்டு வரிசையாக பெட்ரோமாக்ஸ் விளக்குகள் நிறுத்தி வைக்கப்பட்டிருந்தன. ஆர்வம் எங்களை உந்தித் தள்ள, ஐவரும் அந்த இடத்தை நோக்கி ஓடினோம்.

பந்தலுக்கடியில் வரிசையாகப் பிணங்கள் பாடையில் கிடத்தப்பட்டிருந்தன. சுமார் இருபதுக்கும் மேற்பட்ட பாடைகள். பிணங்களின் மீது பூமாலைகள். ஒவ்வொரு பாடைக்குப் பக்கத்திலும் ஒரு பெட்ரோமாஸ் நின்றுகொண்டிருந்தது. பிணவடக்கம் செய்யும் இடுகாட்டுத் தொழிலாளர்கள் இரண்டொருவர் அமர்ந்தபடி தூங்கிக்கொண்டிருந்தனர். அவர்களைத் தவிர அங்கு வேறு யாருமில்லை. நான் பார்க்க, எட்டாவது பாடையில் இருந்த பிணம் சிறு முனகலோடு கை கால்களை அசைத்துக் கொண்டிருந்தது. நான் என்னுடன் நிற்கும் நண்பர்களைப் பதற்றத்தோடு பார்க்கிறேன். என் அருகில் யாருமே இல்லை. தூரத்து இருட்டில் வெட்டப்பட்ட குழிகளுக்கிடையே நகரும் பெட்ரோமாஸ் என் நண்பர்கள் ஆகிவிட்ட தோழர்கள் போவது தெரிந்தது. தனித்து விடப்பட்ட நான் மீண்டும் எட்டாவது பாடையைப் பார்க்கிறேன். போர்வையை விலக்கிய எலும்பும் தோலுமான ஓர் உருவம் எழுந்து பாடையில் குத்துக் காலிட்டு அமர்ந்தபடி என்னை முறைக்கிறது. அதன் கழுத்தில் தொங்கும் சாமந்தி மாலை, பெட்ரோமாஸ் வெளிச்சத்தில் தீ வளையம்

போல எரிகிறது. அதன் இடையில் ஒரு கோவணம் மட்டுமே. சடைவிழுந்த நீண்ட முடி. சடைத்த நீண்ட தாடி மயிர் மார்புவரை தொங்க என்னைப் பார்த்த அது ; தான் இன்னும் சாகவில்லை என்றும் தன்னைக் காப்பாற்றும்படியும் முணுமுணுத்தது. அதன் முணுமுணுப்பைக் கேட்டு எழுந்த ஒரு இடுகாட்டுத் தொழிலாளி அதை நெருங்கி பலம் கொண்ட மட்டும் மார்பில் உதைத்து வீழ்த்தி மிதித்து, பாடையில் நீட்டிப் படுக்க வைத்துப் பிறகு என்னை நோக்கித் திரும்பி 'உனக்கு என்ன வேண்டும்' என்பது போலப் பார்த்தார். நான் மருண்டெழுந்தேன். கண்களிலிருந்து பிணங்கள் வளைய வளையமாகக் கரைந்தன. பிணங்கள் நீர்த்து, எனது சயன அறை ஒரு குளமாகி, படுக்கையில் நான் மிதக்க, குளிரூட்டப்பட்ட அறையின் இளநீல இரவு விளக்கு மங்களாகப் புலப்பட்டது.

விழிப்பு தட்டியவுடன் மீண்டும் நான் கனவை அசைபோட்டபடி படுத்திருந்தேன். ஏறக்குறைய இருபத்தைந்து ஆண்டுகளுக்கு முன்பு, பாப்பம்மாள் கோயில் இடுகாடு என்றழைக்கப்பட்ட கடற்கரை மயானவெளியில் போக்கற்று சுற்றித் திரிவேன். ஊர் முடியும் இடத்திலிருந்து நீளும் நெடிய கடல்மணற் பரப்பில் கால்களில் செருப்பின்றி உச்சிப் பகலில் கடலை நோக்கி ஓடுவேன். ஓட ஓட கடல் எட்டி எட்டிப் போய்க்கொண்டிருக்கும். ஓடி ஓடி தளம் சரிந்த, கைவிடப்பட்ட சமாதி நிழல்களில் மாறி மாறி நின்று கொதிக்கும் கால்களைச் சூடாற்றுவேன். ஆனால், கைவிடப்படாத ஒரு சமாதி அங்குண்டு. அது பாப்பம்மாள் என்ற சிறுமியின் சமாதி. அச்சமாதியினுள் அவள் புதைக்கப்பட்ட மேடு அழகாக சாணியால் பூசி மெழுகிக் கோலமிட்டு இருக்கும். மேட்டின் தலைப்பகுதியில் அவளுடைய மங்கிய புகைப்படம் கண்ணாடிச் சட்டமிட்டு மாட்டப்பட்டிருக்கும். அடுக்கடுக்காக வளையல்கள் கோர்க்கப்பட்ட கயிறுகள் சரம்சரமாக சுவரில் அறையப்பட்ட ஆணிகளிலிருந்து தொங்கும். அச்சிறுமி அமர்ந்து ஆடிய மரக்குதிரையும், நடந்து பழகிய முச்சக்கர தள்ளுவண்டியும், சொப்புச் சாமான்களும் அந்த சமாதி அறைக்குள் இருக்கும். தலைமாடத்தில் என்றுமே நான் பார்த்து அணையாத அகல் விலக்கு ஏற்றப்பட்டிருக்கும். யாரும்

போகப் பயப்படும் அந்த உயிருள்ள வாழும் சமாதிமுன் அதன் கம்பிக் கதவு வழியே நின்று தினம் பார்ப்பது எனது வழக்கம். சுவரில் தொங்கும் அச்சிறுமி தினம் தினம் வளர்ந்து என்னுடன் பழகத் தொடங்கி, எனது முதல் காதலியானாள்.

கையில் ஏதேனும் ஒரு புத்தகம் இருக்கும். கிளை நூலகத்தில் உறுப்பினராக இருந்தேன். எனது கோடை விடுமுறை நாட்கள் எல்லாம் கடலோரத் தென்னை மரத்தடியிலும், சமாதி மதிற்சுவர் நிழலிலும் புத்தக வாசிப்புகளோடு கழியும். மாலையில் பொழுது சாய வீடு திரும்புவேன். பாப்பாம்மாள் உடன் வருகிறாளா என திரும்பித் திரும்பிப் பார்த்தபடி. என் அம்மா ஒருமுறை சொன்னாள். 'பாப்பம்மாள் தமிழச்சி அல்ல; அவள் யாழ்ப்பாணத்தி' என்று. 'யாழ்குடாவில் சிறார்களோடு கும்மாளமிட்டுக் குளிக்கும்போது அவள் அலைகளால் உள்வாங்கப்பட்டு நம் புதுச்சேரியில் கரை ஒதுங்கினாள்' என்றும் சொன்னாள். அவலது சமாதிக்கு விளக்குப் போட யாழ்ப்பாணத்திலிருந்து தினமும் படகு வந்து போகிறதென்றாள்.

ஆக, இந்த இடுகாட்டுக்குள் நான் நுழைந்து சுமார் இருபது ஆண்டுகள் ஆகி இருக்கலாம். இந்த இரவு எனது கனவில் மீண்டும் இந்த இடுகாடு காட்சியாக விரிந்ததும், அதில் நான் பிணங்களுக்கு ஊடாக அலைந்ததும் உடம்பைச் சில்லிட வைத்தது. படுக்கையை விட்டெழுந்து வெளியே வந்தேன். சமையலறைக்குச் சென்று தண்ணீர் குடித்துவிட்டு, கழிவறைக்குச் சென்று சிறுநீர் கழித்துவிட்டு வந்தேன். சிறிது நேரம் பால்கனியில் நின்றிருந்தேன். அடித்து ஓய்ந்த மழையில் தெருவில் முழங்கால் அளவு நீர் ஓடிக்கொண்டிருந்தது. கைக்கடிகாரம் அதிகாலை நான்கு மணியைக் காட்டியது. இருப்பினும் அடர்த்தியான மழையிருட்டு விலகாமல் இருந்தது.

விடிந்ததும் அலுவலகத்தில் முதலில் செய்து முடிக்க வேண்டிய வேலைகளை மனது அசைபோட்டது. இரண்டொரு முறை மட்டுமே இதுவரை சென்று வந்த சாராயக்கடைகூட கனவில் வருகிறதே என்ற எண்ணம் எரிச்சலைத் தந்தது. இலங்கையில் தமிழர்ப் பகுதிகளில் நிகழ்த்தப்படும் விமானப்படைகளின் குண்டுவீச்சு புதுச்சேரி நகரம்வரை

பேரழிவுகளை ஏற்படுத்தியுள்ளதை எண்ணி மனம் அதிர்ந்தது. ஆகாயத்தில் இரண்டொரு விமானம் திடீரென்று தோன்றி இந்நகரம் மீது இவ்விரவில் குண்டுகளைச் சடசடவென கொட்டினால் எப்படியிருக்கும் என்று கற்பனை செய்தபடி, வானைப் பார்த்தேன். வானம் கற்பனையாகச் செய்யப் படுவதில்லை என்பதை எனக்கு உணர்த்தியபடி, தனித்த ஒரு காகம் ஈர இருட்டில் கரைந்தபடி இடம்பெயர்வதை செவிகள் உணர்ந்தன. பசி எடுத்தது. கொஞ்சமாகக் கருப்புக் காபி குடிக்கலாமா என மீண்டும் சமையலறைக்குள் நுழைந்தேன்.

சென்ற வாரம் சக ஊழியர்களுடன் தேநீர் அருந்த அலுவலகத்தை விட்டு வெளியே வந்தேன். சாலையின் எதிர்ப்புறம் வரிசையாக இருக்கும் தேநீர்க் கடைகளுள் ஒன்றில் சிகரெட்டைக் கொளுத்தியபடி தேநீருக்குச் சொல்லிவிட்டு நின்றிருந்தேன். எதிர்ப்புறத்திலிருந்து கையேந்தியபடி ஒரு சந்யாசி வந்துகொண்டிருந்தார். இடுப்பில் ஒருமுழம் காவியைச் சுற்றியிருந்த அவரின் உருவம் நீண்டு மெலிந்து எலும்பும் தோலுமாக இருந்தது. கழுத்தில் சில கொட்டைகளைக் கோர்த்து அணிந்திருந்த அவருடைய சிடுக்கு விழுந்த தாடி மார்புவரை தொங்கியது. சடைவிழுந்த தலைமுடிக் கற்றைகள் தாழம்பூப் போல மூன்று நான்கு கால்களாகத் தொங்கின. ஒடுக்கு விழுந்த நீண்ட முகத்தின் நெற்றியில் திருநீறும்சந்தனக் கீற்றும், பளிச்சென்று என் எதிரில் வந்து நின்றவர் என்னைக் குறுகுறுப்போடு பார்த்தார். நான் பாக்கெட்டில் கை நுழைத்து சில்லறைகளைத் தேடினேன். அவரது பார்வை என் மீது தைப்பதை உணர்ந்து, துணுக்குற்று ஏறிட்டுப் பார்த்தேன். அவர் “நான் உங்களை உங்களுடைய கனவுக்குள் இருந்தபோது ஒருமுறை சந்தித்திருக்கிறேனே!” என்றார். எனக்குத் தூக்கிவாரிப் போட்டது. உடம்பில் சிறு நடுக்கம் உண்டானது. அதற்குள் என் நண்பர் ஒருவர் எங்களிருவருக்கும் நடுவில் வந்து நின்றார். அவருடைய வருகையால் சிறு அசௌகர்யத்தை உணர்ந்த சந்யாசி, நான் கொடுத்த சில்லறையை வாங்கிக்கொண்டு அடுத்த கடையை நோக்கி நகர்ந்தார்.

நான் என் நண்பரை அங்கேயே நிறுத்திவிட்டு ‘சாமி’ என்று அச்சந்யாசியை அழைத்தபடி அவர் பின் சென்றேன். என்னைத்

திரும்பிப் பார்த்தவர், ஒரு ஆட்டோவிற்கு வழிவிட்டு ஓரமாக நின்றார். நான் அவரைக் கும்பிட்டபடி ‘நீங்கள் என்னவோ சொல்ல வந்தீர்களே!’ என்று அருகில் சென்று நின்றேன். என்னைக் கூர்ந்து பார்த்தவர் “நாம் ஏற்கனவே சந்தித்துள்ளோம்; உங்களுடைய கனவில்” என்றார். நான், ‘கனவிலா?’ என சிறு புன்னகையுடன் சிகரெட்டை உறிஞ்சியபடி கேட்டேன். “ஆமாம், தோழர். ஒரு இடுகாட்டில் உங்களுடைய சக தோழர் ஒருவரைப் புதைத்துவிட்டு வரும்போது ஒரு பாடையில் படுத்தபடி நான் உங்களைப் பார்த்து முணுமுணுத்தது ஞாபகத்தில் உள்ளதா?” என்றார். நான் அதிர்ந்து நின்றேன். அவர் தம் காரை படிந்த பற்கள் தெரியச் சிரித்தார்.

“நான் திருவண்ணாமலையில் பாறைகளோடு பாறையாகச் சுற்றித் திரிபவன். கடலில் குளிக்க மனம் ஆசை கொள்ளும்போது, மலையிலிருந்து கீழிறங்கி நடந்த இங்கு வந்துவிடுவேன். இந்த நகரத்துக் கடல் எனக்குப் பிடிக்காது. ஊர் தாண்டியுள்ள பாப்பம்மாள் கோயில் இடுகாட்டுக் கடற்கரையில் உறங்குவதும் கடலில் மூழ்கிக் குளிப்பதுமாக இரண்டொரு நாட்களை இரவும் பகலுமாக அங்கேயே கிடந்து கழிப்பேன். உங்களுடைய கனவுக்குள் அந்த இடுகாட்டுக் கடற்கரைக் காட்சியுறும்போது அங்கே என்னை நீங்கள் பார்த்தீர்கள். நானும் உங்களைக் கண்டேன். என் சொந்த நாடு ஈழம். ஊர் யாழ்ப்பாணம். கடலில் நீந்தியே ராமேஸ்வரம் வந்து அங்கிருந்து நடந்தே அண்ணாமலைக்கு வந்து சேர்ந்தவன். உங்கள் கனவில் இடிபாடுகளோடு நீங்கள் கண்ட நகரம் உங்களது புதுச்சேரி அல்ல; அது எனது யாழ்ப்பாணம். யாழ் நகர வீதிகளினூடாகத்தான் நீங்கள் உமது தோழர்களுடன் ஒரு பிணத்தைச் சுமந்துகொண்டு நடந்தீர்கள். ஆனால், நீங்கள் நுழைந்த இடுகாடு உங்களுடைய நாட்டுக்கும் ஊருக்கும் சொந்தமானது.

நான் மேலும் மேலும் அதிர்ந்து நின்றேன். எனது கால்கள் நடுங்கத் தொடங்கின. நான் அருகிலிருந்த வேறொரு தேநீர்க் கடை இருக்கை ஒன்றில் சரிந்து அமர்ந்தேன். சிறிது நேரத்திற்குப் பிறகு என் முகம் குளிர்ந்த நீரினால் அறையப்பட, கண்கள் திறந்து திருதிருவென விழித்தேன். எதிரே நண்பர் கையில்

தண்ணீர்க் குவளையோடு, பதற்றத்துடன் நின்றிருந்தார். நான் சூழ்நிலையைப் புரிந்துகொண்டு விருட்டென எழுந்து கைக்குட்டையால் முகத்தைத் துடைத்தபடி அங்குமிங்கும் பார்த்தேன்; சாமியாரைக் காணவில்லை. நண்பர் ‘அச்சாமியார் உங்கள் நெற்றியில் திருநீறு பூசிவிட்டுப் போய்விட்டார்’ என்றார். நான் அருகில் நின்றிருந்த இருசக்கர வாகனத்தின் கண்ணாடியில் முகத்தைப் பார்த்தேன். நெற்றியில் திருநீறின் தீற்றல் நீர்ப்பட்டுக் கலைந்திருந்தது.

அலுவலக வேலைகள் மற்றும் தொழிற்சங்க வேலைகளில் மனமும் உடம்பும் உழன்றுகொண்டிருந்தன. கடற்கரைச் சாலைவழியே அலுவலகம் செல்வதைத் தவிர்த்தேன். கடலைப் பார்க்கவே பயத்தைத் தந்தது. எனது கண்களுக்கு மட்டும் சில உடல்கள் குண்டடிபட்டு நீரில் மிதந்து கரை ஒதுங்குவதும், சில உடல்கள் கடலிலிருந்து எழுந்து கரையேறுவதுமான காட்சிகள் தெரிந்தன. எனவே கடற்கரைப் பக்கம் செல்வதையே தவிர்த்தேன். இனம்புரியாத ஏதோவொரு குற்றவுணர்வு என்னுள் குடைந்துகொண்டே இருந்தது. ஏதோவொரு மறைவிலிருந்து என்னை யாரோ ஒருவர் துப்பாக்கியால் குறி பார்ப்பதை, குறுகுறுப்போடு மனம் உணர்ந்துகொண்டே இருப்பதைத் தவிர்க்க முடியவில்லை. கடல் இல்லாத வேறு ஊருக்கு மாற்றலாகிப் போய்விடலாமா என்ற எண்ணம் கொஞ்ச நாட்களாக இருக்கிறது. செய்தித்தாள்களைத் தவிர்த்தேன். தொலைக்காட்சி இணைப்பைத் துண்டித்தேன். நண்பர்களுடன் அரசியல் பேசுவதைத் தவிர்த்தேன். குறிப்பாக இலங்கையைப் பற்றிய செய்திகள் எனது காதுகளுக்கு எட்டாத இடத்தில் என்னை வைத்துக்கொள்ளப் பிரயாசைப்பட்டேன்.

ஒருநாள் கனவில், அதிலும் பகல் தூக்கத்தில் தொலைக்காட்சிப் பெட்டியினெதிரில் அமர்ந்திருக்கிறேன். காட்சித் திரை சில நொடிகள் இருண்டு ஒளிர்ந்து பிசிறு பிசிறாகக் காட்சி ஓடி, பிறகு பளிச்செனத் தெரிகிறது. திரையில் தோழர் பிரபாகரன் தோன்றிப் பேசுகிறார். ஒலி அமைப்பு இன்னும் சீர்படவில்லை. வெற்று உதட்டசைவுகளை உற்றுக் கவனிக்கிறேன். அவரது உதட்டசைவுகளுக்கு எனது உதடுகள் அசைந்து ஒலி கொடுக்கின்றன. நான் தன்னிச்சையாக உச்சரிக்கும் வார்த்தைகள்

அவரின் உதட்டசைவுகளுக்குப் பொருந்தி வருகின்றன. நான் உச்சரிப்பது ஒரு கவிதை. ஆம், அது பாரதிதாசனின் கவிதை வரிகள் என்பதை என் மனம் உணரும்போது கனவு கலைந்துவிடுகிறது. சுள்ளென்ற வெயில் சன்னலின் வழியே உள்ளே காய்கிறது. மனம் ஒரு நிதானத்திற்கு வந்தபோது மீண்டும் கனவை ஞாபகம் கொணர்ந்தேன். காட்சித் திரையில் தோன்றிய முகம் கொஞ்சம் கொஞ்சமாக மீண்டும் மனத்திரையில் தோன்றியது. அம்முகம் சிறுசிறு மாற்றங்களோடு என் தந்தையின் முகமாகத் தெரிந்தது. ஆம், அது என் தந்தைதான். இருபது ஆண்டுகளுக்கு முன் இறந்துபோன எனது தந்தைதான் அது. மீண்டும் எனக்கு ஞாபகத்திற்கு வந்தது; அவரைப் புதைத்த இடம்கூட பாப்பம்மாள் கோயில் இடுகாடுதான் என்பது. அவர் உச்சரித்த கவிதை வரிகளை அசைபோட்டேன். அப்படியான ஒரு கவிதை பாரதிதாசனிடம் இல்லை என்பது தெரிய வந்தது. அக்கவிதை என்னுடைய சொந்த வரிகள்; பாரதிதாசனின் சாயலில் என்பதையும் அறிந்தேன். அப்போது படீரென எனது தூக்கம் கலைய, என் துணைவி கதவைத் திறந்துகொண்டு காப்பியோடு உள்நுழைந்தாள். நான் திடுக்கிட்ட விழிப்பில் கண்கள் எரிய ஏதும் விளங்காமல் தலையைப் பிடித்தபடி அவளை ஏறிட்டுப் பார்த்தேன். அவள் அருகில் நெருங்கி "என்ன, தலை வலிக்கிறதா?" என்று நெற்றியில் தொட்டுப் பார்த்தாள். நான் "இல்லை எல்லாம் வெறும் கனவு" என்றபடி காபியை வாங்கிப் பருகினேன். அவள், பக்கத்தில் அமர்ந்து என் தலையைக் கோதியபடி "அதிகம் குடிக்காதே!" என்றாள். "பகலிலா, இரவிலா?" எனக் கேட்டபடி அவளது மார்பில் தலை சாய்ந்தேன்; மார்புக்குள் அலையோசை.

பயம்

எனது சக எழுத்தாள நண்பரின் நீண்டநாள் ஆசை நிறைவேறும் கட்டத்தை எட்டிவிட்டிருந்தது. அவர் சிறுபத்திரிக்கை ஒன்றை ஆரம்பித்துவிட்டார். முதல் இதழுக்கான விளம்பரம் ஒரு பிரபலப் பத்திரிகையில் வெளிவந்திருந்தது. இதழின் பெயர் 'மூலம்'. மாத இதழான அதன் தனி இதழ் ஒன்றின் விலை, ஆண்டுச்சந்தா, ஆயுள் சந்தா, வெளிநாட்டுச் சந்தா விபரங்கள் என அச்சாகி, பெரும் திட்டத்தோடு விளம்பரம் செய்திருந்தார். முதல் இதழின் பங்களிப்பாளர்களின் பட்டியலும் இடம் பெற்றிருந்தது. அதில் என் பெயரும் இருக்கவே அவரைத் தொலைபேசியில் தொடர்புகொண்டேன்.

"ஆமாம், நீங்கள் எப்படியும் முதலிதழுக்குத் தர வேண்டும். நானே தொடர்புகொள்ளவிருந்தேன். நீரே முந்திக்கொண்டீர். கதை, கட்டுரை, நினைவுக் குறிப்பு, பத்தி என எதையாவது அனுப்பி வையுங்கள். இன்றிலிருந்து பத்து நாட்களுக்குள் கிடைக்க வேண்டும்" என வளவளவென வளர்த்தினார்.

இப்படி ஒருவர் இன்னொருவர் மீது அதிகபட்சமாக உரிமை எடுத்துக்கொள்வது தமிழிலக்கியத்தில் புதிய செய்தியல்ல. நான் தடுத்துப் பேசினால், என்னைத் தமிழ்த் துரோகி எனச் சொல்லிவிடுவார். நான் பிறப்பால் தமிழனல்லாத வேற்று மொழிக்காரன் என்பதை நாசூக்காகத் தெரிவிப்பார். இதற்குத் தன் முதல் இதழின் தலையங்கத்தைக்கூட அவர் பயன்படுத்திக்கொள்வார். "சரி அனுப்பி வைக்கிறேன்" என்றேன். "ஒவ்வொரு இதழுக்கும் ஏதாவது.." என்று இழுத்தார். நானும் "சரி..சரி" என்றபடி பேச்சைத் துண்டித்தேன்.

சமீபத்தில் மறைந்த முதுபெரும் எழுத்தாளரைப் பற்றி ஒரு அஞ்சலிக் கட்டுரை எழுதலாமா என யோசித்தேன். இப்போது

பரபரப்பாக அவரைப்பற்றித்தான் எல்லோரும் எழுதிக்கொண்டிருக்கிறார்கள். எனக்கு அவரிடம் அதிகம் பழக்கமில்லை. இரண்டு மூன்றுமுறை வெவ்வேறு ஊர்களில் அவருடன் உரையாடியிருக்கிறேன். மொத்தமாக பன்னிரெண்டு நிமிடங்களை மட்டுமே என் வாழ்நாளிலிருந்து அவருக்காக நான் செலவிட்டிருக்கிறேன். இந்தப் பன்னிரெண்டு நிமிடங்களிலிருந்து அவரைப்பற்றி எப்படி எழுதுவது என யோசித்தேன். நான் பிறப்பதற்கு முன்பே அவருடைய முதல் நூல் வெளிவந்திருக்கிறது. இவ்வளவு பெரிய மனிதரைப் பற்றி எழுத மனசு கூசியது. வெட்கமாகவும் இருந்தது. அவருடைய இறுதி அடக்கத்திற்குச் சென்றிருந்தேன். பெருங்கூட்டம். எல்லோரும் எழுத்தாளர்கள். ஒரு முஸ்லீம் பெரியவர் என்னை நெருங்கி “நீங்கள் கோயம்புத்தூரா?” எனக் கேட்டார். நான் “பாண்டிச்சேரி” என பதிலளித்தேன். என்னிடம் ஏதோ பேச வந்தவர், ஒரு விலகலை உணர்ந்து வேறு இடம் சென்றுவிட்டார். பக்கத்தில் நின்றிருந்த என் நண்பர் “அவர் உங்களை முஸ்லீம் என நினைத்துக்கொண்டார். அதனால்தான் கோயம்புத்தூரா எனக் கேட்டார்” என்றார்.

“கோயம்புத்தூருக்கும் முஸ்லீமுக்கும் என்ன சம்பந்தம்?”

“அது அப்படித்தான். உங்க முகச்சாடையும் முஸ்லீம்போல இருக்குது பாய்” எனக் கிண்டலடித்தார்.

என்னைப் பல சந்தர்ப்பங்களில் பலபேர் ‘பாய்’ என்று அழைத்திருக்கிறார்கள். சாலைகளில் தென்படும் முஸ்லீம் இளைஞர்கள் எனக்கு ‘சலாம் அலைக்கும்’ சொல்லியிருக்கிறார்கள். ‘பாய்’ என்ற ஓசைக்கு ஆங்கிலத்தில் ‘பையன்’ என்ற பொருள் மட்டுமே தெரிந்திருந்த எனக்கு அது சகோதரன் என்ற புதிய பொருளை உணர்த்தியது. சகோதரன் என்று என்னை என் மதத்தவர் இதுவரை அழைத்ததில்லை. எனவே என்னை யார் எனத் தெரியாமலேயே ‘பாய்’ என அழைக்கும் பண்பு பிடித்திருந்தது. என்னை ‘பாய்’ என்று முஸ்லீம்களைவிட இந்துக்களே பலமுறை அழைத்திருக்கிறார்கள். அழைத்துக்கொண்டுமிருக்கிறார்கள். நான் ஒரு இந்துவாக என் முகம் அடையாளப்படுத்தப் பட்டிருக்குமென்றால் எந்தவொரு இந்துவும் பாய் என என்னை

அழைத்திருப்பார்களா என்பது சந்தேகமே. இஸ்லாமியர்களை 'பாய்' என அழைக்கும் இந்துப் பண்பும் நெகிழ்ச்சியூட்டுவது. இந்தியச் சமூகத்தில் சகோதரத்துவம் என்பது அலாதியானது மற்றும் மதம் தாண்டியது என்பதை உணர்ந்து களித்திருக்கிறேன்.

பேருந்து, ரயில், கடற்கரை, திரையரங்குகள் என எல்லாப் பொதுவிடங்களிலும் நான் பிறரால் ஒரு முஸ்லீமாக சுட்டப்பட்ட அனுபவம் உண்டு. இது ஒரு சமயம் எனக்கு மனநெருக்கடியைத் தந்தது. ஒரு இந்து, முஸ்லீமின் சாயலில் இருப்பதைத் தவிர்க்க விரும்பி என் தாடியையும் மீசையையும் மழித்துக்கொண்டேன். ஒருமாதம் போல தாடி மீசையில்லாமல் அலைந்தேன். அப்படியும் ஒரு முஸ்லீமுக்கான எனது முகச்சாடையில் மாற்றமில்லை. காய்கறி வாங்க கடைத்தெரு சென்றபோது ஒரு கடைக்காரர் 'வாங்க பாய்' என அழைத்தார். ஆக, தாடியை நீக்கினால் முகச்சாயல் மாறிவிடும் என்ற என் எண்ணம் நிறைவேறவில்லை. ஆகவே எனது குரங்கு முகத்தை மாற்றியமைக்க மீண்டும் தாடி, மீசை வளர்த்தேன்.

பாய் என அழைத்தபோது பத்தாண்டுகளுக்கு முன் எனக்குக் கிடைத்த மனநெகிழ்வு நாளடைவில் இன்று இல்லாமல் ஆகிப்போனது. நான் என்னை ஒரு முஸ்லீமாக அடையாளப்படுத்திக்கொள்ள விரும்பவில்லை. இன்று நான் ஒரு முஸ்லீமுக்கு 'அலைக்கும் சலாம்' எனச் சொன்னால் என் முதுகுக்குப் பின் வரும் உளவு பார்ப்பவர்கள் என்னையும் ஒரு முஸ்லீமென அரசு காவல் இயந்திரங்களுக்கு அடையாளப்படுத்துவார்கள். ஏன் அபத்த வம்பு என நான் என்னை வாஞ்சையோடு 'பாய்'என்றழைப்பவர்களை வெறுப்போடு தவிர்த்து நடக்கிறேன்.

எனது முஸ்லீம் தோற்றத்தை மாற்ற நெற்றியில் திருநீறோ குங்குமமோ சூடிக்கொண்டால் பிரச்சினை ஒழியும் என சிலர் சொன்னார்கள். தமிழின் தீவிர சிந்தனையாளனும் படைப்பாளனுமான நான் நெற்றியில் மத அடையாளத்தைச் சூடினால், என் எதிரிகளுக்கு என் ஒட்டுமொத்த எழுத்தையும் நிராகரிக்க பெரிய ஓட்டையை அது ஏற்படுத்தித் தந்துவிடும். மிகச் சுலபமாக என் காலைத் தட்டிவிட்டுக் கீழே சாய்த்துவிடுவார்கள்.

என் தந்தை அடிக்கடி சொல்வார்; 'இந்தியத் துணைக்கண்டத்தில் இந்து முஸ்லீம் பிரச்சினை ஒரு வாக்கியப் பிழையினால் தொடர்ந்து திட்டமிட்டே ஆட்சியாளர்களால் வளர்த்தெடுக்கப்படுகிறது. பாகிஸ்தான், இந்தியா என்ற இரண்டு தேசங்களின் உதயம் என்று குறிப்பிடாமல் தேசப்பிரிவினை என்ற தவறான சொற்சேர்க்கையால், இந்தியாவிலிருந்து பிரிந்து சென்றதாக பாகிஸ்தானை நம்முடன் பாகப்பிரிவினை செய்ததுபோலப் பார்க்கிறோம். ஆங்கிலேயர்கள் தமது நிர்வாக வசதிக்காக இந்தியத் துணைக்கண்டத்தில் மேற்கொண்ட தொகுப்பாட்சி முறையானது எல்லாத் தேசிய இனங்களையும் ஒரு குடையின்கீழ் கொணர்ந்தது. பாகிஸ்தானும் இந்தியாவும் தனித்தனி நாடுகளாக விடுதலையடைந்தன. திராவிட நாடு என்று தென்னிந்திய நிலப்பரப்பு தனிநாடாக மலர்ந்திருக்க வேண்டும். நமது தலைவர்களின் சுயலாபங்களுக்காக இந்தியப் பெருந்தேசிய அமைப்பிற்குள் நாம் அடக்கப்பட்டோம். இந்து மதம் என்ற பெரும் கட்டமைப்பிற்குள் நம்மை நாம் அடையாளப்படுத்திக்கொள்ள விரும்பினோம். திராவிடர்களுக்கென்று தனித்த ஒரு மத அமைப்பு இருந்திருந்தால் ஒருவேளை மத ரீதியான ஒரு நாடு உருவாகி இருந்திருக்கும், நாம் மொழியாலும் பிரிந்தவர்கள், நான்கு பெரும் மொழிகளான திராவிட மொழிகளுக்கு ஒரு பொது லிபி உருவாக்கப்பட்டிருந்தால் நாம் ஒரு மொழிதேசியமாக உருத்திரண்டிருந்திருக்கலாம். ஐரோப்பிய மொழிகளுக்கான பொது லிபி போல திராவிட மொழிகளுக்கும் உருவாக்கப்பட்டால், எதிர்காலத்தில் திராவிட மொழிக்குடும்பத்திற்குள் ஒரு அனுசரணையான போக்கும் சமூக நல்லிணக்கமும் உருவாக வாய்ப்புள்ளது. இந்து, முஸ்லீம் என்று திட்டமிட்ட பிரிவு இந்திய ஆட்சியாளர்களால் உருவாக்கப்பட்டது போல; திராவிடர்- இந்தோ ஆரியர் என்ற பிரிவு உருவாக்கப்பட்டு வளர்த்தெடுக்கப்படவில்லை. திராவிடர்களை இந்துமதம் தனக்குள் உள்வாங்கிக்கொண்டதால் இந்து தேசியக் கட்டமைப்புக்குள் அவர்கள் அழகாகவும் ஆழமாகவும் பொருந்திவிட்டனர். இந்திய தேசிய இனங்களின் ஒன்றுதிரண்ட கட்டமைப்பிற்கு இந்துமதம் என்ற பேரமைப்பே

பிணைப்புச் சங்கிலியாக உள்ளது. இந்த இந்துக் கட்டமைப்பைத் தொடர்ந்து காப்பதன் மூலமே இந்தியப் பெருந்தேசியக் கட்டமைபைத் தொடர்ந்து செயலுறுத்த முடியும். அதற்கு இந்திய நிலத்திற்கு வெளியிலும் உள்ளும் உள்ள இஸ்லாமியர்களை ஒரு எதிர் சக்தியாக, பகை முரணாகத் தொடர்ந்து காட்டிவர வேண்டும். இந்தியா, பாகிஸ்தான் என்ற இரு தேசங்களின் உதயத்திற்குப் பிறகு பிளவுபடாத இந்தியாவை கட்டிக்காக்க, மையப்படுத்தப்பட்ட அதிகாரத்திற்கு மையப்படுத்தப்பட்ட இந்துமதம் இயக்குவிசையாகச் செயல்பட வேண்டும். விடுதலையடைந்த உடனே இந்தியா மேற்கொண்ட யுத்தம் பாகிஸ்தானோடுதான். பாகிஸ்தான்-இந்தியா இடையிலான யுத்த முரண்கள் அனைத்துமே மதம் சார் சகிப்பின்மையால் நேர்ந்து வருகிறதே தவிர அரசியல் பொருளாதரப் பிராந்திய மேலாதிக்கப் போக்கினால் அல்ல. மெல்ல மெல்ல இந்தியா ஒரு ஜனநாயகச் சர்வாதிகாரமாக பரிணமிக்கும். அதன் சர்வாதிகாரக் கோர முகம் முழுமையாக வெளிப்படும்போது நான் உயிரோடு இருக்க மாட்டேன். என் காலம் முடிந்துவிடும். ஆனால் நீ உன் வாழ்நாளிலேயே அக்கோர முகத்தைத் தரிசிப்பாய் மகனே' என்பார்.

இந்தியாவை விட்டு என்னை நான் நாடு கடத்திக்கொள்ள வேண்டும் என்ற எனது இறுதி முயற்சியும் சமீபத்தில் தடைப்பட்டது. ஏதேனும் ஒரு மேற்கு நாட்டில் குடியேறிவிடலாம் என்ற எனது கனவிலும் மண் விழுந்தது. மேற்கு நாடுகளின் கோரப்பற்கள் இஸ்லாமிய நாடுகளைக் குதறத் தொடங்கியபோது; அமெரிக்க உலக வர்த்தக மையக் கட்டிடங்களை இரண்டு விமானங்கள் மோதித் தகர்த்தன. உலகத்திலேயே இரட்டை ஆண்குறிகள் வாய்க்கப்பெற்ற வித்தியாசமான மனித இனம் அமெரிக்கக் கண்டத்தில் உண்டு என நான் குறும்பாக எண்ணியதுண்டு. அவ்வாறே, விடைத்து நின்ற இரட்டை ஆண்குறிகளும் செப்டம்பர் 11, 2001அன்று கொழுந்துவிட்டு எரிந்தன. உலகின் எல்லாக்கண்டங்களிலிருந்தும் மக்களால், எரியும் உயர்ந்த ஆண்குறிகளைப் பார்க்க முடிந்தது. வான மண்டலம் முழுக்க கரும்புகை. அமெரிக்கா தனது வரலாற்றில் முதல்முறையாக பகலிலேயே இருண்டது.

இனி எனக்கு என் தாய்நாடே போதும் என என் மனம் தணிவுகொண்டது. ஆட்சியாளர்களின், மத அடிப்படைவாதிகளின் எல்லாவிதக் கயமைத்தனங்களையும் மீறி ஏதோ ஒரு சக்தி என் தாய்நாட்டைக் காக்கும் என்ற நம்பிக்கை பிறந்தது. அச்சக்தி என்னையும் காக்கும் என்ற என் எண்ணத்தில் பிப்ரவரி 27,2002 அன்று இடிவிழுந்தது.

கோத்ரா ரயில் எரிந்த சம்பவத்தின்போதும் அதை ஒட்டிய தொடர் கலவரத்தின்போதும் நான் வெளியில் செல்லாமல் பல் நாட்கள் வீட்டிற்குள்ளாகவே அடைந்து கிடந்தேன். ஊர்சுற்றியான நான் இப்படி அடைந்து கிடப்பது என் மனைவிக்கு ஆச்சர்யத்தைத் தந்தது. குஜராத் கலவரம் ஓயும்வரை, நான் எழுதிக்கொண்டிருப்பதாகச் சொல்லிவிட்டு எனது அறைக்குள்ளாகவே அடைந்து கிடந்தேன்.

குஜராத் கலவரத்திற்கு ஒரு ஆண்டுக்கு முன்பாகத்தான் அங்கு பெரும் பூகம்பம் நிகழ்ந்தது. என் கால்களுக்குக் கீழே பூமிக்குள் பாம்பு நெளிந்து செல்வதைப் போல உணர்ந்தேன். பாண்டிச்சேரியில் அந்த மண் நெளிவை நான் உணர்ந்த கணம் குஜராத்தில் பூமிக்குள் மனிதர்கள், கால்நடைகள், கட்டிடங்கள் புதைந்துகொண்டிருந்தன. அரசு ஐம்பதாயிரம்பேர் பலி என்றது. பாண்டிச்சேரி குஜராத்தி அமைப்பினர் நான்கு லட்சம்பேர் என்றனர். மாபெரும் இயற்கைப் பேரழிவு. இயற்கையின் முன் மனிதர் ஏதுமற்றவராக நிறுத்தப்பட்ட நிகழ்வு அது. வாழ்க்கை எவ்வித அர்த்தமுற்று சூன்யமான கணம் அது. மனிதர் பொருளற்றுப் போயினர். சின்னச்சின்ன கொலைகள், தற்கொலைகள், போர்கள் என்பவை அர்த்தமற்றுப் போயின. இந்தியாவை ஒரு பெருஞ்சூன்யம் சூழ்ந்தது. ஆனால், அதே குஜராத்தில் அடுத்த ஆண்டே பெருங்கலவரம். முஸ்லீம்கள் உயிரோடு கொளுத்தப்பட்டார்கள். குழந்தை வெட்டி எறியப்பட்டார்கள். பெண்கள் வன்புணர்ச்சிக்கு ஆளாக்கிக் கொல்லப்பட்டனர். ஆயிரக்கணக்கானோர் அகதிகளானார்கள். மாபெரும் மனிதப் பேரழிவு. இந்துக்களின் முன் முஸ்லீம்கள் ஏதுமற்றவராக நிறுத்தப்பட்ட நிகழ்வு அது. இந்தியாவை ஒரு பெருஞ்சூன்யம் சூழ்ந்தது. இயற்கை ஏற்படுத்தும் பேரழிவின் முன் ஏதுமற்றவராகத் தன்னை உணரும் மனிதர்; அதே

பேரழிவை தமக்குள் நிகழ்த்திப் பார்க்கும்போது தாம் மகா சக்தி படைத்த பேராளுமையாகத் தம்மை உணர்கிறார். இயற்கையின் ஒடுக்குமுறைக்கு எதிரான தாழ்வு மனப்பான்மையிலிருந்து வெளியேறும் உத்திதானோ தமக்குள் மூண்ட இக்கலவரம் என்ற கேள்வியை; குஜராத் பூகம்பமும் அதைத் தொடர்ந்து மத மோதலும் எனக்குள் எழுப்பியது. என் கனவில் மூண்ட அன்றைய பெருந்தீ இன்றுவரை அணையவில்லை. அப்பெருந்தீயில் மனிதர்கள் தொடர்ந்து எரிந்துகொண்டே இருக்கிறார்கள்.

சென்ற உலகக் கோப்பை கிரிக்கெட்டில் இந்தியாவும் பாகிஸ்தானும் மோதின. சொற்ப அதிர்ஷ்டத்தில் இந்தியா வென்றது. இரவு பத்துமணி இருக்கும். தேசியக்கொடியை ஏந்திக்கொண்டு இளைஞர்கள் சாலைகளில் திரிந்தனர். மதுக்கடைகளில் மகிழ்ச்சி கரைபுரண்டோடியது. நான் ஒரு பாருக்குச் சென்றேன். குடித்துக்கொண்டிருந்தவர்கள் உக்ரமாக என்னை வெறித்தனர். நான் ஒரு இடம்தேடி அமர்ந்தேன். அடுத்த மேசையைச் சுற்றியிருந்த இளைஞர்கள் என்னை ஒரு முஸ்லீம் என நினைத்து பாகிஸ்தான் அணியையும் அந்நாட்டையும் திட்டிக்கொண்டிருந்தார்கள். அவர்களுடைய எண்ணம் என்னைக் கோபப்படுத்துவது. ஆரம்பத்தில் நான் அதைக் கண்டுகொள்ளவில்லை. கொஞ்சம் கொஞ்சமாகத்தான் விபரீதம் என்னைச் சுட்டது. ஆபாசமான வார்த்தைகளைச் சொல்லி முஸ்லீம்களை இந்தியாவைவிட்டு விரட்ட வேண்டும் என முரட்டு இளைஞன் என்னை வெறித்தபடி சொன்னான். அன்றைய போட்டியில் பாகிஸ்தான் வெற்றி பெற்றிருந்தால், அநேகமாக அந்த பாரில் நான் அந்த இளைஞர்களிடம் உதைப்பட்டிருப்பேன். பாண்டிச்சேரிக்கும் குஜராத்துக்கும் தூரம் அதிகமில்லை என்பதை நிலநடுக்கத்தின்போது காலுக்கடியில் பாம்பு நெளிந்து ஊர்ந்ததை உணர்ந்ததைப் போல அன்றும் உணர்ந்தேன்.

முஸ்லீம் தீவிரவாதிகளால் நடத்தப்படும் ஒவ்வொரு தாக்குதலும் என் மனதை அதிர வைத்தது. உள்ளுக்குள் என்னை நடுங்க வைத்தது. ரயில் பயணங்களைத் தவிர்த்தேன். என்னை எல்லோரும் மனித வெடிகுண்டாகப் பார்க்கிறார்களோ

என்று தோன்றும். திடீரென்று என்னைச் சந்தேகப்பட்டு யாரேனும் தாக்கலாம் என நினைப்பேன். ரயிலில் பிற முஸ்லீம் குடும்பங்கள் என் கண்ணில் பட்டால் ஆசுவாசம் கொள்வேன். ரயில் பயணங்கள் இம்சை நிறைந்ததாக மாறவே, பேருந்தையே தேர்ந்தெடுத்தேன். இடையிடையே நான் ஒரு முஸ்லீம் இல்லை என்ற எண்ணம் என்னை நிம்மதிப் பெருமூச்சுவிட வைக்கும்.

நான் நிஜத்தில் ஒரு முஸ்லீமாக இருந்திருந்தால் என்ற நினைப்பே என் வயிற்றுக்குள் புளியைக் கரைத்தது. நான் அடிக்கடி யோசிப்பதுபோல அமெரிக்காவில் ஒரு வெள்ளையனாக நான் பிறந்திருந்தால் உலகின் மிகப்பெரிய குற்றவாளியாக என்னை உணர்ந்திருப்பேன். அந்தக் குற்றவுணர்வு என்னைக் கொஞ்சம் கொஞ்சமாகக் கொன்றிருக்கும். இந்தியாவில் ஒரு தலித்தாகப் பிறந்திருந்தால்; என் மீது செலுத்தப்படும் அவமானத்தையும் ஒடுக்குமுறையையும் தாங்க முடியாமல் மனம்வெந்து தற்கொலை செய்துகொண்டிருப்பேன். இப்போது இப்படி யோசிக்கிறேன்; நல்லவேளை நான் ஒரு முஸ்லீமாகப் பிறக்கவில்லை. பிறந்திருந்தால் பயந்து பயந்தே செத்திருப்பேன். என் நிழலே என்னைத் துரத்த ஒரு எலியைப்போல வளைக்குள் அடைந்திருப்பேன். இருந்தாலும் என் முகத்தோற்றம் என்னை மருட்டுகிறது. சில இரவுகள் தூக்கமற்ற மனவலியில் மனப்பிறழ்வின் விளிம்பைத் தொட்டு மீள்கிறேன்.

ஆசாரமான இந்துக் குடும்பத்தில் பிறந்தவன் நான். மாமிசம் தவிர்த்த உணவுப் பழக்கம் கொண்டவன். முழுநேர எழுத்தை என் வாழ்க்கையாகக் கொண்டதால் வேலைவெட்டிக்குச் செல்லாதவன். குடும்பச் சொத்து எனக்கும் என் மகனுக்கும் போதுமானது. இந்தியாவிலுள்ள எல்லாக் கோவில்களுக்கும் செல்ல வேண்டும் என்பது எனது நீண்டகாலத் திட்டம். இந்தியா, நேபாளம், இலங்கை என நூற்றியெட்டு சிவத்தலங்களையும் நான் தரிசிக்க வேண்டும். இதற்கும் நான் பேசும் நவீனத்துவத்திற்கும் மதச்சார்பற்ற ஜனநாயகத்திற்கும் யாதொரு தொடர்பும் இல்லை. அடிப்படையில் நான் ஒரு நாத்திகன். ஆனால், லிங்க வழிபாடும் சிவம் என்ற உருவகமும்

எனக்குப் பிடித்தமானவை. எனது எழுத்து இந்துத்வாவிற்கு எதிரானது. அதேபோல் தலிபான்களுக்கும் இஸ்லாமிய அடிப்படைவாதிகளுக்கும் எதிரானவன் நான். அதே சமயத்தில் காஷ்மீரத்தில் நிகழ்த்தப்படும் இன அழிப்புப் படுகொலைகளையும் கண்டித்து வருகிறேன். ஜார்ஜ் புஷ்ஷையும் சதாம் உசேனையும் ஒருசேர எதிர்ப்பவன் நான். உலகின் எல்லாவிதப் பாசிச ஒடுக்குமுறை வடிவங்களுக்கும் எதிரானவன் நான். மதத்திற்குள்ளிருந்து என்னை வெளியேற்றிக் கொள்ள அம்பேத்கரையும் பௌத்தத்தையும் தொடர்ந்து பயின்று வருபவன். மகாத்மா காந்தியை இந்தியாவுக்கும் பாகிஸ்தானுக்குமான இரு தேசங்களின் பிதாவாக பொதுமைப்படுத்த வேண்டும். காந்தியென்ற அகிம்சையின் மாபெரும் குறியீடு ஒரு பொது அறத்தையும் அரசியல் நாகரிகத்தையும் நமக்கிடையே உருவாக்கும். மத மோதல்களும் ராணுவ மோதல்களும் நம் மக்களுக்கு ஒரு மேலான வாழ்க்கையை அமைத்துத் தர உதவாது.

என் எழுத்துக்களில் வெளிப்படும் தெளிவும் மனவுரமும் வீரமும் என் மனச்செயல்பாடுகளில் இல்லை. நான் உள்ளுக்குள் ஒடுங்கியிருக்கிறேன். பயப்படுகிறேன். உலகின் அரசு பயங்கரவாதத்தையும் அரசு எதிர்ப்பு பயங்கரவாதத்தையும் ஒருசேரக் கண்டிக்கும் நான் ஏதாவதொரு பயங்கரவாதத்திற்குப் பலியாகிவிடுவோனோ என பயப்படுகிறேன். எனக்குத் தெரியாமலேயே என் உடம்பில் வெடிகுண்டுகள் கட்டப்பட்டு நான் ஒரு நடமாடும் மனித வெடிகுண்டாக ஆக்கப்பட்டுவிடுவேனோ என்றும் அஞ்சுகிறேன். நாட்டில் எந்த மூலையில் பயங்கரவாதத் தாக்குதல் நிகழ்ந்தாலும் நான் பயந்து சாகிறேன். தேவையற்ற பயம் என்று அறிவு சொல்கிறது. கொஞ்சநேரம் சமாதானமடைகிறேன். மீண்டும் தேவையற்ற அச்சம் மனதில் சுரந்து தேங்கிவிடுகிறது. அதில் நான் மூழ்கித் திணறுகிறேன். எந்த நேரமும் என் வீட்டு வாசல் கதவு தட்டப்படலாம் எனப் பதற்றத்தோடு அடைந்து கிடக்கிறேன். இதை வெளியில் சொல்ல வெட்கமாக இருக்கிறது. என்னை இரண்டொருவர் அல்லது என்னை அறியாதவர்கள் என்னை ஒரு முஸ்லீமாகப் பார்ப்பதால் நான் ஏன் என்னை ஒரு குற்றவாளியாகக் கருதி பயம்கொள்ள வேண்டும்? நிஜ

முஸ்லீம்கள் எந்தவித நெருக்கடியுமில்லாமல் என்னைக் கடந்து போகிறார்கள். இந்துவான நான் ஏன் ஒரு கலவரப் பகுதியின் முஸ்லீமைப்போல பயப்பட வேண்டும்?

என் பயத்திலிருந்து மீள, அடிக்கடி நான் கற்பனை செய்துகொள்ளும் சம்பவம் ஒன்றுண்டு. அது டிசம்பர் 6. இந்தியாவில் ரயில் நிலையம், பேருந்து நிலையம், விமான நிலையம், கோவில் என எல்லா இடங்களிலும் பலத்த பாதுகாப்பு. தீவிர சோதனை, குழந்தைகள், முதியவர்கள், பெண்கள், ஆண்கள், வளர்ப்புப் பிராணிகள் என பாரதக் கண்டத்தின் எல்லா உயிர்களையும் பயங்கரவாதிகளாக போலீசும் ராணுவமும் மாற்றிக்கொண்டிருக்கின்றன. ஒவ்வொரு மனிதரும் அருகில் நிற்கும் சக மனிதரை சந்தேகக் கண்கொண்டு பார்க்கிறார்கள். எந்தக் கணமும் குண்டு வெடிக்கலாம்; மனித உடம்புகள் மாமிசக் குவியலாகலாம் என்ற எதிர்பார்ப்பு எல்லாரிடமும் இருக்கிறது. அந்த எதிர்பார்ப்பு இல்லாதவர்-சொரணை அற்றவராகக் கருதப்படுகிறார். எங்கேனும் குண்டு வெடிக்க வேண்டும் என்ற ஆவல் ஒவ்வொருவருக்குள்ளும் ரகசியமாக வளர்கிறது. வன்முறை நிகழ்வின் மீதான அச்சம் படிப்படையாக மறைந்து வன்முறை நிகழ்வின் மீதான விழைவு படிப்படியாக வளர்கிறது.

ஒரு பெரிய கோவிலுக்குள் நுழைகிறேன். அங்கு நான் சோதனையிடப்படுகிரேன். ‘பாய்! நீங்க ஏன் கோயிலுக்குள்ள வந்தீங்க?’ என ஒரு காவலர் மரியாதையோடு கேட்கிறார். வெள்ளை வேட்டி சட்டையில் காவிநிறத் துண்டைத் தோள்களில் அணிந்த ஒரு முரட்டுத்தனமான தோற்றம்கொண்ட நபர் ‘டேய் நாயே..வெளிய போடா’ என என்னை நோக்கி வருகிறார். நான் அவரை அடிக்கக் கையை ஓங்குகிறேன். அதற்குள் சரமாரியாக எனக்கு அடி விழுகிறது. மயங்கி, பிறகு தெளியும்போது, போலீஸ் லாக்கெப்பில் ரத்தக் காயங்களோடு கிடக்கிறேன்.

பெரிய போலீஸ் அதிகாரி வருகிறார். நான் வெளியே நெட்டித் தள்ளிக்கொண்டு வரப்படுகிறேன்.

‘எந்த ஊருயா?’

‘பாண்டிச்சேரி’

‘பேரு என்னய்யா?’

‘ராமசாமி’

‘என்னய்யா பாயி, ராமசாமின்னு சொல்லுற?’

‘என் பேரு அதாங்க’

‘என்ன வேலை செய்யிற?’

‘எழுத்தாளர்’

‘அப்படின்னா?’

‘தமிழ்ல மிக முக்கியமான எழுத்தாளன் நான். பாரதி, பாரதிதாசனைப் போல பெரிய கவிஞன்’

‘உன்ன ஒரு முஸ்லீமுன்னும், கோயில்ல கலாட்டாப் பண்ணதாவும் சொல்றாங்களேய்யா பாய்’

‘இல்லைங்க. நான் ஒரு இந்து’

‘நீ துலுக்கனா இல்ல, இந்துவான்னு எப்படி நம்பறது? ஏதாவது அத்தாட்சி இருக்கா?’

‘இருக்கு. ஹோட்டல்ல ரூம் போட்டிருக்கேன். ரூம்ல இருக்கு’

‘இப்ப என்னய்யா இருக்கு?’

‘இருக்கு. என் ஜட்டிக்குள்ள’

‘என்னடா சொன்ன நாயே?’

‘நிதானமா இருங்க. இதப்பாருங்க. முன்தோலு மூடியிருக்கு. நான் இந்து. இது போதாதா அத்தாட்சி?’

‘‘ஏன்யா, சாமானக் காட்றீயே! வெட்கமா இல்ல?’

‘இல்ல. நான் ஒரு எழுத்தாளன் என்பது உங்களுக்கு எப்படி சாதாரணமான அந்நியமான விஷயமோ அதுமாதிரி என் உறுப்பைக் காட்டி நிரூபிக்கிறது, என்னைப் பாதிக்காத இயல்பான விஷயம்.’

'நீ எழுதுன புத்தகம் ஏதாவது வச்சிருக்கியா?'

'தமிழ்நாடு அரசு விருது பெற்ற என்னோட நாவல் இருக்கு, ரூம்ல. வந்தா தருவேன்.'

கற்பனை அறுபடும். இதுபோல ஏடாகூடமாக நான் ஒரு முஸ்லீமென சந்தேகத்தின் பேரில் கைது செய்யப்பட்டால், என்னை இக்கட்டிலிருந்து காப்பாற்ற என் பாலுறுப்பு துணையுண்டு. நான் லிங்கத்தை வழிபடுபவன். இனி என் முகலாய முகத்தைப் பற்றி எனக்குக் கவலையில்லை. சிவலிங்கம் துணையுண்டு.

முகம் என்று தலைப்பிட்டு மேற்கூறியதை எழுதி 'மூலம்' இதழுக்கு அனுப்பினேன். 'பத்தி' என்றுதான் அனுப்பினேன். என் எழுத்தாள நண்பர் அதைச் சிறுகதை என்ற பிரிவின் கீழ் பிரசுரித்திருந்தார். அது சிறுகதையாக ஆகும் எனத் தெரிந்திருந்தால் 'லிங்கம்' எனத் தலைப்பிட்டிருந்திருப்பேன்.

பயமாக இருக்கிறது. பயம், பைத்தியம் பிடிப்பதற்கான ஆரம்ப அறிகுறி என்று அப்பா சொல்வார். எனது பயம் எனது மரணத்தைப் பற்றியதல்ல; எனது தேசத்தின் மரணத்தைப் பற்றியது. வலி; எனது வலியைப் பற்றிய வலி அல்ல; எனது தேசத்தின் வலியை உணரும் வலி அது. ததாகதனே எங்களைக் காப்பாற்று.

தொடர் மழைக்காலம்

1

ஒரு நீண்ட மழை நாட்களின் தொடர் மிக அழுத்தமான சோகத்தை என் மீது ஏற்றிவிடுகிறது. ஒவ்வொரு ஆண்டும் என் ஊரில் எட்டுப் பத்து நாட்களுக்கு தொடர்மழை பொழியும். அப்போது சோதனையாக என்னிடம் ஒருரூபாய்கூட இருக்காது. வெளியில் செல்ல என்னிடம் என்றுமே ஒரு குடையோ மழைக்கோட்டோ இருந்ததே இல்லை. வழக்கமான பசியைவிட மழைக்காலப் பசி வீர்யமானது. வயிற்றில் நஞ்சு சுரந்துகொண்டேயிருக்கும். ஒரு தீவிர தற்கொலை எண்ணம் தன்னிச்சையாக சுவாசம்போல என்னில் இழைந்துகொண்டிருக்கும். சமையலறையில் காபிப்பொடியோ சர்க்கரையோ இருக்காது. எந்தவொரு நண்பரும் எனக்கு என்னவானது என எட்டிப் பார்க்க தொடர்மழை தடையாக இருக்கும் போலும். அப்படியான ஒரு தொடர் மழைநாட்களில் நான் செய்த சின்னஞ் சிறு கொலையைப் பற்றிய பதிவே இது. இப்பதிவும் அப்படிபட்ட தொடர் மழைநாட்களுள் ஒன்றான இன்று ஒரு வாக்குமூலம் போல என்னால் எழுதப்படுகிறது.

தன்னுடைய தாய்வீடு செல்ல எதையாவது ஒரு காரணம் தேடி என்னிடம் சண்டையிடுவது என் மனைவியின் வாடிக்கை என்றாலும், அது மழை தொடங்குவதற்கு முன்பாகவே ஒவ்வொரு பருவத்திலும் ஆரம்பித்துவிடும். அப்படித்தான் அன்றும் நடந்தது. எங்கள் மகனை கையைப்பிடித்து இழுத்துக்கொண்டு, இரண்டொரு துணிகளைத் திணித்த பையோடு, தூறல் ஆரம்பிப்பதற்கு முன்பாகவே விடுவிடுவென வெளியேறினாள். ஒருபடி அரிசிக்குப் பணம் இல்லாதபோது பேருந்துக் கட்டணத்திற்கு மட்டும் எப்படி அவளிடம் பணம்

வந்து சேர்கிறது என்பதை அறிய நான் என்றுமே பிரயாசைப்பட்டதில்லை. என் வீட்டுத் திண்ணையில் இருக்கும் என் குலதெய்வமான பழைய சிங்கர் தையல் மெஷின் எத்தனை நாளைக்குத்தான் எங்களுக்குத் தொடர்ந்து சோறு போடும்? தொடர் மழைக்காலம் தையல் மெஷினுக்கும் ஆகாத காலம் போலும்.

2

மெஷினின் தலையை மட்டும் தூக்கி வந்து உள்ளே நடையில் வைத்துவிட்டு, சாரலிலிருந்து தப்ப சாக்குக்கோணியால் மிதி மனையை மூடிவிட்டு, திண்ணையில் ஒரு கருங்கல் பதிப்பில் சில்லென்று அமர்ந்திருந்தேன். அந்த அடிப்பக்கத்துக் குளுமை பசிக்கு இதமாக இருந்தது. தெருவிலும் ஆள் நடமாட்டம் இல்லை. விட்டுவிட்டுக் கொட்டும் இப்பெருமழையில் யார்தான் வெளியே வருவார்? சூரிய வெளிச்சம் இல்லாததால் காலநேரமும் தெரியவில்லை. அடிக்கும் மழைச் சத்தத்தில் பெரிய மணிக்கூண்டு ஒலி காதுக்கு எட்டுவதில்லை. அப்படியும், ஒருமணி நேரத்திற்கு முன்பு இவ்வழியே போன முருகனைக் கூப்பிட்டு ஒரு பீடி கேட்டேன். சாமீ... என மருட்சியோடு அருகில் வந்தவன் மடியிலிருந்து அவிழ்த்து நனைந்த இரண்டு பீடிகளைக் கொடுத்துவிட்டுச் சென்றான்.

3

போன மழைக்காலத்திலும் இதுபோல்தான் மழையை வெறித்தபடி திண்ணையில் அமர்ந்திருந்தேன். வழக்கம்போல மகனை இழுத்துக்கொண்டு தாய்வீடு சென்றுவிட்டிருந்தாள் மனைவி. மழைக்குள் ஊரும் மனமும் வெறிச்சோடிக் கிடந்தன. நனைந்த வெள்ளைப் பூனைக்குட்டியைத் தோள் துண்டில் சுற்றி எடுத்து வந்தான் முருகன். வாசலை மிதிக்காமல் மழைக்குள்ளிருந்தே பூனைக்குட்டியை என்னை நோக்கி நீட்டினான். ‘அம்மா கேட்டாங்க! கொழந்த வெளையாடறதுக்கு. இன்னிக்குத்தாங் கெடச்சது’ என்றபடி. மகிழ்ச்சியோடு வாங்கி என் மடியில் வைத்துக்கொண்டேன். மழைக்கு இதமான துணை. மிருதுவாக இருந்தது. துருதுருவென என முகத்தைப்

பார்த்து மியாவ் என்றது. வேட்டியால் அதன் நனைந்த உடலை உலர்த்தியபடி அதன் கண்களைப் பார்த்தேன்; ஒரு கண் கிருஷ்ண பகவான் போலவும் மறு கண் ராமபிரான் போலவும் நீலமாக இருந்தது.

பூனைக்குட்டி என் மடியிலிருந்து துள்ளி வீட்டுக்குள் ஓடியது. பிடிக்க நானும் எழுந்து உள்ளே சென்றேன். அதற்குள் அது மரக்கட்டிலுக்கு அடியில் பதுங்கிக்கொண்டது. நான் குனிந்து பார்த்தேன். மியாவ் என என்னை அழைத்தது. அதைத் தூக்கி மடியில் அமர்த்தியபடி கட்டிலில் அமர்ந்தேன். தலைக்குமேல் பிறை ஓடு ஒழுகிக்கொண்டிருந்தது. பூனையோடு எழுந்து அடுப்படிக்குச் சென்று ஈயச்சட்டி ஒன்றை எடுத்துவந்து ஒழுகும் இடத்தில் வைத்தேன். பாத்திரத்தில் நீர் சொட்டும் சப்தத்தைத் துருதுருவெனப் பார்த்தபடி என் மடியைவிட்டு இறங்கிக் கட்டிலில் நடந்து பாத்திரத்துக்குள் எட்டிப் பார்த்தது. இந்தப் பூனையைப் போலத்தான் மிக மிருதுவாக இருந்தது அவள் கை. முதலிரவன்று கண்ணாடி வளையல்களிட்ட அவள் இடதுகரத்தை இதே கட்டிலில் அமர்ந்தபடிதான் முதன்முதலாகப் பற்றினேன். அதுவும் ஒரு கொடும் மழைக்காலம். பெருமழைநாளில்தான் ஊர்க்கோயிலில் கல்யாணம் நிகழ்ந்தது. அன்றே சாந்தி முகூர்த்தம். மழையை முன்னிட்டு சுற்றங்களெல்லாம் அவரவர் ஊருக்குப் பறந்துவிட்டனர். இந்த வீட்டில் நானும் அவளும்தான். மழையால் மின்சாரம் துண்டிக்கப்பட்டிருந்தது. வீடே இருட்டில் மூழ்கியிருந்தது. பெண்வீட்டாரில் யாரோ ஒரு பையன் வந்து இரண்டு மெழுகுவர்த்திகளைத் தந்துவிட்டு பக்கத்து வீட்டுக்கு ஓடிவிட்டான். ஆம், மணி என்பது அவன் பெயர். இந்தப் பூனைக்கும் அவனது பெயரையே வைத்தேன்.

இதே கட்டிலில்தான் திருமணமான இரண்டாம் மழை ஆண்டில் என் மகன் பிறந்தான். பெருமழை. பிரசவ வலியால் அவள் துடிக்க, மருத்துவமனைக்குக்கூட அழைத்துச் செல்ல எந்தவித உதவியும் கிடைக்கவில்லை. உள்ளூர்ப் பெண்களே பிரசவம் பார்த்தார்கள். இரவு ஏழு மணிக்குப் பிறந்தான். மங்கிய மின் வெளிச்சத்தில் வெள்ளைத் துணியில் பொன்போல ஜொலித்தான். அவனது கன்னத்தைத் தொட்டேன். மிருதுவாக

இருந்தது; இந்தப் பூனைக்குட்டியைப் போன்றே. இது அவனுக்கு நல்ல தோழன்தான் என நினைத்தபடி பழைய எண்ணங்களில் மூழ்கியிருந்த என் தலைக்குள் தேள் கொட்டியது. இந்தப் பூனைக்கு எப்படி உணவிடுவது? இந்த இரவுக்கு இதற்கு ஒரு தம்ளர் பால் வேண்டுமே! என்ன செய்வது? என்ற சிந்தனையில் மூழ்கியிருந்தபோது, வாசலில் 'சாமீ' எனக் குரல் கேட்டது. பூனைக்குட்டியோடு வெளியில் வந்தேன். தாழங்குடையோடு முருகன் நின்றிருந்தான். அவன் கையில் பழைய சிறிய பாட்டிலில் ஆட்டுப்பால் நிறைந்திருந்தது.

மணி என் வீட்டில் வளர்ந்தான். என் மகன் ஆரம்பப் பாடசாலைக்குச் சென்ற முதலாண்டு பூனையையும் தன்னோடே கூட்டிச் சென்றான். இரண்டொரு நாள் பூனையோடே வகுப்பறையில் அமர்ந்திருந்தான். மணி என்று கூப்பிட்டால் பூனை எங்கிருந்தாலும் ஓடி வந்துவிடும். ஆனால் என் மனைவிக்கோ அப்பூனையை அவ்வளவாகப் பிடிக்காது. பூனை வீட்டுக்குத் தரித்திரம் என்பாள். 'நீதான் ஆசைப்பட்டுக் கேட்டாயாமே!' என்றால் 'உக்கும்' என்று உதட்டைச் சுழித்தபடி செல்வாள்.

திண்ணையில் ஒரு மூலையில் பூனையும் தையல் மெஷின் மீது நானும் தூங்கிக்கொண்டிருப்போம். தீபாவளிக்கு மகனுக்குச் சட்டை தைக்கும்போது, துண்டுத் துணிகளை ஒட்டுப்போட்டு பூனைக்கும் ஒரு சட்டை தைக்க வேண்டும் என நினைத்தேன். இரு பக்கங்களையும் மூட்டாத சிறு தலையனை உறை. அதிலே நான்கு கால்கள் நுழைய கீழ்ப்பகுதியில் வட்ட வட்ட ஓட்டைகள். பூனைக்குச் சட்டை தயார். இந்த எண்ணத்தைப் பள்ளிவிட்டு வந்த மகனிடம் சொன்னேன்; துள்ளிக் குதித்தபடி அம்மாவிடம் சொல்ல ஓடினான். நான் பயத்தோடும் வெட்கத்தோடும் திண்ணையை விட்டெழுந்து டீக்கடையை நோக்கி நடையைக் கட்டினேன்.

4

மணி கொழுகொழு என்று வளர்ந்திருந்தது. அந்த ஆண்டின் மழைக்காலத்தில் நானும் பட்டினி, அதுவும் பட்டினி. மனைவி மகனோடு தாய்வீடு சென்றுவிட்டிருந்தாள். எங்கெங்கோ

அலைந்துவிட்டு பெருமழையில் நனைந்து நடுங்கியபடி திண்ணையின் மூலையில் மணி அமர்ந்திருந்தது. பசியோடும் சுய வெறுப்போடும் இருந்த என் முகத்தைப் பார்த்துப் பார்த்து அடிக்கடி அது கத்தியபடி இருந்தது. இது வந்துதான் இப்படி ஒரு தரித்திரம் பீடித்ததோ என்ற எண்ணமும் அதன் கத்தல்கள் ஏற்படுத்திய கோபமும் ஒருசேர கால் செருப்பை அவிழ்த்தது. அதை நோக்கி வீசினேன். அடியை வாங்கிக்கொண்டு பாவமாகப் பார்த்தபடி மீண்டும் சுருண்டது. என்னை நோக்கிய அதன் பாவமான பார்வை மேலும் எரிச்சலையும் கோபத்தையும் உண்டாக்க மற்றொரு செருப்பைக் கையில் தூக்கியபடி அதை நோக்கி ஓடி அடித்து விரட்டினேன். அடிபட்ட அது கோபத்தோடு என்னைப் பார்த்துச் சீறியது. பயமும் கோபமும் ஒன்றுசேர என் உடம்பு நடுங்கியது. பூனை திண்ணை மீதிருந்து மழைக்குள் குதித்து மறைந்தது.

இரவு கவிந்தது. மின்சாரமற்ற பெருமிருட்டு. மழை விட்டபாடில்லை. அடுப்படிக்குச் சென்று காடா விளக்கேற்றி ஏதேனும் தின்னக் கூடியது இருக்கிறதா என்று தேடினேன். ஒரு கரண்டி எண்ணையும் கொஞ்சம் மிளகாய்த் தூளும் இருந்தன. ஒருபிடி அரிசிகூட இல்லை. மூலையில் காய்ந்த சவுக்கை விறகுகள் கொஞ்சம்போல இருந்தன. மனைவியின் மீது கோபமாக வந்தது. அவள் இருந்தால் அவளை வெட்டி மிளகாய்த் தூளிட்டு வறுத்துத் தின்னலாம் எனத் தோன்றியது. அடுத்த கணமே 'ஈஸ்வரா' எனத் தலையைப் பிடித்துக்கொண்டு சுவரில் சாய்ந்தபடி அமர்ந்துவிட்டேன். பசியில் தூக்கம் கண்களைச் சொருகியது. மீண்டும் 'மியாவ்' என்ற அழைப்பு மண்டைக்குள் ஒலிக்கக் கண் திறந்தேன். சுவர் மூலையில் குத்திட்டு அமர்ந்தபடி மணி குரலெழுப்பியது. எப்படி எழுந்தேன், அடிப்படிக்குள் சென்றேன், விறகுக் கட்டையை எடுத்தேன், மணியை மண்டையில் அடித்தேன் என்பதை இப்பொழுதும் எனக்குச் சரிவர நினைவுகூர இயலவில்லை. தலை உடைந்து மணி செத்துக்கிடந்தது. அதன் தோலை உரித்து அரிவாள்மனையால் துண்டங்களிட்டு, வாணலியில் எண்ணெய்விட்டு, மிளகாய்த் தூளிட்டு வறுத்து எப்படித் தின்றேன்? என்பதையும் சரிவர நினைவுகூர இயலவில்லை. மறுநாள் காலை விடிந்தபோது பளீரென வானமிருந்தது. அந்த

ஆண்டின் தொடர்மழை முதல்நாள் இரவோடு முடிந்துவிட்டிருந்தது.

மணி எங்கோ ஓடிவிட்டது என்றும் குறவன் பிடித்துக்கொண்டு போயிருப்பான் என்றும் மகனிடமும் மனைவியிடமும் சொல்லிக்கொண்டிருந்தேன். மகன் பூனைக்காக அழுவான் என்று நினைத்தேன். ஆனால், அவன் அதன் இழப்பைப் பெரிதாக எடுத்துக்கொள்ளவில்லை. 'நாய்க்குட்டி ஒன்று வாங்கி வளர்ப்போம் அப்பா' என்று மட்டுமே சொன்னான். ஆனால், என் மனைவி அடிக்கடி அதன் இழப்பை சுட்டிக்காட்டியபடி இருந்தாள். பிள்ளையை போல வீட்டை வளைய வளைய வருமே என அடிக்கடி ஆதங்கப்பட்டாள். நாட்கள் செல்லச் செல்ல அந்தப் பூனையைக் குறவன்தான் பிடித்துக்கொண்டு போயிருக்கிறான் என எனக்கு நானே நம்பத் தொடங்கினேன்.

5

ஆனால், இந்த மழைநாட்களில், இதைப் பதிவு செய்யும் இந்தத் தொடர் மழை நாட்களில் ஒவ்வொரு நொடியும் பூனையைப் பற்றிய எண்ணமாகவே இருக்கிறேன். மனைவியும் பிள்ளையும் அற்ற இந்த மழைநாட்களில் தற்கொலை பற்றிய எண்ணம் கூரையின் பிறைஓட்டின் வழியே ஒழுகிக்கொண்டிருக்கிறது. வெளியில் மழை. உள்ளே என் வயிற்றுக்குள் பூனை. 'மியாவ்' என்ர அழைப்பு என் காதுகளில் ஸ்தூலமாகக் கேட்கிறது. விறகுக் கட்டையால் என் தலையில் பலம் கொண்ட மட்டும் யாரோ அடிக்கிறார்கள். முருகனின் குரல் ஆழத்தில் கேட்கிறது. 'சாமீ....'

கூத்தாண்டவன்

மீண்டும் வந்து சேர்ந்தபோது நான் பதற்றப்பட்டபடி அந்தப் பொதுக்கழிவறையைச் சுற்றிலும் கூட்டம் கூடியிருந்தது. மருத்துவமனை வண்டியும் காவல்துறை வண்டியும் நின்றுகொண்டிருந்தன. ஒரு போலீஸ்காரர் கூட்டத்தை அப்புறப்படுத்திக் கொண்டிருந்தார். மாலை நான்கு மணியைத் தாண்டியும் கோடைச்சூரியன் சுள்ளென்று சுட்டுக்கொண்டிருந்தது. நான் அருகில் சென்றேன். கழிப்பறைக்குள்ளிருந்து இரண்டுபேர் ஸ்ட்ரெக்சரில் கிடத்தி அவனைத் தூக்கி வந்தார்கள். என் மனம் கனத்தது. அவன் முகத்தைப் பார்த்தேன். கழுத்திலிருந்து சுருக்கிட்ட பச்சை நிற நைலான் கயிறு இன்னு பிரித்தெடுக்கப்படாமல் அவனது சடலனத்தின் மீது கிடந்து. கண்கள் துருத்தியபடி, தலை துவண்டிருந்தது. கழுத்தெலும்பு முற்றிலும் முறிந்துவிட்டிருந்தது. வண்டியில் ஏற்றும்போது தலை கீழ்நோக்கித் தொங்கியது. நான் அந்த இடத்தைவிட்டு நகர்ந்துவிட்டேன்.

சுமார் இரண்டரை மணிபோல இதே கழிப்பறைக்குள் சிறுநீர் கழிக்க நான் சென்றேன். இது ஒரு கட்டணக் கழிப்பறை. உள்ளே தடுப்பாக மூன்று கழிப்பறைகளும் இரண்டு மூத்திரப் பிறைகளும் இருக்கும். அவ்வளவாக நாற்றமிருக்காது. புதுச்சேரி நகராட்சியின் கட்டுப்பாட்டில் இருப்பதால் சுத்தமாகவே இருக்கும். வாசலோரமாக உடைந்த மேசையில் காலொன்றிலிருந்து கட்டப்பட்ட, விரிந்த சாயம்போன குடைக்குள் ஒரு கிழவர் தூங்கிக்கொண்டிருந்தார். நான் மேசை மீது ஒரு ரூபாயை வைக்க, கண்களைத் திறக்காமலேயே அக்காசை இழுத்து இழுப்பறைக்குள் தள்ளினார். அவர் அமர்ந்திருந்த நாற்காலியும் தள்ளாடியது. மீண்டும் சமநிலைகொண்டு தன் தூக்கத்தைத் தொடர்ந்தார்.

நான் சிறுநீர் கழித்துவிட்டுக் கை கழுவியபடி கண்ணாடியில் என் முகத்தை பார்த்தேன். கழிப்பறையின் பின்புறச் சுவரின் வெண்ட்டிலேட்டர் கம்பியில், பச்சை நிற நைலான் கயிறைச் சுருக்கிட்டுக் கட்டும் விரல்கள், கண்ணாடியில் பிரதிபலித்தன. எனக்கு மண்டைக்குள் சுள்ளென்று முள் தைத்தது. என் பதற்றத்தைக் கட்டுப்படுத்தியபடி மூடியிருந்த கழிப்பறையின் கதவைத் தட்டினேன். உள்ளேயிருந்து அமைதி. நான் எனது குரலில் ஒருவித கண்டிப்பைக் கொண்டுவந்து, 'யாரது? வெளியில் வா' என அதட்டினேன். மீண்டும் அமைதி. 'போலீஸ் வந்திருக்கிறேன். கதவைத் திறடா' என மீண்டும் அதட்ட, கதவு திறக்கப்பட்டது.

அவனை இழுத்துக்கொண்டு வெளியில் வந்தேன். 'சார், சார்' என இறைஞ்சியபடி கலங்கிய முகத்தோடு உடன் வந்தான். அவனைவிட எனக்குத்தான் பதற்றம் கூடியிருந்தது. எதிர்ப்பக்கமிருந்த பாதையோர மரத்தடிக்கு அவனை இழுத்துச் சென்றேன். சுமார் இரண்டு மீட்டர் நீளத்திலும், விரல் பருமன் அளவிலும் இருந்த நைலான் கயிறைச் சுருட்டிப் பேண்ட் பாக்கெட்டிற்குள் திணித்துக்கொண்டான். அவனது கண்களை உற்றுப் பார்த்தேன். எனது ஆகிருதியான தோற்றம் போலீஸ்காரரை ஒத்திருப்பதால் அவன் என்னை ஒரு போலீஸ் என்றே நம்பிவிட்டிருந்தது அவனது பணிவில் வெளிப்பட்டது. ஊர், பேர், வயது என எல்லாவற்றையும் விசாரித்தேன். கலங்கிய வார்த்தைகளில் பேச ஆரம்பித்தவன் படிப்படியாக, தெளிவான குரலில் வார்த்தைகளைக் கோர்வையாக அடுக்கினான். திருக்கோவிலூர், மணிகண்டன், இருபத்தியிரண்டு வயது. மாநிறம், அழகு முகம், வரைந்த அடர்ந்த புருவம், பூனை மீசை, அடர்த்தியற்ற தாடி, பெரிய கருமைவிழிக் கண்கள், மெலிந்த தேகம், நேர்த்தியான ஆடை, பயந்த முகம், கீச்சுக்குரல்; அவனைப் பார்க்கப் பாவப்பட்ட பெண்பிள்ளையைப் போல ஒடுங்கியிருந்தான். அருகிலிருந்த டீக்கடைக்கு அழைத்துச் சென்று சமோசாவும் டீயும் வாங்கிக் கொடுத்தேன். தயங்கித் தயங்கி மென்று விழுங்கினான்.

என்ன பிரச்சினை? ஏன் இப்படி? என்று சம்பிரதாயமாகத்தான் ஆரம்பித்தேன். பேசியபடி எட்டிய தூரத்திலிருக்கும் வேறொரு மர நிழலுக்குச் சென்றோம்.

மணிகண்டனின் தங்கையின் வயது பதினெட்டு. ‘தாய்க்கு நாற்பத்திரண்டு’ என்றான். ‘பெரிய உழைப்பாளி. அவள் செய்யாத வேலைகளே இல்லை. கொலுத்து வேலை, வீட்டு வேலை, தெருவோரம் வடை பஜ்ஜி சுட்டு விற்றல், சில சமயங்களில் நேர்ந்துவிடும் திட்டமிடப்படாத விபச்சாரம் என அம்மா செய்யாத வேலைகளே இல்லை. பார்க்க என்னைப் போலவே இருப்பாள்’ என்றான். ‘ஆனால், கடினமான உடம்பு. கட்டிட வேலையில் கல்மண் சுமந்து உரம்பெற்ற உடம்பு. அப்பாவுக்குப் பிறகு அவள்தான் என்னையும் தங்கையையும் வளர்த்துப் படிக்க வைத்து ஆளாக்கினாள்’ என கண்கள் கலங்கினான்.

அப்பாவுக்குச் சொந்தவூர் இந்த புதுச்சேரிதானாம். அம்மாவுடைய பெற்றோரின் ஊர் திருக்கோவிலூர். ‘அப்பாவை சிறுவயதில் பார்த்த ஞாபகம் இருக்கிறது. எனக்கு நான்கு அல்லது ஐந்து வயதிருக்கும். ரோஸ் நிற புடவை ரவிக்கை கட்டி, தலையில் பூச்சூடி, கைகளில் கண்ணாடி வளையல்களிட்டு, அலுமினியத் தட்டேந்தி, கடைதோறும் சென்று திருநீறு கொடுத்துப் பிச்சை பெற்று அன்றைய மாலை கூத்தாண்டவர் கோயிலுக்குப் போவார். அவரோடு சில நண்பர்களும் இதேபோல வேடமிட்டு கோவிலுக்கு ஆண்டுதோறும் செல்வதுண்டு. இது இந்தப் பக்கத்து வழக்கம். புகைப்படத்தில்தான் என் அப்பாவைக் கட்டை மீசையோடு கம்பீரமாக இருப்பதைப் பார்த்திருக்கிறேன். என் மனதில் படிந்திருக்கும் நிஜ அப்பா, ரோஸ் சேலை ரவிக்கையில், பெண் போலச் சிங்காரித்த கூத்தாண்டவக் கோலத்தோடுதான் எனக்கு ஞாபகத்தில் இருக்கிறார். அவர் தட்டேந்திப் போகும்போது அவருடன் நானும் போவேன். என் தங்கை அப்போது கைக்குழந்தை. அப்பாவைப் போலவே என்னையும் சிங்காரித்து, அப்பாவுக்குச் சூட்டும் பூவில் ஒரு துண்டு அறுத்து, எனது முடியிறக்காத் தலையில் சொருகி வைப்பாள் அம்மா. எல்லாச் செய்திகளையும் பின்நாட்களில் நான் வளர வளர அம்மா சொல்லித் தெரிந்துகொண்டேன்.

புதுச்சேரி பெரிய மார்க்கெட் பூக்கடைகளில் என் அப்பா வேலை செய்து வந்திருக்கிறார். அவரைப்போல மாலைகட்ட

இப்பிராந்தியத்தில் யாருமில்லையாம். ஆளுயர மாலை, யானைக்கால் மாலை, வாசக்கால் மாலை எனப் பெரிய பெரிய மாலைகலை மிக அழகாக கட்டுவாராம். இப்பூத்தொழில் என் அப்பாவுக்கு நல்ல பெயர். நல்ல வருமானம்.

ஆண்கள் பெண் வேடமிட்டு கூத்தாண்டவருக்குத் தாலியறுப்பு என்பது இப்பகுதியில் காலந்தொட்டுவரும் நேர்த்திக்கடன். என் அப்பாவும் ஆண்டுதோறும் வேடமிட்டு கோயிலுக்குச் செல்வார். மறுநாள் காலை வீடு திரும்பும்போது பெரிய பையோடு வருவார். பேரீச்சம்பழம், பொரிகடலை, சொப்புச்சாமான், பேரிக்காய், சிறுமேளம், அல்வா, கலர் கண்டாடி, பிளாஸ்டிக் வாட்சி என எங்களுக்கு நிறைய வாங்கி வருவார். அப்படி ஒருமுறை கோவிலுக்குப் போனவர் திரும்பி வரவேயில்லை. அவருக்காக காத்திருந்து, காத்திருந்து சோர்ந்துபோன அம்மா, தானே பூக்கட்டும் வேலையை ஆரம்பித்தாள். சிலபேர் அவர் எங்கோ ஓடிவிட்டார் என்றார்கள், செத்துவிட்டார் என்றார்கள். ஜெயிலில் இருக்கலாம் என்றார்கள். மறுவருடம் கோவிலுக்குச் சென்று வந்த என் அப்பாவின் நண்பர்கள் புதிய செய்தியோடு வந்தார்கள். போனவருடம் கூத்தாண்டவர் விழாவுக்கு பம்பாயிலிருந்து வந்திருந்த ஒரு அழகான, நிஜமான அரவாணியுடன் காதலாகி அவளுடன் பம்பாய்க்கே சென்றுவிட்டதாகவும் அவளுடன் குடித்தனம் நடத்துவதாகவும் சொன்னார்கள். என் அம்மா இடிவிழுந்ததுபோல ஆனாள். ஊரிலிருக்கப் பிடிக்கவில்லை. தங்கையைத் தூக்கி இடுப்பில் வைத்துக்கொண்டு, என்னை இழுத்துக்கொண்டு திருக்கோவிலூருக்குப் போய்ச் சேர்ந்தாள்.

நான் பத்தாம் வகுப்பு தோல்வியடைந்தேன். என்னைப் போன்ற மாணவர்களின் தலையெழுத்தைத் தீர்மானிக்கும் ஆங்கிலப் பாடத்தில் தேர்ச்சி பெற முடியவில்லை. மூன்றுமுறை முயன்றும் தேற முடியவில்லை. பெயிண்டிங் வேலைக்குச் சென்றுவிட்டேன். கட்டிடங்களுக்கு வண்ணந்தீட்டும் தொழில். அம்மா வீதிதோறும் சிறு கூடையில் பூ எடுத்துச் சென்று விற்றுவந்தாள். எட்டாம் வகுப்பில் தோல்வியுற்ற தங்கை வீட்டிலிருந்தபடி பூக்கட்டிக் கொடுத்து அம்மாவுக்கு உதவி வந்தாள்.

வேலையிடத்தில் எனக்கு ஒரு நண்பன் கிடைத்தான். பள்ளி நாட்களில் எனக்கு இரண்டு வகுப்புகள் மூத்தவன் அவன். ஆனால், அப்போது எங்களுக்கிடையில் பழக்கமிருந்ததில்லை. அவனும் பத்தாம் வகுப்பில் ஆங்கிலப் பாடத்தில் தோல்வியுற்று, பிறகு இந்த வேலைக்கு வந்தவன். கம்பீரமான தோற்றம் கொண்டவன். கட்டை மீசையில் கருப்பாக அழகாக இருப்பான். எனக்கு எல்லா வேலைகலையும் அவன்தான் கற்றுக் கொடுத்தான். நானும் அவனும் கூட்டுச் சேர்ந்து தனியாக வேலையெடுத்துச் செய்யலாம் என்றும் திட்டம் போட்டு வந்தோம். சில இரவுகள் வேலையிடத்திலேயே நானும் அவனும் தங்க நேர்வதுண்டு; கட்டிடத்திற்கும் கட்டிடப் பொருட்களுக்கும் காவலாக அப்படியான சந்தர்ப்பங்களில் அவனுடன் மது அருந்தியிருக்கிறேன். கட்டிடத்திற்கு எங்கிருந்தாவது பெண்களையும் கூட்டி வந்துவிடுவான். அவன்தான் எனக்கு போகத்தையும் கற்றுக் கொடுத்தான். இது எப்போதாவது ஒருமுறைதான் நடக்கும். மற்றபடி அவனோ, நானோ மிக நல்லவர்கள். வேலையற்ற ஞாயிற்றுக் கிழமைகளில் மீன், கறி என வாங்கிக்கொண்டு என் வீட்டுக்கு வந்துவிடுவான். எல்லோரும் சமைத்துச் சாப்பிட்டு சந்தோசமாக இருப்போம். என் தங்கையைக் கட்டிக்கொள்ள அவனுக்குச் சம்மதமா? என என் அம்மா கேட்கச் சொன்னாள். எனக்கும் சம்மதம்; அவனுக்கும் சம்மதம். என் தங்கை அவனை சாடைமாடையாகப் பார்த்துப் பூரிப்பதை நானே பார்த்திருக்கிறேன். எனவே, அவனை எங்கள் குடும்பத்தில் ஒருவனாக ஏற்றுக்கொள்ள எந்தவொரு தடையும் இருக்கவில்லை.

வாழ்க்கையில் என் அம்மா சந்தோசமாக இருந்த நாட்கள் இவைதான் என்று நினைக்கிறேன். சாப்பாட்டிற்கும் துணிமணிக்கும் தட்டுப்பாடில்லாத நாட்கள். அப்பா இல்லை என்றாலும் என் அம்மா சுமங்கலியாகத்தான் இருப்பாள். மஞ்சள் பூசி குங்குமமிட்ட நெற்றியோடு அவள் பூ விற்கச் சென்றால், கொஞ்ச நேரத்தில் பூ விற்றுத் தீர்ந்து விடும். முகராசி அப்படி.

சில நாட்கள் நானும் என் நண்பனும் வெவ்வேறு இடங்களிலும் வெவ்வேறு ஊர்களிலும் தங்கி வேலை

செய்வதுண்டு. நான் அடிக்கடி பக்கத்து ஊர்களில் தங்க வேண்டி வரும். அந்த சமயங்களில் வீட்டுக்கு வந்து போய்க்கொண்டிருக்கும் அவன் என் அம்மாவுக்கும் தங்கைக்கும் பாதுகாவலனாகவும் இருந்திருக்கிறான். எப்படி என்று தெரியவில்லை. அவனுக்கும், என் அம்மாவுக்குமிடையில் ஒரு உறவு முளைவிட்டிருந்தது. என்ன அதிர்ச்சியாக இருக்கிறதா?' மணிகண்டன் அப்படித்தான் சொல்லி நிறுத்தினான். 'என் அம்மா என்னிடம் தனியே அழுதாள். இதைப் பெரிதுபடுத்தாதே என்றாள். என் தங்கையின் வாழ்க்கைப் பிரச்சினையும் இதில் அடங்கியிருக்கிறது என்றாள். நான், ஏன் அம்மா இப்படி? இந்த வயசில்? எனக் கேட்டேன்.

அவள் குலுங்கிக் குலுங்கி அழுதாள். ஏதேதோ பேசினாள். என் அம்மா இவ்வளவு பேசுவாள் என்று நான் நினைத்துப் பார்த்ததே இல்லை. 'இந்த உலகத்தில் இதுவரை எனக்கென்று நான் ஆசையோடு எடுத்துக்கொண்டது எதுவுமேயில்லை. எனக்குக் கிடைத்தது எல்லாம் பிறரால் எனக்குக் கொடுக்கப்பட்டதுதான். இதுமட்டும் ஏன் இப்படி ஆனதென்று தெரியவில்லை. அவன் உன் அப்பாவைப் போல இருக்கிறான். அதே தோற்றம், அதேவித பாவனை, அதே சிரிப்பு. அவன் திரும்பி வந்துவிட்ட உன் அப்பாவோ என அடிக்கடி தோன்றும். என்னால் தவிர்க்க முடியவில்லை. மணி, இதை இப்படியே விட்டுவிடு. பாப்பா கல்யாணம் முடிந்த பிறகு நான் உங்களை இங்கேயே விட்டுவிட்டுக் கண்காணாமல் போய்விடுகிறேன். இல்லை என்றால் செத்துவிடுகிறேன். குளம், கிணறு என ஏதாவதொன்றில் விழுந்து, ஒரு விபத்துபோல நான் என்னை மாய்த்துக் கொள்கிறேன். என்னை மன்னித்துவிடு. அவன் நல்லவன். நான்தான் பாவி, மகனே என்னை மன்னித்துவிடு'. அம்மா என்னைக் கட்டிக்கொண்டு அழுதாள். அவள் அழ அழ எனக்கும் அழுகை முட்டிக்கொண்டு வந்தது. நான் அவனை நினைத்து அழுதேன். அழுகையினூடே எனக்குள்ளிருந்து ஒரு பெண்ணுருவம் பொத்துக்கொண்டு முளைத்தது. அவ்வுருவம் என் அம்மாவின் முகச்சாடையில் இருந்தது'.

மீண்டும் டீக்கடைக்குச் சென்றோம். அவன் பயந்தபடி இருந்தான். இதையெல்லாம் தான் யாரிடமும் பேசியதில்லை

என்றான். 'நீங்கள் போலீஸா?' எனக் கேட்டான். 'இல்லை. உயர்நிலைப்பள்ளி ஆங்கில ஆசிரியர்' எனச் சொன்னேன். என் கண்களிலுள்ள சிரிப்பை உணர்ந்து அவனும் முறுவலித்தான். ஆனால், அது பலவீனமாக இருந்தது.

'எதற்காக நீ தற்கொலை செய்துகொள்ள வேண்டும் மணி?' எனக் கேட்டேன். அவன் அமைதியாக இருந்தான். அவன் பார்வை தூங்குமூஞ்சி மரத்தில் அமர்ந்திருந்த தனித்த காகத்தை வெறித்துக்கொண்டிருந்தது. பார்வையில் படிப்படியாக உக்கிரம் ஏறுவதை உணர முடிந்தது.

'என் அம்மா வாழ வேண்டும்' என்று நிதானமாகச் சொன்னான்.

'அதற்காக நீ ஏன்?'

"குற்றவுணர்ச்சியிலிருந்து அம்மா விடுபட வேண்டும். தங்கையின் திருமணத்திற்குப் பிறகு அவள் புதுச்சேரிக்கு வந்துவிடுவாள். அதே பூக்கட்டும் தொழிலை இங்கிருந்தும் அவளால் செய்ய முடியும். அவள் மன நிறைவோடு நிம்மதியாக வாழ்ந்து சாக வேண்டும். நான் என் அப்பாவைப் போல தடயமற்றுப் போய்விட வேண்டும். என் நண்பனை மறுபடியும் சந்திக்கும் அவலம் எனக்கு நேரக்கூடாது. அவன் நல்லவன். அவன் என்னுடையவன்கூட. என் மரணமோ அல்லது மறைவோ அவனுக்குள் ஓயாத உறுத்தலை உண்டாக்கிக் கொண்டேயிருக்கும். அது அவனுக்கு நான் தரும் வலி அல்ல; அது அவனுக்குள் நான் கொள்ளும் ஓர் இடம்'.

'நீ பேசுவது எனக்குப் புரியவில்லை. உன் நண்பனை நீ தண்டிப்பதாக இருந்தால் திருமணத்தை நிறுத்திவிட வேண்டியதுதானே!'

'அது அப்படியில்லை. நான் ஒரு ஆணாக என்றுமே என்னை நினைத்துக் கொண்டவன் கிடையாது. எனக்கு அவன் மூலம் பெண் தொடர்புகள் உண்டு. அதே சமயம் அவனுடனும் எனக்கு உறவு உண்டு. கட்டிடங்களில் இரவு தங்க நேரும் போதெல்லாம் நானும் அவனும் உறவுகொண்டிருக்கிறோம். இது இரண்டு ஆண்களுக்கும் இரண்டு பெண்களுக்குமான உறவுச் சிக்கல் கிடையாது. ஒரு ஆணுக்கும் மூன்று

பெண்களுக்குமான சிக்கல். நான் மூன்றாவது பெண்ணா? மூன்றாவது பாலா? எனச் சொல்லத் தெரியவில்லை. என் அப்பாவைப் போல பம்பாய்க்கு ஓடிவிட என்னால் முடியாது. வாழையடி வாழையாக இப்படி ஆகிவிட்டதே என என் அம்மாவை ஊர் பேசும். உறவுக்காரர்கள் சிரிப்பார்கள். நான் பிறந்ததே தெரியாமல் அழிந்து போய்விட வேண்டும். நான் செத்துவிட்டால், அநாதை என என் உடலை இங்கு ஏதேனுமொரு இடுகாட்டில் புதைத்துவிடுவார்கள். யாருக்கும் பிரச்சினை இல்லை. என் நண்பனுக்கும் அம்மாவுக்குமான உறவு குறித்து எனக்கு யாதொரு மனத்தடையும் இல்லை. சிறு உறுத்தல் உண்டு. மனதில் ஏதோவொரு மூலையில், ஏதோவொரு ஆழத்தில் இனங்காண முடியாத, தெளிவுகாண முடியாத ஒரு உறுத்தல். அது அவன் மீது நான் கொள்ளும் பொறாமையாகக்கூட இருக்கலாம். சரி, என்னைப் போக விடுங்கள். சார், நான் சாக வேண்டும். தயவு செய்து என்னைத் தடுக்காதீர்கள். உங்களுடைய வார்த்தைகளை வீணாக்கி எனக்கு புத்தி சொல்ல ஆரம்பித்து விடாதீர்கள். நான் ஒருமாதமாக எடுத்த தீர்க்கமான முடிவு இது. இரண்டு நாட்களாக இக்கழிவறையின் தள உயரம், வென்ட்டிலேட்டரின் உயரம், என் உயரம், தேவைப்படும் கயிற்றின் நீளம், தரைக்கும் தொங்கும் கால்களுக்கும் இடைப்பட்ட இடைவெளியின் அளவு என எல்லாவற்றையும் அளந்து குறித்து வைத்துள்ளேன். நான் இந்தப் பொதுக்கழிவறையைத் தேர்ந்தெடுத்ததற்கும் காரணம் உண்டு. இரண்டாண்டுகளுக்கு முன்பு நானும் என் நண்பனும் இந்த ஊருக்கு வந்து பீர் குடித்துவிட்டுக் கடற்கரைச் சாலையில் நடந்து வரும்போது இக்கழிப்பறை கண்ணில் பட்டது. நண்பன் என்னை விடுவிடுவென்று இங்கே இழுத்துவந்து, ஏறக்குறைய இதே நேரம்தான், உள்ளே தள்ளி உறவுகொண்டான். அது அற்புதமான, பதற்றமான தருணம். அத்தருணத்தை, கயிறு என் கழுத்தை இறுக்கி முகுளத்தை நொறுக்கும்போது மீண்டும் நான் அடைய வேண்டும். ப்ளீஸ் சார். போய்விடுங்கள்'

"நீ தொங்கும்போது உனது கைகள் பக்கவாட்டுச் சுவர்களைத் தன்னிச்சையாகப் பற்றிக் கொள்ளும். நீ தப்பித்து விடுவாய். மரணத்தின் இறுதிக் கணத்தில் நீ அதிலிருந்து தப்பிப்பதற்கான

எழுச்சி பெற்றுவிடுவாய். உன் மரணம் தோல்வியுறும். அந்தக் கழிப்பறையின் இட வசதி அப்படி.”

“இல்லை. சுற்றுச் சுவரில் ‘ட்’ வடிவில் பதிக்கப்பட்டிருக்கும் தண்ணீர்க் குழாய் மீது கட்டைவிரலை ஊன்றி நின்று கழுத்தில் சுருக்கிட்டுக் கீழே இறங்கிவிடுவேன். இரண்டு நிமிடத்திலெல்லாம் உயிர் பிரிந்துவிடும். என் கைகளை நான் கட்டுப்படுத்திக் கொள்வேன். பின்புறம் கட்டிக் கொள்வேன். நான் தோற்க மாட்டேன்.”

“ நான் இதே சாலையிலுள்ள கல்வித்துறை அலுவலகம்வரை செல்ல வேண்டியிருக்கிறது. இந்த நூறு ரூபாயை வைத்துக்கொள். நீ தோற்றால், இப்பணத்தை வைத்து ஊருக்குப் போய்விடு. “

“ எனக்குப் பணம் வேண்டாம். என் பிணத்தில் எந்தத் தடயமும் இருக்கக் கூடாது. என் பாக்கெட்டில் ஒரு ரூபாய் இருக்கிறது; மீண்டும் கழிப்பறையின் வாசலில் தூங்கிக்கொண்டிருக்கும் கிழவருக்குத் தர. என் சடலத்துடன் இருக்கும் இந்த ரூபாய் எனக்குப் பயன்படாது. வேண்டாம்.”

“ இல்லை; வைத்துக் கொள், எனக்காக. நீ சாக மாட்டாய். மரணம் அத்தனை எளிதானது அல்ல. முடிந்தால் திரும்பி வரும்போது இதே வழியில் உன்னை உயிரோடு சந்திக்கிறேன். நான் வருகிறேன். “

அவன் நூறு ரூபாயை சட்டையின் உள்பாக்கெட்டில் வைத்துக்கொண்டு கழிவறையை நோக்கிச் சென்றான். நான் வண்டியை எடுத்துக்கொண்டு சென்றுவிட்டேன். மீண்டும் வந்து சேர்ந்தபோது நான் பதற்றப்பட்டபடி அந்தப் பொதுக்கழிவறையைச் சுற்றிலும் கூட்டம் கூடியிருந்தது. ஒரு போலீஸ்காரர் கூட்டத்தை அப்புறப்படுத்திக் கொண்டிருந்தார். இரண்டுபேர் ஸ்ட்ரெக்சரில் கிடத்தி அவனைத் தூக்கி வந்தார்கள். என் மனம் கனத்தது. வண்டியில் ஏற்றும்போது தலை கீழ்நோக்கித் தொங்கியது. நான் அந்த இடத்தைவிட்டு நகர்ந்துவிட்டேன்.

துறவி

ஊருக்குள் ஈயம் பூசுபவனோடு வந்த அந்தப் பெண், பொழுது சாயும் போது வேலை முடிந்து வேறு ஊருக்குத் திரும்பிய அவனை விட்டு, ஊர் ஓரமாக இருக்கும் இடிந்த கல் சத்திரத்திலேயே தங்கிவிட்டதாக இரவுக்குள் தெருக்கள் வழியாகச் செய்தி பரவியது.

முந்தைய இரவு புளியஞ்சாலையில் சுமைதாங்கித் திருப்பத்தில் நின்றிருந்த ஈயக்காரனோடு பேசித்தீர்த்து அவனோடு இருந்து, இரவெல்லாம் நடந்து, அதிகாலை இதே கல்சத்திரத்தில் சிறிது தூங்கிச் சூரியன் சுட்டதும் எழுந்து அவனோடேயே ஊருக்குள் சிறிய கரிமூட்டையைத் தூக்கிக்கொண்டு நுழைந்திருந்தாள்.

தனது துணிக் கைப்பையிலிருந்த சிறிய எண்ணெய் பாட்டிலையும் ஒரு மண் அகலையும் எடுத்தவள் திரிபோட்டு நெய்யிட்டு ஏற்றி கல்சத்திரத்தின் சரிந்த சுவரின் இடியாத மாடத்தில் வைத்தாள். சிறிதே வெளிச்சம் வந்ததும் அதை மொய்க்க அதுவரை இல்லாத இருட்டு நாலாபுறமிருந்தும் வந்து சூழ்ந்தது. பையிலிருந்து ரொட்டியை எடுத்துப் பிய்த்துத் தின்றவள், மீதியை மீண்டும் பைக்குள் வைத்துவிட்டு, கால்களை நீட்டிச் சுவரில் சாய்ந்தாள்.

யாரோ ஒரு ஆள் வந்தான். அவள் அகலை ஊதி அணைக்க, இரண்டொரு மின்மினிகள் கண்ணுக்குத் தெரிந்தன. வந்தவன் எழுந்து சென்று ரோட்டோர புளியமரத்தடியில் நின்றபடி சிறுநீர் கழித்தான். இருட்டிலிருந்து வெளிச்சத்தை இரைத்தபடி வந்த ஒரு லாரியை கைக்காட்டி நிறுத்தியவன், மீண்டும் அவளை நோக்கி ஓடிவந்தான். இரண்டொரு நொடிகளில் அவள் கைப்பையோடு லாரியின் முன்பகுதியில் தொற்றி ஏறினாள். பெரும் உறுமலோடு லாரி நகர்ந்தது.

முன்னே இருட்டாய் நீளும் சேலையை உருவி உருவி வெளிச்சமாக்கி ஓடியது லாரி. அவளுக்கு அசதியாக இருந்தது. தூரத்தில் சாலையோரமாக ஒரு பச்சை நிறக் குழல் விளக்கு செங்குத்தாகத் தெரிந்தது. லாரி தனது ஓட்டத்தைப் படிப்படியாகக் குறைத்து அந்த விளக்கடியில் உறுமி நின்றது.

இளம் விடியலில் அந்தப் பச்சைக் குழல்விளக்கு அணைக்கப்பட்டிருந்தது. புரோட்டா அடுப்பில் அணைந்து பூத்திருந்த சாம்பலை எடுத்து பல் துலக்கியவள், கீற்றுத்தட்டி ஓரத்திலிருந்த வாளியிலிருந்து குவளையால் முகர்ந்து வாயைக் கொப்பளித்துத் துப்பிவிட்டு, முகத்தையும் கழுவினாள். நீர் சில்லென்று இருந்தது. நடு இரவில் பெய்த மழையில் நனைந்திருந்த புளிய மரங்கள் ஈரக்காற்றை வீசின. அவளது கைக்குச் சூடாகத் தேநீர் வந்தது. ஆவலோடு குடித்த அவள், சாலையின் எதிர்ப்பக்கம் பெட்டியில் கிளியோடும் எலியோடும் நின்றிருந்த ஒருவனைக் கண்டாள். கீற்றுத் தட்டியில் சுருட்டிச் சொருகி வைத்திருந்த தனது கைப்பையை எடுத்துக்கொண்டு சாலையைக் கடந்து, கிளி சோசியனைப் பார்த்துப் புன்னகைத்தபடி பக்கத்தில் சென்று, அவனைப் போலவே சாலையின் தூரத்தில் பேருந்து வருவது தெரிகிறாவெனப் பார்த்தாள்.

ஓட்டை உடைசலான ஒரு பேருந்து இரண்டொரு ஆட்களோடு வந்து நின்றது. அது சமயம் சோசியனின் வேட்டி இடுப்பிலிருந்து நெகிழ, கிளிப்பெட்டியை அவள் வாங்கிக்கொண்டு முதலில் தாவியேற, வேட்டியை இறுக்கிக் கட்டியபடி அவனும் ஏறி அவளுக்குப் பக்கத்தில் போய் அமர்ந்து, அவள் மடிமீது இருந்த கிளிப்பெட்டியின் மீது கையை வைத்து அவளைப் பார்த்துச் சிரித்தான். பெட்டி மீதிருந்த அவனது அகன்ற புறங்கை மேல் தன் உள்ளங்கையை வைத்து அழுத்தினான். பெட்டியின் கம்பி வழியே அலகை நீட்டிய கிளி 'கீ..கீ..' என்றது. இரண்டொருவர் கிளிப்பெட்டியின் பக்கம் திரும்பிப் பார்த்தனர்.

விராலிமலை ஆட்டுச்சந்தை. இவ்வளவு ஆடுகளை இன்றுதான் மொத்தமாகப் பார்ப்பதைப் போல அவள் பார்ப்பதை அவன் பார்த்துக்கொண்டிருந்தான். அவன்

வழக்கமாக அமரும் மரத்தடிதான் அது என்ற போதிலும், அவனுடைய தொழிலுக்கு இடையூறாக சில ஆடுகள் அம்மரத்தடியில் கட்டப்பட்டிருந்தன. அவனருகில் அமர்ந்திருந்த அவள் காராசேவு தின்றுகொண்டிருந்தாள். திருச்சி மதுரை தேசிய நெடுஞ்சாலையில் ஆடுகளை ஏற்றிச் செல்ல வரிசையாக லாரிகள். இரும்பு படல்களை ஒன்றின் மீதொன்றாக அடுக்கி அவற்றில் ஆடுகள் ஒன்றன் மேல் ஒன்றாக அடுக்கப்படுவதை வேடிக்கைப் பார்த்தபடி இருந்தாள்.

எழுந்து சென்ற சோதிடன் சிறிது நேரத்தில் திரும்பி வரும்போது கோழி பிரியாணிப் பொட்டலங்கள் இரண்டை வாங்கிவந்து அவளுக்கு ஒன்றைத் தந்தான். சாப்பிட்டு முடித்ததும் கிளிப்பெட்டியை அப்படியே விட்டுவிட்டு, அவளை எழுப்பிக்கொண்டு சந்தைத் திடலின் மேற்குத் திசையாகத் தொடங்கும் கருவேலம் அடர்ந்த ஒற்றையடிப் பாதை வழியே சென்றான். இருவரும் திரும்பி வரும்போது அவளது தலைமுடியில் இரண்டொரு செத்தைகள் தொத்திக் கிடந்தன.

மீண்டும் இருவரும் மரத்தடிக்கு வந்து அமர்ந்தனர். மீண்டும் அவள் ஆடுகளையே பார்த்தபடி இருந்தாள். செங்கற்களை அடுக்குவதுபோல லாரிகளில் ஆடுகள் அடுக்கப்படுவதை இத்தனை ருசியோடு பார்க்கிறாளே என்று சலிப்புற்றவன், அவள் தொடையில் கிள்ளினான்.

“வரப்போற சாமிபொறக்குற திருளாக்கும், புது வருசத்துக்குந்தான் எல்லா ஆடுகளும் போவுதுங்க, புலுக்கையைத் தவிர எல்லாத்தையும் தின்னுடுவாங்க” பக்கத்தில் யாரோ பேசியது அவள் காதில் விழுந்தது.

“ஏம்பா, ஒனக்கும் ஓம் பொஞ்சாதிக்கும் பிரியாணி போட்டுதுங்களே, அந்தக் கிளிக்கும் எலிக்கும் என்னத்தப்பா நீ போட்ட?” வேறொரு குரல் அவளைத் திரும்பிப் பார்க்க வைத்தது.

சோசியனும் அவளும் ஒருவரைப் பார்த்து ஒருவர் சிரித்துக்கொண்டனர்.

“சிறுசுங்களா இருக்கிங்களே! உமக்கு எத்தனப் புள்ளைக?”

ஒரு கிழக்குரல் அவளை உசுப்பிவிட, குரல் வந்தப் பக்கம் திரும்பாமலேயே சொன்னாள், "இந்தக் கிளியும் எலியுந்தாம்". சொன்னவள் கலுக்கென்று சிரித்துக்கொண்டாள்.

சோசியன் அவள் காதருகில் ஏதோ கிசுகிசுத்தான். அவள் எழுந்து சென்று பிளாஸ்டிக் குவளைகளில் இரண்டு தேநீர் வாங்கி வந்தாள்.

இடையே தடுப்பிட்ட கூண்டுக்குள் கிளியும் வெள்ளை எலியும் உறங்கிக்கொண்டிருந்தன. இரண்டுக்கும் சிவப்புக் கண்கள் என்று நினைத்துக் கொண்டாள்.

"ஏம்பா கிளி!, இங்க வெட்டியா உக்காந்திருக்கிறதுக்கு, வேளாங்கண்ணிக்குப் போனா பொழப்பு ஜோரா இருக்குமே, திருவிளாக் கூட்டம் அலமோதுமே, கிறிசுமெஸ்சுப்பா" என்று பழைய குரல் மீண்டும் ஒலித்தது.

சிறிது மணித்துளிகளுக்குப் பிறகு, அவன் மீண்டும் அவள் காதில் கிசுகிசுத்தான். அவள் உற்சாகமாகத் தலையாட்டினாள். தனக்கு மட்டுமே தெரிந்த ஒரு அடையாளமிடப்பட்ட சோதிட சீட்டுப்பட்டையை எடுத்து அதன் உள்பகுதியில் மறைத்து வைக்கப்பட்டிருந்த பணத்தை எடுத்தான். பெரிய தாள்களிரண்டை சட்டையின் உள்பாக்கெட்டில் வைத்துக்கொண்டு அவளிடம் இருபது ரூபாய்த் தாளொன்றையும் பத்து ரூபாய்த் தாளொன்றையும் கொடுத்தான். அவள் அழுத்தமான புன்னகையோடு அவனைப் பார்த்துவிட்டு அதை முந்தானையில் முடிந்துகொண்டாள்.

அவன் எழுந்து பச்சைநிற ரெக்ஸின் பாயைச் சுருட்டத் தொடங்கினான். அவள் கூண்டுப் பெட்டியை அதன் பித்தளைக் கைப்பிடியைப் பற்றித் தூக்கினாள். தனது காலணிகளை அணிந்த அவன், தோள் துண்டினால் கண்களைத் துடைத்துக்கொண்டு பெட்டியை அவளிடமிருந்து வாங்கிக்கொண்டான். இருவரும் திருச்சி பேருந்து நிறுத்தம் நோக்கி நடக்கத் தொடங்கினர்.

அதிகாலை, வேளாங்கண்ணியில் வந்து அவர்கள் இறங்கும்போது பெருங்கூட்டம் நகர்ந்து கொண்டிருந்தது. சாலைகள் தெரியாத கூட்டம் எவ்வழி நகர்கிறதோ அவ்வழியே

நகர்ந்த அவர்கள், வழியில் ஆழ்குழாய் நீரைக் கண்டதும், கூட்டத்திலிருந்து ஒதுங்கி ஒருவருக்கொருவர் உதவி, முகம் கைகால் கழுவி, நிமிர்ந்து தூரத்தில் தெரியும் கோவில் கோபுரத்தைப் பார்த்துத் தலைக்கு மேலாகக் கைத்தூக்கி கும்பிடு போட்டனர். அவன், கிளிப்பெட்டிக்குள்ளிருந்த, சிறு பேழையிலிருந்து திருநீறையும் குங்குமத்தையும் இட்டுக்கொண்டான். அவள் தயங்கியபடி அவனுடைய குங்குமத்திலிருந்து கொஞ்சம் எடுத்துக்கொண்டாள்.

அவர்கள் கடற்கரையை அடையும்போது நீரிலிருந்து எழுந்த சூரியனைக் கண்ட அவளுக்கு புரோட்ட சுடும் பெரிய வட்டக்கல் நினைப்பில் சுட்டது. அவன், தொழில் கெடாத ஒரு இடமாகத் தேடினான். கரையோரமாக வரிசையாக மொட்டையடிப்பவர்களைத் தாண்டி, குடிநீர்ப் பந்தலுக்குப் பக்கமாக இடம் பிடித்தான்.

உரித்த முழு வாழைத்தண்டுகளைப் போன்ற மெழுகுவர்த்திகளை அவள் கடைதோறும் கண்கள் விரிய விரிய பார்த்துக்கொண்டு வந்தாள். கோவிலுக்குள் நுழையும்போது குதிர் போன்ற உண்டியலில் கத்தை கத்தையாகப் பணமும் நகைகளும் போடப்படுவதை ஓரமாக நின்று வெகுநேரம் பார்த்துக் கொண்டிருந்தவள், உச்சிப் பகலை உணர்ந்து கூட்டத்தோடு கூட்டமாக வெளியே வந்தாள்.

அவனது தொழிலிடத்தைக் கண்டுபிடிப்பது அவளுக்கு சுலபமாகவே இருந்தது. மொட்டைத் தலைகளின் வரிசைக்குக் கடைசியில் குடிநீர்ப் பந்தலருகில் மிக வசதியாகத்தான் கிளி உட்கார்ந்திருக்கிறதென நினைத்துக்கொண்டாள். அவள் வாங்கி வந்த பொட்டலங்களைப் பிரித்து இருவரும் சாப்பிடத் தொடங்கினர்.

மாலை கடற்காற்று சிலுசிலுவென அடித்தது. இரவு எங்கு ஒதுங்குவதென யோசிக்க இயலாத அவள் குடிநீர்ப் பந்தலின் பின்புறம் தொங்கிக்கொண்டிருந்த ஒரு விளம்பர பேனரை அவிழ்த்து வந்து கீழே விரித்தாள். காலையிலிருந்து சம்மணமிட்டு அமர்ந்திருந்த அவன் சலேரென அதில் நீட்டிப் படுத்தான். அவனது தலையருகில் கிளிப்பெட்டி இருக்க

காலருகில் அமர்ந்திருந்த அவள் எவ்வித நோக்கமுமற்று கடலையே நெடுநேரமும் நெடுந்தூரமும் வெறித்துக்கொண்டிருந்தாள். இருட்டும், கரையோர செயற்கை வெளிச்சமும் கடற் சத்தமும் ஓய்ச்சலடங்கும் கூட்டமுமாக சூழல் ஒருவித உறக்கமற்ற அசதியில் அமிழ்வதை உணர்ந்தாள். காலையிலிருந்து தன்னையே அடிக்கடி பார்த்தபடி சிரைத்துக்கொண்டிருந்தவனை, இருக்கிறானா? எனப் பார்த்தாள். வெளிச்சம் குறைந்ததால் கவனமாக அவன் ஒரு தலையைச் சிரைத்துக் கொண்டிருப்பது தெரிந்தது. அவன் சிரைத்து முடிக்கவும், விருட்டென எழுந்து சென்று அவன் எதிரில் அமர்ந்தாள். அவனை நோக்கித் தலை குனிய, அவளது உச்சந்தலையில் தண்ணீரைத் தடவிக் கோதிய அவனது கைவிரல்கள் தலைமுடிக்குள் கனலுவதை உணர்ந்தாள். சவரக் கத்தியின் கூர்மை சரசரவென அவளது தலையை நிர்வாணப்படுத்தியபடி இருக்க, அவளது கன்னங்களை இருபுறமும் விரல்களால் தடவியபடி ‘இப்ப எங்கூட வர்றியா?’ என அவளது காதோரம் கிசுகிசுத்தான்.

அவனை நோக்கி நிமிர்ந்த அவளது முகமும் மழித்த தலையும் மிக அழகிய ஒரு புது தோற்றத்தை அவளுக்குத் தந்திருப்பதை அவன் கண்டான். காற்றின் உப்புப் படிந்த தனது கீழுதட்டை நாவால் தடவியபடி அவனைக் கூர்மையாகப் பார்த்தாவள், ‘சரி வா’ என்றாள்.

கடலோரமாகக் கால்களை நீர் தழுவ நடந்த அவர்கள், கூட்டத்தைத் தாண்டி, கோவிலின் இரைச்சலையும் தாண்டி, இருட்டுக்குள் நுழைந்தனர். பிறகு மேற்கை நோக்கி அரைமணி நேரத்திற்கும் மேலாக நடந்த அவர்கள், தூரத்தில் நகரும் வாகனங்களைக் கண்டனர். இவ்வளவு தூரமா இவன் வீடு? என எண்ணியபடி சென்றவள்; ஏதோ ஒரு ஊருக்குள் நுழைந்து, உணவுப் பொட்டலங்களையும் அரைபாட்டில் மதுவையும் பைக்குல் திணித்துக்கொண்டு வழக்கமாக விட்டு வைத்திருக்கும் ஓரிடத்திலிருந்த தனது சைக்கிளில் அவளை ஏற்றிக்கொண்டு உற்சாகமாக அவன் விரைவதை எண்ணிச் சிரித்துக்கொண்டாள்.

காலையில் நெடுநேர உறக்கத்திற்குப் பிறகு அவள் விழித்தபோது, அந்தக் குடிசையில் அவன் இல்லை. பழுத்த

ஒரு கிழவி தம்ளரில் அவளுக்கு தேநீர் எடுத்துவந்து தந்தாள். தம் பிள்ளை தொழில் பார்க்க விடியலிலேயே போய்விட்டதாகச் சொன்னாள்.

குடிசையோரம் தனியாக இருந்த கீற்று மறைப்புக்குள் புகுந்து, பானைக்குள்ளிருந்த நீரில் ஆசுவாசமாகக் குளித்துவிட்டு வெளியில் வந்தவளிடம் கிழவி, எதையோ சொல்லத் தெரியாமல் சொல்லியபடி வீட்டை விட்டு ஓடினாள். ஒன்றும் புரியாத குழப்பத்தில், குடிசையைச் சுற்றியிருந்த தோப்பைத் தாண்டி ஊருக்குள் வந்த அவளுக்கு சூழலின் விபரீதம் கொஞ்சம் கொஞ்சமாகப் புரியத் தொடங்க, எல்லோரும் ஓடிய திசையை நோக்கி ஓடினாள்.

பாதை வழியெங்கும் தட்டுவண்டிகளிலும் சிறு லாரிகளிலும் சடலங்கள் குவியல் குவியலாய் அவளை எதிர்கொண்டு சென்றன. பொருள் புரியாத பெரும் பீதியில் மக்கள் மேற்கை நோக்கி ஓடிக்கொண்டிருந்தனர். தூரத்தில் கோவில் கோபுரம் தெரிந்தது. அதை அடையாளம் கண்டு ஓடினாள். வழி நெடுக பிணங்கள். இடிந்த வீடுகள், ஊருக்குள் புகுந்துவிட்டது கடல் நீர். ஒரு பேரலை கோவிலைச் சுற்றியிருந்த அனைத்துக் கடைகளையும் மக்களையும் நீருக்குள் இழுத்துச் சென்றுவிட்டதாக பெருங்கூச்சல். கதறல். கூட்டத்தோடு கூட்டமாக அவள் கடலை நோக்கி ஓடினாள். கடலிலிருந்து பெருங்கூட்டம் அவளைத் தாண்டி எதிர்கொண்டு ஓடியது. தூரத்தில் கடல் அமைதியாக இருந்தது. மணல் வெளி நெடுகிலும் கந்தல் கந்தலாக உடல்கள். யாருக்கும் யாரையும் தெரியவில்லை. யாருக்கும் யாரையும் புரியவில்லை. யார் யாரைத் தேடுகிறோம் என்பதும் விளங்கவில்லை.

இவள் அசாதாரண அமைதியோடு கரையில் குடிநீர்ப் பந்தலைத் தேடினாள். எந்தச் சுவடுமற்ற வெறிச்சோடிய கரையில் ஆங்காங்கே பிணங்கள். வரிசையாக அமர்ந்து மொட்டை போட்டுக்கொண்ட இடத்தில் ஒரு சவரக்கத்தி நனைந்திருந்த மணலில் பாதி புதைந்திருந்த நிலையில் பளபளத்தது. கடலை நெருங்கவும் பிணங்களை அடையாளம் காணவும் பயங்கொண்டவர்கள் தூரத்தில் நின்று கதறுவதைப் பேய்போல கண்கள் பிதுங்கப் பார்த்துக்கொண்டே நடந்தாள்.

தூரத்தில் இறுகிய மணலில் புதையுண்டு வெளித்தெரியும் கிளிப்பெட்டியை அடையாளம் கண்டவள், கதறியபடி ஓடிச்சென்று, ஈரமணலை இரு கைகளால் தோண்டிப் பெட்டியை வெளியே இழுத்தாள். மண்ணுக்குள் நொறுங்கியப் பெட்டிக்குள்ளிருந்த பிய்ந்துபோன கிளியின் சிறகுகள் அவளது கைக்குள் சிக்கின. கதறியபடி விழுந்த தன்னை நோக்கி சில போலீஸ்காரர்கள் தூரத்தில் ஓடிவருவதைக் கண்ட அவள், கண்களைத் துடைத்தபடி எழுந்து நின்று கடலை நெடுநேரமும் நெடுந்தூரமும் வெறித்தாள். ஏதோ ஞாபகத்தில் தனது நெற்றியில் படிந்த மணலைத் துடைக்க உயர்ந்த கையால் தனது கூழ்ந்தல் இழந்த மொட்டைத் தலையைத் தொட்டுத் தடவ, முதன் முறையாகத் தன் தலைக்கு மேலாக ஒரு வெட்டவெளியை உணர்ந்தாள். பயத்தில் உடம்பு நடுங்கத் தொடங்கியது.

பொம்மை குழந்தை

கட்டைகள், எலும்புகள், டப்பிகள், சங்குகள், நட்சத்திர மீன்கள் என ஏதேதோ கரையில் வந்து ஒதுங்குவதுபோல; புதுச்சேரி கடற்கரைச் சாலை நகரின் பல திசைகளிலிருந்தும் அடித்துவரப்பட்டு ஒதுங்கும் விதம்விதமான பைத்தியங்களுக்குப் பெயர் பெற்றது.

இக்கடற்சாலையில் விதம்விதமான பைத்தியங்களை நாள்தோறும் பார்க்கலாம். இரண்டொரு நாள் சாலையில் திரியும்; பிறகு அவை என்னவானது என யாருக்கும் தெரியாது.

நான் கவனித்தவரையில் தெருநாய்களையும் பைத்தியங்களையும் போலீஸ்காரர்கள் விரட்டுவதில்லை. வீட்டிலிருந்து விரட்டிவிடப்பட்டோ அல்லது தாமே தப்பித்தோ வெளியேறிவிடும் உடம்பு தளராத பெண் பைத்தியங்களின் பாடுகளைச் சொல்லி முடியாது. ஊர் ரௌடிகளும் சில சமயம் போலீஸ்காரர்களும் அவற்றை கர்ப்பப்படுத்தி ஏடாகூடமான தருணங்களில் கொலைப்படுத்திவிடுகிறார்கள்.

பைத்தியங்களைப் பற்றி பெரிய நூல் ஒன்றை எழுதும் எண்ணமும் எனக்கு உண்டு. பல்கலைக்கழகம் ஏதாவது மானியம் கொடுத்ததால் அந்த எண்ணம் நிறைவேறலாம். பல்கலைக்கழகங்களில் உள்ள பைத்தியங்களைப் பற்றியேனும் நான் அவசியம் எழுதியாக வேண்டும்.

நான் வாழ்க்கையில் சந்தித்த முதல் அறிவுஜீவி ஒரு பைத்தியம் என்பதை அன்றொரு நாள் தீவிர சிந்தனையிலிருந்தபோது அறிந்துணர்ந்தேன். எனக்கு அப்பொழுது பத்துப் பன்னிரெண்டு வயதிருக்கலாம். புதுச்சேரி பெரிய மார்க்கெட் பகுதிகளைச் சுற்றிச் சுற்றி அவர் தென்படுவார். உயரமாக இருப்பார். தாடியும் எண்ணெய் பூசி

சீவிவிட்ட உச்சிக்கொண்டையும் தூய்மையான பொத்தல் பனியனும் காக்கி கால்சட்டையுமாக இருப்பார். கரிய முகத்தில் துலக்கமான ஒளி சுரந்துகொண்டிருக்கும் கழுத்திலிருந்து கயிறு கட்டி பெரிய 'சிலேட்' ஒன்றைத் தொங்கவிட்டிருப்பார். அச்சிலேட்டில் தினம் தினம் அவர் எழுதும் வாசகங்களுக்குக் கடைத்தெருப் பகுதியில் பெரிய ரசிகர் கூட்டமே இருந்தது. அரசியல் கருத்துகள், சமூக விமர்சனங்கள், நகைச்சுவைத் துணுக்குகள், எம்.ஜி.ஆர், இந்திரா காந்தி போன்ற தனிநபர் மீதான தாக்குதல்கள் என அழகான கையெழுத்தில் சுருக்கமாக எழுதி விளக்கமாக எடுத்துரைப்பார். தகர டப்பாவில் இரண்டொரு கூழாங்கற்களை இட்டு, கடகடவென ஆட்டிக்கொண்டு வருவார். அந்த சத்தத்தையும் அவருடைய வேகத்தையும் பார்த்து சிறு குழந்தைகள் பதறியழுது ஓடும். கடைவாசல்கள்தோறும் நிற்பார். கேட்க மாட்டார். எல்லாரும் அவருக்குப் பிச்சையிடுவார்கள். ஒருமுறை நான் அவருக்குக் காசு தந்தபோது, சிறு பையனான என்னை முறைத்துப் பார்த்துவிட்டு விருட்டென்று தகரடப்பாவை உருட்டியபடி மறைந்துவிட்டார். என்னுடைய பல வயதுப் படிகளில் நின்று அவரைப் பார்த்ததுண்டு. சிலகாலம் என் பார்வையைவிட்டு அவரோ அவரது பார்வையைவிட்டு நானோ மறைந்திருந்தோம் என நினைக்கிறேன். இறுதியாக அவரை நான் பார்த்தது ராஜீவ் காந்தி மரணத்திற்குப் பிறகான இரண்டொரு நாட்களில். அவருக்கு மிகவும் வயதாகி இருந்தது. அவருடைய கழுத்தில் சிலேட்டுக்குப் பதிலாக அட்டை தொங்கியது. அதில் கருப்பு மையால் 'ராஜீவ் டமால்' என எழுதியிருந்தது. அவர் மிகவும் சோர்வாகக் காணப்பட்டார். கையில் தகர டப்பாக இல்லை. மாறாக முதுகில் ஒரு மூட்டையை தோள்பட்டைகளின் வழியாகக் கட்டி வைத்திருந்தார். என் அப்பாவுக்கும் அவருக்கும் ஒரே முகச்சாடை என்பதையும் நான் குறிப்பிட வேண்டும்.

புத்தாண்டின் முதல்நாள் இரவு திருவிழாக் கோலம் கொண்டிருந்த கடற்கரைச் சாலை மறுநாள் காலை, நடுப்பகல் மயானம்போல வெறிச்சோடி இருந்தது. நான் காலை நடைப்பயிற்சிக்குச் சென்றபோது சூரியன் இதமான வெப்பத்தில் பருகுவதற்குச் சுவையான தேநீர் போல இருந்தது. காலை

எட்டுமணி கடந்த நிலையில் இரண்டொருவர் மட்டுமே அங்குமிங்கும் தென்பட்டனர். நான் எப்பொழுதுமே சிலகணம் நின்று ஆசுவாசம் கொள்ளும் புன்னை மரத்தடியில் ஒரு கிழவி அமர்ந்திருந்தாள். வெள்ளைப் புள்ளியிட்ட நீலப்புடவையும் சிவப்பு ரவிக்கையும் சிக்கேறியாக தலையுமாக இருந்தாள். அவள் தன் மடியில் துண்டில் சுற்றி ஒரு குழந்தையை வைத்திருந்தாள். அவளுடைய முன்பற்களில் இரண்டொன்று இல்லை. ஊத்தை அடைந்த பற்களில் பாசை படர்ந்திருந்தது. நான் முகத்தை வேறு பக்கம் திருப்பிக்கொண்டேன். அந்த இடத்தில் என்றுமே நான் உணராத துர்நாற்றம் வீச நகர எத்தனித்தேன். பின்புறமிருந்து ஒரு கரகரப்பான குரல்:

'ஐயா, குழந்தைக்குப் பசிக்குது பால் வாங்கனும், காசு கொடு'.

அவள் முடிப்பதற்குள் பின் திரும்பிப் பார்த்தேன். அக்கிழவி தன் மடியிலிருந்த குழந்தையைக் கண்களால் சுட்டிக்காட்டிக் கேட்டாள். நான் சற்றே தயங்கினேன். அவள் குழந்தையைச் சுற்றியிருந்த கந்தல் துணியை விளக்கி; 'பச்சப்புள்ள பொட்டப்புள்ள' என்றபடி காட்டினாள். நான் துணுக்குற்று பிறகு அவளது நிலைமையைப் புரிந்துகொண்டு அவளைச் சிறிது நேரம் உற்றுப் பார்த்தேன். அவள் கண்கள் கலங்கி வற்றிய கன்னங்களில் வழிந்தது. மீண்டும் அவளது மடியைப் பார்த்தேன். சுற்றப்பட்ட துணி விலகியதில் ஒரு கை இழந்த பெரிய ரப்பர் பொம்மை, பெண் பொம்மை தெரிந்தது. அதன் முதுகைச் சற்றே உயர்த்தி அவள் என்னிடம் காட்ட, மூடியிருந்த அதன் இமைகள் திறந்துகொண்டன. இரண்டு நீல விழிகள். குழந்தை அளவில் இருக்கும் சின்னஞ்சிறு சிறுமி வடிவம் அது. சிவப்பில் வெள்ளைப் புள்ளியிட்ட கவுன் கழுத்திலிருந்து தொடைவரை நீண்டிருந்தது. முதுகுப்பக்கம் பட்டன்கள் அவிழ்ந்து ரப்பர் முதுகு தெரிந்தது. அந்த தசைப் பரப்பை அவள் தனது இரண்டு விரல்களால் நீவியபடி இருந்தாள். ஒரு ரூபாயை அவள் மடியில் விழும்படி எறிந்துவிட்டு நகர்ந்தேன். பின்புறமிருந்து: 'தம்பி புள்ளக்கிப் பாலு வேணும்பா என் கண்ணு' என்ற குரல் ஒலித்தது.

கடற்கரைச் சாலையின் முடிவுவரை சென்றுவிட்டுத்

திரும்பினேன். வரும்போது தூரத்திலிருந்தே அவளைக் கவனித்தேன். அக்குழந்தையை மடியிலிட்டுத் தொடையை அசைத்தபடி அதைத் தூங்க வைத்துக்கொண்டிருந்தாள். நான் அவளைக் கடக்கும்போது என் நடைவேகத்தைக் குறைத்து ஓரப்பார்வையால் நோக்கினேன். அவளுக்கு என்னைத் தெரியவில்லை. மரத்தின் வட்ட நிழலைத் தாண்டி சுவரோரமாக நின்று வியர்வையைத் துடைத்தபடி அவளைப் பார்த்தேன். நான் நிற்பது அவளைக் கவரவில்லை. அவள் அவளது தாலாட்டில் சுதியேற்றியபடியிருந்தாள். பிறகு நான் சென்றுவிட்டேன்.

பொங்கல் திருநாள் அன்று அதிகாலை நடைபயிற்சியின்போது மீண்டும் அவளை அதே புன்னை மரத்தடியில் பார்த்தேன். குளிரில் நடுங்கியபடி சுருண்டு கிடந்தாள். அவளது தலைமாட்டில் கந்தல் துணிகளாலும் பாலித்தீன் பைகளாலும் திணித்த ஒரு மூட்டை இருந்தது. மூட்டையிலிருந்து அவிழ்ந்து வெளித்தெரிந்தது ஒரு பிளாஸ்டிக் பால் பாட்டில். அதன் வாய்ப்பகுதியில் குழந்தை உறிஞ்சும் ரப்பர் காம்பும் இருந்தது. வெட்டப்பட்டு வெட்டப்பட்டு உயரம் மட்டுப்படுத்தப்பட்டு அடர்ந்து பரவும்படி வடிவமைக்கப்பட்ட மரம் அது. அதன் பச்சைக் காய்கள் பந்துகள்போலக் காய்த்துத் தொங்குவது அழகாக இருக்கும். இன்னும் காய்ப்புத் தொடங்கவில்லை. அதன் தாழ்வான கிளையில் தூளி கட்டி அதில் குழந்தையைக் கிடத்தியிருந்தாள். சிலர் அதை வேடிக்கையாகப் பார்த்தபடி சென்றனர். நான் அவளையும் அத்தூளியையும் கவனிக்கிறேன் என்பதை யாரும் கவனிக்காதவாறு தயங்கி நோட்டமிட்டபடி நடந்தேன்.

இத்தனை நாள் இவள் எங்கே போயிருந்திருப்பாள்? போன பைத்தியம் திரும்பி வருவதும் எப்போதேனும் நடக்கத்தான் செய்கிறது. எனது கல்லூரிக் காலத்தில் புதுச்சேரி அரசு மருத்துவமனை முன்பாக இரண்டு பெண்கள் எல்லாருடைய கவனத்தையும் தம் பக்கம் ஈர்த்திருந்தார்கள். சாம்பல் நிற சேலை ரவிக்கையில் வட இந்திய முகச்சாடையில் நேர்த்தியாக இருந்தார்கள். அவர்களிருவரையும் பார்த்த மாத்திரத்தில் இவர்கள் இரட்டைப் பிறப்புகள் என்பது தெரிந்துவிடும்.

இரட்டைப் பைத்தியங்கள். அவர்களைச் சுற்றிலும் சிறு சிறு மூட்டைகள். அநேகமாக அவை துணிகளாகத்தான் இருக்கும். பைத்தியங்களின் மூட்டைகளைப் பிரித்து ஆராய வேண்டும் என்ற ஆசை எனக்கு நீண்ட காலந்தொட்டு இருக்கிறது. நீல கால்ச்சட்டை, பனியன், கைகள் நிறைய வளையங்கள், மூக்கில் ஒரு வளையம், தாடி, உச்சிக்குடுமி, கருத்த குள்ள உருவம், தீர்க்கமானப் பார்வை, முதுகில் மாபெரும் கோணி மூட்டை. பத்தாண்டுகளுக்கு முன்பு இவரை புதுச்சேரித் தெருக்களில் பார்த்திராதவர் ஒருவரும் இல்லை என்று அடித்துச் சொல்வேன். மூட்டையின் பாரம் அவரது தோள்களை அழுத்த, சில நாட்களில் ஒரு தடித்த மூங்கிலை ஊன்றியபடி நடந்தார். பிறகு அவரைக் காணவில்லை. பைத்தியங்களின் பிணங்களைப் பார்ப்பது அரிது. அவர்கள் சித்தர்களைப் போல மறைந்துவிடுவார்களோ என்றுகூட சிலசமயம் எனக்குத் தோன்றுவதுண்டு. அந்த மாபெரும் மூட்டையுடன் அப் பைத்தியத்தைப் பார்க்கும்போதெல்லாம் ஆல்பெர் கம்யூவின் சிசிபஸ் புராணம் ஞாபகத்திற்கு வரும். அந்த மூட்டையைப் பிரித்துப் பார்க்கும் வாய்ப்பு மட்டும் என் வாழ்க்கையில் எனக்குக் கிடைத்திருந்தால் இந்த உலக வாழ்க்கையின் பல கேள்விகளுக்கும் புதிர்களுக்கும் விடை கிடைத்திருக்கும். அல்லது அந்த குறிப்பிட்டவொரு பைத்தியத்தைப் புரிந்துகொள்ளக் கூடிய சகலவித தரவுகளையும் நான் கற்றறிந்திருப்பேன். அந்த மாபெரும் மூட்டையுள் பொதிந்திருந்த ரகசியக் களஞ்சியம் பற்றிய எண்ணங்கள் என்னை பைத்திய நிலைக்குக் கொண்டு செல்வன. இருபதாம் நூற்றாண்டின் பேரிலக்கியம் ஒன்றுக்கானகச்சாப்பொருட்கள்அம்மூட்டைக்குள் இருந்திருக்கலாம். ஒட்டிப் பிறந்த இரட்டைச் சகோதரிகள் பைத்தியமான கதை எனக்குத் தெரியாது. சுத்தமாகவும் வடிவாகவும் இருக்கும் அவர்களை சிலர் இலங்கை அகதிகள் என்று சொல்லக் கேட்டதுண்டு. ஒருவருக்கொருவர் பேன் பார்த்தபடியே இருப்பார்கள். ஒருவரை ஒருவரே பேன் பார்த்தபடி இருப்பது போலவும் தெரியும். இரண்டு பேருக்கும் அதிகப்படியான வித்தியாசம் எதுவுமில்லை. நடைபாதையில் வாழும் ரிக்ஷாக்காரப் பெண்கள் அவர்களுடன் பேசுவார்கள். அவர்கள் பேசும் தமிழ் புரிந்துகொள்ள முடியவில்லையென

தேநீர் பருகியபடி அவர்களைக் கவனிக்கும் என்னிடம் சில பெண்கள் சொல்லியிருக்கிறார்கள். நடுராத்திரிகளில் சில ரிக்ஷாக்காரரர்கள் அவர்களிடம் அடிபட்டு ஓடுவார்களாம். அவர்களை யாரொருவராலும் நெருங்க முடிந்ததில்லை. ரொமேன் ரோலான் நூலகத்திற்கு முன்பான புல்தரையில் கொஞ்ச நாள் இருந்தார்கள். பிறகு அவர்களை எல்லாரும் மறந்துவிட்டார்கள். உண்மையில் பைத்தியங்கள் தோன்றுவதும் மறைவதும் நமது மனப்பிரம்மைகளோ என்றுகூடத் தோன்றும். இரண்டொரு ஆண்டுகளுக்கு முன்பு திருவண்ணாமலையில் கிரிவலம் வந்தபோது விளக்குமரத்தின் கீழ் அந்த இரவிலும் பேன் பார்த்தபடி இரண்டு பெண்கள் அமர்ந்திருப்பதைக் கண்டபோது எனக்குத் தூக்கிவாரிப் போட்டது. புதுச்சேரியில் நான் பார்த்த அவர்களா இவர்கள்?இடையில் பதினைந்து ஆண்டுகள் கடந்திருந்தன. திருவண்ணாமலை பைத்தியங்களுக்கு உகந்த இடம்தான். பைத்திய மனதின் உச்சநிலையும் பக்தி மனதின் உச்சநிலையும் சந்திக்கும் புள்ளியே சிவம் என்ற உருவகம். சிவன் ஒரு பைத்தியக்காரன். எனவேதான் நிறையப் பைத்தியங்கள் சிவனை நோக்கி ஓடுகின்றன. காரைக்கால் அம்மையார் பேயுருக் கொண்டதாகச் சொல்வது தவறு. புனிதவதியின் உருவம் பைத்தியங்களுக்கே உரியது. குப்பைகளில் பொறுக்கித் தின்னாமல் பசி பட்டினியோடு கிடக்கும் பைத்தியக்காரிகள் கொள்ளும் உருவம் அது. எனவேதான் அம்மையும் சிவனிடம் ஏகினார். பெரிய புராணம் என்பது பைத்தியங்களின் பைத்தியத்தனங்களின் தொகைநூல்தானே. இந்திய பக்தி மரபு பைத்தியங்களைச் சமூகத்திற்கு வெளியே துரத்தியடிக்காமல் தனக்குள் ஓர் அங்கமாக்கிக் கொள்கிறது. குழந்தையை வெட்டிக் கொன்று சிவனுக்குப் பிரியாணி செய்து படையலிடுகிறது. சிவ சிவா...

கரிநாள் அன்று ஒரு முழ கரும்புத்துண்டு, குளிர்ப்பெட்டியில் இருந்த பழைய இட்லிகள், சில வடைகள், சாம்பார் பொட்டலம் இவற்றை ஒரு பாலித்தீன் பையில் பொதித்துக்கொண்டு நடைப்பயிற்சிக்கு புறப்பட்டதை, வாசலில் வண்ணப் பொடிகளால் பெரிய கோலம் போட்டுக்கொண்டிருந்த என் மனைவியும் மகளும் அதிசயத்தோடு பார்த்தார்கள். நான் நேற்றிரவே அவர்களிடம்

சொல்லியிருந்ததுதான். என்றாலும் அவர்களால் நான் இதை இப்படிச் செய்வேன் என்பதை நம்ப முடியவில்லை. 'பைத்தியத்து மேல, பைத்தியத்துக்குத்தாண்டி அக்கற இருக்கும்' என்ற குரல் என் முதுகுக்குப் பின்புறம் கேட்டது. நானும் சிரித்துக்கொண்டே நடந்தேன்.

காலை ஆறுமணிபோல அக்கிழவி விழித்துக்கொண்டு குழந்தையை அணைத்தபடி சுவரோரமாக இருந்தாள். தூளி மரக்கிலையில் தொங்கியது. என்னை யாரேனும் கவனிக்கிறார்களா என்று சுற்றுமுற்றும் பார்த்துவிட்டு அவளிடம் நெருங்கி 'இந்தா தின்னு' என்றேன். கிழவி ஆர்வத்தோடு வாங்கிக்கொண்டாள். பைத்தியங்களுக்கு பசி என்ற உணர்வு மட்டும்தான் உண்டு என்று அடிக்கடி நான் நினைத்துக்கொள்வது சரி என்று அக்கணம் தோன்றியது. நான் அவளிடமிருந்து விருட்டென்று நகர்ந்தேன்.

யாரேனும் என்னைப் பார்த்துவிட்டால்.. என்று நினைக்கும்போதே என்னைக் கூச்சம் பிடுங்கித் தின்றது. தேடிவந்து இத்தனைக் காலையில் ஒரு பைத்தியத்திற்குப் பிச்சையிடுபவன் யாராக இருக்கும் என்று பிறர் என்னைப் பற்றி யோசித்தால்? இந்த நடைப்பயிற்சிக் கூட்டத்தில் எனது எத்தனை நண்பர்கள் தொந்தி கரையவேண்டி நடக்கிறார்கள். யாருக்குமே தொந்தி கரைந்ததாகத் தெரியவில்லை. பல ஆண்டுகளாக நான் பலரைப் பார்க்கிறேன். தொந்தி கரைந்தபாடில்லை. தொந்திக்கும் நடைப்பயிற்சிக்கும் யாதொரு சம்பந்தமும் இல்லையோ என அடிக்கடி யோசிப்பதுண்டு.

முன்பெல்லாம், அதாவது என் கல்லூரிக் காலத்திற்கு முன்பு, தொந்தியோடு மிடுக்காக உடையணிந்து, சில பிரெஞ்சு ராணுவ இலச்சினைகளைச் சட்டை தோள்பட்டைகள் மற்றும் பாக்கெட் பட்டிகளில் குத்திக்கொண்டு அடிக்கடி ஒருவர் என்னைக் குறுக்கிடுவார். பிரெஞ்சுத் தூதரகம், அலியான்ஸ் பிரான்சேஸ் போன்ற இடங்களில் நின்றுகொண்டு பிரெஞ்சு மொழியில் கம்பீரமாக உரையாற்றுவார். அவர் ஓட்டி வரும் சைக்கிளின் முன்பகுதியில் கத்தி சுத்தியிட்ட சிறிய சிவப்புக்கொடி பறக்கும். அவரை அப்போது ஒரு கம்யூனிஸ்ட் என்று நினைத்திருந்தேன். அதனாலேயே பிரான்சிலிருந்து வெளியேற்றப்பட்டாரோ

எனவும் எண்ணியதுண்டு. சிலசமயம் அவருடைய சொற்பொழிவு தமிழில் இருக்கும். ஸ்டாலின், லெனின் என்று மாத்திரமே அறியப்பட்டிருந்த எனக்கு ஜோசப் ஸ்டாலின், விளாதிமீர் இலியானோவிச் லெனின் என முழுப்பெயர்கள் அவருடைய சொற்பொழிவுகளில்தான் கிடைத்தன. மாதத்திற்கு இரண்டொரு முறையேனும் அவரது சொற்பொழிவைக் கேட்கும் வாய்ப்புகள் எனக்கு ஏற்பட்டதுண்டு. பிறகு, அவரைப் பார்த்து பல ஆண்டுகள் கடந்த நிலையில் எனது பள்ளிப் பருவ நண்பனொருவனுடன் பேசிக்கொண்டிருந்தபோது அவரைப் பற்றியும் பேச்சு வந்தது. அவருடைய பைத்தியக் குணத்தால் அவரது பிள்ளைகளுக்கும் மகள்களுக்கும் திருமணம் தள்ளிப் போய்க்கொண்டேயிருந்திருக்கிறது. அவருடைய மனைவியின் சம்மதத்துடன் ஒருநாள் அவரை வீட்டினரே கொன்றுவிட்டார்களாம். நான் பார்த்த ஒரு மிடுக்கான தொப்பை அவருடையதுதான். நான் பார்த்த பணக்கார இந்தோ பிரெஞ்சுப் பைத்தியமும் அவர் மட்டும்தான்.

ஒருவார காலம் அலுவல் நிமித்தமாகக் காரைக்கால் சென்றிருந்தேன். பிறகு இரண்டொரு நாள் கழித்துத்தான் நடைப்பயிற்சிக்குச் சென்றேன். ஞாயிற்றுக்கிழமை, சூரியன் வந்த பிறகுதான் சென்றேன். வீட்டிலிருந்தே நடக்கும் பழக்கமுடைய நான் தாமதாமகப் புறப்பட நேரும்போது இருசக்கர வாகனத்தில் வந்து கடற்கரைச் சாலையோரம் எனது அலுவலக வாசலில் வண்டியைப் போட்டுவிட்டு நடப்பதுண்டு. அன்றும் அப்படியே ஆனது.

அன்று நான் தெற்கிலிருந்து வடக்காக நடந்தேன். சூரியன் சுட ஆரம்பிக்க, கூட்டம் குறைந்திருந்தது. எனக்கு வேர்த்துக் கொட்டியது. நேற்றிரவு அதிகம் குடித்துவிட்டதுதான் காரணம். அதிகம் குடித்தால் மறுநாள் நடக்கும்போது அதிகமாக வேர்த்துக் கொட்டும். அன்றும் அப்படியே ஆனது.

புன்னைமர அடர்வை நோக்கி நடையை விட்டேன். நிழலில் சிறிது நேரம் நின்றால் நன்றாக இருக்கும் எனத் தோன்றியது. இரண்டு போலீஸ்காரர்கள் மரத்தடியில் நிற்பது தெரிந்தது. அவர்களுடைய சிவப்புத் தொப்பிகள் சைக்கிள் சீட்டுகளின் மீது கிடந்தன. அவர்களை அருகிச் செல்ல, எனக்கு

அறிமுகமான ஒரு போலீஸ்காரர், 'வணக்கம் சார்' என்றார். நான் இருவருக்கும் வணக்கம் வைத்தபடி, கிழவியின் ஞாபகம் வர சுவரோரமாகப் பார்த்தேன். அவள் சுருண்டு கிடந்தாள்.

அவளை நான் உற்றுப் பார்ப்பதைப் பார்த்த போலீஸ்காரர் "பாவம் சார் பைத்தியம். செத்துப் போச்சி. வண்டிக்குச் சொல்லிட்டுத்தான் நிக்கிறோம்" என்றார். இது நான் எதிர்பார்த்ததுதான் என எனக்குள் சொல்லியபடி மரக்கிளையைப் பார்த்தேன். தூளி பெரியதாக கிளையிலிருந்து முடிச்சிட்டுத் தொங்கியது. போலீஸ்காரர் என் அருகில் வந்து "கொழந்த ஒன்னு தூங்குது சார். யார் கொழந்தென்னு தெரியல. பைத்தியம் வச்சிருக்கும்போல. இதான் சார் இப்பப் பிரச்சினையா இருக்கு" என்றார்.

நான் மிரண்டு போனேன். விறுட்டென நகர்ந்து தூளித்துணிகளை அகலப்படுத்தி உள்நோக்கினேன். சிவப்பில் வெள்ளைப் புள்ளியிட்ட கவுன் அணிந்து ஓர் உயிருள்ள குழந்தை தூங்கிக்கொண்டிருந்தது. என் பேயறைந்த முகத்தைப் பார்த்துப் பதறியபடி "என்ன சார்?" எனக் கேட்டபடி போலீஸ்காரர் நெருங்கி வந்தார். நான் சமாளித்தபடி அங்கே சுற்றும் முற்றும் பார்த்தேன். கிழவியின் துணி மூட்டை மட்டும்தான் கிடந்தது. அவளது பொம்மையைக் காணவில்லை.

சிகரெட் கொளுத்திய போலீஸிடம் ஒரு சிகரெட் கேட்டேன். பெருமையோடு எனக்கொன்றை நீட்டித் தீயும் பொருத்தினார். தூளியுள் குழந்தை அசைந்தது. சிறுநீர் தூளியிலிருந்து கோடாகக் கீழிறங்கி சிமெண்ட் தரையில் தெறித்தது. தொடர்ந்து குழந்தையின் சிறு சிணுங்கல் கேவலாக வெடித்தது. எட்டிய தூரத்தில் மண்ணில் கிடந்த பால் பாட்டிலை எடுத்துக்கொண்டு எதிர்ச்சந்திலிருந்த தேநீர்க் கடையை நோக்கி ஓடினேன்".

பன்றி

குமரகுரு பள்ளம் என்ற இடத்தில் ஒரு வீட்டின் பின்புறத் தோட்டத்தில் பன்றிகள் வளர்க்கப்படுவதாகச் செய்தி. அதைக் கேள்விப்பட்ட புதுச்சேரி அரசு அதிகாரிகள் சிலரும் சில காவலர்களும் அந்த வீட்டிற்குச் சென்று வாகனங்களோடு முற்றுகை இட்டுள்ளனர். ஆனால், அங்கு பன்றிகள் இல்லாத ஏமாற்றத்தில் வெறுங்கையோடு திரும்பியுள்ளனர். காலை செய்தித்தாள்கள் இதை விறுவிறுபாகப் பதிப்பித்திருந்தன. கைது நடவடிக்கைகளிலிருந்து தப்பிய பன்றிகள் தலைமுறைவாகிவிட்டனவா என நினைத்தேன்.

புதுச்சேரி மாநிலம் பன்றிகளுக்குப் பெருமை பெற்றது. புதுச்சேரி பிரெஞ்சுக்காரர்களால் பொந்திஷேரி ஆகி, அது பொன்னிஷெரியிலிருந்து மருவியதாகவும், பொன்னிசேரிதான் அதன் ஆதாரப் பெயர் எனவும் இங்கு தொடர் விவாதங்கள் உண்டு. பொன்னி என்பவள் ஒரு ஆதிதிராவிடப் பெண் என்பாரும் உளர். புதிய பௌத்தர்கள் அது போதிச்சேரியின் திரிபு எனவும் நிறுவி தமது ஆசையைத் தீர்த்துக் கொள்வதும் உண்டு. ஆனால், எனக்கோ அது பன்றிச்சேரி என்பதாகத்தான் பொருள்கொண்டு பொருந்திவருவதாகத் தோன்றும். நான் சிறுவனாக இருந்தபோது புதுச்சேரித் தெருக்களில் நூற்றுக்கணக்கான பன்றிகளை ஒருசேர பலமுறை கண்டதுண்டு. ஆள் நடமாட்டத்தைவிட பன்றிகளின் நடமாட்டம் அதிகமாக இருந்த காலம் அது. இன்று பன்றிகள் அருகி வருகின்றன. ஆண்டுதோறும் ஏதேனும் ஒரு பருவத்தில் பன்றிகள் வேட்டையாடப்பட்டு சுட்டுத் தள்ளப்படும். பன்றிகள் மீது இங்கு அடிக்கடி துப்பாக்கிச் சூடு நிகழ்த்தப்படும். பலவிதத் தொற்றுவியாதிகள்; குறிப்பாக மூளைக்காய்ச்சலைக் காரணம் காட்டி பன்றிகள் கொன்றழிக்கப்படும். சட்டசபையில்

பன்றிகளின் மீது விவாதம் நிகழ்த்தப்படும். அது தினப்பத்திரிகைகளில் சூடான விவாதமென முதலிடம் பிடிக்கும். புதுச்சேரியைப் பொறுத்தவரை பன்றிகள்தாம் நக்சலைட்டுகள். பொது அமைதியைக் குலைப்பவை. சட்டசபையில் விவாதப் பொருளாகுபவை. கைது நடவடிக்கைகளின்போது துப்பாக்கிக்கு இரையாகி உயிர் துறப்பவை.

அதிலும், நான் இப்போது வசித்துவரும் பகுதியான வானவில் நகரில் பன்றிகள் கூட்டம் கூட்டமாகச் செல்கின்றன. தங்களுக்குள் சண்டை பிடிக்கின்றன. குப்பைக் கழிவுகளைப் பொறுக்குவதில் நாய்களுடன் சண்டை போடுகின்றன. இப்பகுதி பன்றிகளின் சரணாலயம் போன்றது. ஆனால், சில நாட்களுக்குத் தொடர்ந்து ஒரு பன்றிகூட கண்ணில் படாது. அப்படியென்றால் அவை தலைமறைவு வாழ்க்கையை மேற்கொண்டுள்ளதாக அர்த்தம். புதுச்சேரி அரசு தீவிர ஒழிப்பு நடவடிக்கையில் இறங்கியுள்ளதை நாம் புரிந்துகொள்ள வேண்டும். பன்றிகள் என் கண்களில் படாத புனிதமான காலை வேலைகளே இல்லை எனலாம். ஆனால், இவ்வாறான தலைமறைவுக்காலங்களில் காலையில், பால்கனியில் நிற்கும்போது ஒருவித வெறுமையை உணருவேன்.

பன்றிகள், நாய்கள், ஆடுகள், மாடுகள், காகங்கள் இவை எல்லாம் மனித நடமாட்டமுள்ள தெருக்களில் குறுக்கும் நெடுக்குமாகத் தென்பட வேண்டும். விலங்கினங்கள், பறவையினங்கள் சூழ்ந்திராதபோது, நம்மை வெறுமை சூழ்ந்துவிடுகிறது. போக்குவரத்திற்கு இடையூறாக நிற்கும் எருமைகளைக் காணும்தோறும் மனதில் உவகை பொங்குகிறது. நான் இன்னும் இயற்கையோடு வாழ்ந்துகொண்டிருப்பதின் பாதுகாப்புணர்வை இவை தருகின்றன.

ஒரு மழைநாள் எனது வீடிருக்கும் நெடுந்தெருவில் குடையோடு நடந்து வருகிறேன். பெருமழை வேகம் தணிந்து பிசுபிசுவெனத் தூறிக்கொண்டிருந்தது. தனது கூட்டத்தைப் பிரிந்த ஒரு பன்றிக்குட்டி. இரண்டொரு மாத வயதேயுடைய அப்பன்றிக்குழந்தை மழையில் நனைந்து நடுங்கியபடி என்னுடனேயே மெல்லிய அழுகையை வெளிப்படுத்தியபடி

ஓடி வருகிறது. மாலை நேர மழையிருட்டு. வழிதவறிய அக்குட்டியின் வசிப்பிடம் எனக்குத் தெரியும். ஒருகிலோமீட்டர் தூரத்தில் ஊர் ஒதுக்குப்புறத்தில் பன்றிகளின் கொட்டடி ஒன்று உண்டு. பன்றியின் உரிமையாளர்களின் குடும்பங்களும் ஒன்றிரண்டு அதன் அருகிலேயே உண்டு. அந்த இடத்தைக் கடந்து போகும்போது நாற்றம் குடலைப் பிரட்டும். அந்த இடத்தை நோக்கிய திசையில்தான் அக்குட்டி ஓடிக்கொண்டிருக்கிறது. ஆனால் அது அந்த இடத்தை அடைவதற்குள் காரிலோ இருசக்க வாகனத்திலோ அடிபட்டுச் செத்துவிட நூறு சதவிகித வாய்ப்புண்டு.

இக்குட்டியின் தாயை நான் பலமுறை பார்த்திருக்கிறேன். பெருத்த வயிறோடு திரிந்த பெரும் பன்றி அது. பன்றிக்கூட்டத்தின் ராணி அது. காட்டில் இடம் பெயரும் இனக்குழு ஒன்றை வழிநடத்தும் ஆதித்தாய் போல அது முன் நடக்க, பல பன்றிகள் பலவித உயரங்களில் அதனோடு பின்தொடரும். பால்கனியில் நின்றுகொண்டு பார்க்கும் பார்வைக்கு அவை தெருவை அடைத்துக்கொண்டு ஊர்வலம் போவது போல இருக்கும். இத்தாய்ப்பன்றி ஈன்ற சில நாட்களில் தன் குட்டிகளோடு பவனிவந்த அழகே அழகு. பன்றியின் நான்கு கால்களுக்கு இடையேயான அடிப்பகுதியில் காய்த்துத் தொங்கும் மாதுளைகளைப் போல பால்முலைகள். வேறு எந்த விலங்கிற்கும் இத்தனை பால்க்காம்புகள் உண்டா எனத் தெரியவில்லை. பத்திற்கும் மேற்பட்ட குட்டிகளை ஈனும் இவற்றிற்கு தம் எல்லாக் குழந்தைகளுக்கும் ஒரே சமயத்தில் ஊட்ட இவ்வளவு காம்புகள். குட்டிகளின் எண்ணிக்கையைவிட காம்புகளின் எண்ணிக்கை அதிகம். பெருத்த வயிறு தரையிறங்கி உரச தாய்ப்பன்றி தம் குட்டிகளை அழைத்துக்கொண்டு இரை பொறுக்கியபடி சென்றது. அவற்றில் ஒன்றுதான் இந்த வழிதவறிய குட்டி என்பது எனக்குத் தெரிந்தும், அதன் தாயைத் தெரிந்திருந்தும், அது வாழுமிடம் தெரிந்திருந்தும், அந்தத் தனித்துவிடப்பட்ட அழும் குழந்தையைக் கொண்டு சேர்க்க ஏன் மனம் துணியவில்லை? ஆட்டுக்குட்டி, நாய்க்குட்டி, பூனைக்குட்டிகளில் ஒன்று வழிதவறியிருந்தால் அதை வீட்டிற்கு எடுத்துச் செல்லத் துணியும் மனம், இப்பன்றிக்குட்டியிடம் மட்டும் ஏன் கருணை

காட்ட மறுக்கிறது? நான் குடையை மடக்கி வீட்டிற்குள் நுழைந்தபடி திரும்பிப் பார்த்தேன்; வாசலில் அக்குட்டி நின்றுகொண்டு என்னைப் பார்த்துக் குரலெழுப்பியது. மழை சடசடவென மீண்டும் ஆரம்பிக்க குட்டி நடுங்கிக்கொண்டே தன் வழியைப் பார்த்து ஓடியது. அன்றைய இரவு எனக்குத் தூக்கமற்ற இரவாக முடிந்தது. பன்றிகளைப் பற்றிய சிந்தனைகளிலேயே உழன்று புரண்டு புரண்டு படுத்தேன்.

பிரெஞ்சு வரலாற்றில் கில்லெட்டின் என்கிற தலையை வெட்டும் பலிமனைக்கு எத்தனை முக்கியத்துவம் உண்டோ, அதேயளவுக்கு பன்றிகளுக்கும் உண்டு. ஒரு பிரெஞ்சுப் பண்ணையார் தமது பன்றிகளை வெட்ட வடிவமைத்த கொலைக்கருவிதான் இந்த கில்லெட்டின். பன்றிகளை வெட்டப் பயன்படுத்தப்பட்ட அக்கருவி பிறகு அதன் பயனாளிகளாக அரசர்கள், அரசிகள், பிரபுக்கள், சீமாட்டிகள், கலகக்காரர்கள், புரட்சியாளர்கள் என பலதரப்பட்டவர்களும் மாறிப் போனார்கள். இந்திய விடுதலை வரலாற்றிலும் இந்து முஸ்லீம் பிரச்சினைகளுக்கு இடையே பன்றிகள் பிரதான பங்கு வகித்துள்ளன. பிரெஞ்சு இந்திய விடுதலைக் கலகங்களின் போது கில்லெட்டின் பயன்படுத்தப்படவில்லை என்பது ஆறுதலான ஒரு தகவல். கப்பலில் ஒரு கில்லெட்டின் பிரான்சிலிருந்து புதுச்சேரிக்கு அனுப்பப்பட்டு, அது கடற்கரைச் சாலையில் நிறுவப்பட்டு தண்டனைகள் நிறைவேற்றப்பட்டிருந்தால், பிரெஞ்சு இந்திய விடுதலை வரலாறும் பிரிட்டிஷ் இந்திய விடுதலை வரலாற்றின் அளவுக்குப் போதிய முக்கியத்துவம் பெற்றிருக்கும். புதுச்சேரியில் பிரெஞ்சு ஆட்சியில் பலியிடப் பன்றிகளும் அதிகம், விடுதலை வீரர்களும் அதிகம்.

கருப்புத் துணியால் கண்களைக்கட்டி துப்பாக்கியால் சுட்டு மரணதண்டனை நிறைவேற்றப்படுவது என்பது அதிகாரம் எளிய மனித உயிருடன் ஆடும் கண்ணாமூச்சியைப் போன்றது. மின்சார நாற்காலியில் ஆளை அமர்த்திக் கொல்வது அதிகாரத்தின் மலட்டுத் தன்மையைப் புலப்படுத்துகிறது. கழுவில் ஏற்றுவதும் தூக்கிலிடுவதும் கொலைபடுபவரை மலங்கழிக்க வைத்து, அதிகாரம் தன் குரூர ரசனையை

வெளிப்படுத்துகிறது. ஆனால், கில்லெட்டின் மூலம் நிகழ்த்தப்படும் கொலை சடங்கியல் தன்மை நிறைந்து, ஒரு கனம் பொருந்திய மரணத்தை நமக்கு வழங்குவது. கில்லெட்டினின் வடிவமைப்பு மரண இல்லத்தின் நுழைவாயிலைப் போன்றது. கதவுகளும் சுவர்களும் அற்ற நுழைவாயில். ஒரு அடைப்பற்ற வெளியின் நுழைவாயில். மேலிருந்து வழவழவென்று இறங்கும் கத்தியின் உரசல், ஒரு வயலின் இசை இழைவை நம் செவிகளுக்குக் கொடுப்பது. அவ்வோசையை செவியுறும் கணமே, மிகத் துல்லியமாக, கணக்கச்சிதமாக நம் கழுத்தில் இறங்கி உடம்பிலிருந்து தலையைப் பிரிப்பது. எதிர்ப்புறம் இருக்கும் அழகிய கூடையில் தலை ஒரு பனங்காயைப் போல விழும். அத்தலைக்குள் நம் மனம் அக்கத்தியின் கூர்மையை எண்ணி வியந்தபடி இமைகளை மூடும். கில்லெட்டினின் பின்புற மனையில் குப்புறப்படுத்திருக்கும் நம் உடம்பு கைகால்கள் கட்டப்பட்ட நிலையில் மிக கௌரவமாகக் கிடக்கும். மற்ற தண்டனைகளுக்கு ஆளாகும் உடம்புகள் போல அது அவலட்சனமாக துடிதுடித்து கைகால்களை வலிப்பில் இழுத்துக்கொள்ளாது. பின்புறம் இணைத்துக் கட்டப்பட்ட கைகளின் விரல்கள் கொத்தாக நெளியுமாம். விதம்விதமாக பூப்பது போல அவ்விரல்களின் பாவனைகள் நடன முத்திரைகளையோ அல்லது இசைக் குறிப்புகளையோ வெளிப்படுத்துவது போல அமையுமாம். பன்றிகளினால் மனிதர்க்குக் கிடைத்த கில்லெட்டின் மரணம்; அய்ரோப்பிய தத்துவ கலை அரசியல் சார்ந்த ஆய்வுக்கும் விமர்சனத்திற்கும் உரியது.

வரலாற்றுப் பன்றிகளை விட்டோழிப்போம். என் காலத்திய புதுச்சேரி பன்றிகளுக்கும் எனக்குமான உறவுகள் சுவாரஸ்யமானவை. நான் சிறுவனாக இருந்தபோது பார்க்கக் கிடைத்த முதல் கலவி பன்றிகளினுடையதுதான். பிறகுதான் மற்றவை. பதினைந்து சென்டி மீட்டர் நீளத்திற்கு செக்கச் செவேலென்று தோலுரிந்த அதன் குறி நெருப்பிலிட்ட இரும்புத்துண்டு போல இன்றைக்கும் என் நெஞ்சில் கனல்கிறது. பன்றிகளுக்குக் காயடிப்பதை என்னைப் போல ரசித்து யாரும் பார்த்திருக்கமாட்டார்கள். இதனால் பள்ளிக்கு நான் தாமதமாகச் சென்று அடிவாங்கியதுண்டு. கூரான சிறிய

கத்தியால் பன்றியின் விதைப்பையைக் கீறி இரண்டு விதைகளை பலாக்கொட்டைகளை எடுப்பது போல பிதுக்கி எடுப்பார்கள். பிறகு அக்கிழிசலை ஊசி நூலால் தைத்துவிட்டு, அதன் கால்களையும் வாயையும் கட்டவிழ்த்து விடுவார்கள். அது எடுக்கும் ஓட்டம் இருக்கிறதே; நாங்கள் ஓ...வென்று கத்தியபடி அதைத் துரத்திக்கொண்டோடுவோம்.

பன்றியைத் தோலுரிப்பதில்லை. தீயிலிட்டு முழு பன்றியையும் பொசுக்கி கழுவி எடுத்துப் பார்த்தால், அவித்த மரவள்ளிக் கிழங்கு போல பார்க்க பழுப்பு நிறத்தில் அழகாக இருக்கும். அதன் கருப்பு நிறம் ஏற்படுத்தியிருந்த அசூயை நீங்கிவிடும். வாயில் எச்சிலூறும். நான் சிறுவனாக இருந்தபோது ஞாயிற்றுக்கிழமைகளில் சவுக்குப்பேட்டை சேரிப்பகுதியில் பன்றி சுடுவதை பலமணிநேரம் வேடிக்கை பார்த்திருக்கிறேன். தீயில் பொசுக்கப்பட்ட பன்றி ரப்பர் பொம்மையைப் போல அழகாக இருக்கும். அதன் கழுத்துப் பகுதியை மட்டும் வெட்டியெடுத்தால் அது செப்புக் குடத்தின் கழுத்துப் பகுதிபோல வளைவாக வடிவாக இருக்கும். இக்கழுத்துப் பகுதியே அதிக ருசி கொண்டதென சொல்வார்கள். விலையும் அதிகம்.

ஆனால், பொதுவாக பன்றி ஒரு தீண்டத்தகாத விலங்காகவே உள்ளது. எங்கள் தெருவுக்குள் பன்றிகள் நுழைந்துவிட்டால் பையன்களாகிய நாங்கள் அவற்றை துரத்தித் துரத்தி கல்லாலடிப்போம். அப்படியான ஒரு தருணத்தில் பன்றி மீது ஒரு பையன் எறிந்த கல் என் பின் மண்டையை உடைத்துவிட்டது. சிறு தையல் போட்ட தழும்பு இன்றும் இருக்கிறது. முடிவெட்டச் சென்றால், முடித்திருத்துபவரிடம் அத்தழும்பை சுட்டிக்காட்டி வெளித்தெரியாமல் முடிகளைக் கழிக்கச் சொல்வதை வழக்கமாகக் கொண்டிருக்கிறேன். பன்றிக்குக் கிடைத்திருக்க வேண்டிய அடி எனக்குக் கிடைத்ததாலோ என்னவோ, பன்றியைப் பற்றி என் நினைப்பில் சுழித்துவரும் தகவல்களை ஒரு கதை போல எழுதி வருகிறேன்.

கொட்டும் மழையில் அசையாமல் நடுத்தெருவில் தீவிரமான ஒரு மனோநிலையில் நிற்கும் தனித்த பன்றியை பார்த்திருக்கிறேன். நாய்களால் குதறப்பட்டு காது கிழிந்து

ரத்தக் காயங்களோடு ஓடிய பன்றியை பார்த்திருக்கிறேன். காதுகளில் துளையிட்டோ அல்லது காதுகளில் இரும்பு ஆணியால் ரிவிட் அடிக்கப்பட்டோ உரிமையாளரின் அடையாளம் பொறிக்கப்பட்ட பன்றியைப் பார்த்திருக்கிறேன். யாரோ ஒரு போக்கிரிப் பயலால், உடம்பில் மண்ணெண்ணை ஊற்றப்பட்டு கொளுத்தப்பட்ட பன்றி எரிந்தபடி போக்குவரத்து நெரிசலூடாக முக்கியச் சாலையில் ஓடியதை பார்த்திருக்கிறேன். சாராயக்கடையில் திரியும் பன்றிகளில் ஒன்றைப் பிடித்து அதன் வாயில் சாராயத்தைப் புகட்டியதைப் பார்த்திருக்கிறேன். அதே சாராயக் கடையில் மலம் வழிய பிரக்ஞையற்றுக் கிடந்த ஒருவனின் பின்புறத்தை நக்கி சுத்தம் செய்த பன்றியைப் பார்த்திருக்கிறேன். தெருவில் என்னைப் பார்த்தால் மரியாதையோடு விலகிச்செல்லும் ஒரு பன்றியை எனக்குத் தெரியும். பன்றி ஒரு ஒடுக்கப்பட்ட விலங்கு. அதற்கான வாழ்வுரிமை கோரி ஓர் இயக்கத்தை இப்புதுச்சேரியில் தொடங்கும் முகமாக, ஓர் உண்மை நிகழ்வை எழுதி என் பத்திரிகையாள நண்பரிடம் அதை அறிக்கையாகக் கொடுத்தேன். இனி அதன் விபரங்களைச் சொல்கிறேன்:

மழை நாட்கள் முடிந்து மீண்டும் வெயில் கொளுத்தத் தொடங்கிய நாட்களுள் ஒன்றில், எனது வீட்டுக்கு எதிரிலிருக்கும் வீட்டின் சுற்று மதில் நிழலில் தாய்ப் பன்றி படுத்திருந்தது. அதன் வயிற்றில் பன்றிக்குட்டிகள் மொய்த்துக்கிடந்தன. ஒன்றின் மீதொன்று ஏறிச் சாடியபடி, சறுக்கியபடி அவை பால் குடித்துக்கொண்டிருந்தன. பால்கனியில் நின்று அக்காட்சியைப் பார்த்தபடி இருந்தேன். தாய்ப் பன்றியின் முகத்தில் பேரமைதி. அலாதி சுகத்தில் மூழ்கித் திளைக்கும் அதன் முகத்தில் ஒரு முக்திநிலை. தாய்மையின் பரவசம் உறைந்து கண்கள் சொருக அது படுத்திருந்தது. எனது வீட்டு மதிலோரம் மர நிழலுக்காக விடப்பட்டிருந்த ஒரு பெருத்த காரொன்றை இடிபடாமல் தவிர்க்க, குறுக்குத் தெருவிலிருந்து உடைத்து நேர்தெருவில் ஏறிய செங்கல் லாரி, எதிர் வீட்டு மதிலொட்டாகச் சரிந்து ஓடியது. நான் விபரீதம் உணர்ந்து ஏய் ஏய் என்று கத்திக் குரலெழுப்புவதற்குள் இடது முன் சக்கரம் ஏறி இறங்கி, இடது இரட்டைப் பின் சக்கரங்களில் மாட்டி அறைபட்டு 'பசக் பசக்' என சத்தம் கேட்டது. என் கண்முன் மகா ரத்தக்

களறி. ஓட்டுநர் எட்டிப் பார்த்துவிட்டு லாரியை எடுத்துக் கொண்டு போய்விட்டார். நான் கீழே இறங்கி எனது வாகனத்தை கிளப்பிக்கொண்டு பன்றியின் உரிமையாளரைத் தேடிப்போனேன். பிறகு, அவர்கள் வந்து வழித்தெடுத்து கோணிகளில் மூட்டையாகக் கட்டி மீன்பாடி வண்டியொன்றில் ஏற்றிக்கொண்டு போனார்கள்.

எனக்குத் தெரிந்த உள்ளூர் பத்திரிகையாளரிடம் இச்சம்பவத்தை எழுதிக்கொடுத்து, என் துணைவியார் அக்கோரக் காட்சியை புகைப்படம் எடுத்திருந்ததையும் கொடுத்து, மறுநாள் காலைச் செய்தியில் வெளியிடக் கேட்டுக்கொண்டேன். சிரித்துக்கொண்டே வாங்கிக் கொண்டவர், பிறகு அதை வெளியிடவே இல்லை. பன்றிகளைப் பற்றிய செய்திகளை பரபரப்பாக வெளியிடும் அப்பத்திரிகை எனது செய்தியை வெளியிடாதது ஏமாற்றத்தை அளித்தது. சமீபத்தில், அதாவது நவம்பர் பதினொன்றாம் தேதியன்று புதுச்சேரி கடற்கரைச் சாலையில் அமைந்துள்ள முதல் உலகப்போரில் மாண்ட பிரெஞ்சு இந்திய ராணுவ வீரர்கள் நினைவிடத்தில் நடந்த நினைவு தின விழாவில் கலந்து கொண்ட நான் அந்த பத்திரிகையாளரைச் சந்தித்தேன். பேச்சுவாக்கில் பன்றிகளின் அகாலமரணம் பற்றிய எனது செய்திக்குறிப்பை வெளியிடாதது பற்றி கேட்டேன். அவர், அதே வழக்கமான சிரிப்போடு சொன்னார், 'பன்றிகளுக்கும் அரசுக்கும் இடையேயுள்ள பிரச்சினைகளையும் மோதல்களையும் பற்றித்தான் செய்திகளை வெளியிடுவோம். அத்தனைப் பன்றிகளையும் அரசு சுகாதார அலுவலர்கள் கொன்றிருந்தால் அது செய்தி. நீங்கள் தந்ததை எந்த வகைப்பாட்டின் கீழ் வெளியிடுவது என ஆசிரியர் ஒதுக்கிவிட்டார்' என்றார்.

உதடுகள் பிரியாமல் 'பன்றி' என அழுத்தமாக மனசுக்குள் அவரை திட்டிக்கொண்டேன்

அடைபட்டவர்கள்

இருளூட்டப்பட்ட அறைக்குள் குறட்டை சத்தமும் மதுவாடையும் அவளுக்கு அருவருப்பைத் தந்தன. அறைக்குள் சூழ்ந்த இளநீல வெளிச்சத்தில் அவனது பெருத்த உருவம் கிடப்பது தெரிந்தது. இரவு உடைக்குக்கூட மாறாமல் பகலில் அணிந்திருந்த அலுவலக ஆடையுடனேயே தரையில் கிடந்தான். ஷூக்கள் மட்டும் அகற்றப்பட்டு கட்டிலுக்குக் கீழே ஒன்றும் கதவருகில் ஒன்றுமாகக் கிடந்தன. காலுறையை அவிழ்க்க அவனுக்கு இயன்றிருக்காது. வெட்டப்பட்ட மரம் போல கீழே சாய்ந்தான். அவனைத் தாங்கிப் பிடிக்கக்கூட அவளுக்குத் தோன்றவில்லை. எதையோ அவளை நோக்கி சொல்ல எத்தனித்தவன் வாய்க்குழறி உறக்கத்துக்குள் ஆழ்ந்தான். இரண்டொரு நிமிடங்களில் அவனது வழக்கமான குறட்டை ஒலிக்கத் தொடங்கிவிட்டது.

குறட்டையொலி தனது உச்சத்தை நோக்கிப் படிப்படியாக ஏறுவதும், திடீரென முற்றிலுமாக அடங்கி விடுவதும், பிறகு விட்டயிடத்திலிருந்து சடசடவென ஒலி மேலேறுவதும், அதே வேகத்தில் பின்திரும்பி படிப்படியாக அடங்குவதுமாக இருப்பதை இரவெல்லாம் விழித்தபடி கேட்டுக்கொண்டிருக்கும் அவளுக்கு; அந்தக் குறட்டை ஒலிக்குள் அவனது உயிர் அடங்கும் ஒலி அமிழ்ந்துவிட்டதாகத் தோன்றும். ஒவ்வொரு இரவும் அது அவனது இறுதி உறக்கம் போலவே அவளுக்குத் தெரியும். பெரும் போதையின் நெடியும் பேருறக்கத்தின் ஒலியும், அவனது பெருத்த உருவமும் அவளுக்கு கொலைவெறி ஏற்படுத்துவதாக இருக்கும்.

பகலில், முரட்டு காண்டாமிருகத்தைப் போல அலுவலகத்தில் செயல்படும் அவன், இரவு எட்டு மணிக்குமேல் தனது

அலுவலறையிலேயே குடிக்கத் தொடங்கிவிடுவான். அவனது காரோட்டி மிகப்பவ்வியமாக அவனுக்குப் பரிமாறுவான். தனியாளாகக் குடிக்கும் பழக்கமுடைய அவன், போதை ஏறயேற, எதிரில் இருக்கும் இரும்பு அலமாரியில் பதிக்கப்பட்டுள்ள நிலைக்கண்ணாடியில் தன் முகத்தை வெறித்தபடி இருப்பான். கதவுக்கு வெளியே நின்றபடி காரோட்டி

அவனை கவனித்துக்கொண்டிருப்பான். கண்ணாடித் தம்ளரில் மது தீர்ந்ததும், மீண்டும் ஊற்றி இரண்டொரு ஐஸ் கட்டிகளை சிறிதளவு சோடாவை கலந்து வைப்பான். ஊற்றப்பட்ட மதுக் கலவையை ஒரே இழுப்பில் குடித்துவிடுவதும் உண்டு. சில நேரம், அதைத் தொடாமல், கண்ணாடியில் தன் முகத்தை வெறித்தபடி அரைமணி நேரத்திற்கு அசைவற்று இருப்பதும் உண்டு.

அவனுக்கு போதையின் அளவு தெரியும். தனது கண்ணிமைகள் தானே கீழிறங்கும்போது அவன் குடிப்பதை நிறுத்திக்கொள்வான். கண்களில் பார்வை மங்கும். எதிரே கண்ணாடியில் தன் முகம் மங்கலாகத் தெரியும். திறக்கத் திறக்க கீழிறங்கியபடியே இருக்கும் இமைகளின் மீது ஐஸ் கட்டியை வைத்து ஒற்றியெடுப்பான். பிறகு, அவன் படியிறங்கி தெருவுக்கு வந்ததையும், காரில் ஏறி வீட்டுவாசலில் இறங்கியதையும், அறைக்குள் சென்று உறங்கியதையும், மறுநாள் விடியலில் விழித்தபிறகு ஞாபகப்படுத்திப் பார்ப்பான், அவனால் எதையும் நினைவுக்குக் கொண்டுவர முடியாது. பெரும் போதையின் கணத்தில் தன்னை யாரேனும் தாக்கினாலோ, தான் யாரையேனும் தாக்கினாலோ, அந்த எதிர் நபரை தன்னால் அடையாளம் காண இயலாது என நினைப்பான்.

எவ்வளவு போதையில் இருந்தாலும் அதிகாலையில் விழிப்பு வந்து, எழுந்து மொட்டை மாடிக்குச் சென்றுவிடுவான். கிழக்கில், சாலையின் எதிர்ப்பக்கத்தில் சலனமற்றுத் தெரியும் கடல். படகுகள் நிறைந்த கடலை அதிகாலையில்தான் காணமுடியும். அவை மீன்களோடு கரைக்குத் திரும்பிக்கொண்டிருக்கும். தொடுவானத்தில் எந்த இடத்தில் சிவப்பு அதிகமேறி இருக்கிறதோ அந்தப் புள்ளியில்தான்

சூரியன் வெளிப்படும் என்பது அவனுக்குத் தெரியும். உதயத்தை பார்வை நிரம்பித் தளும்பப் பருகிய பிறகுதான், மற்ற காலைக் கடன்களில் கவனம் செலுத்துவான். மேசையில் அமர்ந்ததும் சூடாக இரண்டு இட்டிலிகள் பரிமாறப்படும்போதுதான் அவனுக்கு மனைவியின் ஞாபகம் வரும். அரைப் பார்வையால் அவள் முகத்தைப் பார்ப்பான். அவளோ எந்தவொரு சலனமுமில்லாமல் காபியை கலந்து ஆற்றி எடுத்துவந்து மேசைமீது வைத்துவிட்டுப் போய்விடுவாள். அவளது சலனமற்ற முகம், இவனுக்குக் குற்றவுணர்வை ஏற்படுத்தும்.

யாரும் யாருடனும் பேசிக்கொள்வதில்லை. அவர்களுக்கிடையில் பேச்சு பரிமாறப்பட்டு மூன்று ஆண்டுகள் கடந்துவிட்டன. இரண்டு மகள்களும் படிப்பு மற்றும் வேலை நிமித்தமாக வேறு வேறு மாநிலங்களின் தலைநகரங்களில் உள்ளனர். மாதம் ஒருமுறை வந்து போவதும் தினமும் தொலைபேசியில் உரையாடுவதும் வழக்கம். மகள்கள் வந்து இருந்துபோகும் இரண்டொரு நாட்களில் அவன் மதுவைத் தொடமாட்டான். மாலையில் மகள்களுடன் கடற்கரையில் நடப்பது மனதிற்கு மகிழ்ச்சியைத் தந்தாலும், அந்த கணங்கள் யாவும் செயற்கைத்தன்மை கொண்டவையாகத் தோன்றும். தான் மது அருந்துவது இயல்பானதாகவும் மது அற்று இருப்பது இயல்பற்ற, இயற்கைக்கு மாறானதாகவும் கருதுபவன். எனினும், மகள்களுக்காக இரண்டு நாட்கள் மதுவற்று இருப்பது; போதை தெளிந்த காலைகளில் உண்டாகும் தெளிவற்ற மனநெருக்கடி அவஸ்தைகளிலிருந்து விடுபட்ட காலைகளாக அவை இருக்கும்.

விடிவிளக்கின் இளநீல வெளிச்சத்தில் அவனது பெருத்த உருவம் குறட்டையொலியை எழுப்பியபடி அதிர்ந்துகொண்டிருந்தது. தானெழுப்பும் ஒலியின் அதிர்வில் தானே அதிர்ந்துகொண்டிருக்கும் ஓர் இயந்திரம் போல அவன் கிடப்பதாக அவளுக்குத் தோன்றியது. படித்த கல்லூரியிலேயே விரிவுரையாளராகப் பணிபுரியும் வாய்ப்பைப் பெற்ற அவளுக்கு, உறவு விட்டுப்போகக்கூடாது என்று மணம் முடிக்கப்பட்டவன் அவன். படித்து முடித்தவுடனேயே வேலை. வேலையில் சேர்ந்த மறு மாதத்திலேயே திருமணம். திருமணம் முடிந்த அடுத்தடுத்த ஆண்டுகளிலேயே இரு குழந்தைகள்.

வெறும் நாற்பத்து இரண்டு ஆண்டுகளுக்குள்ளாகவே தனது வாழ்க்கையை வாழ்ந்து முடித்தாகிவிட்டதாகவும், இன்னும் வாழ்ந்து கொண்டிருப்பது ஒருவித 'இனாம் வாழ்க்கை' போலவும் அவளுக்குத் தோன்றும்.

தனது வாழ்வெளியை அடைத்துக்கொண்டு கிடக்கும் ஒரு பேருருவமாகவே தனது கணவனைக் கருதினாள். ஓர் அறைக்குள் அவனுடன் தான் அடைக்கப்பட்டு, தனக்கான காற்றையும் அவனே சுவாசித்துக்கொள்ள, தான் மூச்சுத்திணறிக் கொண்டிருப்பதாகத் தவித்தாள். பல ஆண்டுகளுக்கு முன்பாகவே அவனிடமிருந்து தனது உடம்பை கொஞ்சம் கொஞ்சமாக அவள் மீட்டுக்கொண்டாள். இருப்பினும், அவனது இருப்பின் அசௌகர்யம், கணவன் என்ற உரிமையில் தனது அறைக்குள் நுழைந்து ஆபாசமாகத் தூங்குவது, தனது குடிகார நிலைக்குத் தன்னை பழிகாரியாக்குவது எனத் தொடரும் நாடகீய வன்முறைக்குள் தான் நித்தம் ஒடுக்கப்படுவதாக அவள் உணர்ந்தாள்.

பலமுறை அவள் முயன்றிருக்கிறாள். அவன் பிரக்ஞையற்று உறங்கும்போது முகத்தில் தலையணையை வைத்து அழுத்தி மூர்ச்சைத் திணறடித்து கொன்றுவிட. ஒவ்வொரு முறையும் அவளுக்கு மனம் பதறும். கடந்த மாதத்தில் ஒருநாள், அவளது அறைக்குள் பெரும் போதையோடு அவன் நுழைந்துவிட்டான். உறக்கத்திலேயே சலசலவென வாந்தி, சமையலறையில் உறங்கிக்கொண்டிருந்த பணிப் பெண்ணை அழைத்து வந்து விடியவிடிய அறையை சுத்தம் செய்தாள்.

அவனைத் தொட்டுத்தூக்கி, துடைத்துக் கழுவி சுத்தம் செய்யவேண்டிய அவலநிலை தனக்குப் பழக்கப்படாத ஒரு அந்நிய உடம்பைத் தொடுவது போன்ற அசௌகர்யத்தை உணர்ந்தாள். அவனைத் தூக்கி தனது கட்டிலில் படுக்க வைக்க பணிப்பெண் உதவினாள். பணிப்பெண் சென்ற பிறகுதான் அவளுக்கு அந்த எண்ணம் மீண்டும் உண்டானது. ஒரு அழுத்தமான தலையணையை அவனது முகத்தில் பொத்தி சில நொடிகள் அழுத்திக்கொண்டிருந்தாள். பிறகு, மனம் தாளாமல் தலையணையை விலக்கிவிட்டு அவனது முகத்தைப் பார்த்தாள். இரண்டொரு மீன்கள் கண்ணாடித் தொட்டியிலிருந்து

துள்ளி விழுந்து அவனது முகத்தின் மீது மூச்சுத் திணறித் துடிப்பது தெரிந்தது.

இந்த இரவு அவனைக் கொன்றுவிடுவதென்ற எண்ணம் இன்றைய பகலிலிருந்தே அவளது மனசுக்குள் புகையாகச் சூழ்ந்து கொண்டிருந்தது. புகை மனதிலிருந்து வெளிக் கசிந்து அவளது காட்சி வெளியில் மூட்டமாகக் குமைந்தது. அவள் எண்ணப்படியே பெரும் போதையில் அவளது அறைக்குள் நுழைந்தவன் சிறிது நேரம் அவளை உற்றுப்பார்த்தான். எதையோ சொல்ல எத்தனித்தவன் நா குழறி அவளைப் பார்த்தபடியே வெட்டப்பட்ட மரம் போல சாய்ந்தான். அவனைத் தாங்கிப் பிடிக்கக்கூட அவளுக்குத் தோன்றவில்லை.

பெருத்த குறட்டையொலி, மதுவும் வியர்வையும் கலந்த விகார நெடி அவள் அறைக்குள் குமைந்தது. விடிவிளக்கின் நீல ஒளியில், நீருள் அமிழ்ந்த நீர்யானை போல அவன் கிடந்தான். கனமான ஒரு தலையணையோடு அவனை நெருங்கிய அவள் அவனது இருபுறங்களிலும் கால்களை ஊன்றி மார்பின் மீது அமர்ந்தாள். அவளது கனத்த உடம்பு மார்பில் பேரழுத்தத்தைக் கொடுக்க, தலையணையை அவனது முகத்தில் வைத்து இறுக்கமாக அழுத்தியபடி அவன் மீது சாய்ந்து படுத்துவிட்டாள். அவனது உடம்பின் நடுக்கம் மெல்ல மெல்ல அடங்கி ஒடுங்குவதை தனது உடம்பில் உணர்ந்தாள். வெறிகொண்ட புணர்ச்சியின் ஒடுக்கம்போல தன் உடம்பில் அதிர்வுகளை உணர்ந்தாள். ஒரு போகச் சிலிர்ப்பு. தன் உடம்பெங்கும் பரவி, பிறகு புள்ளியில் ஒடுங்கிய போகச் சிலிர்ப்பை உணர்ந்தாள். பிறகு சரிந்து அவன் மீது கால்களைப் போட்டு அணைத்தபடி பின்னிக்கொண்டு கிடந்தாள். நல்ல உறக்கம். நீண்ட காலத்திற்குப் பிறகு ஒரு நல்ல தூக்கம்.

ஜன்னலின் வழியே சூரியன், சுள்ளென்று அடித்தது. கண்களை கசக்கியவாறு மாராப்பைச் சரிசெய்தபடி எழுந்தவளின் முன்பாக அவன் காபியோடு நின்றிருந்தான். "இனி இப்படி நடக்காது. என்னை மன்னித்துவிடு. உனது. அறைக்குள் இனி நான் நுழையமாட்டேன். இரண்டு மகள்களும் இன்னும் சிறிது நேரத்தில் வந்துவிடுவார்கள். இரவு முழுதும் ஓடிய ரயில்களும் பேருந்துகளும் விடியலில் அவர்களைக் கொண்டுவந்து

நம்மிடம் சேர்த்துவிடும். இந்தக் காபியைக் குடித்து விட்டு வெளியில் வா. அவர்களை வாசலில் நின்று எதிர்கொண்டழைப் போம். வா பார்வதி வா."

அவள் திடுக்கிட்டு கண் திறந்து பார்த்தாள். ஆழ்ந்த உறக்கம் கலைந்ததின் படபடப்பு உடம்பில் அதிர்ந்தது. தனக்குப் பக்கத்தில் அவன். ஆம், அவன் அசைவற்றுக் கிடந்தான். அவனது நாசியருகே புறங்கையை வைத்துணர்ந்தாள். மூச்சு ஒடுங்கியிருந்தது. அவனது கை கால்கள் விரைத்திருந்தன. நெற்றியில் தொட்டுப் பார்த்தாள்; சில்லென்றிருந்தது. அவனைத் தொட்டு உலுக்கினாள், "சிவா... சிவா... எழுந்திரு. சிவா விடிந்துவிட்டது எழுந்திரு. மொட்டைமாடிக்குப் போகவில்லையா? சூரிய உதயம் உனக்காகக் காத்திருக்கிறது. நீ போய் பார். உடனே சூரியன் வெளியே வந்துவிடும்."

அவனது உடலைத் தூக்கி தனது மடியில் கிடத்திக்கொண்டு அழுதாள். அவளது கண்களில் சரம்சரமாகக் கண்ணீர் பெருக்கெடுத்தது.

பேய் பாம்பு போலிஸ்

எங்கள் தெருவிலிருந்து எதிர்ப்புறத்தில் ஆரம்பிக்கும் தோப்பு இரண்டு மூன்றுத் தெருக்களைத் தாண்டிப் பரவி காந்தி வீதிவரை ஒரு காடுபோல இருக்கும். தென்னை, பூவரசு, மா, கொய்யா, புளி என பலவகை மரங்களும் குறும் புதர்களும் அடர்ந்திருக்கும். ஒற்றையடிப் பாதைகளூடாகப் போனால் தோப்பின் மையப் பகுதியில் சில குடிசைகளும், இடிந்து போன சிறிய கோயிலும் இருக்கும். நாங்கள் அந்த அடர்ந்த தோப்புக்குள்ளேதான் நாள் முழுதும் விளையாடிக் கொண்டிருப்போம். செடிகளும் கொடிகளும் படர்ந்து மூடிய பாழடைந்த அரண்மனை போன்ற வீடு தூரத்தில் தெரியும். அங்கு யாரும் போகமாட்டோம். இறந்து போனவர்கள் அதற்குள் வாழ்வதாகச் சொல்வார்கள்.

ஒருநாள் எங்கள் கண்ணில் ஒரு குரங்கு பட்டது. இரவில் பாம்புகளும் பகலில் கிரீப்பிள்ளைகளும் விளையாடும் அத்தோப்பில் புதிதாக ஒரு குரங்கு வந்திருப்பது எங்களுக்கு ஆர்வத்தை ஏற்படுத்தியது. வளமையான பெரிய குரங்கு. முகம் செம்மை ஏறி பார்க்க முரட்டுத் தனமானத் தோற்றத்தைத் தந்தது. மொட்டை வால். அதனுடைய புட்டப்பகுதியில் இரண்டு நுங்குகளைப் பதித்தது போல இருந்தது. பின்னங்கால்களை உயர்த்தி முன்னங்கால்களைத் தாழ்த்தி, அதே சமயம் கழுத்தை உயர்த்தி விடைத்து கம்பீரமாக நிற்கும். தென்னை மரங்களிலும் பிரம்மாண்டமான ஒரு புளிய மரத்திலும் அதை அடிக்கடி காணநேர்ந்தது.

தனித்த குரங்கான அது வழி தவறி வந்துவிட்டதாக பேசிக் கொண்டார்கள். தோப்பிலுள்ள குடிசைவாசிகளின் சமையல் பாத்திரங்கள், முகக் கண்ணாடிகள், கொடியில் காயும் துணிமணிகள் போன்றவற்றை எடுத்துச் செல்வதை வழக்கமாகக்

கொண்டிருந்த அக்குரங்கை யாரும் விரட்டியடிக்கவில்லை. புளியமர உச்சிக் கொம்புகளில் துணிகளையும், தென்னைமர மட்டை இடுக்குகளில் பாத்திரங்களையும் வைத்துவிட்டு அக்குரங்கு மறைந்துவிடும். பகலில் கோயிலின் காரை பெயர்ந்த ஒற்றை கோபுரத்தின் உச்சியில் அமர்ந்துகொண்டு நாங்கள் விளையாடுவதை ஆர்வத்துடன் பார்க்கும். ஒருமுறை, பையன்கள் எல்லோரும் பம்பரம் விளையாடிக் கொண்டிருந்தபோது, யார் கவனத்திலும் படாமல் மெதுவாக வந்து என் பம்பரத்தை அது தூக்கிக் கொண்டு ஓடித் தாவி, மீண்டும் கோபுரத்தின் மீது அமர்ந்துகொண்டது. நாங்கள் எல்லோரும் சிரித்தோம்.

குரங்குடன் பழகவும் அதை எங்களுடைய விளையாட்டில் சேர்த்துக்கொள்ளவும் பிரியப்பட்டோம். ஆனால், அது பிரியப்படவில்லை என்பது அதன் போக்கில் வெளிப்பட்டது. அதை யாரேனும் இரண்டொரு விநாடி உற்றுப் பார்த்தால் அது அவரைப் பார்த்துச் சீறத் தொடங்கியது. அதன் பெருத்த சிவந்த முகமும் கோரைப் பற்களும் பயத்தைத் தந்தது. அது என்ன சாப்பிடுகிறது என்று யாருக்கும் தெரியாது. தென்னை மரம் ஏறி, கள் இறக்கும் இரண்டொருவர் மட்டும் தினம் தினம் குரங்கின் மீது புகார் சொல்லி வந்தனர். பல்லாவை அவிழ்த்து கள்ளைக் குடித்துவிட்டு வெறும் பானையை மீண்டும் பாளையில் கவிழ்த்து வைத்துவிடுவதாகக் குறைபட்டுக்கொண்டனர். கள்ளே அதற்கு போதையாகவும் உணவாகவும் இருந்தது. வேறெந்த உணவுப் பொருளையும் வேறெங்கும் அது திருடியதில்லை.

விடுமுறை கழிந்து பள்ளிக்கூடம் ஆரம்பித்த பிறகு, நாங்கள் நாள் முழுதும் அத்தோப்பில் கிடப்பது நின்றுபோனது. வாரம் ஒருமுறை ஞாயிற்றுக்கிழமைகளில் அத்தோப்புக்குள் எங்களுடைய ஆட்டத்தை வைத்துக்கொண்டோம். அந்நாட்களில் மட்டுமே அக் குரங்கைப் பார்த்து வந்தோம். அதிலும், சில நாட்கள் கண்ணில்படாது. கோபுரத்தின் மீது தூங்கிக்கொண்டிருந்த அக்குரங்கு, அந்த ஓர் அறை கோயிலையே தனது இருப்பிடமாக மாற்றிக்கொண்டது. அந்த கோயிலுக்குள் கருவறையில் ஒரு சிவலிங்கம் மட்டும் இருக்கும். காலையிலும்

மாலையிலும், அக்குடிசை வீடுகளிலுள்ள யாரோ ஒருவர் அகல் விளக்கு ஏற்றி வைப்பது வழக்கம். ஆனால், குரங்கு அவ்வறையை தனது இருப்பிடமாக மாற்றிக்கொண்டபின் விளக்குப்போட உள்ளே செல்ல பயந்தனர். ஒருநாள் மாலை குரங்கு இல்லை என்ற தைரியத்தில் ஒரு சிறுமி, சிறிய எண்ணெய் பாட்டில், தீப்பெட்டி, திரி இவற்றோடு உள்ளே சென்றிருக்கிறாள். லிங்கத்தின் மீதிருந்த காய்ந்த பூவை எடுத்துவிட்டு, மடியில் வைத்திருந்த செம்பருத்திப் பூவிரண்டை அதன் மீது வைத்துவிட்டு, மாடத்திலிருந்த அகலை எட்டி எடுத்திருக்கிறாள். அதற்குள் வாசலில் நிழலாட திரும்பிய அவள் மருண்டு அலற, குடிசைக்குள்ளிருந்து இரண்டொருவர் ஓடிவர, வாசலில் நின்றிருந்த குரங்கு தாவி, கோபுரத்தின் மீது ஏறிக்கொண்டு ஆட்களைப் பார்த்து சீறியிருக்கிறது. இதற்கிடையில் சிறுமி வெளியில் ஓடிவந்துவிட்டிருக்கிறாள். சிறுமி வெளியே வந்ததும் கோபுரத்திலிருந்து சறுக்கிக் கீழே இறங்கியக் குரங்கு கோயிலுக்குள்ளே சென்று பதுங்கிவிட்டது. பயத்தில் விளக்கேற்றும் பொருட்களை உள்ளேயே சிறுமி விட்டுவிட்டு வந்திருக்கிறாள் இருட்ட ஆரம்பித்த பிறகு கோயிலுக்குள்ளிருந்து அகல் விளக்கின் தீபஒளி இருட்டில் பிரகாசிக்க, எல்லோரும் அதிசயத்தோடு பார்த்திருக்கிறார்கள்.

அன்றைய மறுநாளிலிருந்து காலை மாலை இரு வேளையும் கோயில் படிக்கட்டில் திரி, தீப்பெட்டி, எண்ணெய் போன்ற ஏதேனும் ஒரு பொருளை வைத்துவிடுவது வழக்கமானது. பாட்டிலில் எண்ணெய் தீர்ந்துவிட்டால், காலி பாட்டிலை குரங்கு எடுத்து வெளியில் வைத்துவிடுமாம். தீப்பெட்டியில் தீக்குச்சிகள் தீர்ந்துவிட்டால் காலிபெட்டி படிகட்டின் மீது இருக்குமாம். விதம்விதமானப் பூக்களை குரங்கு எங்கெங்கிருந்தோ எடுத்து வந்து லிங்கத்தின் மீது சாற்றுவதாகவும் பேசிக்கொண்டார்கள். இரண்டொரு வாரத்திலேயே கோயிலின் முழு கட்டுப்பாடும் குரங்கின் வசம் வந்தது.

அக்குரங்கிற்காக படிகட்டில் வைக்கப்படும் வாழைப்பழத்தையோ, பொங்கிய சோறையோ ஒரு நாளும் குரங்கு தொட்டதில்லை. அது காலை மாலை என இரு

வேலையும் தனக்குத் தேவையான கள்ளைக் குடித்துவிட்டு, வேறெந்த விதத் தொல்லையையும் யாருக்கும் தராமல் தானுண்டு தன் கோயிலுண்டு என்றிருந்தது. இதை ஒருமுறை படுக்கையில் என் அம்மாவின் மீது கால்களைப்போட்டுத் தூங்க ஆரம்பிக்கும்போது சொன்னேன். அம்மா, அது கோயில் இல்லை என்றும் அந்தப் பெருந்தோப்புக்கு உரியவர்களின் மூதாதையொருவரின் சமாதி அதுவென்றும் சொன்னார். நான், உள்ளே சாமி இருக்கிறதே என்றேன். சமாதிக்குள் சிறிய சிவலிங்கத்தை வைப்பது வழக்கம் என்றார். கோயில் சமாதியானபிறகு எனக்குள் சற்று நடுக்கம் உண்டானது. சமாதிகளெல்லாம் இடுகாட்டில்தானே இருக்கவேண்டும், மாறாக, இத் தோப்பில் இருக்கிறதே என எண்ணினேன். அச்சமாதிக்குள் ஒரு பிணம் புதைக்கப்பட்டுள்ளதை நினைத்தபோது பயம் உண்டானது. அங்கே வீடுகளெல்லாம் இருக்கிறதே அவர்களுக்குப் பேய் பயம் இருக்காதோ என யோசித்தபடி தூங்கிப்போனேன்.

மறுநாள் பள்ளிக் கூடத்திலிருந்து மாலை வீடு திரும்பியபோது, பையன்கள் பரபரப்போடு எனக்காகக் காத்திருந்தார்கள். குரங்கு ஒரு பாம்பைப் பிடித்துக் கொண்டிருப்பதாகச் சொன்னார்கள். வீட்டில் புத்தகப் பையை வீசிவிட்டு, அம்மா என்னை காபிக் குடிக்கக் கூப்பிடுவதையும் காதில் வாங்காமல் பையன்களோடு தெருவின் எதிர்ப் பகுதியிலிருக்கும் தோப்புக்குள் ஓடினேன். புதற்கள் அடர்ந்த ஒற்றையடிப்பாதை வழியாக ஒருவர் பின் ஒருவராக ஓடினோம். மரங்களும் புதர்களும் அடர்ந்த இருட்டுப் பகுதியைத் தாண்டி தென்னை மரங்கள் ஆரம்பித்தன. தென்னந்தோப்புக்குள் காலடிபட்டதும்தான் எங்களுக்கு பாம்பு பயம் தெளியும். புதர்வழியில் பாம்புச் சட்டைகள் கல்லிடுக்குகளிலும் மரப்பொந்துகளிலும் காணக் கிடைப்பது எங்கள் பயத்தை அதிகப்படுத்துவதாக இருக்கும். எனக்கு நினைவு தெரிந்த வயதிலிருந்து இன்றுவரை நான் பயம் கொள்ளும் மூன்று வஸ்துக்களில் முதலாவது பேய், இரண்டாவது பாம்பு, மூன்றாவது போலிஸ். இப் பயம் எனக்குமட்டும் அல்ல; என்னோடு ஓடி ஆடி வளர்ந்து ஆளாகி நிற்கும் எல்லோருக்குமே உண்டு.

கோயில் படிகட்டில் குரங்கு தனது புட்டத்தை அமர்த்தி அமர்ந்திருந்தது. அதன் முகத்தில் என்றுமில்லாத குரூரமும் கோபமும். முகம் மேலும் சிவந்திருந்தது. அதன் இடதுகைப் பிடியில் பாம்பு. அது சரியாகப் பாம்பின் கழுத்தைப் பிடித்து இறுக்கிக்கொண்டிருந்தது. வாய்த் திறந்திருந்த பாம்பின் உடம்பு குரங்கின் கழுத்தைச் சுற்றி, அதன் உடம்பைச் சுற்றி முறுக்கி அதன் பின்னங்கால்களுக்குக் கீழாக வால் அசைந்து கொண்டிருந்தது. பெரிய பாம்பு. கூடி நின்று வேடிக்கைப் பார்த்தவர்கள் அதை நல்லபாம்பு என்றார்கள். எல்லாரும் என்ன செய்வது எனத் தெரியாமல் தவித்துக்கொண்டிருந்தார்கள்.

இப்பாம்பு இன்று பிற்பகல் மூன்று மணியளவில் கோவில் சுவரோரமாகச் சென்று படிகளில் ஏறி உள்ளே அடைய நுழைந்ததை, குட்டைத் தென்னைமீதிருந்து கள்ளிறக்கிய பாளையைச் சீவியபடி கிராமணி பார்த்திருக்கிறார். பாம்பு நுழைந்தவுடன் கருவறைக்குள்ளிருந்து குரங்கின் பெரும் சத்தம். விபரீதம் உணர்ந்த கிராமணி மரத்தின் மீதிருந்தபடியே குடிசைக்குள் இருப்பவர்களைக் கத்திக் கூப்பிட்டிருக்கிறார். சிலர் ஓடிவந்திருக்கிறார்கள். கிராமணி பாம்பு பாம்பு என்றவுடன் சிலர் அதை விரட்ட தடியோடு வந்திருக்கிறார்கள். அதற்குள் குரங்கின் பிடிக்குள் பாம்பு சிக்கிவிட்டிருக்கிறது. குரங்கின் கூச்சலைக் கேட்டு பயத்தோடு கோயிலுக்குள் எட்டிப் பார்த்தால், குரங்கும் பாம்பும் பின்னிப் புரள்கின்றனவாம். தோப்பில் உள்ள இரண்டொரு காவல் நாய்கள் பயத்தில் உடல் விடைத்துச் சிலிர்க்க கத்திக்கொண்டே தோப்பைவிட்டு ஓடிவிட்டனவாம். கதைகதையாகப் பேச்சு. பாம்புக்கு இன்னும் உயிர் இருக்கிறது என்றார்கள். பாம்பு செத்தவுடன் எட்டி நின்றபடி சுறட்டுக் குச்சியால் பாம்பை குரங்கிடமிருந்து உருவி எடுத்துவிடலாம் என சில அண்ணன்கள் யோசனை சொன்னார்கள். மெல்ல இருள் கவியத் தொடங்கியது. குரங்கு பாம்பைப் பிடித்தப் பிடியோடு கோயிலுக்குள் சென்று மறைந்துவிட்டது. கூட்டம் கலையத் தொடங்கியது.

எங்கும் இருட்டுப் பரவ, எப்படி வீட்டுக்குத் திரும்புவது என எனது தெரு பையன்கள் எல்லோரின் முகத்திலும் பயம் படரத் தொடங்கியது. தைரியத்தை வலிய வரவழைத்துக்கொண்டு

தென்னந் தோப்பைத் தாண்டி ஒற்றையடிப் பாதை வழியே புதர்க் காட்டுக்குள் நடந்தோம். தூரத்தில் எங்கள் தெரு விளக்குகள் எரிந்துகொண்டிருந்தன.

ஒற்றையடிப் பாதையில் எனக்கு முன்னும் பின்னும் பையன்கள் நடக்க நான் பாதுகாப்பாக நடுவில் வந்தேன். பாதையில் முன்னோ பின்னோ வரும் பாம்பு என்னைக் கொத்தாது என்ற நம்பிக்கை இருந்தாலும், புதர் ஓரங்களிலிருந்து சரசரவென இறங்கி கால்களைச் சுற்றினால் தப்புவதெப்படி என்ற நடுக்கத்தோடு புதர்களைக் கடந்து தெருவுக்குள் நுழைந்தேன். இனி நான் இரவில் தூங்கத் தொடங்கும் போது பேய் விழித்துக்கொள்ள ஆயத்தமாக இருக்கும். இந்த இரவெல்லாம் பேயைச் சமாளிப்பது எப்படி என்ற யோசனையுடனேயே இரவு உணவை சாப்பிடத் தொடங்கினேன். மூத்திரம் முட்டிக்கொண்டு வரும் நடு இரவில், தெருவில் விசில் ஊதியபடி இரவுக் காவல்காரர் நடந்துபோவது தந்த ஆசுவாசம் போல இன்றுவரை எனக்கு வேறெதுவும் தந்துவிடவில்லை. சப்பை மூக்கும் இடுங்கிய கண்களும் வட்ட முகமும் காக்கி உடையும் இடுப்பில் உறையிட்ட கத்தியோடும் காலையில் தெருவில் தென்படும் இரவு கூர்க்காவும் உள்ளூர் போலிஸும் வேறுவேறு என்பதை தெரிந்துத் தெளிவுற சுமார் பதினைந்து ஆண்டுகள் எனக்குத் தேவைப்பட்டன. தோப்புகளும் குறுங்காடுகளும் வயல்வெளிகளும் அழிந்து வீடுகளாகவும் தெருக்களாகவும் ஊர்களாகவும் ஆன பிறகு எனக்கு பாம்புகளின் மீதிருந்த அளவிட முடியாத பயம் ஒருவழியாக நீங்கியது எனலாம். கொஞ்சம் பெரியவனான பிறகு நண்பர்களுடன் சேர்ந்து முதல்முறையாக சுற்றுலா சென்ற இடத்தில் மது அருந்திய அன்று என்னைவிட்டு பேய் பயம் அகன்றது எனலாம். ஆனால், இன்றுவரை போலிஸ் மீதான பயம் மட்டும் நீங்கவே இல்லை. இது எனக்கு மட்டுமல்ல, என்னுடன் ஆடி ஓடி விளையாடி வளர்ந்து ஆளாகி நிற்கும் எந்தப் பையனுக்கும் இன்னும் போலிஸ் மீதான பயம் ஒழியவில்லை. மேலும், நான் உட்பட யாவருக்கும் பேய், பாம்பு, போலிஸ் மீதான பயம் சாகும்வரை அகலாது என்பதுதான் நிஜம். பாம்பை ஆண்டுக்கு ஒருமுறையேனும் எங்கேனும் எப்படியேனும்

பார்த்துவிடுகிறேன். ஆண்டுக்கு இரண்டொரு பெண்கள் தூக்கில் தொங்குவதையும் பார்த்துவிடுகிறேன். காவல் நிலையக் கொலை, கற்பழிப்புப் பற்றி சொல்லத் தேவையில்லை எனவே, பாம்பு, பேய், போலிஸ் இவை பற்றிய பயம் அறிவுக்கு அப்பாற்பட்ட ஒரு மனநிலை. கடவுளைக்கூட இல்லை என சொல்லி அதன் இருப்பை புறங்கையால் தள்ளி ஒதுக்கிவிடலாம்; ஆனால், மேற்கூறிய மூன்றின் இருப்பும் சாவுணர்வு சார்ந்த மனோநிலை. அதற்குள்ளிருந்து வெளிவர யாராலும் முடியாது.

மறுநாள் ஞாயிற்றுக்கிழமை என்பதால், விடிந்தவுடனேயே எல்லாப் பையன்களும் ஒன்றுகூடி தோப்புக் கோயிலை நோக்கி நடக்கத் தொடங்கினோம். தூரத்திலிருந்தே சிறு கோயிலின் கோபுரத்தின் மீது குரங்கு உட்கார்ந்து கொண்டிருப்பது தெரிந்தது. அருகில் நெருங்க நெருங்க அதன் கையில் பாம்பு இருப்பது தெரிந்தது. குரங்கை சுற்றி இருந்த பாம்பின் இறுக்கம் நெகிழ்ந்து, அது குரங்கின் கையில் ஒரு கயிறு போல தொங்கிக்கொண்டிருந்தது. ஆனால், மூர்க்கம் குறையாத குரங்கு மேலும் இறுக்கத்தோடு பாம்பின் கழுத்தைப் பற்றியிருந்தது. எங்களுக்கு முன்பே கோயிலைச் சுற்றி பெருங்கூட்டம் கூடியிருந்தது. குரங்கு யாரையும் பார்க்கவில்லை. அதனுடைய பார்வை நோக்கற்று நிலைகுத்தியிருந்தது. அசையாமல் ஒரு சிலையைப் போல இருந்தது. கூட்டம் கலைவதும் கூடுவதுமாக இருந்தது. சிலர் குரங்கை நோக்கி கைதட்டிப் பார்த்தார்கள். அது முகத்தையோ பார்வையையோ அசைப்பதாக இல்லை. கிராமணி பல்லா நிறைய கள்ளை எடுத்துவந்து அதன் பார்வை நோக்கிய திசையில் ஒரு மண்மேட்டின் மீது வைத்தார். அது மறுநாள் வரை அதே இடத்தில் புளித்துக் கிடந்தது இரண்டொரு நாள் கள்ளிறக்கும் போது மரத்தின் மீதமர்ந்தபடி குரங்கை குரலெழுப்பி அழைத்துப் பார்த்தார். அது தன் நோக்கிலிருந்து பார்வையை திருப்புவதாக இல்லை. சரியாக பதினோறாம் நாள் மாலை நான்கு மணியளவில் கோயில் கோபுரத்திலிருந்து குரங்கு உருண்டு கீழே விழுந்தது. எல்லோரும் எட்டி நின்று பார்க்க, தைரியத்தோடு குரங்கை நெருங்கி, பிளந்தபடி மூச்சுவிட்டுக் கொண்டிருக்கும் அதன் வாயில் ஒரு மிடறு கள்ளை

ஊற்றியிருக்கிறார் கிராமணி. அம்மிடறு தொண்டையில் இறங்கியபோது அதன் உயிர் பிரிந்திருக்கிறது.

கைப் பிடியில் காய்ந்து தொங்கிய பாம்பையும் குரங்கையும் தனித்தனியாகப் பிரித்து, இரண்டையும் கோவிலுக்குள் குழிவெட்டி புதைத்து இறுதிச் சடங்குகள் செய்யும்போது, அங்கு பையன்களோடு நான் போய்ச் சேர்ந்தேன். செய்தியைக் கேள்விப்பட்டு பள்ளிவிட்டு வீட்டிற்குக்கூட போகாமல் புத்தகப் பையோடு அங்குச் சென்றிருந்தேன். குரங்கு பட்டினியால் இளைத்துப் போயிருந்தது. தாடைகள் ஒட்டி, உருவம் சிறுத்து, புட்டம் வதங்கிக் கிடந்தது.

முத்தியால்பேட்டை மகாத்மா காந்தி வீதியில் பொன்னுமாரியம்மன் கோயிலுக்கு நேரெதிரில்தான் அந்தக் குறும்புதர் காட்டுத் தோப்பு பல ஏக்கரில் விரிந்திருந்தது. இன்று அந்தப் பகுதி பெரிய மாடிவீடுகளால் நிறைந்திருக்கிறது. அந்த சிறு சமாதிக் கோயில் புதுப்பிக்கப்பட்டு பலவண்ண நிறங்களோடு கோபுரம் எழுந்து விளக்குகளோடு காட்சியளிக்கிறது. அக் குடியிருப்புப் பகுதியின் முன்புறத்தில் இருந்த பழைய பாழடைந்த பேய் வீடு புதுப்பிக்கப்பட்டு முத்தியால்பேட்டை காவல் நிலையம் இயங்கி வருகிறது. இன்று நாங்கள் விளையாடிய காடும் தோப்பும் இல்லை. அக் கோயிலுக்குள் பாம்பும் குரங்கும் மக்கி மண்ணோடு மண்ணாகி இருக்கும். இன்று அங்கு வாழும் யாருக்கும் இந்தக் கதை தெரியாது. தங்களுக்குப் பாதுகாப்பாக காவல் நிலையம் தமது குடியிருப்பு வளாகத்திற்குள்ளேயே அமைந்திருப்பதின் தைரியத்தில், அவர்கள் பாம்பைப் பற்றிய பயமோ பேயைப் பற்றிய பயமோ அற்றவர்களானார்கள். ஆனால், அப்பெரு நிலத்தில் வாழ்ந்த பாம்புகளும் பேய்களும் என்னவானது என்ற கேள்விக்கு இதுவரை எனக்கு திருப்தியான பதில் கிடைக்கவில்லை. பாம்பும் பேயும் இல்லாத ஊரில் வாழ்வதைப் போல அபத்தம் வேறென்ன இருக்கிறது.

இருவர்

இன்று மதியம் அவனை இறுதியாகப் பார்த்தேன். கம்பிகளுக்கு வெளியே நின்று கைகளைப் பற்றியபடி பார்த்துப் பேசி நா தழுதழுக்க விடைபெற்று வருவதை வழக்கமாகக் கொண்டிருந்த எனக்கு, இன்று சிறப்புச் சலுகையாக அறைக்குள் அவனுடன் அமர்ந்து பேச சில நிமிடங்கள் அனுமதி வழங்கப்பட்டிருந்தது. அவனை முழுமையாகக் கட்டிக்கொண்டு அழுதேன். "அழும்போது உன்முகம் ஒரு பெண்ணைப் போல மாறிவிடுகிறதடா" என்று என் உதடுகளில் முத்தமிட்டபடி சிரித்தான். என் வாயிலிருந்து வெளிப்பட்ட மதுவாடையை நுகர்ந்து, பொய்க்கோபத்துடன், "காலையிலேயே குடித்துவிட்டாயா" என தலையில் தட்டினான். நான் கண்ணீர் மல்க அவனது கண்களைப் பார்த்தேன். நான் நா தழுதழுக்க "நீ தூக்கில் தொங்கப்போகும் அதே கணம், அறையில் நானும் தூக்கிட்டுத் தொங்கிவிடுவேன். என்னால் உன் நினைவுகளை, நீயற்ற உன் மரண நினைவுகளைச் சுமந்துகொண்டு வாழ முடியாது" என்றேன்.

அவன் என்னை விட்டு விலகி மௌனமாக என் கண்களை ஊடுருவிப் பார்த்தான். "எனக்கும் சேர்த்து நீ வாழவேண்டும். உன் நினைவுகளில் நான் வாழ்ந்துகொண்டிருப்பேன். இந்த உலகம் நமக்கானது. இதன் விசாலமான பரப்பெங்கும் நாம் சுற்றித்திரியலாம். விடுதலை உணர்வு மட்டுமே கடவுளைக் காணும் பரவசத்தை நமக்குத் தருவது. நாமே நம்மை கடவுளாக உணருவது. நம்மைக் கடவுளாக அறிவது. நீ வாழ வேண்டும். உனது விடுதலைக்காகத்தானே நான் சாகப் போகிறேன். என்னோடு நீயும் செத்தால்; நம் வாழ்க்கை அர்த்தமற்ற தாகிவிடும். ஒளிபொருந்திய வாழ்க்கை உன் முன் நீண்டு செல்கிறது. முழுமையான விடுதலை பெற்ற மனிதன் நீ.

உன்னுடைய விடுதலை உணர்வு நான். அதன் சுகம் நான். அதன் சக்தியும் ஜீவனும் நானே. நாளை அதிகாலை என்னை தூக்கிலிடுவார்கள். என்னுடைய கடைசி ஆசையாகத்தான் நான் உன்னுடன் இந்தத் தனி அறையில் இருக்கிறேன். என்னுடைய கடைசி ஆசையாக கொஞ்ச நேரத்திற்கான உன்னுடைய இருப்பைத்தான் கேட்டு வாங்கினேன். இதுதான் உன்னுடனான எனது கடைசி கணங்கள். தயவுசெய்து எதையாவது உளறிக்கொண்டிருக்காதே.

என்னுடைய பிணத்தை உன்னிடமோ எனது குடும்பத்தினரிடமோ ஒப்படைக்க வேண்டாம் எனக் கேட்டுக்கொண்டேன். என்னை மின் மயானத்தில் சிறையதிகாரிகளே எரித்துவிடுவார்கள். எனது சாம்பலை வங்கக் கடலில் கரைக்கக் கேட்டுக்கொண்டேன். அருள்கூர்ந்து அதையும் செய்துத் தருவதாக ஒப்புக்கொண்டார்கள். நீ செய்ய வேண்டியதெல்லாம், எனக்கும் சேர்த்து வாழவேண்டியதுதான். அபத்தமாக தற்கொலை, அது இதுவென்று சொல்லி எனது மரணத்தை நீயும் அவமதித்துவிடாதே. உன்னைத் தவிர எனக்கு யார் இருக்கிறார்? உனக்கும் சேர்த்துத்தானே இத்தண்டனையை நானே ஏற்றுக்கொண்டேன். நீ உயிரோடு இருக்கவேண்டும். உன் மனசுக்குள், கனவுக்குள், உன்னுடைய காதலுக்குள்ளும் காமத்துக்குள்ளுமாக நானே இருப்பேன். நீ வாழ வேண்டும். என் சாம்பல் கலந்த கடலிலிருந்து உன்னைப் பார்த்துக்கொண்டேயிருப்பேன். கடலாக இருந்து உன்னைப் பார்த்துக் கொண்டிருப்பேன். நீ இல்லாத இந்த நகரை நான் பொங்கி அழிப்பேன். நான் ஏற்கெனவே குற்றவாளி, மனித சமூக விரோதி என குற்றஞ்சாட்டப்பட்டவன். மீண்டும் மீண்டும் உன் பொருட்டு என்னை குற்றவாளியாக்காதே. நீ வாழவேண்டும்."

நான் அவனது வாயைப் பொத்தினேன். அவனுடைய அழகிய கண்களில் முத்தமிட்டேன். ஞானிகளுக்கும் தீர்க்கதரிசிகளுக்கும் மட்டுமே வாய்க்கும் கண்கள் இவை. எண்புறமும் கவிந்த தொடு வானத்தால் ஆன கண்கள் இவை. இவற்றை எந்தவொரு பறவையாலும் பறந்து கடக்க முடியாது. அக் கண்களை ஒரு மரண தண்டனையால் மூடிவிட முடியும் என்பதை

உணர்ந்தபோது என் உடம்பு நடுங்கியது. அவனை இறுக அணைத்தபடி சொன்னேன், “நிகழப்போவது உனக்கான மரணம் மட்டுமா அது, இல்லை எனக்கான மரணமும் சேர்ந்தே நிகழ்த்தப்படுகிறது. விசாரணையின் போது நீ, நான், நம் நண்பர்கள், உறவினர்கள், ரத்த உறவுகள் என எல்லாரும் விசாரிக்கப்பட்டோம். ஆனால், தண்டனை மட்டும் உனக்கு, அதாவது உனது ஒற்றை உடம்புக்கு. உண்மையில், உனக்கு நிகழ்த்தப்படும் மரணத்தில் நாங்களும் சாகப்போகிறோம் என்பதை இந்த நீதி அமைப்பு அறியாது. உன்னைக் கொல்வதன் மூலம் அது தனது மேலதிக அதிகாரத்தை கொல்லாமல் விட்ட எங்கள் மீது நிலைநாட்டுகிறது. குறிப்பாக, உன்னை இந்த நீதி கொல்வதன் மூலம் என்னைக் கொல்லாமல்விட்டு தன் அதிகாரத்தை கணந்தோறும் என் மீது செலுத்தத் தொடங்கிவிடுகிறது. எனக்கு பயமாக இருக்கிறது. நீ செத்தபிறகு நான் என்ன ஆவேன். அதிகார மையங்களின் கண்காணிப்பின் கீழ் என் இருப்பு எப்படி சுதந்திரமானதாக இருக்க முடியும். உனக்குத் தெரியுமா? என்னை பயமுறுத்தத் தான் உன்னைக் கொல்கிறார்கள். உன்னைக் கொல்வதைவிட என்னை அதன் பயத்திலேயே இருத்தி வைப்பதில் தான்வலி அதிகம். வாழ்தலில்தான் விடுதலை இருக்கிறது மரணத்தில் இல்லை என்பதே அவர்களின் சித்தாந்தம். எனவே என்னை வாழவைத்து உன்னைக் கொல்கிறார்கள். அதாவது, எனக்கு விடுதலை, உனக்கு தண்டனை. என்னைப் பொறுத்தவரை உனது அல் இருப்பாக என்னை இருத்தி வைக்கிறார்கள். இச் சமூகத்தின் முன் உன்னைத் தூக்கிலிட்டுக் கொன்றும், என்னை விடுதலை செய்தும் நம் இரண்டு இருப்புக்களையும் முன்மாதிரிகளாக நிறுத்துகிறார்கள். நம் இருவரின் இன்றைய நிலையும் இவர்களின் விளைவுதான். எனவேதான் செல்கிறேன், நானும் தூக்கிட்டு செத்துவிடுவதின் மூலம் இவர்களின் அதிகாரத்தையும் நீதி பரிபாலனத்தையும் நாம் அவமதித்தவர்களாகிவிடுவோம். இவர்களின் தண்டனையும் விடுதலையும் அர்த்தமற்றதாகிவிடும். அதிகாரம் உன் முகத்தில் மரணத்தின் கருப்புத் துணியை மூடும்போது, என் சுயகொலை, அதிகாரத்தின் முகத்தில் கருப்புத் துணியை மூடுவதாக அமையும். எனவே, உன் உயிர் பிரியும் அதே வேளையில் என்னையும் சாக அனுமதி.”

அவன் என் கன்னத்தில் ஓங்கி ஒரு அறை விட்டான். நான் தலையைக் குனிந்துகொண்டு குலுங்கிக் குலுங்கி அழுதேன். அவன் சுவரில் தன் தலையை வேகமாக மோதிக்கொண்டான். நான் ஓடிச் சென்று அவனைப் பிடித்தழுத்தி என் மடியில் சரித்து நானும் கீழே சரிந்து அமர்ந்தேன். அவனுடைய கண்களிலிருந்து கண்ணீர். குனிந்து அவன் கண்களைப் பருகினேன். அவனது கண்ணீருக்குக் கொழ கொழப்பு அதிகம். அவனது குருதி, விந்து, கண்ணீர் என மூன்றும் ஒரே அடர்த்தி கொண்ட திரவங்களோ என அடிக்கடி தோன்றும். அவனது அணைப்பு என்னுள் மூர்க்கமாகப் பிணைந்ததை உணர்ந்த நான் கொஞ்சம் தளர்ந்தும், நெகிழ்ந்தும் கொடுத்தேன். என்னைப் பேசவோ யோசிக்கவோவிடாமல் என்மீது படர்ந்தான். அவனது கண்ணீர் என் கன்னத்தில் வழிந்து காதுக்குள் புகுந்தது. சிறைக்காவலர் கம்பிக் கதவில் தடியால் தட்டினார். நாங்கள் விலகிக்கொண்டோம். அவன் கண்களைத் துடைத்துக்கொண்டு மௌனமாக என் நெற்றியில் முத்தமிட்டான். சத்தமில்லாமல் என் கண்களில் நீர் வழிந்தது. என் கன்னத்தில் வழிந்த நீரை நக்கிச் சுவைத்து என் கண்களைப் பருகியபடி, “என் இறுதி மது” என்றான். “போ. நம் கதையை ஒரு நாவலாக எழுது. எந்த நூலகத்தில் உன்னை முதன்முதலாகச் சந்தித்தேனோ அதே நூலகத்தில் நம்மைப் பற்றியும் ஒரு நூல் இருக்கட்டும். விஞ்ஞானிகளாக ஆசைப்பட்டோம். அணுசக்தியைச் செயலிழக்கச் செய்யும் எதிர்ச்சக்தியை உருவாக்க எத்தனித்தோம். எழுது. எல்லாவற்றையும் எழுது. கதையாக எழுது. ஆய்வுரையாக எழுதிவிடாதே. அதிகாரத்தின் கண்காணிப்பில் நீ இருக்கிறாய். அணுசக்தி மட்டுமே மனிதரை அதிமனிதர் ஆக்கக்கூடியது. நாம் அதற்கு எதிரானவர்கள். நம்மைக் கொல்ல இந்த உலகின் எல்லா நாடுகளின் அரசுக்கும் உரிமையுள்ளது. நாம் புனைவுக்குள் புகுந்து கொள்ள வேண்டும். எல்லாம் புனைவுதான். பிறப்பும் இறப்பும் இயற்கை; இரண்டும் மனிதரின் விளைவு. கடவுளைப் போலவே விஞ்ஞானமும் புனைவுதான். மனிதரை மனிதரன்றி வேறெதுவும் கொல்வதில்லை, கொல்லப்போவதுமில்லை. எதற்கும் அஞ்சாதே. எனக்கு மரணமில்லை; நீ இருக்கும் வரைக்கும்.” அவன் பேசிக் கொண்டே இருந்தான். பிறகு,

சுவரில் சரிந்து கண்களை மூடியபடி அமர்ந்த நிலையிலேயே உறைந்துவிட்டான். அவன் முகம் தியானத்தில் அமர்ந்த புத்தனைப் போலத் துலங்கியது. வெளியில் வந்தேன். என் முதுகுக்குப் பின்னே கதவடைக்கும் ஓசை. கம்பிகளூடாக உள்ளே பார்த்தேன். அவன் முகத்தின் ஒளியும் அதன் பேரமைதியும் தேவதூதனின் களையை ஏற்படுத்தியது.

கனத்த மனத்துடன் வெளியே வந்தேன். மழை தூறிக்கொண்டிருந்தது. சுதந்திரத்தின் குறியீடான தேசியக்கொடி சிறைச்சாலையின் உச்சியில் மழையில் நனைந்து அபத்தமாக ஒரு கம்பத்தில் தொத்திக் கொண்டிருந்தது.

நாளை அதிகாலை மூன்றரைமணிக்கு அவன் தூக்கிலிடப்படுவான் என்ற யதார்த்தம் மீண்டும் உள்ளுக்குள் புகையத் தொடங்கியது. மனம் எந்தவொரு சமாதானத்தையும் ஏற்கத் தயாராக இல்லை என்று தெரிந்தது. மாலைவரை இரண்டொரு பார்களில் மாறிமாறிக் குடித்தேன். திடீரென்று அவனது நினைப்பு உக்ரமாகத் தாக்க, ஒரு ஆட்டோவை எடுத்துக்கொண்டு சிறைச்சாலைக்குச் சென்றேன். இம்முறை எனக்கான அனுமதி மறுக்கப்பட்டு கதவு அடைக்கப்பட்டது. கோபமும் சுய இரக்கமும் மனவலியும் ஒன்று சேர ஓ... ஓ..வென கத்தினேன். அவனைக் கூவி அழைத்தேன். நெடும் மதில் சுவரைச் சுற்றிச் சுற்றி ஓடி வந்தேன். பிறகு, மெல்ல மெல்ல என்னுடைய கூச்சலை நான் அடக்கிக்கொண்டேன். எனது கதறலும் வலியும் அவனை மன இன்னல்களுக்கு ஆளாக்கும், அவன் அமைதியோடு இருக்கட்டும் என எண்ணியபடி, மழையில் நனைந்து கிடந்த செங்கல் துண்டை எடுத்து, எங்களைப் பற்றிய கதையின் முதல் வாக்கியத்தை சிறைச்சாலையின் புறமதிற் சுவரில் எழுதினேன். என் அருகே காவலர் வண்டி வந்து சத்தமில்லாமல் நின்றது. இரண்டொருவர் கீழே இறங்கிவந்து என்னைத் தூக்கி வண்டியினுள் போட்டனர். பிறகு நான், ஊர் தாண்டிய ஒரு புறவழிச் சாலையில் இறக்கிவிடப்பட்டேன்.

மீண்டும் மழை தூறத் தொடங்கியது. சடசடவென இருட்டு எங்கும் இறங்கத் தொடங்கியது. படிப்படியாக வலுத்து மழை பேரிரைச்சலோடு பொழியத் தொடங்கியது. வழி நெடுக்கிலும்

பேயிருட்டு. தேசிய நெடுஞ்சாலையில் எந்த வாகனமும் எனக்காக நிற்கவில்லை. நடந்தே நகரத்தை நோக்கி வந்தேன். ஊர் ஓய்ந்து அடங்கி இருந்தது. ஒரு போர்க்கால இரவு போல மரணபயம் இந்த நகரத்தின் மேல் கவிந்திருப்பதாகப்பட்டது. மழை ஓய்ந்த நகரம், நனைந்த பறவையைப் போல உறங்கியது.

அறைக்குள் நுழைந்ததும், மழை மீண்டும் வேகமெடுத்தது. திறக்கப்படாத ஒரு பாட்டிலைத் திறந்து பச்சையாகக் குடித்தேன். ஈர ஆடைகளைக் களைந்துவிட்டு அம்மணமாக இருக்கையொன்றில் சரிந்தேன். மழையில் நனைந்த உடம்புக்குள் போதை நிதானமாக எழுந்தது. சுற்றிக்கொண்டிருந்த மின்விசிறியை நிறுத்திவிட்டு, ஏற்கனவே வாங்கி வைத்திருந்த இரண்டுமீட்டர் விரல் பருமன் கொண்ட நைலான் கயிரை மேலே கட்டினேன். மேசை மீது நின்று மின்விசிறி தொங்கும் வளையத்தில் கயிறை நுழைத்துக் கட்டி மறுமுனையில் பெரிய வட்டச் சுருக்கிட்டு கீழே இறக்கினேன். சரியான உயரத்தில் சுருக்கைப் பொருத்திவிட்டு கீழே இறங்கினேன். மீண்டும் மதுவைக் குடித்தேன். தூக்கம் கண்களைச் சொருகியது. அடைக்கப்படாத சன்னலின் வழியே மழை இரைச்சல்.

திறந்த சன்னலின் வழியே ஈரக்காற்று முகத்தில் அறைந்தபடி இருந்தது. இமைகளைத் திறந்து கனவுக்குள்ளிருந்து பார்ப்பதுபோல போதைக்குள்ளிருந்து மேலே பார்த்தேன். உத்திரத்தில் சுருக்குக் கயிறு தொங்கிக்கொண்டு காற்றில் அசைந்தபடி இருந்தது. திடீரென ஞாபகம் தாக்க சுவர்க்கடிகாரத்தைப் பார்த்தேன், காலை மணி ஆறு என்று காட்டியது.

சுவரில் அவனுடைய பெரிய புகைப்படம் என்னைப் பார்த்துச் சிரித்தது. மேசை மீது ஏறி சுருக்குக் கயிறை அவிழ்த்து சன்னலின் வழியே தெருவில் வீசினேன். பிறகு, சிறிது நேரம் இருக்கையில் எந்தவொரு சிந்தனையுமற்று உறைந்திருந்தேன். மிச்சமிருந்த மதுவோடு பால்கனிக்குச் சென்றேன். காலை செய்தித்தாள், சுருட்டி வீசி எறியப் பட்டிருந்தது. எடுத்துப் பிரித்தேன். முதல் பக்கத்தில் அவனை தூக்கிலிட்டசெய்தி. அவன் சாவதற்கு முன்பாகவே இச் செய்தி அச்சேறியிருக்கும். ஊடகங்கள் காட்டும் வேகம் கொடூரமானது. அசிங்கமானது.

ஆபாசமானது. அருவருக்கத்தக்கது. மதுவை இரண்டொரு மிடறு குடித்தேன். நான் பால்கனியில் அம்மணமாக நிற்பதை உணர்ந்தேன். செய்தித்தாளைப் பிரித்து என் அம்மணம் மறைத்து தெருவை வடக்கும் தெற்குமாகப் பார்த்தேன். மழையிருட்டு இன்னும் விலகாதத் தெருவில் யாருமில்லை.

அறைக்குள் நுழைந்தேன். கணினியை இயக்கினேன். நாவலின் முதல் வாக்கியத்தை அடிக்கத் தொடங்கினேன்: பூமி தட்டையானது இல்லை அது கோள வடிவானது என்றும்; பூமி சூரியனைச் சுற்றி வருகிறதேயல்லாமல் சூரியன் பூமியைச் சுற்றி வரவில்லை என்றும்; என் வாழ்க்கைத் துணைவனும் என் சக விஞ்ஞானியுமான...

■